एकवचनी

भाग २

हिंदूहृदयसम्राट बाळासाहेब ठाकरे यांच्या रोखठोक
मुलाखतींचं संकलन

संजय राऊत

मेहता पब्लिशिंग हाऊस

Please contact us at **Mehta Publishing House,** Pune 411030.
✆ +91 020-24476924 / 24460313 / Mob. No. 9545000513
Email : production@mehtapublishinghouse.com
Website : www.mehtapublishinghouse.com

◆ *या पुस्तकातील लेखकाची मते, घटना, वर्णने ही त्या लेखकाची असून त्याच्याशी प्रकाशक सहमत असतीलच असे नाही.*

EKVACHANI BHAG 2 by SANJAY RAUT

एकवचनी भाग २ : संजय राऊत / मुलाखत संग्रह

Email : author@mehtapublishinghouse.com

प्रकाशक : सुनील अनिल मेहता, मेहता पब्लिशिंग हाऊस,
१९४१, सदाशिव पेठ, माडीवाले कॉलनी, पुणे – ४११०३०.

मुद्रक : ट्रिनिटी अ‍ॅकॅडमी फॉर कॉर्पोरेट ट्रेनिंग लिमिटेड

मुखपृष्ठ : मेहता पब्लिशिंग हाऊस, पुणे.

प्रथमावृत्ती : मे, २०१७

संचाची किंमत : ₹ ८९५ (२ पुस्तकांचा संच)

P Book ISBN 9788171619689
E Book ISBN 9789386454812
E Books available on : amazonkindle Apple Books Google Play Books

---

संजय उवाच

चेहऱ्यावरचा प्रसन्नपणा, कपड्यांचा नेटकेपणा आणि बोलण्यातला स्पष्टपणा, यामुळे संजय राऊतांशी गप्पा मारायला आणि त्यांनी लिहिलेलं वाचायला मला कायमच आनंद वाटत आलेला आहे. त्यातही मला अत्यंत प्रिय असलेल्या 'बाळासाहेब ठाकरें'शी 'संजय' संवाद करतोय म्हटल्यावर, मला या जोडीच्या गप्पांविषयी 'मुलाखतकार' म्हणून नेहमीच उत्सुकता वाटत राह्यलेली आहे. स्वाभाविकच 'राऊत' कितपत स्पष्ट प्रश्न विचारतात आणि साहेबांचा उत्तरांचा प्रतिटोला कसा आहे हे जाणून घेण्यासाठी, मी सर्वच मुलाखती पुस्तक येण्यापूर्वीच 'सामना'च्या माध्यमातून वाचलेल्या आहेत.

मुळात माझे आणि साहेबांचे सूर गेली कित्येक वर्षे उत्तम जुळलेले होते. साहेबांशी बोलत असताना प्रश्नोत्तरात कुठला विषय काढावा, यावर माझ्यावर कुठलीही बंधने नव्हती; पण तरीही मला 'मर्यादा' होत्या.

'संजय राऊत' मात्र सेनेचे खासदार, सेनेच्या मुखपत्राचे संपादक, म्हणून सैनिकांचे मन आणि साहेबांचा दृष्टिकोन पूर्ण समजून असल्याने, राऊतांचे 'प्रश्न' हे सामान्य सैनिकांच्या मनातील उद्‍गारच असत.

ज्या सैनिकांना साहेबांपर्यंत थेट पोहोचता येत नव्हते, त्यांना सेनेची भूमिका, एखाद्या प्रश्नाबाबत साहेबांचा नेमका दृष्टिकोन, ताज्या घटना वा व्यक्तींबाबतची साहेबांची मते आणि भाष्य, हे सारे 'राऊत आणि साहेबांच्या' या साऱ्या सैनिकांचा प्रतिनिधिक उद्‍गाता, हीच संपादक वा मुलाखतकार संजय राऊतांची भूमिका मला या साऱ्या प्रश्नांमागच्या मांडणीतून जाणवलीय.

संजय राऊतांनी, २३ जानेवारी १९८७ मध्ये घेतलेल्या बाळासाहेबांच्या पहिल्या मुलाखतीपासून 'एकवचनी'त पूर्वी प्रसिद्ध झालेल्या बावन्न मुलाखती आणि आता 'स्वातंत्र्यवीर सावरकर' या साहेबांच्या जिव्हाळ्याच्या विषयापासून व्यंगचित्रकलेपर्यंतच्या मुलाखतींमध्ये जाणवलेली एक गोष्ट म्हणजे, सर्वसामान्यांच्या मनातले शंकावजा थेट प्रश्न, जे कुणी विचारू शकत नाही, ते विचारल्याने संवादाची रंगत वाढलीय.

छगन भुजबळ, गणेश नाईक, नारायण राणे, राज ठाकरे या सोडून गेलेल्या निकटच्या साऱ्या माणसांवर साहेबांना राऊतांनी बोलते केले आहे. मोदी, मायावती, सुषमा स्वराज, विलासराव, पृथ्वीराज चव्हाण या मुख्यमंत्र्यांपर्यंत त्यांच्या कार्यशैलीवर साहेबांना प्रश्न विचारून खास ठाकरे शैलीतून या साऱ्या व्यक्तिमत्त्वांवरच केलेले भाष्य मुळातूनच वाचायला हवे. उदा. २६/११ च्या हल्ल्यानंतर, मेणबत्त्या हे शस्त्र आहे काय, यावरची साहेबांची टिप्पणी वाचायला हवी. सर्वच मुलाखतींतून शरद पवारांवरचे प्रश्न वरचेवर डोकावलेले आहेत आणि ते महाराष्ट्राच्या राजकीय चर्चेत स्वाभाविकही आहे.

बाळासाहेबांकडे व्यंगचित्रकाराचे मन असल्याने, खट्याळ टिप्पणी करत, ऐकणाऱ्यांना ताजतवाने करणारा वक्ता, घटना आणि व्यक्तींमधला भंपकपणा दाखवणारा संपादक आणि पारदर्शी राजकीय नेता, ही साहेबांची सारी रूपे विसरणे शक्य नाही. संजय राऊतांनी अनेक वर्षे सातत्याने साहेबांना जवळून अनुभवल्याने, बोली भाषेतून, छोटे छोटे उपप्रश्न विचारत, सारे संदर्भ नेमके नोंदवत, या अनौपचरिक गप्पा वाटाव्यात इतक्या सहज मुलाखती घेतलेल्या आहेत.

शिवसेनेची सत्ता असूनही मुंबई-ठाण्याचा विकास का झाला नाही... मातोश्रीवर तुम्ही नजरकैदेत उद्धव ठाकरेंच्या दबावाखाली आहात म्हणे... राष्ट्रवादीची राज्यातील वाढ, सेनेला धोका वाटत नाही का... सेनेतली पोलादी शिस्त कमी झालीय का... तुमचा 'वस्त्रप्रवास' लुंगीवर येऊन थांबलाय काय... इतके थेट प्रश्न साहेबांना विचारले असल्याने केव्हाही वाचक पानापानांतल्या संवादात रंगून जातील.

उत्तर देताना साहेबांचा मिस्कीलपणा कायम आहे. 'मी गॉगल लावत असलो तरी मी धृतराष्ट्र नाही; प्रत्येक गोष्टीवर माझे लक्ष आहे.' ...सारा बेदरकारपणा वेळोवेळी व्यक्त झालाय. 'कायदे कोणासाठी? जनतेसाठी की खतरनाक अतिरेक्यांसाठी?' इतकी स्पष्टता. व्यंगचित्र पुस्तकानिमित्त बोलताना 'महाराष्ट्राच्या राजकारणात लेखणी-वाणी-कुंचला यांना महत्त्व होते; आता बाजारी स्वरूप आलेय,' अशी व्यथाही व्यक्त झालीय. ठाकरी धारदार आवाज ही प्रबोधनकारांची देन असल्याचे सांगितलेय.

भाषावार प्रांतरचना, संयुक्त महाराष्ट्राचा मंगल कलश आणि सोडलेले सहकारी हे सारे विषय हाताळल्याने या मुलाखती 'संदर्भ' म्हणून आगामी काळात उपयोगी पडतील.

साहेबांच्या उत्तरातील थेट सरळपणा आणि मिस्कीलपणा कायम असल्याचे मला राऊतांनी घेतलेल्या पूर्वीच्या मुलाखतीमधल्या दोन उत्तरांवरून आठवले.

'तुमचे मंत्री मुजऱ्याला गेले होते म्हणे?' यावर 'अहो तो माणूसच आहे' इतके निखळ उत्तर किंवा 'पोलादी शिस्तीच्या संघटनेत फूट का पडली?' यावर पोलादी कितीही म्हटलं तरी शेवटी माणसं आणि मानवी स्वभाव ' हे उत्तर काय किंवा

'शिवसेना पुन्हा सत्तेवर येईल, अशी उमेद तुम्हाला वाटते काय', यावर खट्याळ बाळासाहेब उत्तरतात- 'नक्कीच येणार. अहो, एकदा गर्भपात झाल्यावर आशा सोडायची असते काय? प्रयत्न करा नाहीतर नपुंसक समजा.'

एका ज्येष्ठ राजकीय नेत्याच्या इतक्या मुलाखती एकट्यानं घेण्याचा, हा उच्चांक संजय राऊत यांच्या नावे नोंदवला जाईल आणि राऊतांच्या मुलाखतीचं पुस्तक हे शिवसेनेवर इतिहास लिहिणाऱ्यांना कायम 'संदर्भग्रंथ' म्हणून विचारात घ्यावं लागेल.

– सुधीर गाडगीळ
sudhirggadgil@gmail.com

अनुक्रमणिका

पुन्हा पायाचं नख उडविण्याची इच्छा नाही!

'महाराष्ट्रांत शिवसेना भाजपाची सत्ता पुन्हा आली नाही. सोनिया काँग्रेस व पवारांची राष्ट्रवादी ह्यांनी एकत्र येऊन सरकार स्थापन केलं. ह्याचवेळी भारतीय जनता पक्षानं 'शत प्रतिशत' राजकारणाची घोषणा केली. महाराष्ट्रातील सत्तांतरानंतरच्या घडामोडींवर शिवसेनाप्रमुख अत्यंत मोकळेपणानं बोलले. कोणताही आडपडदा न ठेवता त्यांनी सांगितले की, 'सत्ता येऊ शकली नाही. मूर्खपणाच झाला. आमच्या हातनं ठेच लागली आहे. पुन्हा पायाचं नखं उडविण्याची आमची इच्छा नाही.''

महाराष्ट्रातील राजकीय वारे कोणत्या दिशेने वाहत आहेत? असे विचारताच शिवसेनाप्रमुख म्हणाले, "तसं जर पाहिलं तर संपूर्ण देशाच्या वाऱ्याचाच विचार करावा लागेल. महाराष्ट्रातला हा वारा आपलं काही छत्र उडवून देणारा नाहीये. युतीचे छत्र तर नक्कीच नाही उडविले जाणार. उलट त्यांचेच छप्पर उडण्याची पाळी आलेली आहे या वाऱ्यामुळे. तुम्ही म्हणता त्याप्रमाणे हा सह्याद्रीचा वारा नाहीये यशवंतराव चव्हाणांच्या वेळचा. हेदेखील तितकंच खरंय. त्या वाऱ्यामध्ये एक विचार होता. वैचारिक काही चांगल्या गोष्टी होत्या. त्या आता तशा राहिल्या नाहीत. आता म्हणजे 'चलती का नाम गाडी' आहे. चारही टायर पंक्चर झालेत. स्टेपनीचा पत्ता नाही."

◗ अलीकडे ज्या घटना घडताहेत ते पाहता हे वारे तुम्हाला अनुकूल नाहीत...

हे कशावरून ठरवता तुम्ही? अनुकूल-प्रतिकूल असं काही ठरविण्याचा तुमच्याकडे बॅरामीटर आहे काय? माझं असं स्पष्ट मत आहे की हे मलाच अनुकूल

आहेत. दुसऱ्या कोणत्याही राजकीय पक्षाला नाहीत. युतीलाच अनुकूल आहेत आणि हे तुम्हाला थोड्याच दिवसात दिसेलही.

◗ **एक तर महाराष्ट्रात तुमचं सरकार येऊ शकलं नाही...**

नाही, नाही. येऊ शकलं नाही त्यावर आता काही चर्चा-चर्वण करायचं नाही. झाली गोष्ट होऊन गेली. मूर्खपणाच होता तो, झाला आमच्या हातनं, पण आता परिस्थिती निराळी आहे. ठेच लागलेली आहे चांगली. पुन्हा पायाचं नख उडवण्याची आमची इच्छा नाही.

◗ **महाराष्ट्रातील आघाडी सरकार पाडण्याची मुदत तुम्ही अनेकदा दिलीत. पण सरकार पडले नाही. सरकार अधिक मजबूत झाले काय?**

आम्ही एखादं धाडस करायचं म्हटल्यावर ते अशक्य आहे असं नाही. समजलं! पण हे धाडसी पाऊल जेव्हा पडेल तेव्हा मजबुतीने पडेल. थोड्या काळज्या घेण्याच्या ज्या काही गोष्टी असतात त्यामुळे गणित थोडंसं इकडे तिकडे झालं. यापेक्षा जास्त मी काही महत्त्व देत नाहीये. पण आमचं सरकार येणार आहे याबद्दल मात्र मी तुम्हाला खात्री देतो.

◗ **पण ज्यावेळेला आपण सांगत होतात की सरकार नक्की येणार...**

आजही म्हणतोय मी. शब्द मागे नाही घेतले मी. बिलकुल मागे नाही घेतले. माझा शब्द म्हणजे शब्द. येणार म्हणजे येणारच.

◗ **निवडणुकीनंतर महाराष्ट्रात शिवसेना-भाजपाचं राज्य आलं नाही. याचाच अर्थ युतीनं विरोधी पक्षात बसावं अशी जनतेची इच्छा होती?**

हे बघा, बसल्यानंतर कुणी इच्छा प्रकट करणं ही गोष्ट निराळी. सत्तेसाठी मी तरी हपापलेला नाही. तुम्हाला तर याची पूर्ण कल्पना आहे. पुष्कळदा असंही वाटतं की सत्ता हे वरदान आहे की शाप आहे. पण ते जाऊ द्या. जनतेला काय वाटतं? आता मात्र सहा महिन्यांचा काळ गेल्यानंतर जनतेला असं वाटायला लागलं की नाही, युती सरकारच चांगलं होतं. मनापासून तसं वाटायला लागलं. लोक आता उघडपणे बोलायला लागले आहेत. आम्ही बांधलेल्या उड्डाणपुलांवर टीका झाली. पण त्यांचा वापर सुरू झाल्यानंतर त्यांना सोय कळली. डिझेल, पेट्रोल आणि वेळेची बचत सुरू झाली. एकेक-दोन-दोन तास पोहोचायला लागायचे. ट्रॅफिक जाम आणि सिग्नलचा फटका बसायचा. आता अर्ध्या तासात माणूस ठाण्याला पोचतो. उड्डाणपुलांनी ही सोय केली. आता जे उद्घाटन करत सुटलेत त्याच लोकांनी ही टीका केली होती.

ठरलेल्या वेळात आम्ही काम केलं. कृष्णा खोऱ्याचंही काम आम्ही रेटलं. आता पडून आहे सगळं काम. एकेक कॉन्ट्रॅक्टरला घरी बोलावताहेत आणि विचारताहेत की त्यांना किती दिलं आणि आम्हाला किती दिलं. असे हिशेब चाललेत. माझ्याकडे उदाहरणं आहेत.

◗ युतीचं सरकार यावं अशी जनतेची इच्छा असेलही, पण भाजपची इच्छा काय आहे?

भाजपला पण आता जाणीव झालीय त्याची आणि भाजप आमच्यापासून दूर नाहीये.

◗ कुलाब्याची पोटनिवडणूक आपण जिंकलीत हा एक चमत्कार होता काय?

काहीही शब्द वापरा तुम्ही. चमत्कार म्हणा नाहीतर डावपेच म्हणा आणि शब्द अपुरे पडले की थांबायचं. यापेक्षा त्याला काही महत्त्व नाही.

◗ तसे असेल तर नवी मुंबई आणि संभाजीनगरचे बालेकिल्ले आपण का राखू शकला नाहीत?

काय झालं की, काही ठिकाणी आमच्या लोकांचा आगाऊपणा नडला हे तितकंच खरं. डोक्यात हवा गेल्यानंतर ठेकेदार निर्माण होतात. ही आमच्यातली ठेकेदारी शिवसेनेला नडली.

◗ नवी मुंबईत तर प्रतिष्ठेची लढत होती...

तिथेसुद्धा आम्ही जे काही उभे केले होते, काय म्हणता तुम्ही त्यांना...ते 'दिग्गज'. ते सगळे दिग्गज पडले. का पडले? त्यांच्या कर्मदरिद्रीपणामुळे पडले. त्याचा फटका शिवसेनेला बसला. एका 'दिग्गजा'ला आम्ही सांगितलं, 'या वॉर्डातून उभा राहू नकोस. त्या वॉर्डातून रहा. तर नाही म्हणाला. इकडेच उभा राहतो. पडला तो. पुन्हा जातीपातीचं राजकारण आहे. ते तर तुम्हाला मान्य करावेच लागेल. बाकी काही जरी असलं तरी जातीपातीचं राजकारण आज इतकं घोंघावत चाललंय. पुढे पुढे सरकतंय की, किती जपायचं आणि कुठे आटपायचं हा खरा प्रश्न आहे.

◗ संभाजीनगरातही पराभव झाला...

तेथेही जातीय प्रचार केला गेला. तो कदाचित भोवला असण्याची शक्यता आहे. आमचे काही लोक ज्या पद्धतीने तेथे वागले तेही नडलं थोडंसं. लोक

नाराज नव्हते. पण आम्ही नाराजी ओढवून घेतली. ही ओढवून घेतेलेली नाराजी आम्हाला आडवी आली. नाहीतर अजूनही लोकांना शिवसेनाच हवी आहे.

भाजपाशी युती झाली नाही त्याचा फटका बसला काय?

आतापर्यंत आम्ही ज्या निवडणुका लढवल्या त्यावेळी युती कुठे होती? स्थानिक स्वराज्य संस्थांबाबत बोलतोय मी. संभाजीनगरात आम्ही एकाकी होतो. नवी मुंबईत एकाकी होतो. भाजप स्वतंत्र होती. पण लढलो आणि जिंकलोही आम्ही. युतीचा इथं संबंधच येत नाही. युती झाली असती तर...असे बोलण्यात काही अर्थ नाही.

होय, पण भाजपची ताकद संभाजीनगरात वाढली...

वाढली म्हणजे काय? आमच्यातली नाराजी त्यांच्याकडे सरकली.

युतीतील दोन पक्षांतले संबंध मध्यंतरी तुटेपर्यंत ताणले गेले. ते कशामुळे?

शेवटी महत्त्वाकांक्षा हा प्रकार असतोच की. पण युतीतर्फे म्हणाल तर त्या महत्त्वाकांक्षा, त्यांच्या इच्छा-आकांक्षा, सगळ्या काही पुऱ्या करायला मी तयार झालो होतो. त्याहूनही लवकरात लवकर काही सुधारणा झाल्या. पण आता मात्र त्यांना पूर्ण जाणीव झाली की हा हट्ट विनाकारण आपण केला. त्यामुळे दोघेही जागे होऊन शांतपणानं एकत्र काम करायचं ठरलंय आता.

मुख्यमंत्री कोण व्हावा याच्यावरून हा वाद निर्माण झाला....

तसं काही नव्हतं. कारण दिल्लीवरून त्यांना स्पष्ट आदेश आले होते आणि धोरणाप्रमाणे असा वाद होण्याचे कारणही नव्हते. कारण धोरण असं ठरलं होतं, ज्याचा आकडा मोठा त्याचा मुख्यमंत्री. त्यामुळे वादाचा प्रश्न येतो कुठे? सुटसुटीतपणा होता विचारांत.

तुमचा आकडा मोठा असूनही सरकार स्थापण्यास बहुतमाचा आकडा कमी पडला. हा आकडा भाजप नेते पूर्ण करणार होते. म्हणून त्यांचा मुख्यमंत्री...

मुख्यमंत्रीपदाची आणि आमच्या युतीमधील आकड्याची सांगड घालू नका. समजा, उद्या बीजेपीचा आकडा जर आमच्यापेक्षा मोठा ठरला असता तर बीजेपीचा मुख्यमंत्री झाला असता. हे आमचं धोरण झालं. आता युती म्हणून आम्ही जो विचार करतो सत्तेसाठी, तो आकडा निराळा. आम्हाला काय? १३९ आहोतच. ६ पाहिजे

होते फक्त. १३९ पर्यंत गेलो होतो आम्ही. सगळी जी पलीकडे बेडकं गेली ती आमच्याकडे आली असती.

◗ महाराष्ट्रात तुमची सत्ता असतानाही ही बेडकं तुम्ही ताब्यात का ठेवू शकला नाहीत?

काय बोलायचं? म्हणजे आदल्या दिवशी आमच्याबरोबर जेवण घेणारी माणसं...ते अपक्ष दुसऱ्या दिवशी 'व्ही' फॉर व्हिक्टरीची बोटं दाखवतात आम्हाला विलासरावांच्या बरोबर. काय जिंकायचं यांच्यामध्ये? ही जी लालसा आणि लाळ गाळणं सुरू झालेलं आहे हल्ली खुर्चीचं म्हणा, सत्तेचं म्हणा, त्या लाळेवरून आमचाही पाय घसरतो. किती बुळबुळीत, हा प्रश्न आहे. मागच्या वेळेला आकडा अपक्षांचा मोठा होता. या वेळेला जेमतेम बारा-तेराच आलेले आहेत. त्यामुळे वाटणीला जड जातंय.

◗ आजच्या परिस्थितीत 'भाजप'ने महाराष्ट्रात 'शत प्रतिशत' ची घोषणा केली. त्याचा तुम्ही अर्थ काय घ्याल?

मी काही अर्थही लावत नाही आणि अन्वयार्थही लावायला बसलो नाही. हा प्रश्न काही फारसा महत्त्वाचा नाही. आम्ही उद्या म्हणू की 'शत प्रतिशत' शिवसेना. मग त्यांना विचारा की शिवसेनेच्या म्हणण्याचा अर्थ काय? ते काय लावतात ते पाहू. हे काय असतं की पक्ष उभारणीसाठी राणा भीमदेवी बोंबा ठोकाव्या लागतात. ह्याच्यात मोठं आभाळ कोसळण्यासारखं काही नाहीये. पण त्याला जो एक रंग दिला जातोय की काही तरी भयंकर घडणार आणि प्रत्येकाला तसं वाटणं यात काही गैर नाही. जसं काँग्रेसला वाटतंय की शत प्रतिशत काँग्रेस, शत प्रतिशत बीजेपी, शत प्रतिशत शिवसेना आणि शत प्रतिशत अपक्ष सरकार! शब्द वापरायला काय हरकत आहे? शेवटी या आम्ही गमजा मारायच्या असं धरून चालू. पण कोणाच्या हातात आहे हा सर्व खेळ? जनतेच्या हातात आहे. मतदारांच्या हातात आहे. शत प्रतिशत कोणाला द्यायचं यांना द्यायचं की की त्यांना द्यायचं? कर्ताकरविता मतदार आहे. जनता आहे. त्याच्यावरतीच तुम्ही अवलंबून आहात. मला उद्या असं वाटलं की फक्त एकच आणि एकच शिवसेना! हे माझ्या हातात नाहीये. जनतेने आम्हाला उचलून धरलं तरच त्या शत प्रतिशतला काही अर्थ. नाहीतर शत एकीकडे आणि प्रतिशत दुसरीकडे.

◗ शत प्रतिशत याचा अर्थ राजकीय वर्तुळात असा काढला जातोय की भविष्यात भाजप शिवसेनेपासून दूर जाणार.

हा त्यांचा प्रयत्न काही महाराष्ट्रातच नाहीये. सबंध देशात चाललाय. म्हणून

तर ममता बॅनर्जी आणि त्यांची थोडीशी झकाझक झाली. बाईंनी त्रागा केला. मंत्रीपदाचा राजीनामा देण्यास निघाल्या. जागांवरचं भांडण सगळीकडेच आहे.

◗ भाजप तुमच्यापासून दूर जाईल अशी तुम्हाला भीती वाटते...

मला काहीच वाटत नाही. मी माझी शिवसेना निराळ्या विचारानं पुढं नेतोय. आली सत्ता तरी, नाही आली तरी! या विचारानं बसल्यामुळं माझ्या डोक्याला त्रास होत नाही आणि कर्ताकरविता पुन्हा सांगतो, जनता आणि मतदार. आता नवी मुंबईमध्ये गेल्या वेळी आमचे ३३ आले. यावेळेला कमी झाले. दणक्यात सभा झाली होती. काय करायचं? लोकांची जी एकंदरीत तिथे वागणूक होती ती बाधली आम्हाला. त्या लोकांना मतदार फटका द्यायला गेले तरी फटका बसलाय शिवसेनेला.

◗ ज्यांच्यामुळे हा फटका बसतोय वारंवार...

त्यांना दूर करावं लागणार.

◗ पण त्यांच्याविषयी आतापर्यंत कधीच कठोर पावले उचलली गेली नाहीत...

शेवटी हे आकड्यांचं राजकारण आहे. आज चंद्राबाबूंचा जोर का? तर त्यांचे खासदार जास्त प्रमाणात आहेत. त्यांच्यानंतर मला असं वाटतं की आमचा आकडा दुसरा आहे. तरीही आम्ही एक असं धोरण स्वीकारलंय की वाजपेयी सरकारला धक्का पोहचेल, धोका निर्माण होईल, असं काही करायचं नाही. कदाचित हा आमचा अतिसभ्यपणाचा आम्हाला त्रासही होत आहे. पण मला त्याची पर्वा नाही. कारण दिल्लीमध्ये आमची 'शत प्रतिशत' अशी काही घोषणा नाही. ज्याला जो काही वेळ घ्यायचा असेल तो काळ घेईल. पण वाजपेयी सरकारला कोणत्याही परिस्थितीत आता धोका निर्माण करणं हे मूर्खपणाचं ठरेल.

◗ म्हणजे...?

देशहिताच्या दृष्टीनं पाकिस्तानचे हे चाळे कारगीलमधील घुसखोरी आणि सबंध देशात आयएसआयचे जाळे पसरले असताना या निवडणुकीच्या जाळ्यात अडकणं आपल्याला परवडणारं नाही. म्हणून मी एका जाणिवेनं अशी पावलं टाकत असताना त्याची काही पुढे मानापमानाची नाटकं होणार असतील तर होऊ द्या. मला काही म्हणायचं नाही. ज्याला पडदे खेचायचे आहेत त्यांनी खेचावेत. आम्ही आपले विंगेत बसलेलोच आहोत.

▶ आपल्यापेक्षा कमी खासदार असलेल्या पक्षांचा दिल्लीतील सरकारवर प्रचंड दबाव आहे...

खरं आहे. कारण त्यांना आता महाराष्ट्राची तशी पर्वा नाहीये. महाराष्ट्रात युती तशी मजबूत आहे. आमच्या बाजूनं आम्ही तरी मैत्रीला पूर्ण जागणारे आहोत. पण ज्या राज्यात त्यांचे अस्तित्वच नाही तेथील मित्र म्हणविणाऱ्या आघाडीतील पक्षांना त्यांना जपावं लागतंय. मग ते पंजाब असेल, हरयाणा असेल, पश्चिम बंगाल असेल. दोन-तीन संख्या असलेल्यांचेही चोचले पुरवावे लागतात. कारण तिथे त्यांना मजबुती आणायची आहे. म्हणून ते चोचले पुरवले जातात. भयानक चोचले पुरवले जातात. शिवसेना एकाकी असती चंद्राबाबूसारखी तर आमचेही चोचले पुरवले गेले असते. जावईहट्टही त्यांनी मान्य केले असते.

▶ तुमची ताकद मोठी आहे. १५ खासदार आहेत...

पण वाजपेयींना छळण्यासाठी मी त्यांचा वापर करणार नाही. बिलकूल नाही. आज आम्हाला जी काही खाती त्यांनी केंद्रामध्ये दिलेली आहेत ती एकदम नगण्य आहेत. तरी पण मी असं म्हटलं की जरा रहा थोडे दिवस. जरा थांबा. पुन्हा तोच विचार द्यावा लागतोय मला. केवळ देशहिताकडे बघून. नवीन निवडणुका तुम्हाला परवडणार नाहीत आणि आम्ही राजकारणातले चढ-उतार पाहिलेले आहेत. खरं सांगायचं म्हणजे आम्हीही ३३ होतो ते पटकन १० वर आलो. शरद पवार ३६ पर्यंत गेले. या निवडणुकीत पुन्हा पवार ६ वर कोसळले आणि आम्ही आमचे १५ आणि भाजपचे १३ इथपर्यंत गेलो. हा जो खेळ आहे त्याच्या परीक्षा कोणी घ्यायच्या? तेव्हा घाई कसलीच नाहीये.

▶ आपली आणि भाजपची सगळ्यात जुनी युती, वाजपेयींशीही तितकीच जुनी मैत्री असतानाही त्यांनी शिवसेनेच्या बाबतीत असे वर्तन करावे...

नाही. त्यांनी नाही केलं. त्यांनी अत्यंत कडक इशारे दिले. स्पष्ट शब्दात, भाषेत राज्यातील त्यांच्या नेत्यांना सुनावले एवढी माझ्याकडे माहिती आहे. त्यांच्याच माणसाने दिलेली माहिती आहे. त्यांनी इतकं 'क्लीअर कट' सांगितलं की शिवसेना हा एकमेव पक्ष असा आहे की त्यांनी एका प्रेमानं आपल्याला साथ दिली. कुठेही त्यांनी त्रास दिला नाही, छळलं नाही. त्यांच्याशी युती तोडायची नाही असं स्वच्छ शब्दात सांगितलं गेलंय अडवाणी आणि वाजपेयींकडून.

▶ मग राज्यातील नेतृत्वानं काही केलं असं तुम्हाला म्हणायचं आहे...

हं, थोडंसं असतं जरा. त्यांना त्याचे काही असतात. गणपती उत्सवासारखं

असतं हे. पुण्यामध्ये थोड्याशा अशा गोष्टी चालतात. कुणाची मिरवणूक कुठच्या बाजूने गेली आणि पहिली कोणाची? मग पहिलीवरनं दंगल. पहिला नंबर आमच्या गणपतीचा यावरनं भांडणं. गणपती आपला बघत बसतो. तसं होतं पुष्कळ वेळेला की बाबा नाही, पहिला गणपती आमचा. आम्ही म्हणतो, जाऊ द्या. तुमचा तर तुमचा. कारण शेवटी विसर्जन सगळ्यांचंच होणार आहे. तर मग पाहिजेत कशाला नंबरावरून मारामाऱ्या?

◗ मग मारामारीचं मूळ काय? युतीत त्या सुरूच असतात...

काय असतं की, एकपक्षीय किंवा एकछत्री कारभार असतो तेव्हा बरीचशी नाही म्हटलं तरी मोकळीक असते निर्णयाची, काम करायची, ती मिळत नाही. उलट वाजपेयींचे तर आमच्यापेक्षा भयानक हाल आहेत. भयानक म्हणजे भयानक. इकडे करावं तर तिकडे धुसफूस आणि तिकडे करावं तर इकडे धुसफूस. त्यातूनही ते सरकार चालवत आहेत. त्यामानानं आम्ही दोघंच आहोत. तरीही नाही म्हटलं तरी मतामतांची भिन्नता ही राहणारच. त्यात गैर काहीच नाही. हिंदुत्व हा गोंडस शब्द चांगला आहे. पण शेवटी मुद्दा असा येतो की मतभिन्नता, व्यक्ती तितक्या प्रकृती, तितकी मतं. त्यात थोडी व्यक्तिगत असतात, काही पक्षहिताची असतात. त्याला काय करणार?

[३० मे, २०००]

मी तत्त्वाचा हलकट आहे!

"विधानसभा निवडणुकांनंतर महाराष्ट्रांत विचित्र 'सत्ताकारण' झाले. शिवसेना-भाजपा व राष्ट्रवादी काँग्रेस असा 'त्रिकोण' सत्तेवर येत असल्याचीही चर्चा होती. पण शिवसेनाप्रमुखांनी सांगितले, ''मी तत्त्वाचा हलकट असल्यामुळेच भलत्यासलत्या तडजोडी सत्तेसाठी करीत नाही. निवडणुकीनंतर गणपतराव देशमुखांच्या नेतृत्वाखाली शिवसेना-भाजपा राष्ट्रवादीचे सरकार स्थापन करण्याचे प्रपोजल होते. मीच ते उडवून लावले. मी राष्ट्रवादीशी युती कधीच करणार नाही!''"

सत्तेच्या राजकारणात शिवसेना हिंदुत्वापासून दूर झाल्याचा आरोप अलीकडे केला जातो. 'हिंदुत्वा'चा धागा पकडून मुलाखतीच्या दुसऱ्या भागास प्रारंभ झाला.

◗ भाजपाचं हिंदुत्व आहे आणि शिवसेनेचंही हिंदुत्व आहे, पण शिवसेनेचं हिंदुत्व महाराष्ट्राबाहेर गेलं नाही, असं का?

नाही, असं नाही. जा आता जम्मू-काश्मीरला जाऊन या! मी तिकिटाचा खर्च करतो.

◗ तिकडे पक्ष आहे, संघटना आहे, पण हिंदुत्वाचं काय?

हिंदुत्वाचा जो एक कडवटपणा आहे तो बघून या. तो शिवसेनेनं उभा केलेला आहे. आज तामीळनाडू, कर्नाटक इथं सुरुवात झालेली आहे. राजस्थानात हिंदुत्वाची सुरुवात झाली आहे. कुणी केली? आज बंगालमध्ये बंगाली लोकं उभी राहताहेत हिंदुत्वाच्या बाजूनं. जा, सुबीरकुमार चौधरींना भेटा. त्यांना विचारा. मनोहर जोशी जाऊन आले. त्यांना विचारा.

◗ भाजपासुद्धा हिंदुत्वाच्या मुद्यावर वाढण्याचा प्रयत्न करीत असताना तीन-चार राज्यांपलीकडे त्यांना यश मिळालेले नाही...

ते मोठे राजकारणी आहेत. आम्ही महाराष्ट्रवादी असलो तर ते राष्ट्रवादी आहेत. त्यामुळे त्यांच्या राजकारणाशी आमच्या राजकारणाची तुलना करू नका. कारण शेवटी कुठल्या मुद्यावर तडजोड करायची ते महत्त्वाचे प्रश्न असतात. आता आम्ही काय म्हणतो, आमच्या हिंदुत्वाबद्दल आम्ही कुणाशी तडजोड करणार नाही. त्याकरिता कितीही खस्ता खाव्या लागल्या तरी आमची तयारी आहे. धरसोडीची वृत्ती नाही. या ठिकाणी हिंदुत्व आहे, त्या ठिकाणी नाही, तिथं अर्धवट आहे, तिकडे पाव आहे हे असले धंदे मी करणार नाही. सगळीकडे माझा शंभर टक्का तसाच राहणार! हिंदुत्वाचा! त्यात काही मिळालं नाही तरी मला पर्वा नाही, सत्ता आली नाही तरी मला त्याची पर्वा नाही, पण कडवट हिंदुत्ववाद या देशात उभा राहिलाच पाहिजे. बरं! असं सत्तेवर अवलंबून असता कामा नये असं काही गणित नाही की सत्ता असेल तिथेच हिंदुत्व. नाही! सत्ता नाही, पण हिंदुत्व कडवट आहे. त्याची आज देशाला गरज आहे.

◗ हे हिंदुत्व आपण पुढे नेत असताना लोकांच्या जीवनात जे असंख्य प्रश्न निर्माण झाले आहेत या प्रश्नांपासून तुम्ही दूर गेलात का? दुष्काळाचा प्रश्न आहे. केंद्र सरकार त्याबाबत अपयशी ठरल्यासारखे दिसते...

हे पहा, हे जे प्रश्न असतात ना, ते आंदोलनं, मोर्चे काढून सोडवायचा प्रयत्न

होत असतो. ज्यावेळी तुमच्याकडे सत्ता नसते त्यावेळी तुम्हाला आंदोलनं, मोर्चे हे धंदे तुम्हाला करावेच लागतात. रास्ता रोको करा, हे करा, ते करा हा सत्ताग्रहीत प्रकार आहे. सत्ता आल्यानंतर मात्र हुकमात काही करून घेऊ शकता तुम्ही. कारण हुकूम द्यायला तुमच्या हातात काही तरी हवं! माझ्यावर आरोप आहे की म्हणे, बाळासाहेब ठाकरे म्हणतात की तीन महिन्यांत मी देश सुधारून दाखवेन. यांच्या हातात साडेचार वर्षं महाराष्ट्र होता मग त्यांनी का नाही करून दाखवलं? इथं सत्ता असली तरी माझ्याकडे हुकूम नाही. माझा हुकूम जर देशावरचा मला पाहिजे तर सैन्य माझ्या हातात द्या. तिथे फक्त मी आणि मीच. आणि फक्त माझाच निर्णय. यापेक्षा दुसऱ्याची हुकूमत चालणार नाही. तो जो हुकूम राहील तो माझा. त्यासाठी मी तीन महिने मागतोय. राज्यात असलेल्या सत्तेचं काय... एक तर युती असते, सतरा विचार असतात. त्यात पुन्हा इकडूनचा पुंजका, तिकडूनचा पुंजका. म्हणून मी अजून म्हणतो ना, शिवशाही हा जो प्रकार आहे तो अमलात यायचाय. सत्ता आली, पण शिवशाही यायची होती.

◗ **मग चार वर्षं काय केलंत?**

शिवशाहीची कल्पना अशी की भांडणतंटण नाही. बिल्कूल नाही आणि अत्यंत कडवटपणानं, निर्दयपणानं कारभार करायला पाहिजे!

◗ **मगाशी प्रश्न अर्धवट राहिला की मुळात तुमच्या हातून...**

त्यातूनही मी काय म्हणतो, आता काँग्रेसमध्ये वाद सुरू झालाय की सरकार काँग्रेसचं आहे, पण ते आमचं आहे असं वाटत नाही. हे जे फीलिंग आहे ना ते फार वाईट आहे.

◗ **तसं फीलिंग तुमचं होतं का?**

नाही. तसं काही नव्हतं. सत्ता माझीच होती. शिवशाहीची सुरुवात झाली होती. काही निर्णय चांगल्या तऱ्हेनं घेतले. शिवशाही प्रकल्पाचंच घ्या. त्याच्यात किती घाणेरडं राजकारण खेळलं गेलं. पडून राहिलं. ठपका आमच्यावर आला. ४० लाख झोपडपट्टीवासीयांना १० ते १२ लाख घरं आम्हाला बांधून द्यायची होती. तो आकडा लोकसंख्येचा आहे, घरांचा नाही. त्यातही गफलत केली, युती सरकारने याकडे दुर्लक्ष केलं. नसते राजकारणी डाव टाकले गेले. त्यामुळे योजना फसली.

◗ शिवसेनेच्या ज्या योजना होत्या, त्याकडे जाणीवपूर्वक दुर्लक्ष झालं का?

जाणीवपूर्वक म्हणायला काही हरकत नाही. पण आता चांगले संबंध आहेत. ते बिघडवायचे नाहीत मला.

◗ मुळात तुम्हाला अंधारात ठेवण्यात आलं का?

नाही. मला अंधारात कोणीच ठेवू शकत नाही. सगळं मला कळायचं. नाईलाज व्हायचा माझा. नाईलाज म्हणजे असा, काय आता करायचं काय, लोकांना समजत कसं नाही. या लोकांना, एवढं पंचपक्वान्नाचं ताट तुमच्या पुढ्यात आल्यानंतर तुम्ही त्यामध्ये जर लघुशंका करून कालवून खायला लागलात तर मी काय म्हणणार शेवटी. पंचपक्वान्नांना दोष देऊ का तुमच्या लघुशंकेला दोष देऊ!

◗ मघाशी प्रश्न अर्धवट राहिला. मुळात तुमचं चांगलं काम सुरू असताना, आपल्याला परत विजयाची खात्री असताना आपल्या हातून सत्ता गेली कशी? आपल्या जागा कमी झाल्या कशा?

जागा नाही कमी झाल्या. हे परत जातीयवादावरतीच येतोय आपण. मुसलमान एक झाले. मुसलमानांचं ठोस मतदान झालं आणि तो कौल सोनिया गांधींकडे झुकला. महाराष्ट्रांमध्ये सोनिया गांधीचा काही वकूब नाही. काही पकड नाही. काही नाही न काही नाही, पण एकगठ्ठा मतं जी मुसलमानांची गेली ती त्यांच्या पारड्यात पडली. नंतर नवबौद्ध हा एक प्रकार होऊन बसलाय. विशेषतः महाराष्ट्रात आणि देशात पण. म्हणून तिथूनचा तुमच्या काशीराम-मायावतीचा जोर आहे. बरं! शेड्युल्ड कास्ट. हे जातीचे जोर आहेत ते आम्हाला जरूर नडले. पण त्याचं काय असतं ते आमच्याबरोबर कधीच येणार नाहीत हे गणितच मी धरून चाललोय. म्हणजे त्यांनी ते विचित्रच मनात घेतलेलं आहे, पण मला एक जाणीव आहे की यांना कितीही करा, काहीही करा, कितीही प्रेम द्या, पण आपल्याबरोबर कधीच येणार नाहीत. शेवटी आपल्याशी कृतघ्नपणाच करणार याची मला जाणीव आहे. जातीचे जे त्रिकोन-चौकोन तयार झाले, ते बाधले एवढं नक्की. म्हणजे ९८ सालीच बाधले. ९८ साली लोकसभेच्या निवडणुका झाल्या. त्याच वेळेस म्हणून तर शरद पवार एकदम वर गेला ना!

◗ पण ९५ साली एकसंध काँग्रेसचा तुम्ही पराभव केला होता...

त्यावेळी हे वातावरण नव्हतं. त्यावेळी नवबौद्ध बाजूला होते. स्वतंत्र होते. एक

रामदास आठवले म्हणजे काही सगळा समाज नव्हे! त्यावेळी आंबेडकर स्वतंत्र होते, गवई निराळे होते.

◗ आज निवडणुकीत तर तुम्हाला अनुकूल वातावरण होतं. काँग्रेस सरळ फुटली होती...

तेच सांगतो ना तुम्हाला. हे जातीय गट उभे राहिले आणि त्यांची एकरूपता? आम्हाला भोवली आहे.

◗ शरद पवारांनी जो पक्ष स्थापन केला त्याचा फटका तुम्हाला बसला का?

नाही. काहीच नाही. शरद पवार काय आहे त्याची महाराष्ट्राला कल्पना आहे. देशास त्याची कल्पना आता आली असावी. पवार ही काय ताकद आहे महाराष्ट्रातली? तुम्ही चढवता त्याला. पवारांचं राजकारण हे जातीय आहे. मराठा जात. तसे प्रचार झाले. जसे मुसलमान मशिदीतनं प्रचार करतात इमामातर्फे. हा मराठा जातीचा इमाम आहे शरद पवार म्हणजे! आणि इमामाची जेवढी ताकद आहे तेवढीच महाराष्ट्रात पवारांची ताकद आहे. सगळा मुसलमान काही इमामाचा नाही. तसा सगळा मराठा पवारांचा पण नाही. आमच्याकडे पण भरपूर आहेत. माझ्याकडे काही तरी ७५ आमदारांमध्ये ४५ तर मराठाच आहेत. आम्ही त्यांच्याकडे मराठा म्हणून पाहिलं नाही. माझे मराठी बांधव म्हणून पाहिलं.

◗ यावेळी पवारांनी निवडणुकीत उतरताना मराठी अस्मितेचा नारा दिला होता...

हे पाहा, सोयीप्रमाणे ते कोणतेही नारे देतात. काल-परवापर्यंत ते म्हणत होते, सोनिया गांधी ही काँग्रेसची जान आहे. काँग्रेसमध्ये जान आणली सोनिया गांधींनी! असं म्हणणारे शरद पवार सोनिया विदेशी आहे असं म्हणून दूर होतात. त्यावेळी विदेशी नव्हती का जान आणली होती काँग्रेसमध्ये तेव्हा. आता मात्र काँग्रेस मृतप्राय झाल्यानंतर विदेशी झाली. काय आहे काय तुमचं गणित हे राजकारणातलं? पवारांची ही उदाहरणं देत बसू नका मला. मी त्यांना फार जवळनं ओळखलेलं आहे. आता लांबूनही त्यांची ओळख पटलेली आहे मला. शब्दाचा हा माणूस पक्का नाही. आज काय बोलेल ते उद्या नाही, उद्या जे बोलेल ते परवा नाही.

◗ तुम्हाला असा अनुभव आला का?

अनुभवाचं काय. वर्तमानपत्रातली सगळी कटिंग्ज घ्या ना तुम्ही. आताच

तुम्हाला सांगितलं ना! काल-परवाकडे काँग्रेसमध्ये जान आणणारी सोनिया गांधी एकदम विदेशी ठरली का? तर पंतप्रधानकीपासून आपण दूर गेलो आणि ही बाई आपल्या बोडक्यावर बसणार हे समजल्यावर विदेशी ठरवून तिला कुठे आदळता येईल. हा प्रयत्न करण्यासाठी त्यांनी लगेच विदेशी म्हटली तिला.

◗ तुमचाही तोच मुद्दा होता...

माझा अजूनही कायम आहे. मी आताही इंदिरा काँग्रेसशी युती करू शकतो, पण मी तत्त्वाचा हलकट आणि कडवट असल्यामुळे मला ही शिंदळकी आवडत नाही!

◗ इंदिरा काँग्रेसची ताकद महाराष्ट्रात तेवढीच राहिली. या महाराष्ट्रात त्यांच्या ८० जागा होत्या. तिथे ७५ झाल्या आणि शरद पवार यांना अचानक ५८ जागा मिळाल्या. तुमचीही ताकद तेवढीच राहिली. मग या ५८ जागा त्यांना कशा आणि कुठल्या आधारावर मिळाल्या... आणि ते महाराष्ट्राच्या सत्तेचे अर्धे भागीदार झाले...

अजून नाही झाले. काँग्रेसचे भागीदार झाले. कारण त्यांचा आकडा जवळ गेला. आता बघा. हाच शरद पवार परत एकीकडे विदेशी म्हणून त्यांच्याविरुद्ध लढला आणि सत्तेसाठी त्यांच्याजवळ गेला. दॅट इज पवार! सोयीप्रमाणं कसं राजकारण आणि सरड्याप्रमाणे रंग बदलतो याचं हे जिवंत उदाहरण. अगदी अलीकडचं म्हणजे मी लांबचं उदाहरण देत नाही. कालपरवापर्यंत विदेशी म्हणून बाहेर पडलेला हा माणूस. सोनिया गांधीविरुद्ध प्रचार केला आणि सत्तेसाठी इंदिरा काँग्रेसला कवटाळलं. त्यांच्यावर विश्वास ठेवता येणार नाही.

◗ सत्तेत त्यांची जी भागीदारी आहे...

आताचा जो त्यांचा आकडा आहे ५८ चा त्याच्यांत खूप घाणेरडं राजकारण खेळलं गेलं. मला काही आता त्याचा ऊहापोह करायचा नाही. मढी उकरून काढायची नाहीत, पण भयंकर घाणेरडं राजकारण खेळलं गेलं.

◗ इंदिरा काँग्रेसमधल्या लोकांना असं वाटतंय की शरद पवारांना सत्तेत भागीदारी मिळू नये आणि तुम्हालाही असं वाटतंय की महाराष्ट्रात शरद पवारांकडे सत्ता असता कामा नये. ही भागीदारी कशी तुटेल?

कसली भागीदारी.

सत्तेत पवार भागीदारी घेऊन बसलेले आहेत ती कशी तुटेल?

कुठे घेऊन बसलेत.

महाराष्ट्रात सत्तेत असणाऱ्या आघाडीत अर्धा पक्ष पवारांचा आहे...

तो त्यांचा प्रश्न आहे. मी कशाला सोडवू तो! इंदिरा काँग्रेसशी आहे त्यांची सत्तेची भागीदारी.

पण पवारांना सत्तेपासून दूर ठेवायचं असेल तर...

पण त्यांचा दुरावा आपापसात होतो तर मी कशाला ऑक्सिजन घेऊन जाऊ.

राष्ट्रवादी पक्षात प्रचंड असंतोष आहे. त्यापैकी फार मोठा गट आपल्याकडे सरकतोय...

काय झालेलं आहे शेवटी. आता बघा. माणसाचा स्वभाव सारखा असत नाही. स्वार्थ कुणाला सुटायचा नाही. इथे लंगोट नेसायचा. लाल मातीत उतरायचं. पण ती अंगाला लागणार नाही एवढी काळजी घ्यायची. आणि उभ्यानं कुस्ती कधी होत नाही. कुठेतरी चीतपट करताना पाठ लागते, पोट लागतेच. माती लागणारच. आता या आमदारांचं आणि खासदारांचं काय झालेलं आहे. ते शड्डू ठोकतात, पण निवडणुका नकोत. का? तर उद्या समजा निवडणुका आल्याच तर तिकीट मिळेल की नाही. मिळालं तर निवडून येऊ की नाही. निवडून आलो तर आज एखादा कोणी मंत्री असेल तर त्याला ते मंत्रीपद मिळेल की नाही. मंत्रीपद जर नाही मिळालं तर आपल्याला मिळालेल्या सवलती कोण, कशा देणार? आजच खासदारांची काही तरी एकंदर... उधळण चालली आहे. ती पाहा. ही बातमी वाचल्यानंतर थक्क होतो आणि तिकडे शेतकऱ्यांच्या सबसिडीज बंद करायच्या. इकडे खासदारांवर पैशांची उधळण करायची. काय एकंदर धोरणं आहेत माहीत नाही. पण ते काही असलं तरी स्वार्थ त्यांचा. त्यामुळे कानफटात मारावीशी वाटते. जर एक कमी झाला तर सत्ता जाईल. मग निवडणुका येतील. म्हणून तू जग, मला पण जगू दे. ही धोरणं चाललीत. पुन्हा टेन्शन असतं ना पाच वर्षं पूर्ण व्हायचं. पाच वर्षांची ही टर्म पूर्ण झाली. एकदा का तो शिक्का बसला की पेन्शनीला लायक ठरला.

सध्या जे सरकार आहे महाराष्ट्रात, हे सरकार आणि तुमचं सरकार यात तुम्ही काय फरक कराल?

आम्ही कामं केलीत. साडेचार वर्षांत आमचं दीड वर्ष फुकट गेलं आचारसंहितेमुळे. हालचाल करू दिली नाही आम्हाल काही. विकासकामांना खो घातला. नंतर नवीन

पॉलिसी आली निवडणूक आयुक्तांची की विकासकामं रोखली जाणार नाहीत. मग गती आली कामांना. नाही तर आमच्यावर केसेस चालू होत्या. अडकवलं होतं. विकासकामांची गती रोखली होती. मंत्र्यांच्या गाड्या काढून घ्यायच्या लाल दिव्याच्या. दीड वर्ष असं गेलं. उरलेल्या वर्षात जो बांधकामं झाली, जे संडास बांधलेत गावागावात त्यांचा आकडा घ्या तुम्ही. त्यानंतर कृष्णा खोऱ्याला गती दिली. ते काम ७८ साली आलं होतं काँग्रेसच्या हाती. त्यावेळी ते पूर्ण नाही करू शकले. आज गती देऊन पश्चिम महाराष्ट्राची किती एकर जमीन सिंचनाखाली आली ते बघा, पण या पश्चिम महाराष्ट्राला एवढं पाणी देऊन, एवढी जमीन सिंचनाखाली येऊन केवळ मराठा जात म्हणून काँग्रसकडे झुकले ते. पश्चिम महाराष्ट्राचा तो बेल्ट आज तरी शरद पवारांकडे झुकलेला आहे.

◗ म्हणजे इतके चांगले काम करूनही लोकं कृतघ्नपणे वागतात.

काय करायचं सांगा. त्रागा करून मोकळं व्हायचं का? बस झाला तुमचा विकास आता, आम्ही करीत नाही! असं करता येईल का? ज्यावेळी तुम्ही सत्तेवर असता त्यावेळी तुम्ही महाराष्ट्राचे असता. त्यामुळे सगळ्या लोकांवर तुम्हाला प्रेम करावं लागते. मुख्यमंत्री शिवसेनेचा असो, बीजेपीचा असो नाही तर आणखी कुणाचा. त्या गादीवर बसल्यानंतर तो सर्वांचा. त्याला पक्षपात करता येत नाही.

◗ नवीन सरकारने तुमची झोपडपट्टी योजना स्क्रॅप केली. झुणका-भाकर केंद्रं बंद केली...

काय मिळवलं काय त्यांनी.

◗ नाही. पण एवढं त्यांनी करूनसुद्धा शिवसेनेसारख्या पक्षाकडून त्याचा निषेध वा सरकारच्या विरोधात ज्या ताकदीने उभं राहायला हवं होतं ते झालं नाही. फक्त पत्रकबाजी झाली असं मला वाटतं...

पत्रकबाजी नाही. झुणका-भाकरच्या बाबतीत काही निर्णय आम्ही कडक घेतले. ज्या ठिकाणी फक्त झुणका-भाकरच्या नावाखाली सवलती फक्त घेतल्या, अनुदानं फक्त घेतली त्यांची अनुदानं आम्ही बंद केली. त्यांना जे सरकारकडून मिळायचं दरमहा ते अनुदान बंद केलं. दुसरा असा प्रकार केला की म्हटलं ही मराठी माणसं आहेत बरीचशी त्यातली नाही म्हटले तरी मराठी माणसाला तो बेकारीत दिवस काढतोय. आता तो पोटाच्या धंद्याला लागला आहे तर पोटावर कशाला लाथ मारा. म्हणून आम्ही त्यांचे केंद्र चालू ठेवलं. त्या केंद्राचा खर्चबिर्च जे काही असेल ते तो बघेल. ते आम्ही चालू ठेवले. तो आमचा चांगुलपणा

म्हणा, वाईटपणा म्हणा, काही म्हणा. पोटावर लाथ नाही मारली पाहिजे. या लोकांनी पोटावर लाथ मारली या लोकांच्या. हा त्यातला फरक आहे आणि आम्ही केलेल्या कामाच्या उद्‌घाटनाखेरीज यांच्याकडे परफॉर्मन्स काहीच नाही.

◗ मुख्यमंत्री विलासराव देशमुख यांच्याबद्दल सतत तुम्ही चांगले उद्गार काढता...

नाही, तसला काही प्रकार नाही. तुम्ही करता ते अग्रलेखांतून आणि 'रोखठोक'मधून. मी नाही करत. बऱ्याच वेळा तुम्ही त्यांच्याबद्दल फार चांगले उद्गार काढलेत. तो माणूस माझा दुश्मन नाही. संबंधच कमी त्यामुळे दुश्मनी करायला वेळ मिळाला नाही. मैत्रीचा प्रश्नच नाही मुळी.

◗ नाही, पण विधान परिषदेसाठी तुम्ही त्यांना पाठिंबासुद्धा देणार होतात...

नाही दिला ना त्यावेळेला. कुठे दिला? नाही दिला म्हणून तर पडले. तिथूनचं राजकारण असं होतं की त्यावेळेला पाठिंबा देणं मला कठीण होऊन बसलं.

◗ महाराष्ट्रात जर परत सत्ता आणायची असेल तर तीन पक्ष एकत्र येणं गरजेचं आहे. बाहेर राजकारणात असं म्हटलं जातंय की भाजपा, राष्ट्रवादी आणि शिवसेना हा त्रिकोण झाल्याशिवाय महाराष्ट्रात सत्ता येऊ शकत नाही असं आपल्याला वाटतं का?

मी राष्ट्रवादीशी कधीच युती करणार नाही. जिथे शरद पवार आहेत, जिथे लखोबा आहे तिथे एवढा शेमलेसली कधीच वागणार नाही. आयुष्यात कधीच नाही. मला सत्तेची पर्वा नाही. मी काय म्हटलं की ठीक आहे. भाजपाची इच्छा आहे का? तर तुम्ही दोघं मिळून सरकार स्थापन करा. तुम्ही सत्तेवर बसा. खुर्च्या उबवा. मी तुम्हाला बाहेरून पाठिंबा देतो. सत्तेत सामील होणार नाही. चंद्राबाबूनं केलं त्याच धर्तीवर मी करणार. अर्थात चंद्राबाबूंची कॉपी नाही म्हणा, पण एक माझं धोरण ठरलं की, मी त्यांच्याबरोबर येणार नाही. महाराष्ट्रात मला इलेक्शन्स नकोत, मध्यावधी निवडणुका नकोत. दरवेळा लोकांनी उन्हामध्ये उभं राहावं. मला त्यांना त्रास द्यायचा नाही कोणत्याही परिस्थितीत. म्हणून मी आपलं धोरण ठरवलं की आलंच आणि समजा त्यांची इच्छा तीव्र असली आणि होती तर म्हटलं माझा तुम्हाला पाठिंबा राहील. मी लिहून देतो केव्हाही तुमचा घात करणार नाही. तुम्ही राज्य करा.

◗ भुजबळ हा मुख्य अडसर आहे का? हा अडसर दूर केला तर हे होऊ शकते का?

नाही, पण लखोबा काय शरद पवार काय, शेवटी विश्वसनीय कोण आहे? या दोघांशी पटवून घेणं कठीणच आहे. शरद पवारांशी याबाबतीत म्हणाल तर वैचारिकदृष्ट्या कठीण आहे आणि लखोबाच्या बाबतीत म्हणाल तर गद्दारी त्याची आणि ज्या मस्तीत तो वागतोय ती मस्ती. आज म्हणजे त्याला जी एक सत्तेची सूज आलेली आहे आणि त्याच्यातनं तो सूड उगवतोय. त्याला महाग पडेल हे. तो पक्का सूडानं वागतोय.

◗ हे सरकार सूडानं वागतंय का?

बिल्कूल. बाळासाहेब दांगटांना झालेली शिक्षा सूडाचीच आहे. त्यांचं ते राजकीय गणित आहे. काल-परवाकडे ते निम्हणला अडकवणार होते. म्हणजे एक एक आमदार कमी करून जरी मतदानाचं उद्या काही आलं तर त्यातले आमचे आमदार कमी राहतील हा बंदोबस्त त्यातला खरं सांगायचं तर.

◗ गणपतराव देशमुख यांना मुख्यमंत्री करायचं असं एक प्रपोजल होतं...

मी उडवून लावलं ते. आम्ही ७० आहोत. ३ अपक्ष माझ्याकडे आहेत. अगदी कडवटपणानं आज आम्ही ७४ च्या घरात पोहोचलो. त्यावेळेला ६९ होतो. त्यावेळेला पात्रावाला बाई नव्हती आणि पाच आमदारांच्या माणसाला तुम्ही मुख्यमंत्री करता? हे पटतच नाही मला.

◗ कोणत्याही पक्षाचा मुख्यमंत्री नको असे पवारांचे धोरण होते...

नाही. नवीन चेहरा देऊया म्हणे. नवीन चेहरा म्हटलं कोणता नवीन चेहरा? तर गणपतराव, शरद पवारांचा एक नीच डाव होता त्यामध्ये. तो उधळला गेला अर्थात. की आमच्यात आणि बीजेपीत लावून द्यायची. आम्ही भांडलो की ना त्याला ना कुणाला. कुत्र्याच्या वाटेला जायचे. पाचजणांची आमदारकी असलेल्या शे. का. पक्षाला मुख्यमंत्रीपद ही थट्टा आहे. आहे, गणपतराव हा अत्यंत सरळ माणूस आहे. सुसंस्कृत आहे. तसा दुष्ट नाही. विरोध गणपतरावांना नव्हता, पक्षाला होता. सोयीप्रमाणे पक्ष बदलू नका. ते मला जमणार नाही. धोरणात्मक काही गोष्टी तुम्ही ठरवल्या आहेत. ती धोरणं तत्त्वावरती उभी आहेत. काय चिरडताय तुम्ही याच्यामधलं? सगळंच चिरडताय तुम्ही?

[३१ मे, २०००]

शिवसैनिकांतील पोशाखीपणा वाढत चाललाय!

"पिढी बदलली. काळ बदलला. राज्यकर्ते बदलले. पण शिवसेना-प्रमुखांचा विचार काही बदलला नाही. प्रश्न सुटले नसतीलही. पण ते त्यांच्या विचारांशी ठाम राहिले. विशेषतः महाराष्ट्राच्या व मराठी माणसांच्या प्रश्नांवर त्यांनी कधीच तडजोड केली नाही. शिवसेनाप्रमुख म्हणाले, 'जोपर्यंत दिल्लीची नीती सुधारत नाही तोपर्यंत कानडी मुलखातील मराठी सीमाबांधवांना न्याय मिळणार नाही. पण सगळं काही मीच करायचं. दुकानांवर मराठी पाट्या लागायला हव्यात, शिवसेनेनं त्यासाठी मोठं आंदोलनं केलेलं आहे. महाराष्ट्रातील भूमिपुत्रांना नोकरीत ८० टक्के प्राधान्य मिळायलाच पाहिजे. हा कायदा वसंतराव नाईकांच्यावेळी मी करायला लावला. आता अमलात कुणी आणायचा? तेही मीच करायचं?'"

महाराष्ट्रात अस्थिरता आहे. आघाड्यांचे राजकारण अस्थिरता आणते. पण दिल्लीतही वाजपेयींसारखं खंबीर नेतृत्व असतानाही अस्थिरता आहे. यावर शिवसेनाप्रमुखांनी बोलायला सुरुवात केली,

त्याचं काय आहे, शेवटी एकछत्री कारभार तर शक्यच नाही. महाराष्ट्रातच नव्हे, संपूर्ण देशातही ते शक्य नाही. येणंच शक्य नाही. अगदी शेवटचं मोठं बहुमत म्हणाल तर ते राजीव गांधीला मिळालं होतं. तेसुद्धा इंदिराजींची हत्या झाल्यामुळे, सहानुभूतीच्या लाटेमुळेच. साडेचारशेच्या वर जागा मिळाल्या हे पाशवी बहुमतच. पंडित जवाहरलाल नेहरूंनाही कधी इतक्या जागा मिळाल्या नव्हत्या. राजीवच्या आईला म्हणजे इंदिरा गांधीनाही कधी इतक्या जागा मिळू शकल्या नाहीत.

◗ श्रीलंकेचा प्रश्न जटिल झालेला आहे. एका बाजूला पाकिस्तानचं संकट आहे. श्रीलंकेचेसुद्धा संकट वाटू लागलंय. आपण लिट्टेला पाठिंबा दिलात आणि आपण ज्या सरकारात सामील झालात त्या सरकारने लिट्टेवरील बंदीची मुदत आणखी वाढवली.

हे पहा, त्यांना काय पाहिजे ते मी बोललं पाहिजे हा काही नियम नाही. माझा विचार काय आहे तो त्यांनी स्वीकारावा नाहीतर झिडकारावा. तो त्यांचा प्रश्न आहे. मी त्यांच्यावर ते लादण्यासाठी बोललो नाही. माझा एक विचार म्हणून मी ते मांडलेलं आहे. नाही पाहिजे तर नको. ठीक आहे.

◗ पण लिट्टेला पाठिंबा देण्यामागे तुमची भूमिका काय?

माझा लिट्टेला पाठिंबा देण्यामागची भूमिका एवढ्यापुरतीच मर्यादित आहे की हा मोठा इतिहास आहे. एकदा माझ्याकडे चंद्राहास आले होते. त्यावेळी प्रभाकरनचं नाव एवढं गाजत नव्हतं. म्हणजे तो कुठेतरी मागच्या फळीत असेल. पण त्यातल्या त्यात तो चंद्राहास. लिट्टेचा प्रमुख होता आणि हे प्रमुख एकदा माझ्याकडे आले. इथे घरी आले. त्यावेळी बहुतेक रमेश प्रभू महापौर होते. आम्ही त्यांना महापौर बंगल्यावर जेवायचं आमंत्रण दिलं. करता करता सहज मी काही प्रश्न त्यांना विचारले.

◗ म्हणजे नक्की काय?

हा दारूगोळा कुठून मिळतो? तर म्हणे आपल्या सरकारकडून येतो. आमच्या सरकारकडून म्हणजे कोण? तर म्हणे इंदिरा गांधी. इतकेच नव्हे, तर काही आर्मी पर्सोनेलसुद्धा... आता हे छापायचं की नाही पहा. त्यांनी सांगितलं की काही आर्मी पर्सोनेलसुद्धा त्या ठिकाणी पाठवीत. त्यांनी आमच्या लोकांना ट्रेन केलं. आता ही

एक भूमिका झाली. मग बाई गेल्यानंतर चिरंजीव आले राजीव. त्यांनी जयवर्धनेशी असा करार केला की आमचंच सैन्य त्याने तामिळी वाघांना मारण्यासाठी पाठवलं. त्यामध्ये असंख्य तामिळी वाघ मारले जाऊ लागले. कधी २००, कधी १०० तर कधी ५०, कधी २०, कधी ८० आणि हाहाकार उडाला. तर म्हणे काय झाले की चित्र पालटलं. तुम्ही आमच्या मुळावर का आलात. आम्ही आमचे लढे लढतोय. तुम्ही आम्हाला मारायला का आलात. शांतीसेना म्हणून येता आणि आमच्यावर गोळ्या झाडताय. चिक्कार झालं, तिकडे. मला तर कुणी सांगितलं की एक म्हातारी रस्त्यात पडली होती. तामिळी बाई. सैनिकांना वाटलं हिंदुस्थानच्या की ती बहुतेक गोळीबारात खलास झालेली दिसते. तिच्याजवळ तो गेल्यानंतर तिला तो उचलणार तेवढ्यात तिने लगेच त्याला पिस्तुलाने गोळ्या घातल्या. आता काही महत्त्वाचे मुद्दे म्हणजे असे. त्या त्या राष्ट्राचं सैन्य हे त्या त्या राष्ट्राच्या संरक्षणासाठी वापरले जाते दुसऱ्या राष्ट्रासाठी नसतं. आपल्याला काय गरज भासली की राजीव गांधींनी तो करार करून आपलं सैन्य त्यांच्या मदतीला पाठवून तामिळी वाघांना खतम करण्याचा विडा उचलावा. काय गरज होती आपल्याला. काय तुमचा संबंध काय? बरं, दुसऱ्या एखाद्या देशाने कुठे पंजाबमध्ये, कश्मीरमध्ये सैन्य पाठवले तर चालेल? तुम्हास पाकिस्तानची घुसखोरी चालत नाही ना! आता या तत्त्वावरती घुसले तर ते चालेल का तुम्हाला.

◗ वाजपेयीसुद्धा तिथे सैन्य पाठवताहेत असं...

नाही. अजून विचार पक्का झालेला नाही. पण तो मूर्खपणा ठरणार आहे! म्हणून त्या तामिळी वाघांनी काय विचार केला की सगळे नुस्ते एवढे मरतोय. तेव्हा मरण पत्करण्यापेक्षा जे मूळ आहे तेच उखडून टाकू. म्हणून त्यांनी त्या मुलीला तयार केलं. तिला बॉम्ब बांधला आणि राजीवला हार द्यायला गेली आणि बटण दाबलं. त्याला उडवलं. एकदा चाफेकर बंधू लोकमान्य टिळकांकडे गेले आणि जसा ब्रिटिश लोकांचा त्रास होऊ लागला पुण्याच्या प्लेगच्या साथीमध्ये. की ते स्वयंपाकघरामध्ये बूट घालून जायचे. विनयभंगापर्यंत ते आले. तर चाफेकर बंधू चिडले. म्हणे हे काय भयंकरच चाललंय. टिळकांकडे गेले विचारायला, की म्हणे हे काय आहे काय? काय चाललंय! आतमध्ये घुसू लागले. आपल्या देवांचाही मान ठेवत नाहीत. आता आम्ही ठरवलंय. एकेका शिपायाला उडवायचं. तर टिळकांनी त्यांना सांगितलं की शिपायाला नाही. त्यांचा काय दोष? हुकमाचे ताबेदार ते! मुळावरती घाव घाला. झालं. एवढंच बोलले. काय नाव नाही घेतलं काही नाही. आणि त्यांना लगेच कल्पना आली की यांना हुकूम देणारा रॅंड आहे. या रॅंडला उडवायला हवं. तेच तत्त्व. तामिळी वाघांनी इकडे वापरलं की हे मूळ आहे. राजीव गांधी. उडवा. उडवलं.

◗ वाजपेयींनी समजा सैन्य तिकडे पाठवलं तर...

राजीव गांधीइतकंच मूर्खपणाचं ठरेल. वेडेपणा ठरेल. काहीच संबंध नाही. एकदा आपण इंदिरा गांधींच्या वेळेला बांगलादेशमध्ये सैन्य घुसवून मूर्खपणा केला होता. तो देशाला बाधला. आपल्या सैन्यातल्या लोकांनी काय म्हणून दुसऱ्या देशात जाऊन मरायचं आणि शहीद व्हायचं आणि इकडे आम्ही त्यांना श्रद्धांजली वाहायच्या. शहीद हा स्वत:च्या देशासाठी त्याग करतो. दुसऱ्या देशासाठी प्राण देणारा शहीद होऊ शकत नाही. हे बलिदान व्यर्थ जाते.

◗ जाफनाविषयी तामिळांची जी भूमिका आहे ती फुटीरतेची आहे. त्यांना वेगळं राष्ट्र हवं आहे.

तो त्यांचा प्रश्न आहे, तो त्यांना सोडवू द्या. अहो, इथला सीमा प्रश्न आपल्याला सोडवता येत नाही. ना महाराष्ट्रास ना कर्नाटकला. तरीपण आपला बेळगाव-कारवार वगैरे न्यायानं पाहिजे तरी मिळत नाही आम्हाला. मग तुम्हाला काय गरज आहे तिकडे त्यांचे प्रश्न सोडविण्याची. तुमचा हा प्रश्न सोडवा ना. सीमा प्रश्न. दोन मुख्यमंत्र्यांना एकत्र बसवून सोडवा. म्हणजे त्या भानगडीतनं आम्ही एकदाचे सुटलो. तुम्हास तुमचे सीमा प्रश्न सोडवता येत नाहीत. तुम्हाला तिथे कारगीलमध्ये कायमचा बंदोबस्त करता येत नाही, ना आयएसआयचा बंदोबस्त करता येत. मध्ये आपल्या सैन्याचा दारूगोळा उद्‌ध्वस्त झाला. दुसऱ्याकरता कुठे दारूगोळा संपवताय तुम्ही. फुकट घालवताय?

◗ आपण अलीकडच्या काळात पुन्हा एकदा महाराष्ट्राचे प्रश्न व अस्मिता हे विषय घेतलेत. मराठी पाट्या, सीमा प्रश्न-

सीमा प्रश्नाबाबत माझी भूमिका मी मागेच क्लीअर केली आहे. दोन भूमिका त्यांना सांगितल्या. विशाल गोमंतकाचा पर्याय होता. नाहीतर सीमा भाग केंद्रशासित करायला हवा होता. त्या त्यांनी पसंत केल्या नाहीत. त्याची फळे त्यांना भोगावी लागतील. फार घाणेरडं राजकारण आहे सीमा प्रश्नाबाबतीत. महाजन अहवाल हा महाराष्ट्रावर अन्यायच होता. हा मुळात महाजन इतका दुष्ट माणूस होता, भयंकर दुष्ट बरं! आणि त्याची इतकी घाणेरडी सोय लावलेली होती केंद्र सरकारनं की आम्ही काहीच करू शकलो नाही. कदाचित ती भडवेगिरी महाराष्ट्राच्या रक्तात नसेल. आपापसात असेल.

◗ हा प्रश्न संपला आहे असं तुम्हाला वाटतं का?

प्रश्न संपूच शकत नाही हा. कोण संपवणार आहे? राजकारण आम्हाला

अडतंय? प्रत्येक वेळेला अडतंय.

जोपर्यंत दिल्लीची नीती सुधारत नाही तोपर्यंत न्याय मिळणार नाही. पण आम्हास आता कर्नाटक जिंकायचं आहे म्हटल्यानंतर, त्यांनाही दुखवून चालत नाही. असं होतं ते सर्व. आम्हांस महाराष्ट्राचं राज्य पाहिजे, कर्नाटकचंही पाहिजे. साऱ्या देशाचं पाहिजे. त्यामुळे कुठे कुणाला कसा कसा झुकवायचा, जवळीक करता येईल त्याकरता काय काय घात होतील ते पाहत बसायचं.

◗ मराठी पाट्यांचा प्रश्न आपण...

मराठी पाट्यांचा प्रश्न खरं म्हणजे मीच प्रथम लावून धरला. शिवसेनेने त्यावेळीही मोठे आंदोलन केलं. त्याचे परिणाम चांगले झाले. एकदा यशवंतरावांकडे मी गेलो असताना ते माझ्यावरती चिडले. त्यावेळी आमचा पहिला मोर्चा निघाला होता शिवसेनेचा ६६ साली. यशवंतराव म्हणाले, तुम्ही आता एका लाईमलाइटखाली आलेले आहात. चांगले काही काम करून दाखवा. नगरपालिका तुमच्या हातात आलेली आहे. मी म्हटलं, यशवंतराव आम्ही काय करतोय ते तुमच्या लक्षात आलेले नाहीय. तुम्ही मंत्रालयात किंवा मलबारहिलवरच्या घरून सरळ एअरपोर्टला जाता. आजूबाजूला मागे वळून पाहात नाही. जरा दुतर्फा बघा. मराठी पाट्या सर्वत्र झळकलेल्या तुम्हाला दिसतील. पण दरम्यानच्या काळात काय झाले. आमच्या हातात सत्ता कधीच नव्हती. आता सत्ताधाऱ्यांनी कायद्यातील कलमांचा वापर करून ती अंमलात आणायची की दरवेळा आम्हीच झगडायचे. उदाहरणार्थ- काय असतं आमच्याच भारतीय कामगार सेनेचे सगळे प्रश्न शिवसेनाप्रमुखांनी सोडवायचे. दुसऱ्या काही आमच्याकडे सेना निघाल्यात त्यांचे प्रश्नही मीच सोडवायचे. महिला आघाडीचे प्रश्न मीच सोडवायचे. अरे, मग तुमचा काय मला उपयोग आहे. मग हो बाजूला मीच करतो ना सगळं. ही जी वाटणी पाहिजे कामाची ती होत नाही. आज म्युनिसिपालिटीची बातमी वाचली. कलम ४८ खाली पास झालेलं आहे. तेव्हा दुकानांवर मराठी पाट्या कायद्याने लागायलाच पाहिजेत. कुणाला आवडण्याचा न आवडण्याचा प्रश्नच नाही. वसंतराव नाईकांच्या वेळेस मी कायदा करायला लावला. मी करायला लावलं. ८० टक्के मराठी माणूस. म्हणजे भूमिपुत्र. माझ्यामुळे झाला. वसंतराव नाईकांच्या वेळी तो कायदा. आता अमलात कुणी आणायचा! तेही मी करायचं?

◗ आपलं राज्य होतं आणि आपल्या मंत्र्यांनी विधिमंडळात सांगितलं की ८० टक्के शक्य नाही, हे आपल्याला माहीत आहे का?

हो माहीत आहे ना, मला माहीत आहे.

◗ आपलेच नेते, ज्यांनी लढे उभारले ते मंत्री झाल्यावर.

नाही. ते लढ्यात नव्हते. शेवटी काय असतं आम्ही विरोधात असताना फार मोठ्या धाडसाने आंदोलने करणार. मग ज्यावेळी सत्ता येते त्यावेळी आम्ही सभ्य बनतो. तेव्हा आम्हास घटनेचा विचार करावा लागतो. इकडे दुर्घटनेचा विचार तिकडे घटनेचा विचार आणि घटना म्हणजे बाबासाहेबांनी तयार केलेली. त्याला कसा धक्का लावायचा. हा विचार आम्ही करायला लागतो हे विशेष. घटना-बिटना माहीत नाही. हा आमचा जीवन-मरणाचा प्रश्न आहे. आमचा स्वाभिमानाचा प्रश्न आहे. सगळ्या राज्यात तेच चाललंय. ज्योती बसूंनी काल परवाकडे मनोहर जोशीना भेटल्यानंतर पहिला प्रश्न विचारला की तुम्ही काय करणार आहात. इथे काय शिवसेना काढून मराठी माणसांचा लढा उभारणार काय! तर म्हणे नाही, जे आम्ही महाराष्ट्रात करतो आहोत मराठी माणसासाठी ते आम्ही बंगालमध्ये करणार बंगाली माणसासाठी. ओके. देन माय गव्हर्नमेन्ट विल स्टॅण्ड विथ यू. असं म्हणणारा मुख्यमंत्री मला पाहिजे आणि ज्योती बसूचं स्टेटमेंट आलं की बंगालमध्ये बंगाली लोकांचंच हित जपणार. करायला काहीच हरकत नाही, पण सगळं मीच करतोय.

◗ ही वेळ का आली? अलीकडे आपण जे सांगताय की मरगळ झटकायला हवी.

नाही. मरगळ आलेली नाही. अजूनही मी म्हणतो निखारा आमचा विझला नाही. तुम्ही नुसत्या राखेकडे बघू नका.

◗ शिवसेनेचे जे इतर नेते आहेत ते वा शिवसेनेच्या अन्य काही संघटना आहेत, त्यांचे प्रमुख स्वतंत्रपणे निर्णय घेऊ शकत नाहीत का? तुम्ही जे म्हणता की प्रत्येक प्रश्न तुमच्यापर्यंत येतो.

मला सोडवावा लागतोच. कधी उद्धव सोडवतो, कधी राज सोडवतो.

◗ मग इतर जे लोक तुम्ही नेमलेत ते थोडे दुर्बल, थोडे कुचकामी वाटतात का?

काय, आता मला असं वाटतंय की काही बाबतीत काही लोकांच्या बाबतीत खरोखरच ही स्थिती आहे. माझे स्पष्ट मत आहे I have tested them. निकामी नसले तरी कुचकामी ठरताहेत. त्यांची काही कुवत आहे की नाही असं वाटायला लागतं. नुस्ती मंत्रीपदं भूषवणं, खासदार म्हणून निवडून येणं आणि आमदार म्हणून बसणं आणि नगरसेवक म्हणून... कुवत काय? ही ही तुमची लोकशाही. हशू अडवाणी गेले ना. पुलोदच्या वेळचं सांगतोय. हशू अडवाणी. अहो, अर्थमंत्री

मिळता मिळता नाकी नऊ आले; मग कुणास तरी नेमलं त्यांनी त्यावेळेला. शरद पवारांनी आणि भारतीय जनता पक्षानं जो त्यांना आता जातीय वाटतोय तो पक्ष त्यावेळेस एक होते. पुरोगामी आघाडीमध्ये. शरद पवारांच्या मांडीला मांडी लावून बसला होता. भाजप त्यावेळेला जातीयवादी नव्हता. आता जातीयवादी ठरलाय. तर असल्या घाणेरड्या भूमिका घेऊन काही टीनपाट माणसं आज राजकारणाला, महाराष्ट्राला आकार द्यायला उभी राहिली आहेत. त्यांना कुंभाराच्या गाढवाचीसुद्धा ताकद नाही. कुवत नाही काम करण्याची.

◗ एकेकाळचा आक्रमक शिवसैनिक जो तुमच्याबरोबर उभा राहिला. ही पिढी बदलली अशी तुम्हाला जाणीव होते का?

तो काळंच निराळा होता. तो न्याय-अन्यायाचा लढा होता. अन्यायाविरुद्ध चीड होती. आता म्हणजे कसं न्याय तर मिळत गेलाच आहे. खरं म्हणजे कितीतरी लोकं रोजगाराला लागली आहेत. छोटेमोठे उद्योगपती उभे राहिले आहेत. आपापल्या फॅक्टऱ्या काढल्या गेल्या आहेत. बटाटेवड्यापासून सुरुवात झाली. हो! त्याची पण टिंगल झाली त्यावेळेला. प्रश्न एवढाच आहे की आज शिवसैनिक खंडणी, मोबाईल संस्कृतीत अडकल्याचा आरोप होतोय. मोबाईल संस्कृती काय आमची आहे? तुमच्या हातात काय असतं? काय धरलेलं असतं तुम्ही तुमच्या हातात. मोबाईल नसतो का दुसरं काही असतं. मोबाईल संस्कृती नाही एक नाही म्हटलं तरी त्यांच्याकडे टेलिफोन असतात की! मोबाईल हा सोयिस्कर प्रकार होऊन बसला आहे की गाडीत बसा, घरात बसा, कुठेही बसा. तो आता शरीराचा अवयव होऊन बसला आहे. तो काय एका शिवसैनिकांचा नाही, तो सगळ्यांचाच. मग ती दूषणं आम्हास कशाला मोबाईल संस्कृतीची. काँग्रेसवाल्याच्या हातात काय असतं? दुसरंही काही असू शकेल, पण मोबाईलही असतात.

◗ पिढीबरोबर प्रश्नही बदलले आहेत का?

सुधारणाही झालेल्या आहेत. जुन्या प्रश्नांचे नाही म्हटलं तरी वळणं, मार्ग बदलले आहेत. प्रत्येक वेळा बदल कसा होतो. की टीव्ही. टीव्ही म्हणजे टीव्ही. मॅडनेस. आता कॉम्प्युटर. पूर्वीची तरुण पिढी टीव्ही बघायला नुस्ती अगदी मुंगळ्यासारखी चिकटलेली असायची. बसलेली. आताची तरुण पोरं कॉम्प्युटरच्या मागे लागली आहेत. टीव्ही बघतच नाहीत हल्ली. हा बदल झाला की नाही शेवटी. आणि बदल होतच राहणार. नवीन काही तरी येणार. नवीन शिकण्याची उमेद होणार. पिढीच्या नाही म्हटलं तरी प्रकृतीत, प्रवृत्तीत बदल होत जातात. एक मॉडपणा आलेला आहे. मॅडपणा त्यांच्यामध्ये असेल कदाचित ज्याला मॉड

म्हणतात. मॉड.

पिढीबरोबर शिवसेनेने बदलायला पाहिजे असं आपल्याला वाटतं का?

नाही. पिढीतलं काय उणं-दुणं, बरं-वाईट हे सांगण्याचा अधिकार तिने बजावावा. तुम्ही वाहात जाऊ नका. पलीकडचा प्रवाह बरोबर आहे की नाही हे मार्गदर्शन करावं. वाहून घेणारे आणि वाहत जाणारे, वाहून घेणारे कार्यकर्ते आणि वाहत जाणारे कार्यकर्ते यात फरक आहे. आम्ही काय म्हणतो की, आम्ही वाहून घेणारे आहोत. वाहात जाणारे नव्हेत.

तुम्ही जी पिढी उभी केलीत त्या पिढीला तुम्ही निष्ठा आणि श्रद्धा शिकवलीत. आज ती निष्ठा आणि श्रद्धा तुम्हाला शिवसेनेत दिसतेय का?

श्रद्धा कुठंच डिवचली गेलेली नाहीय. दुखावले जातातच कार्यकर्ते. कारण काय असतं. शेवटी पाच कार्यकर्ते आणि एक जागा आहे. याच्यातले निर्णय आम्हाला घ्यायचे म्हणजे महाकठीण काम असतं. पाचही योग्य लायकीचे आणि एकच जागा असते. एकाला बसवलं की चार दुखावतात. ही एक थोडीशी सत्तालालसा किंवा जागेबद्दल एक मोह हा जास्त निर्माण झाला. त्याचा त्रास होणारच. सगळ्याच पक्षांना आहे. केवळ शिवसेनेतच आहे असं नाही.

शिवसेनेची स्थापना तुम्ही चाळिशीत केलीत. आज तुम्ही सत्तरी पार केलीत.

छत्तीस वर्षे झाली.

या मोठ्या काळात तुम्ही अनेक स्थित्यंतरं पाहिलीत. मागे वळून पाहताना तुम्हाला काय वाटतं?

नाही. अजून पंचाहत्तरीजवळ आलो नाही. वेळ आहे. अजून दोन-तीन वर्षे आहेत.

नाही महाजन म्हणाले तसं..

महाजनांनी वाढवलं वय माझं. पण शंभरपर्यंत नेईन म्हणजे मग बघतो काय करायचं ते.

◗ मागे वळून पाहताना आपल्याला काय वाटतं?

तसं पाहिलं तर मी मागे वळून फारसा पाहत नाही. त्याचं कारण ते सुखदही असतं आणि दुःखदही असतं. पण गॅरंटी देणं कठीण असते पुष्कळ वेळेला. पण तो एक जमाना होता. तो एक काळ होता. एक निराळी शान होती. तो गेली असं नाही. पण कार्यकर्त्यांमध्ये फरक जाणवतो. याबद्दल वाद नाही. थोडीशी लालसा उत्पन्न होत चालली आहे. कार्यकर्ते आज खूप चांगले काम करताहेत. पूर्वी एक चांगली धडाडी होती. अजूनही काही कार्यकर्ते माझ्यासमोर आहेत. ज्यांनी आपली जान दिली होती शिवसेनेसाठी. आजही तसे आहेत, नाही असं नाही. पण आता वाटतं की आमच्यातला पोशाखीपणा वाढत चालला की काय? असं वाटायला लागलंय. म्हणजे निष्ठा-बिष्ठा याबाबतीत म्हणाल तर मी फार नशीबवान आहे निष्ठावंत शिवसैनिकांच्या बाबतीत. मी ज्यावेळेला बाहेर पडतो तेव्हा बघतो प्रेम करतात, साखळ्या करतात, मला कुठे धक्का लागू नये म्हणून. गुरुपौर्णिमेच्या दिवशी जे तुफान येतं इथे अगदी. वाढदिवशीसुद्धा. प्रेम तर आहेच, पण निष्ठा तुफानी आहेत. माझ्याबद्दल कुणी अपशब्द काढला तर सहन करणार नाहीत. अशी कुठेही एकाही नेत्यावरती आज श्रद्धा नाहीय. हे आमच्या पूर्वजांच्या कृपेनं मला मिळालं. हे जरी असलं ना तरी त्यावेळच्या कार्यकर्त्यामध्ये आणि आजच्या कार्यकर्त्यांमध्ये थोडा फरक होतोच. पण अजूनही मी तुम्हाला सांगतो, कार्यकर्ते असे निवडून दाखवतो तुम्हास की ही लोकं माझ्याकरता जान देतील. तसे सगळेच देतील माझ्याकरता. एक आणखी महत्त्वाचं म्हणजे कोणीही माझ्यामुळे शिवसेना सोडलेली नाही. कुठच्याही शिवसैनिकाने माझ्यामुळे शिवसेना सोडली असं झाले नाही, तर स्थानिक राजकारण असतं गटबाज्यांचं आणि दळभद्रीपणा. त्यांच्या त्या आपापसामधल्या वादांतून दूर झाले आहेत ते. पण त्यांच्या मनामध्ये अजूनही मी आणि शिवसेना आहे, हे अगदी छातीठोकपणानं मी सांगेन. माझ्यामुळे एकही शिवसैनिक शिवसेना सोडून गेला नाही.

◗ भुजबळसुद्धा...

लखोबाच्या बाबतीत म्हणाल तर तो... त्याचं कारण इतकं मामुली होतं. केवळ मनोहर जोशींना मी विरोधी पक्षाचा नेता केल्यामुळे. तिथे ठिणगी पडली. त्याची अपेक्षा होती. त्याने फटाके-बिटाके सगळं आणलं होतं. गुलाल-बिलाल. सगळं फुकट गेलं. मनोहर जोशीचं नाव शिवसेना भवनात जाहीर केलं तेव्हा.

◗ ही जी पिढी निर्माण केलीत नेत्यांचीसुद्धा त्यानंतर नवीन दत्ताजी साळवी निर्माण होऊ शकले नाहीत. वामनराव महाडिक निर्माण होऊ शकले नाहीत.

नाही. पुष्कळ आहेत. नावं घेत नाही, पण पुष्कळ आहेत.

◗ सुधीर जोशी. त्यांनीसुद्धा चांगली कामे केली.

अहो आहेत ना. चांगले कार्यकर्ते आहेत. किती नावं देऊ तुम्हाला. आज आमदार म्हणून बसलेले आहेत. खासदार म्हणून बसलेले आहेत. काय असतं, त्यावेळेचा तो काळ निराळा होता. त्यावेळची फळी निराळी होती. आताची फळी निराळी आहे. चांगले किती तरी स्टार्स मी तुम्हाला दाखवतो. उत्तम बोलतात अगदी.

◗ पण कामगार चळवळीत...

हो, कामगार चळवळीतसुद्धा, काय आहे मी नावं घेतली आणि एखाद्याचं नाव राहिलं तर ते अन्याय झाल्यासारखं होईल. म्हणून नावं घेत नाही. नाहीतर फौजच्या फौज दाखवेन. की हे बघा हे कार्यकर्ते आज उभे राहिलेत. मग तुम्ही त्याला दुसरी फळी म्हणा, काही म्हणा.

◗ वाढत्या वयाची जाणीव कधी तुम्हाला होते का?

मी कधी लक्ष देत नाही वयाकडे. मी विचारांकडे जास्त लक्ष देतो. सगळ्यांचंच वय वाढतच राहणार.

◗ सत्ता असताना आणि नसताना माणसं बदलतात असं आपल्याला कधी जाणवतं का?

सत्ता होती त्यावेळेला माणसं निराळी वागायची. नाही, काही काही माणसं नाटकी असतात. त्यांचाही अभ्यास आहे माझा. कोण नाटकी, कसा नाटकी आहे. पण काय आहे खरोखर निष्ठेने वागतात काही. मी अजूनही सांगेन की जे शिवसेनेचं जाळं आहे, कार्यकर्त्यांचं, असा कुठलाही राजकीय पक्ष राहिलेला नाही. अजिबात राहिलेला नाही. अजूनही शिवसेनेची माणसं ठाम आहेत. एका निष्ठेने काम करतात. काही वेळेला त्यांच्याचकडे दुर्लक्ष होतं. मग नको तो कुणी बाब्या मध्येच भाव खाऊन जातो. मला हेही माहिती आहे की माझ्या सभेच्या वेळेला पुढे बसणारे कोण? आणि मी नसताना पसार होणारे कोण? हेही माझ्या लक्षात आहे. ढुंकून पाहत नाही. मला रिपोर्टस् येतात. साहेब, तुम्ही आलात म्हणून आज हे दिसताहेत.

अशा गंमती जमती आहेत. त्यांना मी ओळखून आहे. त्यांची नावं माझ्याकडे आहेत. पण कशाला दुखावता लोकांना.

◗ उद्धव ठाकरेंनी आता काम सुरू केलेलं आहे. टेक ओव्हर केलेलं आहे. शिवसेनेची ते आशा आहेत..

'टेक ओव्हर' वगैरे काही नाही. असं काही म्हणता येणार नाही. मुळात ती त्याची वृत्ती नाही आणि तशी त्याची इच्छाही नाही. मला मदत व्हावी म्हणूनच तो हे काम करतोय. 'तुम्ही बाजूला होणार असाल तर मीदेखील होईन' असं उद्धव नेहमीच म्हणतो. दुसरं काही नाही. त्याच्याविषयी राज काय किंवा दुसऱ्या कोणाच्या मनात काहीच नाही. सत्तेच्या पुढे आम्ही कधी लाचारी पत्करणार नाही आणि कुणास तसा मोहही नाही.

◗ राज ठाकरे अचानक दूर झाले असं चित्र का निर्माण व्हावं? राजकीय वनवास घेतला का?

नाही. तसं नाही. कालच माझ्याकडे येऊन गेला. तो म्हणाला, मला शिवरायांवर एक चांगला चित्रपट काढायचा आहे. अजूनपर्यंत कोणी काढला नाही असा चित्रपट काढायचाय आणि चांगला अभ्यास करून. त्याच्यानंतर पुष्कळ इतर काही महत्त्वाची पुस्तकं त्याला दिली आहेत. पुढे काय झालं मला माहीत नाही, पण त्याच्या डोक्यात कार्टून फिल्म आलेली आहे. वॉल्ट डिस्नेसारखी. तर हल्ली तो बराच कार्टून फिल्म्सचाही अभ्यास करतोय. हे तितकंच खरं आहे. आणि दुसरं त्याची शिव उद्योग सेना चालू आहे. त्यातून कर्ज देणं, मदत करणं सुरू आहे. ते अजून चालू आहे. तो असं म्हणतोय की आपल्याकडे मांडणी अजून नीट झाली ते खरंच आहे. काल चांगली चर्चा झाली त्याच्याशी. आता सगळी चर्चा सांगण्याची काही गरज नाही. मी, उद्धव आणि तो बसणार आहोत. अशा तऱ्हेची मांडणी पुढे करायला लागेल. कार्यकर्ते कसे उभे करायचे? कसे टाकायचे? ही पेरणी जरा निराळ्या पद्धतीने करायची. आमचा विचार आहे तिघांचा.

◗ पुनर्जन्मावर आपला विश्वास नाही म्हणता, मग या जन्मात केलेल्या कामावर, पापपुण्यावर आपला विश्वास आहे का?

मी कसल्याही फळाची अपेक्षा करीत नाही. तुम्ही जेव्हा कार्य सुरू करता तेव्हा फळं कोणती मिळणार याचा काय हिशोब केला होता तुम्ही? तुम्हास सीताफळ पाहिजे का रामफळ पाहिजे, का आंबा पाहिजे का काय पाहिजे? काम करीत राहा. पावती मागू नका. काम करीत राहा. फळाची अपेक्षा करू नका.

कारण काही उद्देशानं तुम्ही पावलं टाकाल आणि ते मिळालं नाही तर त्यानंतर जे नैराश्य येईल ते पेलायची तुमची ताकद आहे का? त्यापेक्षा अपेक्षा कसलीच करू नका. काम करा. आपण सतीचं वाण म्हणतो ना तसंच. कामातून अपेक्षा आहेत का तुम्हाला. मग करू नका. मग तुम्ही बोलूही शकता की सतीचं व्रत मी घेतलं. हेची फल काय मम तपाला! असं नका बोलू बाबा. पुनर्जन्मावर माझा विश्वास का नाही? तुम्ही असे धरून चला की माझे आई, वडील, भाऊ, कुणी कुणी, कुठे कुठे जन्मास आले असतील. काय उपयोग आहे त्याचा. माझी पत्नी. कोणी गॅरंटी घ्यायची हीच माझी पत्नी. काय समाधान आहे मला त्याच्यामध्ये. बरं झालं बाबा आता तिचा पुनर्जन्म लंडनमध्ये झालाय. कुठच्या घराण्यात माहीत नाही. मग कोणी सांगितले तुम्हाला झाला म्हणून? त्यामुळे मी नेहमी म्हणतो- मागे मी थोडी गंमत केली. खट्याळपणा माझा चालूच असतो. व्यंगचित्रकार जागा असतो. म्हटलं माझी पत्नी माँ एके दिवशी सकाळी माझ्या आईच्या नावानं ताट ठेवायला गेली बाहेर कावळ्याला. ती उभी राहिली आणि काही तरी काव-काव-काव करीत बसली. इतक्यात दादा आले. माझे वडील. तिला हाक मारली. काय गं सरू? ते तिला सरू हाक मारायचे. कारण तिचं माहेरचं नाव सरला होतं. सरू काय ग? नाही म्हणे आईचं पान ठेवलंय... काय?...सासूबाईंचं पान ठेवलंय... इकडे ये. हे बंद कर. याला काही अर्थ नाही. कावळा शिवला म्हणजे ती सासूबाई, सासरा, तो अमूक तो तमूक आहे ना? मग जो कावळा शिवेल पकड त्याला. ती सासूबाई पकड तिला नि घाल पिंजऱ्यात. कोणाचा बाप मेला, कोणाचा कोण मेला. इतक्या दिवसांनी तुझा बाप आलाच कावळ्याच्या रूपानं का होईना, पण आलाच ना. त्याचा तुला आनंद नाही का? मग पकडून त्याला पिंजऱ्यात ठेव. कोणी विचारलं की, अरे हे काय, कावळा तुमच्या घरात? तर सांग हा कावळा नाही. वडील आहेत. बरेच दिवस मयत होते. काल ताटाला शिवायला आल्यानंतर पकडलं बरोबर जाळं टाकून. काय मूर्खाचा प्रकार आहे हा. तुम्ही समाज सुधारक म्हटल्यानंतर समाजात कोणत्या सुधारणा, कोणता अडाणीपणा आहे त्याचा काही विचार करणार आहात की नाही? पुनर्जन्मावर विश्वास का नाही, की ज्याचा काही उपयोगच नाही आपल्याला आयुष्यामध्ये. ते आहे म्हणण्याचा हट्ट का तुमचा? आणि खात्री काय तुमच्याकडे?

भविष्यावर विश्वास आहे?

भविष्यावर विश्वास म्हणजे कसला विश्वास? काय तुम्ही गॅरंटी देता भविष्याची. आताची, उद्याची गॅरंटी देता? उद्याच्या दिवसाची गॅरंटी नाही. परवाची नाही. भविष्य

किती मोठं असेल नसेल त्याची कल्पना नाही. मग विश्वासाचा प्रश्न येतो कुठे. काम करीत राहा. प्रामाणिकपणानं करा मात्र. इमानाने करा. स्वार्थ किंवा अपेक्षा ठेवू नका. जिथे अपेक्षा आहे ते कार्य नाही.

◗ शिवसेनेचं भविष्य आपण काय सांगू शकाल?

– शिवसेनेला मरण नाही. कारण ते नावच इतकं जागृत आहे. त्याला मरण नाही. अजिबात नाही.

[१ जून, २०००]

मीच अटकेला सामोरा गेलो!

“महाराष्ट्रात काँग्रेस आघाडीचे राज्य येताच अपेक्षेप्रमाणे ‘सूडनाट्या’स सुरुवात झाली. कारण गृहखाते होते छगन भुजबळांच्या हाती. ‘सामना’तील अग्रलेखाचे जुनेच प्रकरण उकरून काढून गृहखात्याने शिवसेनाप्रमुखांच्या अटकेचा घाट घातला. ते ‘अटकनाट्य’ चांगलेच गाजले. पण न्यायालयात सरकारचे तोंड फुटले. शिवसेनाप्रमुखांनी त्यानंतर सांगितले, ‘‘माझ्या अटकेचे श्रेय अनेकांना घ्यायचे होते. पण ते जमले नाही. मीच अटकेला सामोरा जाऊन तणाव संपवला. न्यायालयात जाण्यासाठी निघालो तेव्हा गाडीत माझी बॅग तयार ठेवली होती.’’ ”

शिवसेनाप्रमुखांच्या चेहऱ्यावर तणावाची एकही रेषा दिसली नाही. नेहमीप्रमाणेच त्यांच्या भेटीसाठी मातोश्रीवर प्रचंड गर्दी उसळली होती. 'हे लोकांचे प्रेम आहे. ते विकत मिळत नाही आणि कुठलाही कायदा त्याला अटकावही करू शकत नाही. हे जोपर्यंत आहे तोपर्यंत मी कुणाचीही फिकीर करीत नाही.' असे शिवसेनाप्रमुखांनी सांगितले.

◗ तुमच्यामुळे महाराष्ट्रात किंबहुना देशात निर्माण झालेलं वादळ शमलं आहे असं वाटतं का?

असल्या वादळांना मी काही किंमतच देत नाही. त्यामुळे ते शमलं काय आणि न शमलं काय, माझ्या दृष्टीने एकच. कसलं वादळ? हे चक्रीवादळसुद्धा नव्हतं. उलट या वादळाने त्यांनाच चक्कर आली. त्याला वाटलं होतं चक्रीवादळ होणार. एका चक्रमाने निर्माण केलेलं फुकाचं वादळ. याला चक्रीवादळ म्हणण्यापेक्षा चक्रमवादळ म्हणा.

◗ कायद्यापेक्षा कोणीच मोठे नाही.

हे किती वेळा आणि कोणी समजावून सांगायचं त्यांना.

◗ ते दाखविण्यासाठी कारवाई केली असं सरकार म्हणतंय...

ठीक आहे ना, आम्ही कुठे नाही म्हणतोय. कायद्याला किती वेळा मी सामोरा गेलोय. किती वेळा माझ्यावर केसेस झाल्या. मी कोर्टात हजर राहिलेलो आहे. याचीच एक केस चालू आहे. नाशिक कोर्टामध्ये. दोन वेळा तर मी जाऊन आलो त्या कोर्टामध्ये.

◗ आपण अनेकदा कायद्याविषयी परखड मतं व्यक्त केली आहेत. आता त्याच कायद्याला सामोरे जाताना...

कायद्याविषयी परखड मतं नव्हती, तो कसा राबवला जातो याविषयीची परखड मतं होती ती. आणि आता या वादात मला शिरायचं नाही. कारण शेवटी माझ्या मुळावर किती जण टपून बसलेत मला माहीत नाही. पुन्हा त्याचा गैरफायदा कोण कसा घेईल तेही मला सांगता येणार नाही. मला न्याय, न्यायमूर्ती, कायदा या भानगडीत एवढ्यात पडायचंच नाही.

◗ तुम्हाला कागदोपत्री अटक झाली, पण त्यासाठी मुंबईकरांना १०-१२ दिवस तणावाखाली वावरावं लागलं. याला जबाबदार कोण आहे?

जबाबदार पूर्णपणे हा लखोबा. दुसरं कोणी नाही. कलेक्टिव्ह डिसिजन असे ते म्हणताहेत. म्हणजे सामुदायिक निर्णय. हल्ली जसे सामुदायिक विवाह लावले जातात तसं त्याचं झालं असेल आतमध्ये. आणि मग विलासराव देशमुखसुद्धा शरणागती पत्करून त्यांच्या मागे फरफटत गेले. सामुदायिक निर्णय झाल्याचं खरं तर कुठेही दिसत नव्हतं. कुठेच एकवाक्यता नव्हती. वाक्यावाक्यात मतांतर होतं. देशमुख दिल्लीला असताना त्याने ही ऑर्डर काढली. एखाद्‌वेळी त्याचा तो हट्टही असू शकेल. देशमुख मुंबईत आल्यावर त्यांनी सही केली. मुख्यमंत्र्यांचा मान ह्यात राखला गेला कोठे? फरफटतच गेले. कलेक्टिव्ह डिसिजन वगैरे काही नाही. सगळे लखोबाचेच चाळे हे.

◗ यापूर्वी या देशात अनेक ज्येष्ठ नेत्यांना अटक झाली. नेहरू असतील, गांधी असतील, जयप्रकाश नारायण, आडवाणी, वाजपेयी; पण त्यांच्या अटकेच्या वेळी एवढा तणाव कधीच निर्माण झाला नाही, तुमच्या अटकेच्या वेळी हा तणाव का निर्माण व्हावा?

त्यावेळचं सरकार निराळं होतं, यावेळचं सरकार निराळं आहे हे तितकंच खरं. त्यावेळी काही झालंच नाही असं नाही म्हणता येणार. महात्मा गांधीच्या वेळी काय, लोकमान्य टिळक काय आणि बाकी काय, स्वातंत्र्याची चळवळ नंतर लोक चालवत

होते. असे नाही की ते आतमध्ये बसल्यानंतर बाहेर गुडूप झालं होतं. बिलकुल नाही. महात्मा गांधींच्या नाऱ्यानं संपूर्ण देश ढवळून निघाला होता.

◗ **आणीबाणीतसुद्धा अनेक नेत्यांना अटक झाली...**

हो, पण आणीबाणीचं कोलीत यांनी इंदिरा गांधींच्या आपणहून हातात दिलं. हे मी जयप्रकाश नारायण यांना ते ज्यावेळी त्यांच्या बंधूंच्या घरी राहायला गेले त्यावेळी सांगितलं होतं. म्हटलं, आप सब लोग अगर इस्तिफा दे देंगे... सगळ्यांनी जर राजीनामे दिले आणि काँग्रेसला म्हणजे इंदिरा गांधीला सांगितले की, तुम्ही राज्य करा. विरोधी पक्ष तिथे कुणी नाही. चुकलं तरी आणि बरोबर असले तरी, यश आलं तरी आणि अपयश आलं तरी ते तुझंच. लोकसभेपासून ते ग्रामपंचायतीपर्यंत सगळ्यांनी राजीनामे देऊन या काँग्रेसवाल्यांच्या हाती कारभार द्यावा. मला विचारलं, आपके कितने लोग है? मी म्हटलं, मेरा सवाल नही है। आज हमारी ताकद मानो के नहीं है। लेकीन हम जहां भी हो वहां से हमारे लोग इस्तीफा दे देंगे...!

◗ **मग पुढे काय झालं?**

मी जयप्रकाशना सांगितलं, तुम्ही हे जाहीर करा. निवेदनं काढा. तर म्हणाले, अभी मेरे गाडी का वक्त हो गया हैं, मैं जब वापस आऊंगा तब आपसे बात करुंगा... ठीक आहे, मी निघालो. उंदरासारख्या शेपट्या पकडून आत टाकायचं म्हटलं तर सगळे लोक आत टाकले जातील. तसेच टाकले गेले. मग मी जयप्रकाश नारायणना त्यांच्या बंधूंच्या... प्रसाद नावाचे बंधू आहेत- त्यांच्या घरी बसलो होतो. त्यावेळी माझ्याबरोबर मनोहर जोशी वगैरे सगळी मंडळी होती.

◗ **अटकेला सामोरे जाण्याची तुमच्या मनाची तयारी कशी झाली?**

एक काय होतं, अटक होणार की नाही होणार... यांच्या फौजा वाढायला लागल्या. मग मागण्या करू लागले. आम्हाला अमूक तुकड्या पाठवा, हे पाठवा, ते पाठवा. केंद्राचं उत्तर आडवाणींनी एवढंच दिलं की कुणाच्या राजकीय स्वार्थासाठी आम्ही या तुकड्यांचा वापर करू देणार नाही आणि इथे मला तुमचा राजकीय स्वार्थ दिसतो. त्यासाठी तुम्हास सैन्य वापरता येणार नाही. कुणालाही वापरू देणार नाही. त्यांनी पाठवल्या नाहीत. नंतर काही पाठवल्या. कारण त्यांनी सांगितलं की आयएसआय भिवंडीमध्ये गडबड करण्याची शक्यता आहे, पण एकदा का या तुमच्या हातात आल्या की त्या कुठं वापरायच्या हा त्यांचा प्रश्न राहतो. केंद्राला डायरेक्शन देण्याचा अधिकार राहात नाही. नंतर मला कळेना, अटक करणार आहेत की नाही? दरवेळेला नुसत्या धमक्याच चालल्या होत्या आणि लोकांच्या मनात विचित्र तणाव निर्माण होत होता.

त्यावेळेला त्यांची पोलिसांकडे केस गेलीसुद्धा नव्हती. तेव्हा मी काय करणार? त्यांच्या कारवाईप्रमाणे ते पोलिसांना हुकूम करणार. मग पोलीस पिक्चरमध्ये आल्यानंतर मग मला माझी काय पावलं टाकायची आहेत ती टाकू शकतो ना! तोपर्यंत मला काहीच करता येईना. म्हणून मी गप्प बसलो होतो.

◗ म्हणजे हे प्रकरण ताणतच गेलं....

गृहखात्यांकडून कारवाईचं प्रकरण पोलिसांकडे जावं लागतं. नंतर पोलीस ही कारवाई करतात. एम. एन. सिंग सांगत होते, माझ्या हातात कारवाईसंदर्भात सही आदेश नाही. आदेश नसतील तर अशावेळी मी काय करायचं? एवढे दिवस जे गेले ते यांच्या दिरंगाईमुळे गेले. ज्यावेळेला मग ते जाहीर झालं की पोलिसांकडे कारवाईचे आदेश दिले आहेत, म्हणजे हुकूम गेले आहेत, त्यावेळेला मग मी विचार केला की ताणण्यात काही अर्थ नाही. हे अटक करणार असंच दिसतंय एकूण. तरी पण सिंग यांना एक अधिकार होता पोलीस आयुक्त म्हणून की ते तक्रारही देऊ शकत होते. ते म्हणू शकले असते की नाही, मी एकंदर विचार केला मुंबईचा, महाराष्ट्रातही फार मोठी गडबड होण्याची शक्यता आहे. मुंबईचा पोलीस आयुक्त म्हणून मी तुम्हाला सांगतो की ही अटक तुम्ही करू नका, हे सांगता आलं असतं. पण त्याने ते केलं नाही. याला कारण दबावाचं राजकारण!

◗ तुमचं मन अटकेला सामोरं जाण्यासाठी वळवलं...

छे! छे!! माझं मन वळवलं गेलं नाही, मी माझा निर्णय घेतला. म्हटले, त्यांना काय करायचं ते करू द्या. मी जातो तिकडे. मग ठिकाण ठरलं. त्यांचं म्हणणं असं होतं की तुम्ही माझ्याकडे या किंवा मी तुमच्याकडे येतो. म्हटलं, तुम्ही माझ्याकडे येऊ नका. मला 'मातोश्री'वर अटक झालेलं आवडणार नाही! मग म्हणे, तुम्ही माझ्याकडे या, पण म्हटलं हा उलटा प्रवास होतोय. मी तुमच्याकडे यायचं, मग पुन्हा तुम्ही मला भोईवाडा, दादरला आणायचं. त्यापेक्षा मी दादरला येतो. तुम्ही तिकडे या, मला अटक करा. त्यांना ते क्रेडिट हवं होतं की मी शिवसेनाप्रमुखांना अटक केली. पण मी तिकडे गेलो असतो तर त्यांना क्रेडिट कसं गेलं असतं? बरं! माझ्या घरी येऊनच मला अटक करायला पाहिजे होती ती काही झाली नाही. आणि अटक नव्हे ही टेक्निकल अटक आहे. तांत्रिक अटक आहे. मी काय केलं? उद्धवशी बातचित झाली. एम. एन. सिंग तर किती फोन करायचे. माझ्या सुनांनासुद्धा फोन केले त्यांनी की जरा असं केलंत तर बरं होईल. साहेबांना म्हणावं, को-ऑपरेशन द्या. त्या म्हणाल्या, आम्ही काय बोलणार. त्यांच्याशी तुम्ही डायरेक्ट बोला. बरं! मग असं ठरलं की, शिवसेना भवनामध्ये मी येईन. तिथे तुम्ही या. मला

अटक करा, पण शिवसेना भवनाच्या आजूबाजूला लोक जमणं सुरू झालं तर, शिवसैनिक जमले तर जरा जड जाईल. लॉ अ‍ॅण्ड ऑर्डरच्या दृष्टीनं दुसरी जागा नाही का, असं म्हणू लागले. त्यामुळे मग महापौर बंगला. तर म्हणे महापौर बंगला चालेल (!) मग महापौर बंगल्यावर गेलो. तांत्रिक अटक झाल्याशिवाय मी कोर्टासमोर जाऊ शकत नाही. आणि वेळ का लागला की... हुकूम त्या पोलिसांपर्यंत पोहोचवला नाही या लखोबानं.

तुम्ही हा सर्व प्रकार जो केलात तो मुंबई वाचविण्यासाठी...

अर्थात लोकांमधला तणाव नष्ट करण्यासाठी.

पण आयुक्तांनी असं सांगितलं की, मी मुंबईला विध्वंसापासून वाचवलंय.

(खळखळ हसत) मी काय बोलू याच्यावर! काय बोलायचं काय याच्यावरती! नेहमीचं असतं. केनेडीचं वाक्य दरवेळेला समोर येतं असं काही झालं की, यशाला बाप चिकार आणि अपयश हे अनाथ असते. तसं आहे ते.

▶ हा खटला डिसमिस होऊन तणावाच्या वातावरणाचं जल्लोषात रूपांतर झालं. तुम्हाला असं काही घडेल असं वाटलं होतं का?

अजिबात नाही. कारण मी पूर्ण तयारीने गेलो होतो. माझी बॅग तयार ठेवली होती. चार का पाच लुंग्या-झब्बे, अंडरवेअर, गंजीफ्रॉक, औषध, टॉवेल, नॅपकीन हे सगळं तयार ठेवलं होतं आणि अंगावरची चादर मी नेहमी घरची घेतो. अंगावर कुठेही बाहेर गेलो तरी बाहेरची चादर अन् ब्लँकेट वापरत नाही. माझी एक चादर...

▶ तुम्हाला तांत्रिकदृष्ट्या अटक होणार हे माहीत असतानाही तुम्ही ही तयारी केली होतीत?

हो, मी शिवरथामध्ये हे सगळं ठेवलं होतं. थापाला विचार. तांत्रिकदृष्ट्या अटक होणार हे जरी असलं तरी नीचपणाने हे काही वागले तर काय सांगावे? आणि कोर्टाचा प्रश्न आहे ना. कोर्टाबद्दल तुम्ही प्रश्न विचारताय ना! कोर्टाने जर काही दिली असती माझ्याविरुद्ध ऑर्डर बरं, कल्पना काहीच नाही. त्यांनी सांगितलं असतं, रिमांडमध्ये टाका, अमुक टाका. म्हणजे तेवढे दिवस आत बसावं लागलं असतं मला. म्हणून पूर्ण तयारीनं गेलो होतो. हवं तर आता बॅग आणून दाखवतो. अजून ती उघडलीच नाही. तशीच आहे.

▶ असं एक बोललं जात होतं की तुम्हाला अटक झाली तर कुठे ठेवायचं याची तयारीही सरकारने केली होती...

असेल.

▶ हायमाऊंट गेस्ट हाऊसला...

नाही. काही माहीत नाही. मला असं कळलं की ते हेलिकॉप्टरने मला येरवड्यास नेणार होते.

▶ कोर्टाने तुमच्याविरुद्धचा खटला फेटाळून लावल्याचे समजताच राज्याच्या गृहमंत्र्यांचे हात-पाय थंड पडले असं त्यांनीच सांगितलं!

कुणी?

▶ गृहमंत्र्यांनी सांगितले. मुलाखतीत सांगितलं. त्यांना खूप धक्का बसला. तरीही त्यांना काल मुस्लिम संघटनांनी लोहपुरुष असा किताब दिला. हा काय प्रकार आहे?

हा प्रकार काही नाही. मुस्लिम समाजाला नेतृत्व नाहीच आहे आणि मग त्यांचे

नेते कुठे नसल्यामुळे ते कुठे मुलायमसिंगला पकड, अमरसिंगला पकड, स्वतःच्या जातीचे लोक सोडून. कारण त्यांच्या जातीच्या लोकांनी त्यांना दगा दिलाय. मुसलमानांचा वापर फक्त मतांसाठी केला जातो. एरवी त्यांच्यावर प्रेम करणारे कुणी नसतात. बरं! हा स्वार्थ मुसलमानांना समजला तरी पण ते कुठे ना कुठे तरी भरती आली की खडक शोधायला लागतात, की एक दगड मिळाला तर त्यांवर उभे राहू ओहोटी लागेपर्यंत. तसा हा धोंडा आता तात्पुरता त्यांना मिळालेला आहे. दुसरं म्हणजे असं आहे की माझ्याविरुद्ध जो जो पाऊल टाकेल तो मर्द, तो नेता हे समीकरण मुसलमानांच्या बाबतीत नक्की झालेलं आहे.

◗ म्हणजे फक्त तुमच्याविरुद्ध कारवाई केली म्हणून मुसलमान त्यांच्यावर खूष...

तसंच म्हणा हवं तर. जो त्यांच्या बाजूने बोलणार नाही. पण माझ्याविरुद्ध जाईल तो त्यांना प्यारा. म्हणूनच बहुधा त्या लखोबाने हाज हाऊसमध्ये शेखी मिरवली की 'अभी इश्क के इम्तिहान और भी है, आगे आगे देखिए होता है क्या।' ठीक आहे. मीही तेच म्हणतो, देखेंगे अब क्या होनेवाला है, आगे आगे मै भी देख रहा हू! मुसलमान समाज नेतृत्वहीन, दिशाहीन झाल्यामुळेच ते कधी मुलायम तर कधी लखोबांचा धोंडा पकडतात. हज हाऊसमध्ये काही मुसलमानांनी लखोबाची तुलना इंदिराजीबरोबर केली. कॉंग्रेसवाल्यांना तरी शरम हवी. पावसाळा आला की बेडकांना व गांडुळांना जीव येतो. गांडुळांची वळवळ आणि बेडकांचे डराव डराव सुरू होते. गांडुळांच्या वळवळीची व बेडकाच्या डरावणीची वाघाच्या डरकाळीशी तुलनाच करता येणार नाही. पावसाळ्यात उत्पन्न होणाऱ्या गांडुळाने शेषाशी बरोबरी करण्याचा प्रयत्न केला तरी पावसाळा संपताच ही गांडुळेही नष्ट होतात. तेव्हा गांडुळांना मर्द किंवा लोहपुरुष म्हणणं याचीच मला कीव वाटते.

◗ या सर्व प्रकरणामुळे शिवसेनेला चालना मिळाली. उसळून निघाली...

उसळून निघाली काय? शिवसेनेला उसळून काढण्याची काही गरज नाही. बरं! मी याच्या फायदा-तोट्याचा विचार केलेला नाही. हे आलं अंगावर. अशी कितीतरी वादळं माझ्या अंगावर आलीत. त्यामुळे हिशेबाच्या वह्या घेऊन नाही बसलो. फायदे किती झाले, तोटे किती झाले? झाले खरे. हे काही मी खेचून आणलेलं नव्हतं प्रकरण. माझं नशीब थोर असेल किंवा माझ्या शिवसैनिकांचं नशीब थोर असेल कदाचित की त्यांना तो मूर्खपणा सुचला.

◗ आपण वारंवार मरगळ झटका असं आवाहन करता शिवसैनिकांना. या प्रकरणानिमित्ताने खरोखरच मरगळ झटकली गेली आणि शिवसैनिक एका उत्साहाने व त्वेषाने बाहेर पडला.

असेल ना. ते शक्य आहे आणि ते दिसतंच होत ना रस्त्यावर. शेवटी काय आहे की मी कशाचा भुकेला नाही. सत्तेपासून मी दूर राहिलो. माझ्या आयुष्यातील सगळ्या गोष्टी मी उघडपणाने लोकांना सांगितल्या आहेत. मी आत्मचरित्र लिहिणार नाही. निवडणूक लढविणार नाही. मला काही अपेक्षा नाही. संन्यास घ्यायला तयार आहे. आजही तयार आहे. हे माझं धोरण आहे हे त्यांना माहीत आहे. आमच्या घराण्याची संपूर्ण भूमिका तीच आहे. मग तो उद्धव असो नाही तर राज असो, आम्हाला कशाचाही मोह नाही. इतर लोकांचं काय असतं की जरा नेतृत्व मिळालं की निवडणुकीला उभं राहायचं आणि पदाच्या मागे. आम्हाला काहीच नको. तुम्ही मोठे व्हा आणि तुम्ही तुमच्यामध्ये कुठे लाचारी येऊ देऊ नका. भ्रष्टाचार म्हणाल तर तो आरोप तुम्ही माझ्यावर करू शकत नाही. माझ्याकडे पैसा येतो आणि तो मी जाहीर करतो आणि आलेल्या पैशाचं वाटप करतो. त्याच्यातून रमाधामसारख्या संस्था उभ्या राहतात. राहिल्या आहेत. एकाही मंत्र्याने स्वतंत्र असे खर्च करून काही केलं नाही आणि मी इथे जो लोकांना पैशांची मदत करतो तो कोणता मंत्री करतो? पाच रुपये काढून देणार नाही खिशातून कोणी. लाखो रुपये लोकांच्या ऑपरेशनसाठी, याच्यासाठी, त्याच्यासाठी दिलेले आहेत. हे जे एक प्रेम माझ्यावर त्यांचं बसलेलं आहे की अशी व्यक्ती जिच्या काही अपेक्षा नाहीत आणि हे आमचं नेतृत्व, हा आमचा जीव की प्राण आहे. त्याला धक्का लावलात तर सहन करणार नाही. अटक-फटक तर राहूनच द्या हो.

◗ या सर्व प्रकरणात केंद्राची भूमिका काय राहिली?

केंद्राची भूमिका... त्यांच्या लिमिटेशन्स ज्या आहेत तेवढ्या त्यांनी वापरल्या. सूचना केल्या. मला वाटतं, राज्यपालांनाही त्यांनी सूचना केली की शक्यतो टाळता आलं तर पाहा. महाभयंकर होईल. माझ्यापुढे आणखी एक प्रश्न होता देशाचा तो असा. अशी जर दंगल उसळली असती तर मात्र ही वेळ नव्हे. पाकिस्तान टपलेले आहे. हिजबुल जे आहेत... त्याविषयी कालच मी सांगितले. म्हणे आपका इस पर क्या स्टँड रहेगा। म्हटलं स्टँड क्या. ये अफझुलखान और शिवाजी महाराज जैसी मुलाकात होगी। अफझुलखान गले मिलना चाहता था। महाराजांनी ओळखलं, मुसलमानांना एवढं प्रेम कुठून आलं आणि ती औलाद माहीत होती त्यांना. मग ते पूर्ण तयारीनिशी गेले. बेसावधपणे गेले असते तर महाराजांचा कोथळा निघाला असता. पण आता वाजपेयींनी शिवाजी महाराजांची भूमिका वठवावी. हिजबुल जे

आहेत ते अफझुलखान आहेत. झालं की आज सिद्ध होतंय ते. तुमच्या कायदेशीर चौकटीत बसायला ते तयार नाहीत. त्यांनी आपली भूमिका स्पष्ट केली आहे की, पाकिस्तानलाही बोलवा. हळूहळू त्यांची नखं बाहेर पडायला लागली.

◗ केंद्रीय मंत्र्यांनी तुमच्या राजीनामे दिले हा केंद्रावर दबाव असावा असं वाटलं नाही का?

नाही, आम्ही दबावासाठी हे राजकारण केलं नाही. दबाव आला असेल तो गुन्हा आमचा नाही. पण त्या वेळी असं वाटलं की आमचा कोंडमारा होतोय. आमच्या नेत्याला अटक केली जात असताना आम्ही इथे खुर्च्यांवर बसून इथूनची मजा लुटायची, मानाने मिरवायचं. हे आम्हाला काही जमणार नाही. आम्ही बाजूला होतो आणि मग तिथे जर आमच्या नेत्याला कोणती मदत करता येईल हे आम्ही पाहू. दिल्लीत बसून काय मला इथे मदत करू शकणार नाही. त्यांची एवढीही तयारी होती की अटका झाल्याच तर आम्हीही तुमच्याबरोबर यायला तयार आहोत.

◗ हे तिन्ही मंत्री परत रुजू झाले, पण या संपूर्ण घटनेत बळी गेले ते राम जेठमलानी. त्यांना या सर्व प्रकरणातून मंत्रीपद गमवावं लागलं...

या प्रकरणामुळे नाही! हा चांगला प्रश्न विचारला. सगळ्यांनी अत्यंत मूर्खपणा केलाय. स्वत:ला जे विद्वान समजतात आणि ज्येष्ठश्रेष्ठ पत्रकार समजतात. त्यांनी ही घोडचूक केलेली आहे. त्यांनी दोन प्रकरणं एकत्र केलेली आहेत. इथे प्रश्न असा येतो की रामनी माझ्या खटल्यावर भाष्य केलेले आहे. श्रीकृष्ण आयोगाचा त्यांनी कुठेही उल्लेख केला नाही आणि दुर्दैवाने दिल्लीत अशी बातमी गेली. श्रीकृष्ण आयोगाबद्दल रामने असे ताशेरे मारलेत ही केस टिकायचीच नाही म्हणून. पण ती केस टिकायचीच नाही हे माझ्या खटल्याबद्दल होते उद्गार. श्रीकृष्ण आयोगाबद्दल नव्हते. मला वाटते, सोली सोराबजीला हा प्रश्न नीट कळला नाही की काय, माहीत नाही. मग थोडंसं काही झालं तरी ते चीफ जस्टीस आहेत. त्यांचेही काही मानमरातब, प्रतिष्ठा वगैरे असतील. मग त्यादृष्टीने पटकन काही ताशेरे रामवर मारले, नाही असं नाही. मग राम पिसाळला. त्याने काही एक केलं. खरं तर रामला दूर होण्याचं कारण राम माझ्या खटल्यावर बोलला हे नसून सरकारी धोरणांवर राम उघड उघड टीका करू लागला. म्हणजे तसा त्याचा काही संबंध नव्हता. राम इथे आल्यानंतर मला भेटला. त्याला विचारले व्हाय यू से धिस थिंग पब्लिकली. तर म्हणाला– इट वॉज नॉट कन्सर्न टू यू पीपल. इट वॉज़ कन्सर्न टू दोज हू हॅव रुल्ड सो फार. ऑलसो आय ॲम नॉट कन्सर्न विथ द पास्ट टेन्स, प्रेझेन्ट टेन्स ऑर द फ्युचर टेन्स. बरं! पण मात्र आतापर्यंत जेवढे लोक राज्य करताहेत मग ते गुजराल

असोत, देवेगौडा असोत. हे सगळे जे आले आणि गेले हे इडियट्स होते. सार्वजनिक असा तो माझा आरोप होता.

तरीही त्यांना जावे लागलेच...

रामनी ऑटोनॉमीवर टीका केली. धोरणांबद्दल. त्याने क्रिकेटच्या फिक्सिंगबद्दल जो विषय त्याचा नसताना मतप्रदर्शन केलं. धिंडसा जो आहे स्पोर्टस् मिनिस्टर आहे त्याने आपलं एक मत मांडले. रामने आपलं एक मत मांडले. पण तो लॉ मिनिस्टर आहे आणि धिंडसा म्हणाला, याच्यामध्ये कायदा-कानून बघावं लागेल, काही करावं लागेल. हे जर सरकारी धोरण असेल त्याप्रमाणे एक मिनिस्टर एक वक्तव्य करतो तर राम दुसरंच वक्तव्य करतो. त्याने फारुख अब्दुल्लाचं अभिनंदन केलं. ऑटोनॉमीच्या ठरावासाठी. त्याने टाडाला विरोध केला. म्हणजे वाजपेयींना ते फार तापदायक व्हायला लागले. ही ओपनली स्टार्टेड क्रिटिसायझिंग गव्हर्नमेंट पॉलिसी. सरकारी धोरणांच्या विरुद्ध तो बाहेर लोकांशी बातचीत करू लागला. वृत्तपत्रांतून यायला लागलं. त्यामुळे त्यांची, पंतप्रधानांची पंचाईत व्हायला लागली. एक तर बाकीचे विरोधात बसलेच आहेत. त्यामुळे आपला माणूस जवळचा म्हणून हट्टाने त्यांनी माझ्या कोट्यातला माणूस कमी केला. तो माणूस आता असा होतोय. मी बोललोसुद्धा आडवाणींना. म्हटलं मेरे कोटा से आपने एक आदमी चुराया. मैंने दे दिया. आपली विनंती का मान रखने के लिए और आपने तो उसे लाथ मार दी. मेरा भी कोटा नही पुरा हुआ. आपको भी कुछ नहीं हुआ. आपने कहा था की राम जैसे आदमी की हमे जरुरत हैं। त्याला काढण्याचे कारण हे आहे खरं. कसं काढावं, केव्हा काढावं हे फक्त कळत नव्हतं आणि सुप्रीम कोर्टाच्या जस्टीसवर ही पाळी आली. त्यामुळे मला वाटतं की त्यांच्याकडे गैर असा रिपोर्ट गेलेला आहे– वाजपेयी आणि आडवाणींच्याकडे. अशा वेळेला मग कोर्टापर्यंत सुद्धा तुमच्या मर्यादा गेल्यानंतर त्यांनी काढून टाकलं. रामने कुठेही कोर्टाची बेअदबी केली नव्हती. श्रीकृष्ण आयोगाचा उल्लेख केला नाही.

केंद्र सरकार आणि देश आधीच संकटात असताना जेठमलानींसारख्या एका माणसाने वाजपेयींना अधिक संकटात आणावे हे तुम्हाला पटतं का?

नाही, तसा त्याचा उद्देश नव्हता. तो स्वभाव आहे त्याचा.

आताही मंत्रिमंडळातून बाहेर पडल्यावर सुद्धा ज्याप्रकारे मधून मधून...

एकदा आग भडकली की आपण पुष्कळ प्रयत्न करतो इकडून विझवायची. सुकं ते शोधत जातं. ओलंही जळतं त्याबरोबर. राम जेठमलानीचं काय झालं, त्याला

ज्या पद्धतीने काढलंय आणि सोली सोराबजीवर त्याचा राग आहे. वाजपेयीवर नाही. सोली सोराबजीने हे घडवून आणलं असं त्याचं मत आहे आणि त्याची कारणं मला माहीत आहेत. पण मला ती बाहेर बोलायची नाहीत. इथे काय असतं प्रत्येकजण आपल्या वशिल्याची तट्ट लावत असतो. हे अनुभव आम्हालाही आले आहेत. केंद्रामध्ये सुद्धा जो कोणी ज्या जातीचा असेल त्या जातीचा तट्टू तो तिकडे घेऊन जातो फिरायला. तसं ते चाललंय राजकारण. सोली सोराबजीशी मुळात त्यांचं वैर होतंच. पण त्यांचं वैर असले तरी आता तो राजकारण खेळतोय तिकडे हे रामला सहन झाले नाही. त्याच्यावर हल्ला करताना आपण काय म्हणतो की कावळा मारायला गेला आणि रॉबिनवर फटका बसला. असं ते आहे.

[३ ऑगस्ट, २०००]

गांडुचे जीवन जगण्यापेक्षा क्षत्रियांची अवलाद आहोत हे दाखवा!

"काश्मीरातील अमरनाथ यात्रेकरूंवर पाकिस्तानी अतिरेक्यांनी गोळीबार करून २४ यात्रेकरू ठार केले. त्यानंतर २४ तासांतच जम्मू-कश्मीरात शंभर हिंदूंच्या नरसंहाराची बातमी आली. अस्वस्थ झालेल्या शिवसेनाप्रमुखांनी सिंहगर्जना केली की, '' 'आय. एस. आय.'चे हल्ले देशावर होणारच असतील तर आम्हाला आमच्या जीविताचं रक्षण करण्याचा जन्मसिद्ध हक्क आहे आणि मी ते करणारच! कुठच्याही मार्गाने मी ते करीन...'' "

कश्मीरातील हिंदूंच्या रक्तपाताने अस्वस्थ झालेल्या शिवसेनाप्रमुखांनी राष्ट्रहिताचे अनेक मुद्दे परखडपणे मांडले.

◗ देशासमोरील सर्वात मोठे संकट आज कोणते आहे असे तुम्हाला वाटते. जी अस्थिरता आहे. सरकारमध्ये गोंधळ सुरू आहे...

सरकारचं म्हणाल तर जेवढं रंगवलं जातं मीडियाकडून तेवढं काही नाही. चंद्राबाबूंनसुद्धा चांगला स्टॅण्ड घेतला. 'ऑटॉनॉमी'च्या बाबतीत, कश्मीरच्या स्वायत्ततेच्या बाबतीत उघडपणे बोलला की, हे परवडायचं नाही. कारण एकदा का तुम्ही हे मान्य केलंत तर इतर राज्यांतूनही मागण्या उठतील. त्यांनी इतकं बोल्ड स्टेटमेंट केलं, तसं मी पण केलंय. आता काही असले आमचे मतभेद आहेत नाहीत वगैरे. पण सरकार पडू देणार नाही.'

◗ पाकिस्तान आणि बांगलादेशी घुसखोरी प्रचंड वाढली आहे.

मग की काय करू इथं बसून...

◗ आणि ही घुसखोरी थांबवण्यास हे सरकारसुद्धा कमी पडतंय. कठोर पावलं उचलायला हवीत असं तुम्हाला वाटत नाही का?

कठोर म्हणजे युद्धच ना शेवटी. कठोर पावलं म्हणजे काय? कुठची कठोर पावलं....

मानवतेचा फालतू बाऊ न करता...

आता पाकिस्तानला काय, आणखी कोणाला काय युद्ध परवडायचं नाही. दोन वेळा पाकिस्तानने आगळीक केली. आपण केली नाही. आपण युद्धाचा कधीच पुकार केला नाही. आम्ही आपलं काय केलं. नेहमी सरहद्दीबाबत तडजोडीचीच भूमिका घेतली. म्हणजे आता तुम्ही घेतलायना एवढा भाग, मग घ्या. बाकी उरलेला आम्हाला द्या. पण तोही आम्ही मागून घेतो. परवानगी घेतो. तो असतो तो आपलाच असतो. आता यामध्ये एक युद्धबंदी. युद्धबंदीची घोषणा होते. म्हणजे सीजफायर. म्हणजे आपण जिंकत असतानाही थांबतो. खरं तर समोरचा शत्रू थकलेला असतो. हतबल झालेला असतो. पण आता राष्ट्रीय दबाव आणून युद्धबंदी होते. हा युद्धाचा शेवट होतो. मग आम्ही काय करतो युद्धात जिंकतो आणि आणि तहात हरतो. अनेक वेळा असंच झालंय. मग प्रश्न असा येतो की कोणाचीच तयारी नाही युद्धाची मग या आगळिका कशाला काढता? त्यामागेसुद्धा काही बडी धेंडं-राष्ट्रं आहेत. प्रत्येकजण आपले पत्ते खेळतो. अमेरिकेचं धोरण तर नेहमी असंच असतं की, ते स्वतःच्या भूमीवर कधीच युद्ध खेळत नाहीत. आतापर्यंत अमेरिका ज्यांच्या ज्यांच्याशी युद्ध लढली ती दुसऱ्या भूमीवर झालेली आहेत.

काश्मीरने जी अधिक स्वायत्ततेची मागणी केली आहे त्यात तुम्हाला दुसऱ्या फाळणीला वास येतो का?

अर्थात. म्हणून तर मी त्याचा धिक्कार केला. आणि फारूख अब्दुल्लाचं सरकार बरखास्त करा आणि त्याला ताबडतोब अटकेत टाका, अशी मागणी केली.

पण तुम्हीच एकदा फारूख अब्दुल्ला राष्ट्रवादी मुसलमान आहेत, ते राष्ट्राचं हित पाहतात, असं विधान केलं होतं?

त्याचं कारण असं आहे की मनोहर जोशींच्या वाढदिवसाच्या निमित्ताने त्याने जे विचार मांडले ते विचार ऐकल्यानंतर माझी ती प्रतिक्रिया होती. पण आता जर फारूख आपल्या बापांच्या पावलावर पाऊल ठेवून चालणार असेल आणि त्या कश्मीरची मागणी करणार असेल जे स्वायत्त असेल, स्वतंत्र निशाण, राज्याच्या प्रमुखाला मुख्यमंत्री नाही पंतप्रधान म्हणायचं. आम्ही तुमचं सुप्रीम कोर्ट मानणार नाही. आम्ही तुमचं इलेक्शन कमिशन इथे चालू देणार नाही. केंद्राचे वाकडेतिकडे हुकूम मानणार नाही. हे जे त्यांनी नवीन बिऱ्हाड काढलंय ही स्वायत्तता आम्ही देऊ शकणार नाही. मग इथे फाळणीच. ही दुसरी फाळणीच करतोय. कश्मीर

आमचं म्हटल्यानंतर स्वतंत्र पंतप्रधान, स्वतंत्र निशाणाची, स्वतंत्र घटनेची गरजच काय तुम्हाला. हा सरळसरळ फाळणीचा वास आहे. मग आमच्यात राहून उपयोग काय? मग तुम्ही हैदराबादच्या निजामाला कशाला खतम केलं? पूर्वीची जी संस्थानं होती राजे-राजवाड्यांची ती बरखास्त का केलीत? राहू द्यायचं त्यांना, हिंदुस्थानातच आहेत ना.

◗ **हैदराबादच्या निजामाचं बंड मोडून काढण्यासाठी तिथे सरदार पटेल यांनी पोलीस ॲक्शन केली होती. तेव्हा त्यांना लोहपुरुष हा किताब मिळाला...**

होय, ते लोहपुरुष होतेच खऱ्या अर्थानं.

◗ **कश्मीरमध्ये अनेक वर्षे लष्कर आहे आणि हे लष्करसुद्धा याचं बंड मोडू शकत नाही.**

मोडू शकत नाही म्हणजे. त्या धाडसाची, धिटाईची माणसं आतां नाहीत. बरं! सरदार पटेलांच्या अंगापिंडासारखी माणसं असणं म्हणजे पटेलांचे गुण आतमध्ये आहेत असं नव्हे तर बाहेरचं रूप तसं आहे. ते गुण असावे लागतात रक्तात. जे झेपत नाही त्याला गांधीवाद म्हणतात. म्हणजे गांधीच्या नावाखाली वाचवायचं आपलं.

◗ **केंद्रात जे गृहमंत्री आहेत त्यांचा उल्लेख तुम्ही एकदा लोहपुरुष असा केला होतात.**

कोणी मी?

◗ **होय, असं मला वाटतं.**

नाही. तुम्हाला काय वाटतं तो प्रश्न निराळा. बोललो की नाही हा खरा प्रश्न आहे.

◗ **तुम्ही त्यांना लोहपुरुष म्हणाला होता...**

नाही. मी वाकडे तिकडे कुणाला काही बोललो नाही. लोहपुरुष तर मी निश्चित बोललेलो नाही. राजकारणातले ते एक चांगले गृहस्थ आहेत. यात वाद नाही. आडवाणीसारखी चांगली माणसं राजकारणांत दुर्मिळ ठरत आहेत. नाही, मला माहीत आहे कुठला शब्द कुठे वापरायचा आणि कुठच्या व्यक्तीस वापरायचा.

◗ कश्मीरचा हा प्रश्न केंद्र सरकार कोणत्या मार्गाने सोडवू शकेल?

मध्ये बस पाठवायला सुरूवात केली होती. मग हिजबुलशी आता बातचित करताहेत. त्यांनी तर उलट तंबी मारली. तुमच्या घटनेच्या चौकटीत बसून आम्हाला काही चर्चा मान्य नाही. अटीवर नको. आम्ही पण तेच सांगितलं. तुम्ही अटी घेऊन चर्चेला येऊ नका.

◗ कश्मीरची स्वायत्ततेची मागणी फेटाळली असली तरी राज्यांना काही प्रमाणात स्वायत्तता असायला हवी असे आपले मत आहे.

माझं मत आहे आणि माझी स्वायत्ततेची कल्पनाही त्या पद्धतीने मी मांडली आहे.

◗ ती स्वायत्तता कशाप्राकरची असावी...

करूणानिधीची स्वायत्तता कशी आहे मला माहीत नाही. कोणत्या पद्धतीची स्वायत्तता त्याला पाहिजे मला माहीत नाही. माझी स्वायत्ततेची कल्पना अशी आहे की दरवेळेला राज्याला केंद्राकडे धाव घेऊन काही प्रश्न सोडवून घ्यावे लागतात. कोणते प्रश्न तुम्ही राज्यावर सोपवू शकता? उदाहरणार्थ कापूस. कापूस एकाधिकार असावा-नसावा याची परवानगी आम्हाला केंद्राकडून घ्यावी लागते. वर्षे वाढवून घ्यावी लागतात. त्यानंतर कापसाचं पीक जास्त आलं तर त्याच्या गासड्या परदेशी पाठविल्याशिवाय वा त्याची खरेदी झाल्याशिवाय आणि शेतकऱ्याला पैसा मिळाल्याशिवाय उत्पादनात काही अर्थ नाही. गासड्या परदेशी किती पाठवायच्या यासाठीसुद्धा मुख्यमंत्र्यास केंद्राकडे जाऊन त्याची परवानगी घ्यावी लागते. मग ते म्हणतील, एक लाख पाठवा, दोन लाख पाठवा. पडून राहिल्यात २५ लाख हा सडत जाणारा कापूस फुकट जातोय. फॉरेन एक्स्चेंज गेलं. आम्हाला त्याचा उपयोग नाही आणि शेतकऱ्यांचे नुकसान ही आमची स्वायत्ततेमधील एक कल्पना. सीआरझेड याने तर इतका वेळ घोळ घातलेला आहे तुम्हाला सांगतो. लेंडे ओहोळ वाहायला लागला तरी ते म्हणतात ही सीआरझेड खाली येतेय. इमारत तुमची इथे होऊ शकत नाही. त्यामुळे मुळात हा कायदा येईल असं कुणाला वाटलं नाही आणि मग सगळ्या इमारती उभ्या राहिल्या. पैशापायी पैसा गेला. मेहनत गेली. सगळं गेलं आणि लोक घराबाहेर राहताहेत. लोकांना राहायला घरं नाहीत. बिल्डिंग ओस आहेत. आता त्याच्यावर झोपडपट्ट्या येताहेत. तिथे मीठ पिकत नाही. धंदा तिकडे चालत नाही. अशावेळेला तो सॉल्ट कमिशनर आहे तो बसतो दिल्लीत. तो कधी फिरकत नाही आणि त्या जमिनी फुकट चालल्या आहेत.

◗ **त्याचा वापर राज्याने करावा.**

मिठागर अस्तित्वात आहे की नाही हे राज्याने ठरवून, तो जर अस्तित्वात नसेल तर त्या जमिनी घरांच्या बांधणीसाठी उपयोगात आणाव्यात.

◗ **झुडपी जंगलाचाही प्रश्न आहेच.**

पुष्कळ आहेत. वनजमिनींचाही प्रश्न आहे. अमुक आहे. तमुक आहे. वनजमिनींची व्याख्या काय? काही ठिकाणी तर झाडच नाही, पण वनजमीन. वनजमीन म्हणजे काय? कसले ताबे? आणि कोणाच्या हातात आणि ते बघितलेही जात नाही. तिकडे सगळे करप्शन चाललं आहे. भ्रष्टाचार जोरात. आता सीलिंग उठवायचं की नाही. लॅण्ड सीलिंग, मला असं वाटतं की लॅण्ड सीलिंग शक्यतो उठवू नये कारण ते जर उठलं तर सगळे एनआरआय येतील आणि जमीन खरेदी करून त्यांची त्यांची संस्थानं उभी राहतील.

◗ **आयात-निर्यात हा जो विषय आहे...**

आयात-निर्यातीतसुद्धा एकदा बसून कोणते विषय तुम्ही निर्यात करू शकता आयात करू शकता, याची स्वायत्तता दिली पाहिजे राज्याला. या बारक्या बारक्या गोष्टी आहेत, पण राज्याच्या हिताच्या आहेत. पर्यायाने देशाच्याही हिताच्या आहेत. परवानगीसाठी दर दोन मिनीटांनी आम्हाला दिल्लीला धावावं लागतं. ती स्वायत्तता हवी जी तुमच्या कुठेही आड येत नाही. काही होत नाही. शेतकऱ्याचा फायदा. सगळं काही होतं. आता लेव्ही. शेतकऱ्यांना लेव्ही देतात. बाकी सगळं धान्य काढून घेतात. ती साठवायला कोठारं नाहीत. तिकडे धान्य सडतं ना. तुमच्या पोटात ना शेतकऱ्याच्या ओठात. त्यास काही हातात मिळत नाही.

◗ **''आर्थिक स्वायत्तता... मुंबईसारखी शहरं, पर्यायाने महाराष्ट्रासारखं राज्य केंद्राला सर्वाधिक कर देतंय. त्या तुलनेने केंद्राकडून राज्यास काहीच मिळत नाही.**

या आर्थिक गोष्टी ज्या आहेत त्या तुमचा एकंदर विकास कसा चालला आहे. त्याच्यावर आधारित ठरवा ना. सोन्याची अंडी देणारी कोंबडी म्हणून का पाहता तुम्ही? आज किती टाकली. ५ टाकली. मग ४ आमची १ तुमचं. म्हणजे अंडी कितीही वाढली तरी आमच्या वाट्याला एकच बाकीची सगळी त्यांची हे जे चाललं आहे सगळं तिथे प्रपोर्शनेट पाहिजे. नाही तर मुंबईचा विकास किती पैशामुळे अडलाय, कशामुळे अडलाय, किती त्यांना गरज आहे. बाकीचं तुम्ही घ्या. आमच्या विकासाचे पैसे आमच्या हातात द्या. राज्याच्या.

देशाच्या स्वातंत्र्यावर, हिंदू धर्मावर आणि अर्थव्यवस्थेवर आयएसआयचा मोठा हल्ला होतोय. शंभरच्या आणि पाचशेच्या बनावट नोटा चलनात आणून या देशाची अर्थव्यवस्थाच खिळखिळी केली जातेय. हे नवीन संकट तुम्हाला वाटतंय का?

हे नवीन संकट नाही. संकट तसं पाहिलं तर नवीन मुळीच नाही. काल-परवा पकडलं ते एक चित्र आम्हाला दिसलं. त्या चित्रात आम्हाला त्या नोटा पाहायला मिळाल्या. कदाचित त्या व्यवहारातून आमच्या हातातून गेल्याही असतील कुणाकडे. दुसऱ्यांच्याही आल्या असतील. व्यवहार आता सुरू झालेला होता. इकॉनॉमीवर हल्ला करण्यासाठी प्रत्येकवेळी युद्धच करायला पाहिजे असं नाही. एक तर आमची माणसं तुमच्या देशात पाठवून तुमची लोकसंख्या वाढवायची आणि ताण वाढवायचे, जसे बांगलादेशचे मुसलमान येतात. आयएसआयचेही पुष्कळ मुसलमान घुसले असणार इकडे. १०० कोटींच्यावर लोकसंख्या जात चालली आहे. त्यानंतर जसं चीनने अमेरिकेला हशीश किंवा अफू पाठवून तरुण, पिढी बिघडवली, बरबाद केली त्यामुळे सैन्यात जायला तरुण मिळेनात. शेवटी तो हिप्पीकट बाहेर दिसायला लागला. गांजाकस सगळा. त्यामुळे युद्ध करावे लागत नाही. अमेरिका खतम झाली त्यातच. सर्व आपल्याकडे तेच प्रयोग होतील? हाच प्रयोग आपल्याकडे दुसऱ्या पद्धतीने होत आहे.

तुमची आर्थिक व्यवस्था ढासळून टाकायची बनावट नोटा पाठवून. ती जर ढासळली तर तुमचा बोजवारा उडेल अक्षरश: हा मोठा प्लान होता. दुष्ट. म्हणजे फार हुशारीने केला होता. मला पुष्कळवेळा असं वाटलं की आपण का नाही हे करू शकत. तुमचे हात कुणी बांधलेत. म्हणजे दरवेळेला आम्ही मार खातो. आम्हाला सगळे बावळटात काढतात. आम्हाला मूर्खात काढतात. पण आमची हुशारी कुठेच दिसत नाही. आता माझे मित्र अमेरिकेला जाऊन आले. पहिला तो गेला होता क्युबाला फिडेल कॅस्ट्रोच्या इथे. तिथे हवाना नावाचं सिगार आहे. स्वत: कॅस्ट्रो हे सिगार ओढतो. मुद्दा असा येतो की बेस्ट सिगार. जगप्रसिद्ध. कोणासही विचारलं की हवाना सिगार. क्युबाज सिगार. त्याने ते माझ्यासाठी खरेदी केलं. माझ्या मित्राने. मग क्युबावरून तो अमेरिकेला गेला. अमेरिकेला गेल्यानंतर कस्टमचं चेकिंग तिकडे इतकं भयंकर आहे. त्याला अडवले. सगळं त्याचं बॅगबॅगडं तपासलं. त्यात सिगारचा बॉक्स मिळाला. त्याने विचारले, व्हॉटस् धीस? तो म्हणाला, दीज आर सिगार्स. फ्रॉम व्हेअर? पुढचा प्रश्न. फ्रॉम हवाना. तर तो म्हणाला, युनो वुई विल नॉट अलाव टू टेक धीस बॉक्स इन. हवानाचा हा बॉक्स आम्ही आत जाऊ देणार नाही. कारण क्युबाची आणि आमची दुश्मनी आहे. त्यांची बारीक वस्तूसुद्धा आम्ही आमच्या अमेरिकेत येऊ

देणार नाही. यू टेक इट बॅक, तो म्हणाला. आता मी अमेरिकेत आलोच तर ते म्हणे तुम्ही इथे ठेवा, जाताना घेऊन जा. पण आत नेता येणार नाही. निर्जीव वस्तूसुद्धा ते अडवतात आणि आज आमच्याकडे घुसखोरी होतेय. काय तुमचं ते इमिग्रेशन डिपार्टमेंट काय करतं? दुसरं सरहद्दीवर. काही बंदोबस्त आहे की नाही तुमचा? घुसखोरी म्हणजे काय? व्हाय डोंट यू शूट? पलीकडून माणूस येताना दिसला की पहिली गोळी घालायची. पकडा वाटल्यास आणि एकदा वाटलं की हा तिकडूनचा कोणी मुजाहिदा आहे की गोळी घालायची तिकडेच.

◗ त्यासाठी केंद्रातील संरक्षण खातं शिवसेनेने घ्यायला हवं.

नाही नुसता संरक्षणमंत्री तिकडे खुर्ची उबवायला जाता उपयोगी नाही. त्याच्यात ती रग असली पाहिजे. ती रग सरदार पटेलांमध्ये होती.

◗ आज ती तशी रग तुम्हाला दिसत नाही का? जॉर्ज फर्नांडिस आहेत... अडवाणी आहेत... वाजपेयी आहेत...

हे बघा. एकछत्री कारभार जो असतो ना पाशवी बहुमत. त्यांना या कारवाया करता येतात. म्हणजे माझ्या मनात आलं की ३७० कलम रद्द करायचं तर मला सगळ्या पक्षांना बरोबर घेणं कठीण जाईल. कारण त्या पक्षांवर माझं सरकार टिकणार आहे. त्यातल्या एकाने जरी विरोध केला तरी माझी पंचाईत होऊन बसते आणि तो प्रकार झालाच. वाजपेयींनी ३७० कलम रद्द करण्याचा ठराव आणला तर जयललिताने विरोध केला. बरं तिथे तुम्हाला माहीत आहे आकड्यांचे राजकारण चाललेय. जिसके हाथ में लाठी उसकी भैस तसा प्रकार आहे हा.

◗ पण ३७० कलम रद्द करणं हा राष्ट्रहिताचा विचार आहे.

हो. पण तिथे आमच्या पंडित जवाहरलाल नेहरूंनी माझ्या भाषेत बोलायचं तर मारून ठेवली आहे. छापा तुम्ही हे!

◗ पण त्यासाठी आताच्या सर्व राज्यकर्त्यांनी...

इथे तो प्रश्न निराळा आहे. पंडित जवाहरलाल नेहरूंनी शेख अब्दुल्ला असताना इतका भयानक प्रकार काही ठिकाणी करून ठेवलेला आहे. लोकसभेत तुम्ही हा ठराव पास केलात, तुम्हाला तो राज्यसभेत न्यावा लागेल. तिथे कदाचित त्याला पाठिंबा मिळेल. काँग्रेसला तो द्यावाच लागेल. तरी पण हा ठराव तुम्हाला काश्मीरच्या विधानसभेत न्यावा लागेल. त्यांनी जर त्याला मान्यता दिली तरच तो मंजूर होतो नाही तर होत नाही. म्हणजे इथेसुद्धा त्यांनी तुमची लोकसभा

टांगून ठेवलेली आहे. हा नेहरूंनी मूर्खपणा केलेला आहे. शेख अब्दुल्लांच्या बरोबर. म्हणजे हा मोठा विश्वासघात झाला राष्ट्राच्या बाबतीत.

◗ आजही अनेक पक्ष मतांसाठी किंवा राजकारणासाठी मुस्लिमांचं लांगुलचालन करताना दिसतात. उघडपणे. सोनिया गांधीही त्याच मार्गाने निघाल्या आहेत. हे कितीकाळ चालणार?

जोपर्यंत आमचे बावळट हिंदू तितक्याच परखडपणाने उभे राहात नाहीत आणि धडा शिकवत नाहीत तोपर्यंत! एकदा का मतांचा बहिष्कार पडला कडकडीत की मात्र त्यांचं काही चालणार नाही. पण या बावळटांची मतं मिळतातच. हे कुठे जाताहेत. मग मिळत कुणाची नाही तर ज्यांची मिळत नाही त्यांच्यामागे मग ते मुसलमान असतील नवबौद्ध असतील त्यांना पकडा. आम्हाला पकडून काहीच उपयोग नाही कारण आम्ही पळूच शकत नाही.

◗ पुरस्कार म्हणजे आक्रमक हिंदुत्वाचा तुमचा कायम आहे

हो तो कधीच कमी होणार नाही. केव्हाही नाही. आक्रमक हिंदुत्व नसेल तर तुम्ही जगू शकणार नाही.

◗ अलीकडे बजरंग दलासारख्या संघटनांनी हिंदू तरुणांना शस्त्र चालवण्याचं प्रशिक्षण द्यायला सुरुवात केली आहे. त्यांनी कॅम्प्स पण उभे केले आहेत.

आज ना उद्या हा प्रकार होणारच आहे हिंदुस्थानात.

◗ तुम्ही याच्याविषयी काय सांगाल?

माझे काही नाही... त्याच्यामध्ये गैर काहीच नाही. कारण गांडूचं जीवन जगण्यापेक्षा आणि मरण पत्करण्यापेक्षा आम्ही क्षत्रियांची अवलाद आहोत हे दाखविण्यास काही हरकत नाही. लोक म्हणतील मी चिथवतोय लोकांना. शस्त्र द्या म्हणून सांगतोय. तो प्रश्न नाही. तुम्ही तुमची पावलं सुधारा राजकारणातली. ही लाचारी आणि मिंधेपणाची. ही आम्हाला महाग पडतात, नव्हे देशास महाग पडतात. म्हणून दुर्दैवाने ही परिस्थिती तुम्ही आमच्यावर लादत आहात.

◗ या ज्या संघटना कार्य करताहेत हिंदुत्वासाठी तुम्ही त्यांना पाठिंबा द्याल का? बजरंग दलासारख्या संघटना जी तयारी करताहेत.

तयारी तर करावीच लागणार. मुसलमानांची जी तयारी आहे म्हणजे सगळ्या

मुसलमानांविरुद्ध मी बोलत नाही. पण एका विशिष्ट विचारानं या देशात काही एका विशिष्ट मुसलमान गटाची जी चाल आहे ती आम्हाला खूप महाग पडणार आहे. त्यांच्या हातात शस्त्र असणार आहेतच. आता जेवढे गैरव्यवहार चालले आहेत जे देशाला मारक ठरणारे आणि पकडले गेलेले सर्व सेंट परसेंट मुसलमान आहेत. नोटांच्या रॅकेटमध्ये हेच पकडले. शस्त्रसाठा जप्त झाला हेच पकडले. हे काय आहे काय? त्यांना दुसरा काही असा राष्ट्रीय उद्योग नाही का? हा विचार कुणी करायचा? कोर्टात हे सुटतात. पोलिसांनी मेहनतीने पकडायचं आणि पुरावा नसल्यामुळे कोर्टाने सोडून द्यायचं. पुन्हा ते आपले मोकळे. कायद्याचासुद्धा एक वचक पाहिजे की नाही बाबा इथं पकडलं गेलं तर बारा वाजतील. शरियतच्या बाबतीत कसं आहे, चोरी केली आणि पकडला गेला तर हात तोडतात. बलात्कार झाला तर मुंडके उडवतात. त्यामुळे तिकडे धजत नाही कोणी. क्रूर असेल, निष्ठूर असेल पण नराधमांना असेच कायदे पाहिजेत. राष्ट्रदोह्यांना हेच पाहिजे. हे असलं अबू आझमीसारख्या भानगडी नकोत. एकदा अटक झाल्यानंतर पुन्हा अटक होत नाही. गुन्हा काय? देशाचे तुकडे झाले तरी चालतील? हे बाळ ठाकरे बोलला असता तर? अर्थात बोलणं शक्यच नाही म्हणा. हा देश माझा आहे.

◗ देशाच्या रक्षणासाठी आयएसआयचे आणि पाकिस्तानचे जे अड्डे निर्माण झाले आहेत जे सरकारला उद्ध्वस्त करता येत नसतील तर बजरंग दलासारखे लोक किंवा शिवसेनेचं संघटन होतंय एक वेगळ्या पद्धतीनं... त्यांनी उद्ध्वस्त का करू नये?

आम्हाला शिकवलं जातंय की कायदा हातात घेऊ नये. कायद्यापेक्षा कोणी मोठे नाही. वगैरे वगैरे आम्हास लगेच हे बोधामृत पाजलं जातं. सगळं त्यांचं इतकं सगळं आहे त्यांचा तुम्ही काय बंदोबस्त करताय? काहीच नाही. पसरू द्या त्यांना असेच तुमचं धोरण आहे का? सोलापूर, संभाजीनगरपर्यंत आयएसआयचं लोण गेलंय. सरकार करतंय काय याचं उत्तर कुणी द्यायचं? मग मला माझ्या जीविताचं रक्षण करण्याचा जन्मसिद्ध हक्क आहे आणि मी ते करणारच. कुठच्याही मार्गाने मी ते करेनच.

◗ ख्रिस्ती मिशनरीसुद्धा या देशात पसरतोय...

तो पसरू लागला म्हणण्यापेक्षा त्याला एक मोठा आधार सोनिया गांधींचा मिळालेला आहे. सोनिया गांधी नाही म्हटलं तर सत्तेच्या राजकारणात किंचित वर आल्याबरोबर त्यांना वाटलं की आपल्याला तिथे... मी एका मुलाखतीत

बोललो की गॉडफादर नसला तरी गॉडमदर मिळालीय दिल्लीत. त्यामुळे त्यांनी उचल खाल्ली. म्हणून ते सगळे आता जे काही चाललंय बजरंग दल असो, विश्व हिंदू परिषद असो त्यांनी थोडंसं बघितलं की महाग पडतं सगळं देशाला, महाग पडतं. बघायचं कोणी? आमचा धंदा एकच निवडणुका लढवणे, जिंकून येणे, खुर्च्या उबवणे, काही अंडी टाकता आली तर टाकणे आणि समजा मध्यावधी परत आल्या तर मोकळं होऊन पुन्हा लढतीला उभं राहणं, परत. बघितलंत का? काही नाही ते विचारू नका. पण आम्ही खुर्चीवर जाऊन बसलो. तुला बोललो होतो की नाही एक ना एक दिवशीतरी मंत्री होणार म्हणून... बस्स! एवढंच. कशासाठी झाला, कोणासाठी झाला? कोणामुळे झाला? हे तर गेलं याच्यामध्ये... दोन फुल्यांत.

◗ ख्रिस्ती मिशनऱ्यांची हत्या करणारा दारासिंग याने अशी इच्छा व्यक्त केली की त्यांना तुमच्यासारखा नेता हवा आहे. म्हणजे त्याला शिवसेनेत यायचंय.

ही कायदेशीर बाब आहे. ते मोठं जगाड आहे. ते प्रकरण शाबीत व्हायचं आहे. शाबीत म्हणजेसुद्धा ते काय पद्धतीने शाबीत होतंय. तो सुटतोय का अडकवला जातोय. त्याला फाशी दिली जाते माहीत नाही. फाशी दिली तर शिवसेनेत घेण्याचा प्रश्न येणार नाही. पण त्याचबरोबर ज्यांना तो गुन्हेगार वाटतो ते मला एका प्रश्नाचं उत्तर देऊ शकतील का? की याला जर उद्या काँग्रेसमध्ये जायचंय, इंदिरा काँग्रेसमध्ये जायचंय, भारतीय जनता पक्षात जायचंय आणि त्यांचा जर त्यांना नकार नसेल आणि होकार असेल तर माझ्यामध्ये आला तर बिघडलं कुठे? ते घेणार असतील तर मी घेतलं तर काही गैर वाटायला नको. पण मला त्याच्या श्रद्धेबद्दल आणि कडवटपणाबद्दल अभिमान वाटतो. हेही तितकंच खरं.

◗ एक कडवट हिंदू म्हणून तुम्हाला दारासिंगचा अभिमान वाटतो असं तुम्हाला म्हणायचंय...

तो का संतापलाय? संतापण्यासारखे काय झालं? तो प्रकार क्रूर असेल, घृणास्पद असेल. सगळं ठीक आहे. लोकशाही मार्गाने तुम्ही त्याचा निषेध करा. पण जे राज्यकर्ते हिजबुलसारख्या संघटनेशीसुद्धा चर्चेला बसू शकतात. एवढे हिंदूंचे खून पाडून मुडदे पाडून. मग याचा गुन्हा काय?

◗ हिंदूंमध्ये जो कडवटपणा हवा तो दारासिंगसारखा असे तुम्हास वाटतं का?

नाही. एवढा टोकाचा नको. पण कडवटपणा हवाच. आजच्या परिस्थितीत हवाच. अगदी शेळपटासारखे जगून चालणार नाही. म्हणून नेहमीचं वाक्य आहे ना १०० वर्षे शेळ्या होऊन जगण्यापेक्षा एक दिवस वाघासारखं जगा.

[४ ऑगस्ट, २०००]

सुडाने राज्य चालवता काय?
वादळांना सामोरा जाईन!

"महाराष्ट्रात सुडाचे राजकारण सुरूच होते. आणि काही झाले तरी पुन्हा युतीचे राज्य आणणारच ह्यावर शिवसेनाप्रमुख ठाम होते. सरकार असेच सूडाने वागणार असेल तर माझी तयारी आहे. वादळं येतील त्याप्रमाणे तोंड देईन. सामोरा जाईन. त्यात काय विशेष असे खणखणीत सांगणाऱ्या शिवसेनाप्रमुखांनी काँग्रेस आघाडी सरकारच्या खाबुगिरीवर प्रचंड झोड उठवली."

मुलाखतीच्या तिसऱ्या आणि अंतिम भागाची सुरुवात महाराष्ट्राच्या राजकारणावरून झाली. कोणत्याही परिस्थितीत सरकार येणारच, असा विश्वास त्यांनी पुन्हा एकदा व्यक्त केला.

◗ सध्या महाराष्ट्रात काय चाललं आहे?

महाराष्ट्रामध्ये काहीच चाललेलं नाही. शड्डू ठोकले जाताहेत ते फक्त आमच्या अटकेचे. बाकी काही प्रोग्रामच नाही. सगळे विषय संपलेले आहेत. म्हणून तर अधिवेशन त्यांनी गुंडाळून टाकलं. सुजलाम सुफलाम आहे, सुबत्ता भरपूर आहे. मे महिन्यातसुद्धा इथे नद्यांना पूर असतात. गाई, म्हशी आवश्यकतेपेक्षा जास्त दूध देताहेत. या दुधाचे काय करायचं हा भय्यांच्या समोर प्रश्न पडलेला आहे आणि ते कृपाशंकराला विचारताहेत की इसका क्या करने का? तो काही तरी हे दूध आता एक्स्पोर्ट करण्याच्या मार्गावर आहे. क्लिंटन बिंटन यांच्याशीही त्या पातळीवर चर्चा चालली आहे. प्रोग्राम आखले जात आहेत, असे म्हणतात. महाराष्ट्रात इतकी सुबत्ता आलेली आहे.

◗ राज्याचे मुख्यमंत्री विलासराव देशमुख असं म्हणाले की, जे ३० वर्षांत झालं नाही ती कामं आम्ही ६ महिन्यांत करून दाखवली.

शक्य आहे. त्यांना असं म्हणयाचं असेल की, सहा महिन्यांत आम्ही किती कमावून दाखवलं! ३० वर्षांत जमलं नाही ते आम्ही सहा महिन्यांत कमावलं. काय केलं काम त्यांनी? विचारा त्यांना. यादी द्या. आम्ही देतो यादी साडेचार वर्षांची. तुम्ही यादी द्या.

◗ जनतेने जो अर्धवट कौल दिला या महाराष्ट्राला त्याचे भोग कोणी भोगायचे?

जनतेनेच. परत असा अर्धवटपणा करू नका.

◗ जनेतेने तुम्हाला पूर्ण कौल का दिला नाही. शिवसेना-भाजप, युतीला?

पूर्ण कौल दिला नाही असे नाही, पण दरिद्री राजकारणामुळे काही फटके बसले. त्यामध्ये २५-२६ आमदार आमचे फार थोड्यासाठी गेले. आता हे शकुनीमामा कोण याची चर्चा करण्याची माझी इच्छा नाही.

◗ तरीही तुमचं सरकार येईल असे तुम्ही सांगता.

हो येणार म्हणजे येणारच.

◗ कधी सुधाकरराव नाईक आमदार घेऊन फुटतील अशी बातमी असते, कधी मोहिते-पाटलांचे नाव असते, तर सरकार येणार म्हणजे कोणत्या प्रकारे येणार. राष्ट्रवादीच्या बरोबर आपण जाणार आहात अशी एक शक्यता लोक व्यक्त करताहेत.

याच्यावर मी आता भाष्य करू इच्छित नाही. गनिमी कावे उघड करायचे नसतात.

◗ कारण कालच असं आपण विधान केलंत की शरद पवार हे परिपक्व आहेत.

होय आहेत. ते परिपक्व राजकारणी आहेत. मतभेद असले तरी मला बोलायला काही हरकत नाही. इतके वर्षे ते राजकारणात आहेत. त्यांनी डावपेच खेळलेले आहेत. ते अधिक जास्त कारस्थानी डावपेचच खेळत असतात. मॅच्युरिटी यायला पाहिजेच तेवढी. त्यादृष्टीने मी बोललो की ते मॅच्युअर्ड आहेत राजकारणात.

◗ अनेक वर्षांनतर तुम्ही पवारांविषयी काहीतरी एखादं बरं वाक्य बोललात.

किती बरं, किती काय ते पर्सेंटेज तुम्ही ठरवा.

◗ त्यामुळे तुमची जवळ यायची प्रक्रिया सुरू झालेली आहे. राजकारणात असे म्हटले जाऊ शकेल.

असं काही नाही. एखाद्या बाईच्या हातनं रुमाल पडला आणि पटकन आपण उचलून तो तिच्या हातात दिला तर याचा अर्थ असा नव्हे की तू मला आवडलीस. एक थोडा नाही म्हटलं तरी शिष्टाचाराचा तो प्रकार असतो.

◗ आता जे भुजबळांनी विधान केलं आहे की एकामागून एक तुमच्यावर खटले दाखल करू.

करा ना.

◗ आणि अटक करू...

शेवटी मला एक असा प्रश्न करायचा आहे की, तुम्हाला सूडबुद्धीने हे राज्य चालवायचंय, मग जी शपथ घेतात हे सत्तेवर येताना की मी कुणाशीही सुडबुद्धीने वागणार नाही. सगळ्यांना सारखाच न्याय देईन. वरती काही बरंच असतं. शपथेतील वाक्य काढा! without any prejudise त्या शपथेचा त्यांनी भंग केला नाही? असली वाक्य उच्चारून. सरकार पडले तरी चालेल... बेहत्तर! पण अटक करणारच.

तुमच्याकडे आता काही नाही, पण तुम्ही निर्णय घेतला की अटक करायचीच आणि अटक करायची म्हणून तुमची पावलं टाकताय कायद्याचा वापर करून ही कोणत्या तऱ्हेची अटक आहे? याच्यामध्ये सूडवृत्ती नाही? सूडवृत्तीने जर चालणार असाल तर तुम्ही घेतलेल्या शपथेचा, त्या गुप्त शपथेचा भंग करीत आहात. हा माझा जाहीर आरोप आहे. लखोबाने गोपनीयतेच्या शपथेचा भंग केलेला आहे. त्या शपथेतील या... या ओळी पाहिल्यानंतर उघडपणे त्याने अवमान केलेला आहे आणि भंग केलेला आहे. आय विल बीट अगेन अॅण्ड अगेन अॅण्ड अगेन. काय भानगड काय आहे ही? जरी आता हरलो तरी पुन्हा मी प्रयत्न करणारच, करणारच!! करणारच!!! जर सुडबुद्धीने वागतोस तर शपथेचं काय झालं तू घेतलेल्या मंत्रीपद स्वीकारताना.

◗ तुमच्या अटकेच्या निमित्ताने जे वातावरण निर्माण झाले त्याच्यामुळे राणे-मुंडे व जोशी हे प्रथमच एकत्र येऊन काम करताना दिसले याचा फायदा सरकार आणण्यात होईल का?

सरकार आणण्यासाठीच एकत्र झालेत ना! आता एकत्र आले. काय करूया! तर सरकार आणूया, असे नाही झाले ना! सरकार पाडण्यासाठीच एकत्र आलेत आणि आणण्यासाठी एकत्र झालेत.

◗ या सगळ्या काळात वृत्तपत्रांनी अत्यंत संयमाने भूमिका घेतली आणि प्रथमच ते तुमच्याबरोबर उभे राहिल्याचे चित्र दिसलं...

त्यांना मी जाहीर धन्यवादही दिले आणि शेवटी मी जेव्हा पत्रिकारितेवर हल्ला करतो तेव्हा सगळे माझ्यावर तुटून पडतात, पण आज मीच एक पत्रकार. माझ्या एका अग्रलेखावरती ज्यावेळेस सरकार अशा पद्धतीने पावले टाकते त्या वेळेला ते त्यांचे कर्तव्यच ठरतं की बाजूने... आणि मला हीच तुमची भूमिका आवडते. माझ्या बाजूने लिहिल्याबद्दल नव्हे. न्यायाला न्याय म्हणा, अन्यायास अन्याय म्हणा, सत्याला सत्य म्हणा. पण असत्यालाही सत्याचा मुलामा द्यायचा हे मी कधीच सहन करू शकत नाही. कोणीच सहन करता कामा नये. पत्रकारांनीसुद्धा मला नेहमीच झुकतं माप दिलं पाहिजे असं काही नाही. योग्य माप मात्र द्यावं. आज त्यांनी या वेळेला चांगल्या तऱ्हेने केले. लखोबाच चुकला मुळी याबद्दल वादच नाही हे आता सिद्ध झालं. सगळ्यांनी त्याला मूर्खात काढलं हा मोठा नैतिक विजय आहे. पत्रकारितेचा पण विजय.

◗ वृत्तपत्राची ताकद आपण किती मानता?

कसली?

◗ पत्रकारितेची...

ताकद आहे ना. फोर्थ इस्टेट. नाहीतर कशाला घेतलं असतं ही ताकद नसती तर फोर्थ इस्टेट म्हणून. हा चौथा स्तंभ आहे. लोकशाहीचा.

◗ आता जमाना बदलतो आहे. चॅनेल्स येताहेत नवीन नवीन. इंटरनेटचं आक्रमण होतंय तर या सर्व आक्रमणात भाषा आणि प्रिंट मीडिया टिकून राहील असं आपल्याला वाटतं का?

आता ताबडतोबीनं म्हणाल तर जाहिरातीवरती मीडियाने फटका खाल्ला आहे. प्रिंट मीडियाने तो असा खाल्लाय की प्रत्येक जाहिरातदार म्हणतोय की आम्हाला जिवंत, लाईव्ह असे काही देता येतं तर आम्ही तुमच्याकडे छापील माध्यमावर कशाला येऊ? त्यामुळे जाहिरातीचे उत्पन्न कमालीचे खाली खाली जात चालले आहे. मग राहिल्या क्लासिफाईड ॲडव्हर्टाईजमेंट. बरं! विवाह होणे आहे... करणे आहे... अमुक आहे तमुक आहे. असे आता किती विवाह होणार की ज्यामुळे त्यांच्या जाहिरीतीचं उत्पन्न वाढेल असं... मग ते निरनिराळे शोध लावताहेत. सप्लिमेंट काढता. आता 'टाइम्स ऑफ इंडिया' पाहिल्यानंतर सप्लिमेंट, नको त्या विषयावर सप्लिमेंट. बरं! अगदीच काही नसलं तर नागव्या बायका नाचवायच्या. नागव्या बायकांचं एक गिऱ्हाईक असतं. तेवढं त्यांना मिळतं.

◗ पण इंटरनेट आणि चॅनल्सना अग्रलेख नसतो?

अग्रलेख नसला तरी टीव्ही हे जे माध्यम आहे, या माध्यमाची मात फार मोठ्या प्रमाणात झाली आहे. फक्त इंटरनेट वगैरे यावर तुम्ही फर्स्ट हॅण्ड माहिती घेऊ शकता ताबडतोब. दुसरं म्हणजे काय जगाशी तुम्ही संबंध ठेवू शकता.

◗ वृत्तपत्रांचं महत्त्व हळूहळू कमी होईल असं तुम्हाला म्हणायचं आहे का?

शक्ती कमी होईलच, किंबहुना होऊ लागलेली आहे. जगले तर टिकले तर टिकले. गेले तर गेले. पण दुसरीही कारण आहेत त्याला. न्यूजप्रिंट एवढा महाग झालेला आहे. तो एक प्रकार मोठा आहे. हे सगळं महागाईचं सगळं शिरावर घेऊन हे फटके खात बसायचं. हे कोलमडूनच पडणार कधी तरी.

◗ संकटं आणि वादळं येतच असतात. आपल्याला ती सवय आहे. आपण प्रत्येक वेळेला किनारा गाठत आलेले आहात. पुढे संकट येऊ

शकतात. राजकारणात म्हणतोय मी... राजकारण सूडाचं असंच चालत राहिलं तर...

हो. शिवसेनेच्या बाबतीत, माझ्या बाबतीत सूडाचंच. कोणी माझ्याशी सहानुभूतीचे राजकारण खेळलेले नाही.

◗ पुढे आपली भूमिका काय राहील?

पुढे म्हणजे जशी वादळं येतील त्याप्रमाणे तोंड देईन, सामोरा जाईन. काय विशेष. ३४ वर्षांत गेलो, पुढचंही तसंच होईल. आता काही विशेष वाटत नाही. वादळ आले नाही तर काही काही वेळेस आश्चर्य वाटते. अरे वारंही सुटलं नाही अजून? ही वादळं नसतात हो. आमची वादळं कशी असतात माहिती आहे ना वेधशाळेप्रमाणे, राजकीय वेधशाळेप्रमाणे त्यांचा अंदाज दिला जातो. इतक्या वेगाने ते येणार आहे. अमुक होणार आहे. कोळ्यांना इशारा दिला जातो, होड्या नेऊ नका. अमुक नेऊ नका आणि शेवटी दुसऱ्या दिवशी बातमी... गुजराथकडे वळलं. तसं आमचं होतं. येतो जोरात. लखोबा. एवढ्या ताशी वेगाने येत आहे. बरं! वळतो मग दुसरीकडे.

[५ ऑगस्ट, २०००]

मुसलमानांचा 'मताधिकार' काढून घ्या! सगळे निधर्मी 'हिंदुवादी' होतील!!

शिवसेनाप्रमुखांनी अनेकदा क्रांतिकारक विचार मांडले. देशातील बेगडी निधर्मीवाद्यांचे तर वारंवार वाभाडे काढले. ह्याच निधर्मीवाद्यांचे वस्त्रहरण करीत त्यांनी एक महत्वाचा विचार मांडला. तो म्हणजे, ''फक्त एकच काम करा. हिंमत असेल तर मुसलमानांचा मतांचा अधिकार काढून घ्या. मुसलमानांसाठी कोण रडतो ते पाहू. सगळे निधर्मीवादी एका क्षणात हिंदूवादी होतील.''

स्टार' वाहिनीवर सुरू असलेल्या अमिताभच्या 'कौन बनेगा करोडपती' या कार्यक्रमाने तुफान लोकप्रियता मिळविली आहे. सामान्यज्ञानाच्या प्रश्नांतून खिळवून ठेवणाऱ्या या कार्यक्रमाचे चाहते शिवसेनाप्रमुखासुद्धा असल्याने मुलाखतीची सुरुवात 'करोडपती'पासून झाली. ''तुम्ही करोडपती कार्यक्रम नेहमीच पाहत असाल...'' असे विचारताच शिवसेनाप्रमुख म्हणाले, ''वेळ मिळेल तेव्हा हा कार्यक्रम मी अत्यंत जाणिवेने पाहतो. मला हा कार्यक्रम फार आवडतो. त्याच्यामध्ये फार चांगली माहिती मिळते. मी माझ्या नातवंडांनाही सांगतो, एकवेळ अभ्यास क्षणभर दूर ठेवला तरी चालेल, पण हा कार्यक्रम अवश्य पाहा. कारण यामध्ये जी माहिती मिळते ती तुम्हाला इतरत्र कोठेही मिळणार नाही. पुष्कळ वेळा मोठ्यांनाही जी

माहिती नसते अशी माहिती मिळते. त्यामुळे सारेगामा, अंताक्षरी बाकी जे काही कार्यक्रम येतात. चित्रपटांच्या गाण्यांमुळे एक पिढी नासवली जाते. त्यापेक्षा एक पिढी उभी करणार हा 'स्टार' वाहिनीचा उपक्रम आहे, त्यामुळे मी त्याचं स्वागतच केलंय."

पण ही सर्व सामान्यज्ञानाची प्रश्नोत्तरं पाहात असताना देशासमोर जे काही गंभीर प्रश्न आहेत त्या प्रश्नांची जाणीव तुम्हाला होते आणि या प्रश्नांची उत्तरे कोणी द्यायची?

माझ्या काही खास आवडीनिवडी आहेत. सरहद्दीवर जाऊन काही मी लढू शकत नाही. तशी मला परवानगीही मिळणार नाही मनात आलं तरी. कारण त्याचं ट्रेनिंग लागतं. इतर सर्व गोष्टी लागतात. सामान्यतः चर्चा करणारी जी मंडळी आहेत. त्यांच्यामध्ये या गोष्टी नसतात, पण काही उठाव करणारे विचार आपण देऊ शकतो आणि तसा माझा प्रयत्न सतत चालू असतो. एक गंमत म्हणून सांगतो. मला नॅशनल जिओग्राफी हे चॅनल आवडतं. त्यानंतर डिस्कव्हरी. पण नॅशनल जिओग्राफी हे चॅनल मला विशेष करून आवडतं. त्याचं कारण असं आहे की माझा अभ्यास. हां, केवळ करमणूक म्हणून मी तो बघत नसतो तर, माझ्या पद्धतीने माझा एक अभ्यास असतो. मी निसर्गवेडा माणूस आहे. पण माझं हे निसर्गवेडेपण कुठपर्यंत असतं त्याची मी तुम्हाला एक कल्पना देतो. त्या नॅशनल जिओग्राफीमध्ये पुष्कळ वेळा प्राणीच प्राण्यांची शिकार कशी करतात हे दाखवलेले असते. उदाहरणार्थ रेड्यांचा एक कळप असतो त्याला गवा म्हणतो किंवा इंग्लिशमध्ये आपण त्याला बायझन म्हणू. बायझन केवढे असतात. शंभर-दोनशे-तीनशे, काळे काळे. त्यांना अशी शिंगं असतात. ताकदवान. मजबूत. ते मजबूत असणारच कारण ते खेडेगावातले बैल नाहीत. ते जंगलातले बैल आहेत. पण पुष्कळ वेळा मी असं पाहतो की त्यांच्यामागे वाईल्ड डॉग लागतात. जंगली कुत्री. हे गँगस्टरच जंगलातले जवळजवळ. पहिला एक कुत्रा त्यांच्या मागे लागतो. एक एवढा मोठा कळप असताना धाडस होतं त्यांच्या मागे लागण्याचं आणि तो एक कुत्रा मागे लागला की सगळे पळत सुटतात. मग नंतर बाकीची कुत्री त्यांच्या विशिष्ट आवाजामुळे एकत्र येतात आणि मग फिल्डिंग लागते गँगस्टर लावतात तशी. ही फिल्डिंग लावल्यानंतर एक मजबूत रेडा असतो नाही तर त्याचं रेडकू असतं. मारणार म्हणजे मारणारच आणि अशातऱ्हेने त्या अजस्र प्राण्याचा, त्या रेड्याच्या गळ्याचा घोट तरी घेतात. त्याची नरडी तरी पकडतात. शेपटी तरी पकडतात. जिथे डसता येईल तिथे डसतात. ते धूड पाडतात आणि ताव मारतात. बाकीचे सगळे रेडे पसार होतात. म्हटलं, अरे, हे हिंदू आहेत. संख्येने, लोकसंख्येने जबरदस्त आहेत. पण ज्यावेळेला या देशातील जंगली कुत्रे

एखादा जरी मागे लागला तरी भागम् भाग होते त्यांची. झेब्रेही तसेच. एका झेब्र्याला पकडण्यासाठी सिंहीण मागे लागते तेव्हा बाकीचे सगळे झेब्रे पसार होतात. ही हिंदूंची अवलाद. एकवटून त्या सगळ्या रेड्यांनी टकरेने जर हे जंगली कुत्रे उडवले तर पुन्हा हिंमत होणार नाही त्या कुत्र्यांची हल्ला करण्याची. पण हे शिकवायचं कुणी त्या रेड्यांना असं वाटायला लागतं पुष्कळ वेळेला. आमच्या हिंदू रेड्यांना.

◗ **देशाची लोकसंख्या १०० कोटींवर जाऊन पोहोचली...**
उपयोग काय तिचा!

◗ **याबाबतीत आपण करोडपतीच नव्हे, तर अब्जोपती झालो, पण या अब्जोपतींच्या देशात कणखर नेतृत्वाचा अभाव आपल्याला अजूनही भासतो. आपण या देशाला महाभारत म्हणतो पण तरीही या देशाला कणखर आणि समर्थ नेतृत्व का मिळू नये?**

याचं कारण... आता पूर्वीचे मराठेच घ्या. महाराष्ट्रापुरतं उदाहरण घ्यायचंच झालं तर पूर्वीचे मराठे लढाया लढत. आम्ही निवडणुका लढवतो. लढाया लढताना तिथे मतांची लाचारी नव्हती, पण निवडणुका लढविताना मतांची लाचारी वाढली. दुर्दैवाने आमच्या या मायभूमीत हिंदू मतांना किंमत येण्यापेक्षा मुसलमानांच्या मतांची किंमत वाढली. आज लोकसभेमध्ये आपण जर प्रकार पाहिला, वाजपेयींच्या अंगावरती... त्यांनी एक वाक्य म्हटलं. वाजपेयींनी एक वाक्य म्हटलं राममंदिराच्या बाबतीत. सगळे तुटून पडले या देशातले. त्यांच्या राष्ट्रीय आघाडीतलेसुद्धा लोक त्यांच्यावर तुटून पडले. पण या बेअकल्यांना हे कळत नाही की आपण काय पाप करतोय, आपण कोणाला प्रोत्साहन देतोय. निधर्मी निधर्मी म्हणता तुम्ही किंवा सेक्युलॅरिझम. ही निधर्मी बाब जी आहे तुमची त्याच्यामध्ये काय दडलंय याचा अर्थ तरी काही कळणार आहे का तुम्हाला. या निधर्मीपणामध्येच तुमचं पाप लपलेलं आहे, तुम्ही या देशाचा गळा घोटणार आहात. घात करणार आहात. या निधर्मी शब्दाचा फायदा जेवढा मुसलमान घेताहेत तेवढा जास्त कोणी घेत नाहीय. ते स्वत:चा धर्म वाढवताहेत. धर्मांतरं करताहेत. इस्लामच्या बांगा ठोकताहेत. सगळं आपल्या पद्धतीने करून घेताहेत. या हिंदुस्थानात करून घेताहेत, पाकिस्तानात नाही. पाकिस्तानात हे लाड चालणार नाहीत. हे सगळं करीत असताना सगळे विरोधी पक्ष म्हणा, किंबहुना आमच्या आघाडीत असलेले इतर काही पक्ष म्हणा, 'निरपेक्षबुद्धी'ने निधर्मीवादाच्या बाजूने उभे राहिले. या निधर्मीवादामध्ये आपण देशाचा किती मोठा घात करतो आहोत याची कल्पनाही त्यांना नसावी? मतांच्या लाचारीसाठी? निवडून पुन्हा सत्तेवर येण्यासाठी?

◗ पण भाजपचं अधिकृत धोरण जे आहे ते आता मुसलमानांना जवळ करण्याचं झालेलं आहे...

असेल ना! तो त्यांच्या पक्षाचा प्रश्न असला तरी ही भूमिका काही मी मान्य केलेली नाही.

◗ पण प्रश्न देशाचाही गंभीर आहे या सगळ्या विषयांमध्ये...

असेल ना! माझ्या पद्धतीनेच मी लढविणार तो, लढवतोय.

◗ ज्यांच्याकडून तुम्ही गेली अनेक वर्षे समर्थ नेतृत्वाची अपेक्षा करताय...

आता या देशाची परिस्थिती अशी नाजूक आहे की या देशात एकछत्री कारभार येणे अशक्य! त्रिवार अशक्य!!! म्हणजे या लंगड्यापांगळ्यांचीच ही युती होऊन सरकारं स्थापन होणार आहेत. पण आज या क्षणाला वाजपेयींचं सरकार जाऊन चालणार नाही आणि जर दुर्दैवाने गेलंच, या कपाळकरंट्यांनी घालवलंच तर मध्यावधी निवडणुका जरी त्यांनी जाहीर केल्या तरी त्या होणार नाहीत. होईल तो रक्तपात.

◗ ज्यांच्याकडून तुम्ही कणखर नेतृत्वाची अपेक्षा करता ते वाजपेयी या देशाचे पंतप्रधान आहेत हे जाणवत नाही.

वाजपेयींना दोष देण्यापेक्षा त्यांची मजबुरी समजून घ्या. वाजपेयींची अशी पंचाईत झालेली आहे की एवढ्या पक्षांना बरोबर घेऊन काही निर्णायक निर्णय घेता येत नाहीत. ३७० कलम आपल्याला काढायचं होतं. त्याला जयललितानं विरोध केला. ती गेली हे बरं झालं. बया गेली बला गेली. आता इतर काही पक्ष आहेत त्यांच्यामध्ये कुणी बाबरी मशिदीच्या मागे. मला आता व्यंगचित्र काढणं कठीण होऊन बसलंय. पण एक कल्पना सुचते. बघेन मी. राजालाही सांगेन कदाचित की महात्मा गांधींची समाधी आहे तिथे त्याच्यावर लिहिलंय 'हे राम'. महात्मा गांधींच्याच शेजारी इतर पक्षांचे जे थोर कुणी नेते उद्या चिरनिद्रा घेतील त्यांच्यासुद्धा कबरी म्हणा वा समाध्या होतील त्याच्यावर 'हे बाबर' असे लिहिलेलं आहे इतका फरक आहे.

◗ पण मुस्लिम अनुनय वा मुस्लिमांचं लांगूलचालन हे या देशाच्या राजकारणाचं एक महत्त्वाचं अविभाज्य अंग होऊन बसलेलं आहे. यापासून कुठलाही पक्ष स्वत:ला लांब ठेवत नाही.

हा अनुनय आणि हे जे काही लांगूलचालन आहे हे कुणी वाढीस लावलं? मुसलमानांना मस्ती आली कशी या देशात? पाकिस्तानची घुसखोरी या देशात

आली कशी? भुसभुशीत जमीन केली कुणी त्याचाही विचार व्हायला हवा. आम्ही किती दोषी आहोत याचाही विचार झाला पाहिजे. आम्ही जास्त दोषी आहोत असं मी म्हणेन. सुप्रीम कोर्टानं गणेशोत्सव होता त्यावेळेला लाऊडस्पीकरवर बंदी टाकली. आम्ही बावळट हिंदूंनी लगेच बंद केलं. कारण शेवटी आम्ही कायद्याचे बांधील आहोत. बाकी कुठल्याही जमातीकडे ती नाही. मुसलमानांची बांग अजूनही चालू आहे ती कोर्टाची बेअदबी होऊ शकत नाही. पण आम्ही केलं तर ती बेअदबी आणि आमचेच शहाणे कोर्टात जातात. अहो, एक सांगतो, पूर्वी माँ असताना. जुन्या 'मातोश्री'वरून तेव्हा पहाटे ६ वाजता एक टोळकं जायचं १०-१५ हिंदूंचं आणि 'हरे कृष्णा हरे राम' असं छान तालामध्ये म्हणत म्हणत पुढे सरकायचं. काही दिवसांनी ते बंद झालं. एकदा चर्चेत मी हा विषय छेडला तेव्हा त्यातले दोघे जे चर्चेला बसले होते त्यांपैकी दोघे म्हणाले, "साहेब, आम्ही पण होतो ना त्यामध्ये." मी विचारले, "अरे, मग बंद का केलं?"तर म्हणे, "आपल्या लोकांनी तक्रार केली पोलिसांत की इकडे आम्हाला त्रास होतो." "पहाटे पावणेपाच-पाचची बांग तुम्हाला सहन करता येते. त्याच्यावर बंदी आणण्याची हिंमत तुमच्यात नाही, पण 'हरे कृष्णा हरे राम' हा गजर तुमचं डोकं उठवतो, तुमची झोपमोड होते! बांगेने तुमची झोपमोड होत नाही? नुसत्या कुशा वळवता तुम्ही? आणि कानावर उशी खेचता? हिंदूंचा हा षंढपणा मला आवडत नाही. अगदी चीड आणणारा प्रकार आहे हा. याचमुळे ते मुसलमान मातलेले असतात. तेव्हा राष्ट्रीय कोण आणि काय कोण याचा विचार नंतर करू शकतो आपण. पण ज्यावेळेला मुंब्रा आणखी कौसामध्ये लष्कर-ए-तोयबाच्या लोकांना सहारा दिला जातो तेव्हा एकही राष्ट्रवादी मुसलमान तिथे पुढे येत नाही आणि पोलिसांना जाऊन सांगत नाही की साब, इधर कुछ गडबड है. आप जरा तलाशी लेलो. एकही मुसलमान पुढे येत नाही. चार महिने राहत होते ते तिथे आणि टेहळणी चालू होती त्यांची.

◗ पण मघाशी जे तुम्ही म्हटलंत की हे लांगूलचालन केलं कुणी? पण ताजमहालचे दरवाजे काँग्रेसने कधीच नमाजासाठी उघडले नव्हते...

नसले. जरी ते भारतीय जनता पक्षाने उघडले असतील तरी मला ते मुळीच पसंत पडलेले नाही. ही राष्ट्रीय स्मारकं आहेत. राष्ट्रीय स्मारकांना धक्का लावू नका. उद्या कुतुबमिनारवर त्यांच्या बांगेचा लाऊडस्पीकर लागेल. देणार का परवानगी? देणार? अयोध्या मंदिराच्या इकडे आम्ही रोज सकाळी पाचला काकडआरती सुरू करतो. देताय परवानगी? देऊ शकाल? हे, हे हेच लांगूलचालन या देशाच्या मुळावर आलेलं आहे.

◗ सध्या देशाचं नेतृत्व कुणी करावं यावरून खुद्द भाजप आणि संघ परिवारातच मतभेद आहेत.

त्या मतभेदांबद्दल मी काही बोलू शकणार नाही. कारण ते त्यांचे मतभेद आहेत.

◗ एका गटास असं वाटतंय की मवाळ वाजपेयींनी नेतृत्व करावं, तर दुसऱ्या गटास असं वाटतंय की जहाल अडवाणींनीं नेतृत्व करावं.

एक साधा प्रश्न आहे. वाजपेयींना मवाळ केलं कुणी? त्यांची संख्या तेवढी नाहीय आणि एवढ्या लोकांना बरोबर घेऊन गाडा चालवणं कठीण त्यामुळे मवाळ होण्याखेरीज दुसरा पर्याय नाही. शेवटी नाइलाजच आहे, त्यांचा नाइलाज आहे.

◗ तुमचं नेतृत्व अत्यंत ज्वलंत आहे. तुम्ही कुणाच्या बाजूने आहात?

मला निवडणुकांची पर्वा नाही. सत्तेची पर्वा नाही. मला आता या क्षणाला तरी वाटतं की वाजपेयी मवाळ असोत नाही तर जहाल असोत, सरकार पडता कामा नये. नाही तर पाकिस्तान त्याचा जबरदस्त फायदा उचलील आणि तो आपल्या देशाला महाग पडेल. मी केलेले भाकीत ते खरे ठरू नये. यादवीचं.

◗ पंडित जवाहरलाल नेहरू हे काँग्रेसचे आणि देशाचे लोकप्रिय नेते होते. ते कवीमनाचे म्हणून ओळखले जायचे. आता अटलजी आणि नेहरू यांची तुलना केली जातेय. तर या दोघांमध्ये तुम्हाला काही साम्यस्थळं दिसतात का?

नाही साम्यस्थळं सोडून द्या. नेहरूंच्या वेळेला काँग्रेस ही एकपात्री होती. ती स्थिती आज दुर्दैवाने वाजपेयींच्या नशिबी नाहीय. तो एकाधिकार होता. एकछत्री कारभार होता. त्या वेळी विरोधी पक्ष औषधालाही शिल्लक नव्हता. त्या वेळचे नेहरू जहाल असायला हवे होते, पण ते मवाळ निघाले आणि आमच्या जहाल वाजपेयींना केवळ संख्याबळ नाही म्हणून मवाळ व्हावं लागलं. तुम्ही त्यांना एकछत्री कारभारासाठी आवश्यक तेवढ्या जागा द्या ना. मग पाहू ना. नंतर मग ते मवाळ राहिले तर मी पण आरोप करीन. पण जोपर्यंत जागांची मजबुती येत नाही तोपर्यंत प्रत्येकाला मवाळच राहावं लागेल आणि एक लक्षात घ्या या देशातील सत्यानाशाचा पाया नेहरूंनी घातला. त्यांचा बेगडी निधर्मीवादच देशाच्या मुळावर आला. दुर्दैवाने आजही सरकारात जे बेगडी निधर्मीवादी आहेत तेच घात करीत आहेत.

◗ महाराष्ट्र ज्या ताकदीने हिंदुत्वाच्या बाजूने उभा राहिला तेवढा जोश इतर राज्यांचा का दिसू शकला नाही? जागांचं प्रमाण तिथलं कमी होतंय भाजपचं... उत्तर प्रदेश हा हिंदुत्वाचा बालेकिल्ला होता...

नाही, प्रत्येक प्रांताचं एक वैशिष्ट्य होऊन बसलेलं आहे. आता उत्तर प्रदेश घेतलं तर हे देशातलं सगळ्यात मोट्ठ राज्य आहे. नंबर एकचं. त्याच्यात तुमचे ते काशीराम आणि मायावती यांनी त्यांचा तो एक वर्ग घेतलेला आहे. जातीचा. मुलायमसिंग हिंदूंमध्ये वाढू शकत नाही म्हणून त्यांनी मुसलमानांची भूमिका घेतली. कडवट किंबहुना मुसलमानांपेक्षाही आपण जास्त कडवट आहोत हे दाखवण्याचा तो आटोकाट प्रयत्न करतोय. अगदी अमरसिंह वगैरे मंडळी हे जे आहे ना! जातीय राजकारण चाललेलं आहे. जातीय वादामुळेच हे फोफावलं सगळं.

◗ हिंदूंनी कडवट जातीयवादी का होऊ नये? तुम्ही तर नेहमी तोच प्रयत्न...

माझा तोच प्रयत्न चाललाय ना! पण आमच्याकडे स्वयंभू शहाणे जास्त आणि त्यांचंच पीक जास्त.

◗ सध्या राममंदिराचा प्रश्न गाजतोय. लोकसभेत या प्रश्नामुळे एक मिनिटही कामकाज होऊ शकत नाही. अयोध्येत राममंदिर उभे राहिले तर मुस्लिमांच्या भावना दुखावतात, तर रामाचा अयोध्येशी काहीच संबंध नव्हता. असं यांना वाटतंय का?

मुसलमानांच्या भावनांबद्दल जर म्हणत असाल तर कुठे या जपायच्या? हिंदुस्थानात की पाकिस्तानात? पाकिस्तानातसुद्धा आमच्या हिंदुस्थानी मुसलमानांच्या भावना जपल्या जात नाहीत हे इथल्या मुसलमानांनाही माहिती आहे आणि इथल्या मुसलमानांना जेवढं धार्मिक स्वातंत्र्य आहे तेवढं पाकिस्तानात त्यांना मिळणार नाही. कुठल्याही इस्लामिक राष्ट्रात त्यांना मिळणार नाही हे तेही जाणून आहेत. पण इस्लामचा फैलाव सर्वत्र करायचा, पुन्हा हिंदुस्थान जिंकायचा. त्यांचं एक जे वाक्य आहे ना 'हस के लिया पाकिस्तान लढ के लेंगे हिंदुस्थान' याचा अर्थ काय? ही मतांची लाचारी जोवर... आहे तोपर्यंत मुसलमानांची मस्ती राहील. फक्त एकच काम करा ना. हिंमत असेल तर मुसलमानांचा मतांचा अधिकार काढून घ्या. कोण मुसलमानांसाठी रडतो ते पाहू. सगळे हिंदूवादी होतील. अत्यंत बेशरमी या राजकारणात निर्माण झालेली आहे.

◗ **हा जो मुद्दा तुम्ही मांडलात मतांचा अधिकार काढून घेण्याचा याबाबतीत तुम्ही किती सीरियस आहात?**

आता वेळ निघून गेलेली आहे. डॉ. आंबेडकरांनी इशारा दिला होता. या देशांची फाळणी होण्याआधी महात्मा गांधी-नेहरू बडे बडे जे नेते होऊन गेले त्यांनी या देशाचा सत्यनाश केला. त्यांना आंबेडकरांनी सांगितले होते, देशाची फाळणीच करणार असाल तर तिकडे जितके हिंदू आहेत त्यांना इकडे बोलवा आणि इकडचे जेवढे मुसलमान आहेत त्यांना तिकडे परत पाठवा. चार-पाच जरी राहिले तरी आपल्याला ती डोकेदुखी होऊन बसेल. त्याची आता सत्यता तुम्हाला पटतेय की नाही त्याचं उत्तर द्या तुम्ही. 'हिंदुस्थान व्हर्सेस पाकिस्तान' या पुस्तकात त्यांनी हे लिहीलंय.

◗ **या देशातील २० कोटी मुसलमान हे या देशाच्या पोटात वाढणारं पाकिस्तान आहे असं तुमचं मत आहे का?**

मी म्हणेन आमच्या इथे मुजफ्फर हुसैन वगैरेसारखी मंडळी आहेत. फार अप्रतिम विचार मांडताहेत. सत्यशोधकाची भूमिका घेऊन मांडताहेत. खरं काय, खोटं काय, हे पाहून कसलीही अभिलाषा न बाळगता ते विचार देताहेत. असे कितीजण आहेत? राष्ट्रीय मुसलमान अशी बिरुदावली तुम्ही लावता. मग राष्ट्रीय मुसलमानांचे कर्तव्य काय? इथे तोयबावाले लपलेले आहेत. दुसरे ते आयएसआयचे लोक लपलेले आहेत. आरडीएक्स लपवलेले आहे; अमुक लपवले गेलेले आहे. त्यांची माहिती पुरवणं हे राष्ट्रीय मुसलमानांचं काम नाही? अशा किती मुसलमानांनी आमच्या पोलीस खात्याला अशी माहिती पुरवली? वृत्तपत्रांत अशी किती पत्रं येतात जी हिंदुस्थानचे अभिमानी आहेत. ये वतन हमारा है म्हणून सांगताहेत आणि पाकिस्तानचा द्वेष करताहेत. ही जी शिरगणती आहे ती शिरगणती कुणी करायची?

[१७ डिसेंबर, २०००]

पाकिस्तानात राहून 'हिंदू-इंडिया' काढता येईल काय?

"मुस्लिमांची धर्मांधता आणि त्यातून निर्माण झालेला राष्ट्रद्रोह हा नेहमीच शिवसेनाप्रमुखांच्या संतापाचा विषय राहिला. या देशात 'मुस्लिम इंडिया' नावाचे मासिक प्रसिद्ध होते. त्याची शरम वाटली पाहिजे. पाकिस्तानात राहून कुणाला 'हिंदू इंडिया' प्रसिद्ध करता येईल काय? असा परखड सवाल फक्त शिवसेनाप्रमुखच विचारू शकतात. शिवसेनाप्रमुखांनी कोणाचीही पर्वा न करता हा विचार कायम मांडला. त्यांनी अत्यंत तळमळीने सांगितले. 'नेभळट हिंदू कधीच जागा होणार नाही! मला कडवट आणि मर्द हिंदू हवेत!'"

अयोध्येत बाबरी कोणी पाडली यावरून सध्या वाद सुरू आहे. ज्यांनी हिंदुत्त्वाचा पुरस्कार करायला हवा ते असं म्हणताहेत की आम्ही बाबरी पाडलीच नाही.

हे त्यांच्यावर दडपण आलेले आहे. हे दडपणसुद्धा निवडणुकांमुळे आणि मतांच्या लाचारीमुळे हे स्पष्ट आहे. इथे दुर्दैव काय होतंय देशाचं आणखी त्या पक्षाचंसुद्धा. जे हिंदू मजबूत आहेत तेसुद्धा घालवून बसताहेत आणि मुसलमान तर तुमच्याकडे कधी येणारच नाहीत. हे दुर्दैव उद्या ओढवणार आहे आणि तीच परिस्थिती आलेली आहे. म्हणजे धरलं तर चावतंय आणि सोडलं तर पळतंय.

बाबरी पाडल्याचं श्रेय त्यांनी रावांना दिलेलं आहे... म्हणजे मग अडवाणी आणि अन्य लोक जे रथयात्रा घेऊन गेले त्यांचा उद्देश काय होता हाही एक प्रश्नच आहे.

कशाकरिता तुम्ही रावांना आता अडकवताय! रावसुद्धा एक हिंदूच आहेत. बाबराला श्रेय देता राम मंदिर पाडल्याबद्दल नाही ना! तिथे मंदिर नव्हतंच.... इथून

सुरुवात. हे जे काही तुमचं चाललेलं आहे एक्सपोजर्स.... माझ्या खांद्यावरचा ढेकूण तुमच्या खांद्यावर का? आम्ही एक आहोत. नरसिंह राव असले तरी त्यांचं पाऊल बरोबर होतं. हरकत नाही. अशी भूमिका घेऊ शकता तुम्ही भेकड हिंदू?

◗ तुम्ही ही भूमिका घ्यायला तयार आहात का? व्यापक हिंदुत्त्वाचा विचार करता प्रत्येक पक्षातला हिंदू...

मी एकमेव मूर्ख माणूस आहे या देशातला की जो व्यापक हिंदुत्त्वाचा विचार करतोय. एकमेव हिंदू, मूर्ख हिंदू. आणि तरी संकट ओढवून घेतोय. रमजान मुसलमानांचा असला तरी मी घरामध्ये नमाज पढत बसलोय. घराबाहेर पडता येत नाही. पवित्र रमजान. ही बघा ना ही बातमी आलेली आहे. तुमची वर्तमानपत्रसुद्धां औरच आहेत. एखादा गँगस्टर निर्दोष सुटला कोर्टाकडून की त्याला दोन कॉलमी, तीन कॉलमी, चार कॉलमी मथळा मिळतो आणि ही बारा तारखेची बातमी आहे पाहा, लष्करी छावणीवर अतिरेक्यांचा हल्ला. श्रीनगर उत्तर काश्मीरात आज पहाटे एका लष्करी छावणीवर अतिरेक्यांनी हल्ला केला. त्यात एक मेजर आणि जवान ठार झाले. रमजाननिमित्त काश्मीरात शस्त्रसंधी जाहीर झाल्यापासून राज्यात घडलेली अशा प्रकारची ही तिसरी घटना आहे. ही किती बारीक बातमी आहे पाहा. कोपऱ्यात पडलेली आहे. आणि मग काय करायचं आपण हे व्यर्थ न हो बलिदान! गँगस्टरची बातमी पहिल्या पानावर बोल्ड टाइपात.

◗ मुळात युद्धबंदी आपणास मान्य आहे का?

नाही. कधीच मान्य केलेली नाही. युद्धबंदी म्हणण्यापेक्षा शस्त्रसंधी म्हणायला हवं. शस्त्रसंधी रमजानच्याच वेळेला कशाला? एरवी करू शकला असता तुम्ही? रमजानला काय म्हणून आम्ही एवढं महत्त्व द्यायचं की ज्यामुळे मुसलमानांना महत्त्व येतयं. मला रमजानबद्दल चीड आहे. टोप्या घालताय त्यांच्या? इफ्तारच्या पाट्या. लोकसभेच्या सभापतींनी इफ्तारची पार्टी द्यावी? मुसलमानांनी दिवाळीची पार्टी आम्हाला दिलीय कधी? ख्रिश्चनांसाठी कधी दिलीय का कुणी नाताळमध्ये? आम्ही बावळट हिंदू टोप्या घालतो. आम्हाला कोणीही टोप्या घालेल म्हणा! आम्ही तसे मामाच आहोत. मला हे बिलकूल मान्य नाही आणि हाच घात करतो या देशाचा. मला दोन तीन-वेळा बोलावलं होतं या इफ्तारच्या वेळेला. एका अटीवर गेलो मी. मी येईन पण टोपी घालणार नाही आणि नाही घातली. काय म्हणून घालायची? उद्या एखाद्या मुसलमानास आमच्या समारंभात बोलावलं आणि त्याला शिरपेच किंवा भगवा फेटा बांधला तर तो स्वीकारेल काय?

हो, पण या टोप्या देशाच्या पंतप्रधानांपासून राष्ट्रपतींपर्यंत....

हो ना - अहो, आपण इतके मूर्ख आहोत. ठाकरी भाषेतला शब्द मी वापरत नाही. इफ्तारच्या पार्ट्या तुम्ही का द्याव्यात? आमच्या सभापतींना का द्याव्यात?

ही आता एक परंपरा सुरू झालेली आहे...

कसली?

इफ्तारच्या पार्ट्या देण्याची....

हे पाकिस्तान आहे का? पाकिस्तानात दिवाळी साजरी करतात? नाताळ साजरा करतात? भिकार माणसं आहोत आपण. अक्षरश: भिकार माणसं. लाज नाही, लज्जा नाही आणि काय करतो त्याची पर्वा नाही आणि पत्ता नाही. मुसलमान या देशावरचं मोठं संकट असताना हिंदू राज्यकर्ते किती जबाबदार आहेत या संकटांला त्याचासुद्धा कुठे तरी नाही म्हटलं तरी निवाडा व्हायला पाहिजे. आणि तो हिंदूनीच करायला पाहिजे, कडव्या हिंदूंनी. या देशात कडवट हिंदू आहेत. त्यांना मी जागं करतोयं, नेभळट हिंदूंना नाही. नेभळट हिंदू कधीच जागा होणार नाही. नाही झाला तरी मला पर्वा नाही. पण जे कडवट आहेत, कट्टर आहेत, ज्यांना हे सहन होत नाही अशा लोकांना मी एकत्र करतोय. मला ते बरोबर पाहिजेत. मला ते हवे आहेत. त्यांची संख्यासुद्धा काही कमी नाही एवढं लक्षात ठेवा.

आपण मघाशी मुसलमानांविषयी जे काही सांगितलंत त्यात नवीन एक मुद्दा असा आलेला आहे की चांगल्या थरातील हिंदू मुलींना मुसलमान मुलं फूस लावून पळवून नेताहेत आणि ही प्रकरणं वाढत चालली आहेत. त्यांची धर्मांतरे केली जाताहेत आणि अशा मुलींना फसविण्यासाठी त्यांना अडीच ते तीन लाख रुपये दिले जातात. त्यांच्या इस्लामी संघटनांकडून. हे नवीन संकट आहे असं आपल्याला वाटत नाही का?

संकट म्हणजे काय? आम्हा बावळट हिंदूंना सगळ्यांनीच गंडवावं. आम्ही ख्रिश्चन धर्म स्वीकारतो, इस्लाम धर्म स्वीकारतो. हे काय चाललंय?

नाही. या अशा मुलींच्या सुटकेसाठी तुम्ही काय करणार?

अहो, या मुलींना पण काही आहे की नाही? शिकल्यासवरलेल्या मुली, वयात आलेल्या मुली यांना आपण काय करतोय हे कळत नाही? कुठे तरी याच्यावर घालायचं.... त्याला म्हणतात ना की भूल घातली.... कसली भूल ती? याच भुलल्या.

◗ **वशीकरण.**

हं! वशीकरण... वशीकरण!

◗ **तुमचा विश्वास यावर आहे का? वशीकरण वगैरे हे जे प्रकार चालले आहेत. ही प्रकरणं फार वाढीस लागलेली आहेत.**

चेचून कोणी काढायची? आम्ही काढली तर आम्ही कायद्याचे मारेकरी ठरू. आमच्यावर लगेच केसेस. सगळे शिवसैनिक गजाआड जातील. त्यांना संपूर्ण मुक्त अंगण आहे.

◗ **पण चेचून हे आपणच काढलं पाहिजे. शिवसेनेने.**

सगळ्या गोष्टी शिवसेनाच करील काय? शिवसेना करायलाही तयार आहे. माझे शिवसैनिक तयार आहेत. मुभा देताय? तेवढं स्वातंत्र्य देताय त्यांना? कायद्याच्या गप्पा मारू नका. कायदा तुम्ही मारलेला आहात. तुमच्यामुळे कायदा मेलेला आहे. शिवसैनिकांमुळे नाही. कायद्याचा बळी राज्यकर्त्यांनी घेतलेला आहे, बनेल राज्यकर्त्यांनी.

◗ **मुसलमानांबरोबर ख्रिश्चनांचीसुद्धा धर्मांतरे वाढू लागली आहेत...**

शक्य आहे ना! वाढू नाही लागलं, स्लो पॉयझनिंग.

◗ **ईशान्येकडील अनेक राज्यांमध्ये मिशनरी तेच करतात....**

काँग्रेसच्या जवाहरलाल नेहरूंपासून सुरुवात झाली आहे ती. नागालॅण्डमध्ये आम्ही केव्हाच नागडे झालेले आहोत. मिझोराम काय, अमुक काय तमुक काय. आम्हाला कळत नव्हते? दुर्लक्ष...पूर्णपणे दुर्लक्ष. एक गुलाबाचं फूल अडकवायचं नेहरूंनी आणि बरोबर माऊंटबॅटन... लेडी माऊंटबॅटन. बास!

◗ **आता नेहरू कुठे आहेत? आता नेहरू नाहीयत.**

नसतील ना!

◗ **आता राज्यकर्ते बदलले आहेत. परिस्थिती बदललेली आहे.**

पण तोपर्यंत तिकडे इतकं पक्कं होऊन बसलेलं होतं की यांच्या हातात शस्त्रं केव्हा आली आणि बळी कसे घेताहेत. हे आता आटोक्याच्या बाहेर गेलं म्हणून तिकडे आमच्याच देशात आम्हाला सैन्य पाठवायला लागतंय. एकदा का तुम्ही पाया रचलात की कळस उभा राहणारच. आता म्हणजे कळस नव्हे किळस केलेला

आहे या गोष्टीचा. कळस नव्हे किळस! अरे, सत्ता माझ्या हातात आली तर एका क्षणात हे नागालॅण्ड, बोडोलॅण्ड वगैरे सगळं संपवून टाकीन. पाकिस्तानची हिंमत होणार नाही माझ्या देशाकडे वाकड्या नजरेने बघण्याची. मुसलमानांची हिंमत होणार नाही. दंगेधोपे करण्याची. तुम्ही छत्रपतींच्या पुतळ्यासमोर नमाज पडू लागलाय आता. मागे 'लाईफ' मध्ये 'लाईफ मॅगाझिन.' अमेरिकेतलं एक जबरदस्त मॅगझिन होतं. बंद पडलं दुर्दैवानं. त्यांनी महंमदाचा फोटो छापला म्हणून तुम्ही आंदोलन केलंत. अंक जाळलेत आणि तुम्ही आमच्या छत्रपतीच्या समोर नमाज पढता? बरं ठीक आहे. मी चिडणार नाही यांच्यावरती. कारण शेवटी या मुसलमानांना आमच्या महाराजांसमोर गुडघे टेकावेच लागले, माथा टेकावाच लागला. हीच भूमिका मी घेणार की कोणापुढे माथे टेकलेत, कोणापुढे गुडघे टेकलेत, आमच्या महाराजांसमोर. धन्य हो! मी नाही चिडणार. पण हिंमत किती.

◗ हिंमत कोणामुळे वाढली?

त्याचं कारण ताजमध्ये परवानगी मिळाली. आता घुसत चालले आहेत. उद्या तुमच्या घरामध्ये येतील आणि नमाज पढतील. आणि याला लोकशाही वाचवू शकणार नाही तुमची. बिलकूल नाही. इट नीडस् ए बेनोव्हॅलण्ट लीडरशिप. छत्रपती शिवाजी महाराजांसारखी. त्याशिवाय या देशाची सुटका होणार नाही. हे गुलुगुलू नाही. शस्त्रसंधी कसली? युद्धबंदी कसली? माणसं मारली जाताहेत. काढा, हिशेब काढा, शस्त्रसंधी झाल्यापासून किती माणसं मारली गेली! रमजानमध्ये तो कत्तलीचा दिवसच समजतात ते. मग आम्ही बावळट हिंदूंनी कशासाठी हे औदार्य दाखवायचं? कोणासाठी दाखावायचं? शत्रू कसा आहे हे महाराज नेहमी न्याहाळत असत. ही अवलाद कोणाची आहे, कशासाठी आली आहे, खरंच मला मिठी मारण्यासाठी आला आहे का, आला असेल तर एवढं प्रेम कशासाठी? जो अफजलखान आला होता महाराजांना मारण्यासाठी. त्याची प्रतापगडावर एक कबर होती. तिथे आज दर्गा बांधला जातोय. आमच्या महाराष्ट्रात कोणी विरोध करणार नाही.

◗ महाराष्ट्रातील प्रत्येक गडावर आज दर्गा झालेला आहे...

तोडून टाकले पाहिजेत. नव्हे, ते परत तिथे बांधले जाता कामा नयेत.

◗ विशाळगडावर झालाय, रायगडाच्या खालीही दर्गा झालाय.

त्यांची हिंमत होते कशी याचा विचार करा. सगळंच नासलंय. शिवरायांच्या गडावर बांग देण्याइतपत हे पुढे सरकलंय.

◗ हे काम सत्तेशिवायसुद्धा होऊ शकत नाही का, त्यांना विरोध करण्याचं?

सत्ता अशी आहे की ती आमच्या विरोधात उभी राहिल्यानंतर आम्ही हतबल होतो शेवटी. सत्तेपुढे शहाणपण चालत नाही.

◗ हे दर्गे अनेक वर्षे आहेत...

इथे हिंदुस्थानात तुफान अशी एक क्रांती उसळल्याशिवाय हे प्रकार आटोक्यात आणता येणार नाहीत. तशी क्रांती जर उद्या उसळली तर हे तोडून टाकावे लागतील, जे मुळातच नव्हतं. म्हणजे अयोध्येच्या इकडे जर आलो तर तिथे राम मंदिर होतं यासाठी भांडावं लागलंय. दूर इकडे दर्गा उभा राहितोय. ऐतिहासिक पुरावे आहेत तुमच्याकडं? होय, इथे अमुक अमुक गाडला गेला, तिथे अमुक अमुक गाडला गेला. अरे, तुम्ही महाराष्ट्रात गाडले जाणार ती गोष्ट निराळी.

◗ ज्या औरंगजेबाला महाराष्ट्रात गाडला त्याची कबरसुद्धा धार्मिक स्थळ झालंय मुसलमानांसाठी....

हो, होणारच ना! होणारच!! तो तुमचा शत्रू होता. त्यांचा नव्हता.

◗ देशाच्या राजकारणाचा वा धोरणांचा असा खेळखंडोबा सुरू असताना महाराष्ट्राचं अस्तित्त्व कुठे जाणवत नाही. पूर्वी महाराष्ट्र हा देशाचा आधार किंवा दीपस्तंभ मानला जायचा. महाराष्ट्रात ठिणगी टाकायची आणि त्याचा वणवा देशात पेटायचा. हे शिवरायांपासून-टिळकांपासून सुरू होतं.

दिल्ली आज राजधानी आहे तुमची. ती पुण्यात होणार होती. त्याकरिता गणेशखिंड उभी राहिली. तिथे व्हाईसरॉय राहायचा आणि पुण्यामध्ये आपल्या देशाची राजधानी होणार होती. पण नंतर काँग्रेसवाल्यांनी ती बदलून दिल्लीत नेली. हे महाराष्ट्राचं महत्त्व मराठ्यांना किती माहित आहे? हे मराठे ऊस कारखान्यापुरते ठीक आहेत. कारण त्यांना पिळवणूकच माहिती आहे फक्त. उसाला पिळलें काय आणि माणसाला पिळले काय त्याच्यामध्ये त्यांना फरक कळत नाही. पण मराठे किती पिळले जाताहेत. अजून या देशांमध्ये तिथे लोकसभेच्या दरवाजाच्या आसपास कुठेही मराठी लॉबी उभी राहिली नाही. मराठी का म्हणतो. इथे जातीयवाद मला आणायचा नाही, पण मराठे अटकेपार गेले आहेत ही घमेंड आम्ही किती काळ मानायची आणि तिचं गुणगान किती काळ करीत बसायचं? आता अटकेपार जाता येत नाही. प्रयत्न केला तर अटक होईल. अटक पार.

◗ का जाणवत नाही अस्तित्व महाराष्ट्राचं? त्या ताकदीची माणसं राहिली नाहीत?

काँग्रेसच्या राजवटीने या देशाचा एवढा मोठा घात केलेला आहे हे अजून आमच्या शहाण्यासुरत्यांना कळत नाहीय? जात घेऊन उभे राहिले आहेत... आणि जात घेऊनच काँग्रेसच्या मागे गेलेले आहेत. अपमान गिळून उभे राहिले आहेत खिरापतीची वाट बघत. औरंगजेबाच्या दरबारात. ही छत्रपतींची अवलाद मुळीच नाही. छत्रपतींच्या लढायांमध्ये ज्या मराठ्यांच्या पाठीवर वार केलेत ते हे पाठीवर वार झालेले मराठे आहेत. छत्रपतींनी औरंगजेबाच्या भर दरबारात सांगितले, कुठे मला उभे करताय? कुणाच्या रांगेत उभे करताय? ज्यांच्या पाठीवर मला वार दिसताहेत आम्ही केलेले. त्यांच्यामागे तुम्ही मला उभे करता? मला या खिरापतीची गरज नाही असं म्हणून ते निघून जायला लागले आणि ते गेले. दिल्लीच्या दारात कितीजण क्षमायाचना करताहेत. कोण ती सोनिया गांधी, काय तिला देशाची माहिती, काय तिला महाराष्ट्राची माहिती? काय तिला काय माहिती? कसली माहिती, कोणती माहिती? पण झालं. तिकडे नमाज पढायला सुरुवात झाली काँग्रसवाल्यांची.

◗ शिवसेनाही आता दिल्लीत पोहोचली आहे. पण अनेक राजकीय प्रश्नांवर किंवा महाराष्ट्राच्या प्रश्नावर शिवसेनेची भूमिका अनेकदा लवचिक होते किंवा तडजोडीचा मार्ग स्वीकारला जातो.

लवचिक नाही. काय आहे शेवटी काही प्रश्नांच्या चर्चेला तिकडे वावच मिळत नाहीय. कारण सतत काहीतरी प्रश्न हे आघाडीतले पक्ष असतात ते काढतात. सहा सहा दिवस काँग्रेसला त्याचा फायदा मिळून गोंधळ घालून ते संसदेचं कामकाज बंद पाडतात. त्यामुळे महत्त्वाच्या गोष्टींवर अनेकदा चर्चा होतच नाही.

◗ अनेकदा असं दिसतं की ती दिल्लीत जी सत्ता आहे शिवसेनेची...

दिल्लीत सत्ता नाही. आम्ही सहभागी आहोत. दिल्लीची सत्ता असती तर हे प्रश्न आलेच नसते आपल्या हातात.

◗ तेलुगू देसमचे चंद्राबाबू नायडू किंवा केवळ ६-७ खासदार असलेली ममता बॅनर्जी ज्या पद्धतीने त्यांचे प्रश्न सोडवून घेतात किंवा त्यांना हव्या त्या भूमिका ठरवून घेतात...

नाही. त्याला कारण आहे. भाजपाचं एक राष्ट्रीय धोरण आहे. त्याच्यावर मला काही भाष्य करता येणार नाही. पण महाराष्ट्र त्यांच्याजवळ आहेच.

◗ तुमच्यामुळे आहे तो....

असेल ना. आहे ना. टेकन फॉर ग्रॅन्टेड. पण बंगाल जिंकायचा असेल तर ममताला पकडली पाहिजे. या धोरणाशी अशा पद्धतीने एकंदरीत त्यांची पावलं पडताहेत. कर्नाटकात त्यांनी जॉर्ज पकडला होता. जॉर्ज फेल मिझरेबल इन कर्नाटका. पण का पकडला? काय त्याची समता पार्टी कुठची असेल-नसेल ती. पण तो काही करू शकला नाही. मग आता दुसरं. बघायचं कुणी आहे का बरं. त्यातल्या त्यात जॉर्ज बरा. सध्या तरी दगडापेक्षा वीट मऊ.

◗ अनेक पक्ष आहेत काँग्रेसवर मग तो समता पक्ष असेल किंवा जनता दल असेल. या पक्षांना वाढवण्यासाठी सत्तेचा ऑक्सिजन लागतो. शिवसेनेचंही काही प्रमाणात तसंच झालं असं तुम्हाला वाटतं का?

नाही, आता आम्ही तर एक वर्ष आणि काही महिने सत्तेशिवाय काढले आहेत. मला ते बिलकूल जाणवलं नाही. म्हणून मी म्हटलं काय! त्यावेळेला काय, लखोबाच्या घरावर हल्ला झाला. शिवसैनिकांनी केला असा आरोप आहे. केसमध्ये काय होईल ते होईल. कोर्टामध्ये निकाल लागायचा तो लागेल. पण ज्या वेळेला तेव्हाच्या केंद्रीय गृहमंत्र्यांची माझी राजभवनावर भेट झाली. त्यावेळी मी त्यांना म्हटलं, अॅट द मोस्ट तुम्ही काय करू शकाल? व्हॉट वील यू डू? डिझाल्व्ह माय गव्हर्नमेंट. याची मला कल्पना आहे आणि त्यावेळी इंद्रजित गुप्ता होम मिनिस्टर होते. त्यावेळी पद्मनाभय्या हजर होते. त्यांच्यामागेच होते. उद्धव माझ्याबरोबर होता. मी त्यांना म्हटलं बरं, वन थिंग यू शूड कीप इन युवर माइंड दॅट वुई आर नॉट बॉर्न फॉर पॉवर, बट पॉवर इज बॉर्न फॉर अस. ते माझ्याकडे बघतच बसले. हा साला येडझवा माणूस दिसतोय म्हणून. द पॉवर इज बॉर्न फॉर अस. मिळायच्या वेळेला मिळणारच. मला खास प्रयत्न करण्याची गरज नाही. मी तिच्या मागेच नाही. उद्धव एक चांगलं उदाहरण देतो. जाहीर सभेतूनही त्याने कुत्र्याच्या दोन पिढ्यांची गोष्ट अनेकदा सांगितली आहे. एक कुत्रा आजोबा असतो व त्याचा नातू, तो शेपटी पकडण्याचा प्रयत्न करीत होता. शेपटी पकडण्यासाठी तो गोलगोल फिरत होता. शेपटी काही तोंडात येत नव्हती. आजोबा बघत होते कुतुहलाने की काय करतोय बघूया. बराच वेळ झाला. तो थकला. आजोबाने सांगितले वेड्या, काय करतोयस तू? बघा ना आजोबा शेपटी पकडण्याचा प्रयत्न करतोय, पण शेपटीच तोंडात येत नाहीये. आजोबा महणाले, सरळ चालायला लाग काय होतंय ते बघ. काय होणार आहे? अरे, तू चालायला लाग शेपटी तुझ्या मागून येईल. त्यामुळे आम्ही सत्तेच्या मागे नाही. माझ्या वडिलांचे एक उदाहरण. ते नेहमी म्हणायचे, लक्ष्मी चंचल असते.

तिच्या मागे लागू नका. तिच्याकडे पाठ फिरवा. ती तुमच्यामागे लागेल. हे दादाचं उदाहरण.

महाराष्ट्रातील काँग्रेस आघाडी सरकारने एक वर्ष सहज पूर्ण केलं.

केलं. ठीक आहे.

हे सरकार पाडण्याचे वायदे आणि तारखा तुम्ही सतत देत होतात. तुमच्या पक्षाकडून दिल्या गेल्या.

असं आहे. शेवटी आता काही जमून येतंय. त्याच्यावर मला बिघाड निर्माण करायचा नाही. चुका आमच्याकडूनही झाल्या. प्रामाणिकपणानं कबूल करावं लागेल. सहाच मतं पाहिजे होती, पण नाही होऊ शकली त्या वेळेला. नाही तर यांचं सत्तेवर येणं त्रिवार अशक्य. येऊच शकत नव्हते. झालं दुर्दैव म्हणा. कोणाचं म्हणा. हे दुर्दैव आमचं की महाराष्ट्राचं हे बघायचं नंतर.

काँग्रेसची परंपरा आहे की ते कुठल्याही आघाडीत असले, कुठल्याही गटात असले तरी मिळालेली सत्ता ते सोडत नाहीत.

तुम्हाला नक्की काय म्हणायचे आहे?

महाराष्ट्रातही त्यांचे अत्यंत मतभेद असतानाही ते सत्तेला चिकटून आहेत.

इंदिरा गांधीचासुद्धा पराभव ७७ साली एका क्षुल्लक आणि फालतू माणसाने केला, ज्याचं नाव होतं राजनारायण. आणखीन एक उदाहरण द्यायचं म्हणजे निसर्गवेडा माणूस असल्यामुळे जळूचीसुद्धा रक्त पिण्याची एक ताकद असू शकते. आटोक्याच्या बाहेर गेल्यानंतर जळू आपणहून गळून पडले. तिला जास्त पिववत नाही. तेव्हा सत्तासुद्धा अशीच असते. काँग्रेसवाले जळवांच्या ठिकाणी असले तरी मात्र तुम्हाला मी सांगतो त्याचं पिणं यालासुद्धा मर्यादाच राहतात. नाही तर आम्हीही सत्तेवर कधीच आलो नसतो.

वर्षभरात काँग्रेस सरकारने जे काही काम केलंय...

कोणतं?

जे काही उपद्व्याप केलेले आहेत.

हां, असं म्हणा!

◗ त्याचं ऑडिट तुम्ही कसं कराल?

नाही. त्याचे हिशेब माझ्याकडे नाहीत, कारण तो बेहिशेबी कारभार आहे.

◗ कामाच्या बाबतीत की भ्रष्टाचाराच्या बाबतीत?

सगळ्याच बाबतीत बेहिशेबी कारभार आहे. कामही बेहिशेबी आहे. भ्रष्टाचारही बेहिशेबी आहे.

◗ यातलेच काही लोक आता तुमच्याकडे येतील आणि तुम्ही सरकार स्थापन कराल?

आज ते सत्तेत नाहीयत, सत्तेत नसलेले येतील.

◗ सरकारात आणि सत्ताधारी आमदारांमध्ये प्रचंड नाराजी असूनही तुमच्या गळाला वर्षभर मासेच लागू शकले नाहीत.

याचं कारण असं आहे, पुष्कळ वेळेला गळ कुठे टाकला याला महत्त्व आहे. जिथे मासेच नाहीत तिथे गळ टाकून उपयोग नाही. काही ठिकाणी आमचं असंही झालं. जिकडे काहीच नव्हतं. पाणीसुद्धा नव्हतं तिकडे आम्ही गळ टाकून बसलो आणि नंतर कळालं इथे मासेच नाहीत. मग आम्ही मासे होते तिकडे टाकले गळाला लागले की गळायला लागले ते आता दिसेलच.

◗ जरी तिकडे नाराजी असली....

नाराजी वगैरे हा प्रकार जरी खरा असला तरी ज्यांना या सरकारचे कामकाज मान्यच नाही. कारभार मान्य नाही ते असंतोषी आहेत याबाबतीत की काय करताहेत हे लोक? आमचं भलं तर सोडून द्या महाराष्ट्राचं भलं होतच नाही अशी लोकं तयार झालेली आहेत.

◗ अशी जी लोक आहेत त्यांचा आतापर्यंत शिवसेनेच्या नेत्यांवर विश्वास नसल्यामुळे ती येऊ इच्छित नव्हती असं काही आहे का?

तसं काही नाही. नाही तर एवढ्या आकड्यापर्यंत आम्ही गेलोच नसतो.

◗ अशी एक 'दंतकथा' आहे की राणे यांच्याऐवजी मनोहर जोशी असते तर त्यांनी आतापर्यंत सरकार आणण्याची करामत केली असती....

हे फूट पाडणारं वाक्य आहे. मनोहर जोशी होते त्यावेळी पेशव्यांचा कारभार, मग कोणाचा पाहिजे, मराठ्यांचा पाहिजे म्हणून राणे आणला. त्यांच्याविरुद्ध तुम्ही

उभे राहिलात. मग तुम्हाला कोणाचा कारभार हवा? ज्यावेळेस जमत नाही त्यावेळेला जातीयवाद आणायचा.

◗ **नाही, हा जातीयवादाविषयी नाही, कौशल्याविषयी आहे.**

कौशल्य मनोहर जोशीकडे निश्चित आहे. त्यांची पावलं ते नेहमी हुशारीने टाकतात याबद्दल वादही नाही निश्चित.

◗ **त्यांना चाणक्य म्हणतात याबाबतीत...**

नाही. त्यांना जेवढ्या उपमा लावायच्या याबाबतीत तेवढ्या लावा. पण मी काही माझ्याकडून कसली उपाधी लावणार नाही त्यांना. शिवसेना नेते एवढी उपाधी बास झाली त्यांना. यापेक्षा बाहेर त्यांना काय काय म्हणतात त्याची मला कल्पना नाही आणि मला त्याच्यात काही स्वारस्य नाही.

◗ **मुंडे यांच्या बाबतींतही हेच म्हटलं जातंय की मुंडे यांना सरकार स्थापण्याची संधी दिली असती तर त्यांनी सरकार आणलं असतं....**

दिली होती, दिली होती ना! त्याबद्दल वादच नाही. फार मागे जात नाही. मुंड्यांनाही सांगितलं होतं म्हटलं आपले राहू द्या बाजूला. तुम्ही मुख्यमंत्री व्हा, पण एवढं आता मागे जाण्याची माझी इच्छा नाही. कारण आता सगळं जमून आलेलं आहे गणित.

◗ **तुम्ही पुढील महिन्यात ७५ वर्षाचे होत आहात.**

पंच्याहत्तराव्यामध्ये पदार्पण करतोय....

◗ **शरद पवार हे साठ वर्षाचे झाले. महाराष्टाचं राजकारण हे गेली ३५ वर्षे सतत तुमच्या दोघांभोवतीच फिरतंय.**

त्यामुळे महाराष्ट्राचं डोकं फिरलं नाही असंच वाटतं.

◗ **पवारांच्या, साठीविषयी तुम्हाला काय म्हणायचंय? त्यांचं वय झालं की ते वयात आले?**

माझ्या वडिलांनी मला दिलेला एक विचार नेहमी पदोपदी सांगावासा वाटतो तो हा की, माणूस वयाने वाढतो, वयाने म्हातारा होतो; पण विचाराने ज्या दिवशी तो म्हातारा होईल त्या दिवशी त्याने बाजूस व्हावं. पवार जर विचाराने म्हातारे झाले असतील तर ते आपोआप बाजूला होतील. मी ज्या दिवशी विचाराने म्हातारा होईन त्या दिवशी मी आपणहून बाजूला होईन. वयास इथे काही किंमत नाही.

कधीकाळी तुमचे त्यांचे संबंध फार प्रेमाचे राहिले आहेत....

हो. होतेच मुळी. घरोब्याचे होते. जेवणावेळी झाल्या आहेत. पिणावळीही झाल्यात म्हणा वाटल्यास. आणखी काय सांगायचंय?

पवारांच्या दुर्गुणांचा तुम्ही नेहमी उल्लेख करता, पण राजकीय विरोधक जरी असले तरी त्यांच्यातले कोणते गुण तुम्हाला अधिक प्रकर्षाने जाणवतात? एक नेते म्हणून आणि विरोधक आहेत ते मान्य करून.

सुरुवातीला मला ते फार प्रॉमिसिंग वाटले. पण ज्या वेळेला यशवंतराव चव्हाणवरतीच त्यांनी हल्ला केला आणि एक-एक मित्र ज्यावेळी तोडायला सुरुवात केली त्यावेळी मला असं वाटतं की हा अत्यंत स्वार्थी माणूस आहे. आणि स्वत:खेरीज त्याला काहीच दिसत नाही. म्हणजे गंडस्थळातून गळणारा जो असतो. मग तो हत्तीच्या डोळ्यात गेल्यानंतर हत्तीचे काय होते? हत्तीचे बळ असेल त्याच्यामध्ये, पण गंडस्थळातून गळणारा मद त्यांच्या डोळ्यांत गेला,मग तो सत्तामदही असू शकेल. त्यानं ते आंधळे झाले. आज वाढदिवस महाराष्ट्रात साजरा करण्याऐवजी दिल्लीत साजरा करताहेत. आपले राष्ट्रीयत्व वाढवण्यासाठी हा वाढदिवस असतो. त्यांनी बारामतीला साजरा केला असता तर बारामतीच्या लोकांनाही बरं वाटलं असतं. पण त्यांची मती अशी कुंठलेली आहे तोच त्यांनी दिल्लीत जाऊन साजरा केला. आपले महत्त्व वाढावे म्हणून हा जो स्वयंभूपणा त्यांच्यामधे आहे तोच त्यांना राजकारणामध्ये नडतोय. यांना महाराष्ट्राचे भले व्हावे, देशाचे भले व्हावे असे वाटतच नाही कुठे. मला पंतप्रधान कसं होता येईल याचीच चिंता लागून राहिलेली आहे आणि तिथे ते मार खातात. आज ते माझे मित्र असते तर मात्र मी त्यांना अनेक मार्ग दाखवले असते. काय करायला पाहिजे, काय करायला नको? स्वयंभू माणूस कधीच कुणाचे ऐकत नसतो.

मराठी माणसाने पंतप्रधान व्हावं असं तुम्हाला वाटतं काय?

का होऊ नये?

मग दुसरं पवारांशिवाय कोण आहे दिल्लीच्या राजकारणात?

पवारांचा विषय बाजूला ठेवा. पण कोण वाढलाय या महाराष्ट्रात?

देवेगौडा होऊ शकतात, गुजराल होऊ शकतात, मोरारजी होऊ शकतो....

नावे घ्या ना महाराष्ट्रातली, कोणाला पंतप्रधान होता येईल.

पण महाराष्ट्रातून तिथपर्यंत पोहोचलेला कोण आहे?

सगळी माणसे पोहोचलेली आहेत. पण इथपर्यंत नाही पोहोचली.

तुम्ही दिल्लीत जाऊ इच्छित नाही.....

दिल्लीत जाणं म्हणजे याच्यासारखं आहे का ते? 'गेट वे ऑफ इंडिया' आहे का तो? त्याला दरवाजा आहे त्यातून सरळ जा. अहो, पाकिस्तानातून घुसखोर जेवढे पटकन या देशात घुसतात तेवढं सहज मला दिल्लीत जाता येणार नाही. तिथं सरहद्दीवर फार मोठा पहारा आहे. राजकीय पहारा. ते मला तसे घुसू देणार नाहीत. माझे विचार आणि कामाची पद्धत त्यांना परवडणार नाही.

[१८ डिसेंबर, २०००]

शिवरायांच्या नावाने किती जगणार?

"शिवसेनाप्रमुखांचे वागणे व बोलणे म्हणजे एक धडाकाच असतो. अन्याय व अत्याचाराच्या विरोधांत त्यांची वाणी तलवारीसारखीच तेजाने तळपते. आणि राष्ट्रद्रोही शक्तिचे निर्दालन करते.

असाच एक धमाका उडवित त्यांनी सांगितले, ''हिंदू आणि राममंदिर या शब्दांचा आमच्या देशात उच्चारही करता येत नाही. कशासाठी ती सत्ता पाहिजे की जिथे तुम्हाला आमच्या हक्काचे शब्द उच्चारता येत नाही.''

नुसत्या इतिहासावर जगता येत नाही. शिवाजी महाराजांचे नाव घेतल्यामुळे रक्त सळसळते. पण सळसळणारे रक्त थोड्याच वेळात जर थंड पडणार असेल तर नाव घेऊ नका महाराजांचं!"

भविष्यात राष्ट्रीय किंवा महाराष्ट्राच्या प्रश्नावर तुम्ही आणि पवार एकत्र येण्याची शक्यता तुम्हाला वाटतेय का?

हा प्रश्न मला विचारण्यापेक्षा त्यांना विचारा. कारण मी मनात ठेवून कधी वागलो नाही. हातचं राखून कधी बोललो नाही. याच्याउलट त्यांच्या वागण्याची तऱ्हा. माझा खुल्लमखुल्ला कारभार असतो. चूक झाली तर मी चूक म्हणणार. पण मी जर बरोबर केलं तर बरोबर म्हणण्याची हिंमत तुमच्यामध्ये असली पाहिजे. मी मात्र सरळ सांगणार की माझं चुकलं, माझी चूक झाली. मला माफ करा. मी माफी मागतो. माझी तयारी आहे. तेवढी त्यांची तयारी आहे का?

सध्या भुजबळही थंड आहेत....

हा प्रश्न तुम्ही मला विचारू नका.

जेव्हा लष्कर-ए-तोयबाचा विषय आला तेव्हा त्यांनी तुमच्या सुरक्षेविषयी जे काही निवेदन केलं त्याच्याविषयी आपलं काय मत आहे?

लखोबा हा जो काही प्रकार आहे त्याच्याविषयी मला काहीच भाष्य करायचे नाही. मागच्या 'रोखठोक' मध्ये उत्तर दिलं होतं. खैरनारही अशी माणसं शोधतो की ज्यांच्यामुळे त्यालाही प्रसिद्धी मिळत राहील. मग मीच काहीतरी बोलून कशाला त्याला महत्त्व देऊ?

लष्कर-ए-तोयबाने तुम्हाला जेरबंद केलंय सध्या....

जेरबंद नाही. त्यांची तयारी फार जबरदस्त आहे आणि मी देशहितासाठी जगण्याचा प्रयत्न करतो. हे तितकंच खरं. देशहितासाठी, माझ्यासाठी नव्हे. पण सरकारचीही तेवढीच जबाबदारी राहते. कारण एक किस्सा मला आठवतोय. मागे मी बोललो होतो वाटतं बाबा आमटेचा किस्सा. बाबा आमटे माझ्याकडे मागे एकदा आले होते अडीच-तीन वाजता. मी वरतीच होतो. जुना मातोश्री बंगला. मला निरोप मिळाला बाबा आमटे आलेले आहेत. मी म्हटलं बाबा, आता काय झाले आहे?..... कपडे करून खाली आलो. म्हणजे घरात मी नागवाच असतो अशातला प्रकार नाही. पण कोणीतरी भेटायला आल्यानंतर जरा बरे कपडे करायला लागतात. तर मी जरा बरे कपडे घालून खाली आलो तर बाबा आमटे उभे.... नाही सॉरी. सोफ्यावरती झोपलेले. मी आल्यानंतर लगेच उठून उभे राहाण्याचा प्रयत्न त्यांनी केला. ते म्हणाले, "बाळासाहेब, माझ्या दोन गोष्टी आहेत एक तर मी उभा राहू शकतो किंवा असं झोपून. मी बसू शकत नाही." मी म्हटले, तुम्हाला योग्य वाटेल ते करा. कसं बरं वाटेल तसं करा. सोफ्यावर पडून राहिलात तरी चालेल. मी विचारलं त्यांना

"बाबा, आता कसं येणं झालं?"तर म्हणाले, "बाळासाहेब, मी दिल्लीला गेलो होतो. शंकर दयाळ शर्मांना भेटलो. ते मला म्हणाले, आपकी और बालासाहब ठाकरे की कोई पहचान है? मैने कहाँ की हां, मै पहचानता हूं। मुझे मालूम है। तो एक काम करो ये जो हिटलिस्ट बन गयी है असं सांगून शर्मा म्हणाले, मेरे जामात पर भी हमला हुआ, मारा गया. मेरी लडकी मारी गयी. मेरी पोती बच गयी. कुछ नही हुआ. इंदिरा गांधी मारी गयी. फिर भी थोडाबहुत दिल्लीमें हुआ. बाकी देशमें कुछ नहीं हुआ. देश में एक आदमी ऐसा है की इसको कुछ हो जाए तो पुरा हिंदुस्तान जल जायेगा. वो है बालासाहेब ठाकरे। उससे कहो की सोच समझकर कदम उठाये!" बाबा आमटेंनी ही बोलणी करण्याची सुरुवात कशी केली? बाळासाहेब तुम्ही गाडी चालवता? मी म्हटलं मी चालवत होतो पण आता नाही. आता बंद केली. ठीक. ते वैद्य त्यांनी मूर्खपणा केला......कोण?

अरुणकुमार वैद्य.......

अरुणकुमार वैद्य. त्यांनी मूर्खपणा केला. त्यांनी कशाला गाडी चालवायची. मिलिट्रितला माणूस. वेळेचा गुलाम. तुम्ही नाही चालवत हे बरे आहे. असे आमटे म्हणाले, आता हे सत्य आहे. शिवसेना ६९ साली काहीच नव्हती. ६६ साली शिवसेनेचा जन्म. ६९ साली सीमा आंदोलन झालं. मला अटक झाली. मुंबई जळाली. ठाण्याला लागण झाली. पुण्यामध्ये काही थोडंसं झालं. आता ती केवळ महाराष्ट्रात नाही तर देशभर पसरलीय. माझ्या केसाला जरी धक्का लागला तर काय होईल याची कल्पना आता तुम्ही करा. समजलं! अरे, वीरप्पनला अटक करण्यासाठी तुम्ही आता सैन्य पाठवताय आणि माझ्या अटकेसाठी तुम्ही केवढं सैन्य लावलं होतंत. केवढा फौजफाटा आणला होता मुंबईत! कोण मी? वीरप्पनपेक्षा भयंकर माणूस आहे का? ज्यांचा बंदोबस्त करायचा ते करायचे नाही. आणि जो माणूस कायद्याच्या दृष्टीने हतबल आहे कायद्यासमोर सगळे सारखेच असे तुम्ही म्हणता ना. कबूल आहे. कायदा इतरांच्या बाबतीत किती सांभाळला जातो. बेकायदेशीरपणानं जी उभारणी झालीय. मुंबईची आणि इतरत्र सुरू आहे. तुम्ही किती मोडून काढलीत? किती सवलती देत चालले आहात!

पण या लष्कर-ए-तोयबामुळे तुमच्यावर सुरक्षेचं जे बंधन आलंय....

केव्हापासून ते आहे. आता वाढलंय हे खरं. कारण त्यांच्या या टोळ्या निरनिराळ्या, पण सगळ्यांचे लक्ष्य एकच, मी. तालिबान आहे, तोयबा आहे, हिजबूल आहे, हुरियत आहे. आयएसआय आहेच.

पण त्यामुळे तुम्ही आणि जनता यांच्यात परत एक भिंत निर्माण झालीय.

नाही. ही भिंत निर्माण झाली तरी जनता मला मानते. निराळ्या अर्थाने. एक क्षणभर म्हणतात की आज आम्हाला बाळासाहेब दिसत नाहीत. पण बाळासाहेब जे करताहेत ते आमच्यासाठी करताहेत. ही भिंत जर्मनीची जशी पडली तशी केव्हाही तोडता येईल. या भिंतीची मला पर्वा नाही. लोकांना पटलंय ही भिंत आवश्यक आहे.

सध्या शिवसेनेचे नवीन काय चाललंय?

काय चाललंय नवीन! काही चालले नाही.

शिबिरं वगैरे होताहेत, पण आणखीन काही.....

सामाजिक प्रश्न घेऊन आम्ही उभे राहतो. आता गणेशोत्सवाच्या निमित्ताने

एक प्रकार झाला. माझ्याच बाजूला सांताक्रुझजवळ कुठेतरी झाला. मशिदीजवळ गणेश मिरवणूक रोखणाऱ्या बेस्ट कर्मचाऱ्यांना निवासस्थाने सोडण्याच्या नोटिसा. काय झाले? पोलिसांना काय अधिकार? पोलिसांनी कायदेशीररीत्या ज्या काही कारवाया करायच्या त्या कराव्यात पण मशिदीसमोर ज्यावेळेला आमची मिरवणूक येते त्यावेळी वाद्यं बंद करण्याचा आदेश पोलीस आम्हाला का करतात. लाऊडस्पीकरवर पहाटे दिली जाते ती बांग बंद नाही करायची. आम्हाला त्रास झाला तरी. का? तर आम्ही पापस्तानात राहत आहोत. तिकडे पाकिस्तान आणि इकडे आम्ही पापस्तान निर्माण केलंय. या आमच्या पापस्तानातील हिंदूंना ही बंधनं स्वीकारावीच लागतील. आमच्या या पापस्तानात मुसलमानांचे जेवढे हक्क आम्ही जपतो तेवढे हिंदूचे नाही जपले जात याची चीड आहे आम्हाला. ही चीड या देशातल्या सगळ्या घाणेरड्या गोष्टी, पाप नष्ट करील एकेदिवशी. पहा, हे नष्ट केल्याशिवाय राहणार नाही.

◗ सांताक्रुझचा प्रकार नक्की काय झाला?

आता इथे मुलममानांच्या प्रार्थनास्थानाजवळ मिरवणूक आल्यानंतर तुम्ही त्यांना अडवता. ते गणपती तिथेच ठेवून निघून गेले. ते बेस्टचे कामगार असतील, कर्मचारी असतील. तुम्ही गणपतीचं काय करायचं? पाहिजे तर पोलिसांनी विसर्जन करावं. मशिदीपुढे नमाज पढावा. गणपती उचलावा आणि समुद्रात विसर्जन करून टाकावं. मुसलमानांनाही बरं अन् तुम्हालाही बरं की तुमच्या गणपतीचं विसर्जन झालं. देव काहीच करूच शकत नाही म्हणून! नुसता मोदकच खाऊन गेला. पण त्या बेस्टमध्ये तक्रार करून या लोकांना काढून टाका म्हणून सांगता हे पोलिसांच्या कुठल्या संहितेत बसतं ते मला सांगा. या भिकारचोट! हा शब्द तुम्ही वापरू शकता आपण पाहिजे असेल तर. कर्मचाऱ्यांना नोटिसा देऊन त्यांना घराबाहेर काढण्याचा प्रयत्न करता.

◗ हे प्रकरण 'सामना' नेच छापलं होतं......

हो. बरोबर आहे. तर ज्या अधिकाऱ्यांनी या नोटिसा पाठवल्या असतील त्यांच्या ढुंगणावर पहिली लाथ मारा. हा गुन्हा ठरवणारा हा कोण? पोलिसांनी गुन्हा कोणता आहे ते ठरवावं. त्यांनी हिंसा नाही केली ना! त्यांनी काय केलं गणपती तिथेच ठेवला आणि ते सगळे निघून गेले. इथे हिंसा कुठे झाली! इथे काय झालं की पोलिसांनी इथपर्यंत मजल मारावी. इथे मला चीड येते. हे काम शिवसेना करते. सध्या हा प्रश्न आम्ही धसास लावणार आहोत.

अर्ध्या महाराष्ट्रात दुष्काळ आहे.....

सगळ्याच बाबतीत दुष्काळ आहे. विचारांचाही दुष्काळ आहे.

आणि मुंबईतही.

ही ही एक बातमी वाचलीत का? रमजानसाठी मुंबईतील २५ घुसखोरांची सुटका. हे मच्छीमार होते का हो? की तुमची चाचणी घेण्यासाठी आले होते ते. की समुद्रमार्गे किती आतमध्ये घुसू शकतो आपण? आणि आम्ही रमजानच्या निमित्ताने सोडून दिलं. हे भिकारचोट औदार्य आम्हाला महाग पडतंय या देशात. व्हेन दे क्रॉस द बाऊंडरी दे हॅव टू बी अरेस्टेड. रमजान आम्ही पाळायचा नाही. तो मुसलमानांनी पाळावा. रमजान हा आमचा सण नाही. आणि सणाचा इथे प्रश्न नाही. देशहित महत्त्वाचं आहे, सण महत्त्वाचा नाही. याची चीड आहे मला. या प्रकारानं माझी तब्बेत बिघडते. त्यांनी चाचणी केली की लाँच आपण कुठवर आतमध्ये नेऊ शकतो, घुसखोरी करू शकतो. जमिनीची घुसखोरी चालूच आहे. आता समुद्रमार्गाचा प्रयत्न सुरू आहे. हा प्रयत्न नसावा? किती मासे मिळाले त्यांना पकडलं तेव्हा! मुसलमानांना सोडा पण मासळी तरी घरी येऊ द्या. बायको तरी खूष होईल की आज चांगला बाजार आणला म्हणून. रमजानानिमित्त पुन्हा २८ डिसेंबरला सुट्टी दिली. कशासाठी? सगळ्यात कळस म्हणजे अभियंत्यास मोटारीतून स्फोटके नेताना अटक करण्यात आली. वाचा ही बातमी. हा अभियंता कोण? त्याचं आश्चर्य वाटतं. त्याचं नाव छापा ना. मुसलमान आहे की हिंदू आहे. छापा. अभियंता का म्हणता त्याला? तो स्फोटके कशी नेऊ शकतो आणि त्याला शिक्षा कोणती होणार आहे? म्हणजे हा धोका कसा कितपत आतमध्ये गेला आहे? खोलवर रुजला आहे, हे पहा.

लष्करात तर आयएसआयचे हस्तकच पकडले.....

मला वाटतं कट्यार काळजात घुसली हे नाटक या प्रकरणावरून सुरू झालं की काय कळत नाही.

मुंबईतील सर्व कारखाने बंद पडले आहेत. हा प्रश्न नुसता कारखाने बंद पडण्याचा नसून मुंबई ही जी औद्योगिक राजधानी होती. हे मुंबईचे महत्त्वच कमी होतंय. या कारखान्यामधला बहुसंख्य कामगार मराठी होता. पुढल्या पिढीला काम मिळणार नाही. त्या पिढीने काय करायचं? आणि उद्या मुंबईत येणारे लोंढे असेच चालू राहिले तर मुंबई वेगळी काढण्याचे डाव टाकले जातील.

मी ६६ साली बोंब मारली. माझ्यावरती खूप टीका केली गेली. शिवसेनेला

उद्ध्वस्त करण्यासाठी जेवढी मराठी माणसं पुढे आली, विशेष करून संपादक मंडळी आणि मराठी स्वयंभू शहाणे त्यांची नावं आता घेण्याची मला काही गरज वाटत नाही. तर इतर राज्यात काय चालतं. आणि तुम्ही काय करताहात हे या येडबंबूना जरासुद्धा काही त्यांचं राहिलं नाही. समतोल त्यांचा टिकला नाही. संपादक आजही माझ्या विरोधात कितीतरी लिहीत असतात. वाजपेयींवर तुम्ही टीका करता, आज या क्षणाला तुम्हीच विचार करा, वाजपेयींच्या विरोधात जे आघाडीतले लोक आहेत त्यांच्यामुळे या देशाचं काय भलं होणार आहे? ही त्यांची भिकारचोट की काय म्हणतात ती धर्मनिरपेक्षता.... त्यांचं काहीच तारतम्य मानायला तयार नाही. हा विरोध आपल्याला भयंकर महाग पडणार आहे. वाजपेयी जरा मवाळ असतील पण राहू द्या. हिंदू म्हणा, राममंदिर म्हणा, आमच्या देशात याचा साधा उच्चारही करता येत नाही हे कसले दुर्दैव आहे. कशाकरिता ती सत्ता पाहिजे की जिथे आम्हाला आमच्या हक्काचे शब्द उच्चारता येत नाहीत. काय उपयोग त्या सत्तेचा?

◗ मुंबईवर आपला हक्क राहील का?

घालवणारे कोण? आमचा हक्क घालवणाऱ्यांचा जन्म झाला नाही आणि होणार नाही. हे लक्षात ठेवा. जाळून टाकीन मी त्यांना. एक क्षणभरही मी त्यांना टिकू देणार नाही मुंबईत. मुंबई हिसकावून घेण्याची कुणाची हिंमत होणार नाही. बिलकूल होणार नाही. करून बघावाच त्यांनी हा प्रयत्न. समजलं?

◗ मुंबईत आज जो काही मराठी माणूस आहे तो नोकरीच्या निमित्ताने...

हे पहा, गिरणी कामगारांची वाट कोणी लावली मराठी माणसाने. दत्ता सामंतने. ते साटेलोटे तुम्हाला माहीत असणारं आत काय झालं ते! गेल्यानंतरही वाईट बोलू नये वगैरे ठीक आहे. गीतेतल्या गोष्टी गीतेत राहिल्या. नवीन गीता लिहिण्याची पाळी आलेली आहे. नवे संजय निराळे आहेत. राऊत नव्हे. परंतु गिरणी कामगारांना मी त्याचवेळेला कामगार मैदानावर सांगितलं की तुम्ही बेमुदत संपावर जाऊ नका. आपण आज टोकन स्ट्राइक केलेला आहे. त्यामुळे आपली शक्ती कळून चुकली आहे. आणि तुम्ही बेमुदत संपाची हाक देताय ती अनधिकृत संघटना आहे. मान्यताप्राप्त संघटना नाही. अनधिकृत संघटनेने संपाची हाक दिली तर तुम्हाला न्याय मिळणार नाही हे लक्षात ठेवा. हे मी त्यावेळी कामगार मैदानावरच सांगितलं होतं. कामगारांना विचारा. आणि तुम्ही त्याच्या मागे गेलात. लांडग्याच्या मागे शेळी. घात करून घेतला. जबाबदार तुम्ही मला ठरवता. माझा काय संबंध आहे? मी तुम्हाला नको म्हणून सांगितले.

◗ आता काय इशारा द्याल मराठी माणसाला?

आता काही नाही. उद्ध्वस्त झालेल्या माणसास काय इशारा द्यायचा. गिरणी कामगारांच्या बाबतीत म्हणायचं आहे मला.

◗ ओव्हरऑल मी मराठी माणसाविषयी म्हणतोय कारण अजूनही तुम्हीच त्यांचं दैवत आहात....

ठीक आहे बाबा. मी आभारी आहे त्यांचा, ते तसं मानत असतील तर.

◗ अजुनही त्यांना तुमचाच आधार आहे.

हो, पण मी सांगतो तसे वागले तर ना! कडवट व्हा, माथेफिरू व्हा, मुसलमानांसारखे. हिंदू म्हणून. तुम्हीच टीका करता बाळासाहेब पूर्वी मराठी मराठी करत होते. आता हिंदू-हिंदू करतात. मतांच्या लाचारीसाठी नाही. देश इतक्या भयानक संकटात सापडला आहे. हे संकट जरी हिंदू म्हणून टाळू शकलो नाही तर हिंदू म्हणून आपण जगू शकणार नाही. मी एका महत्त्वाच्या व्यक्तीस फोनवरून सांगितलं की हा धरम खतरे में. ठीक है धर्म खतरे मे गेला. जहन्नुममें गेला तरी चालेल. पण ज्या दिवशी देश खतरे में जाएगा तो धरम नही टिकेगा. तो पहले देश को बचाव. आणि आज महाराष्ट्राने या देशासाठी जेवढा त्याग केला आहे त्यामध्ये पंजाब आणि बंगालपण आहे. पण आता बदललंय म्हणा. पंजाबमध्ये खालिस्तानी उभे राहिले. बंगाल अर्धा पाकिस्तानच्या ताब्यात गेला. महाराष्ट्र आपला शिवरायांच्या नावाने जगतोय. मराठे म्हणून फक्त जात वाढवतोय. मराठा आजही जातीजमातीत फाटलेले आहेत.

◗ महाराष्ट्र पुन्हा तेच दिवस कसे आणू शकेल?

तुम्ही भावनेवर जगू शकत नाही. हे बघा, इतिहासावर जगता येत नाही. इतिहास निर्माण करावा लागतो. नवा इतिहास. तुम्ही जुन्या शिदोऱ्या घेऊन पुढे चालू शकणार नाही. कारण शिदोरी कधी तरी संपते. नंतर शिदोरी ज्या कापडात बांधली असेल ते कापड तुम्हास खावं लागेल. मी एक इतिहास घडवून दाखवेन की ज्यामुळे माझी पुढची पिढी माझे नाव घेईल, हा निर्धार तुमच्यात हवा. ही हिंमत का नाही तुमच्यात? ही जिद्द का नाही तुमच्यात? जुन्या इतिहासावर तुम्ही किती जगणार? शिवाजी महाराज की जय! होय, त्याने रक्त सळसळते, पण सळसळलेले रक्त थोड्याच वेळात जर थंड पडणार असेल तर नाव घेऊ नका महाराजांचं.

[१९ डिसेंबर, २०००]

‘सामना’तील विचार माझेच;
उगाच काहूर कशासाठी?

‘तहलका’ प्रकरणाचे पडसाद देशभरांत उमटले. संरक्षण खात्यातील भ्रष्टाचारांवर ‘सामना’च्या अग्रलेखांतूनही घणाघाती प्रहार होताच दिल्लीचे सरकारही अस्वस्थ झाले. ‘सामना’तील विचार हे शिवसेनाप्रमुखांचे नाहीत असा कांगावा करणाऱ्यांना शिवसेना प्रमुखांनी जोरदार तडाखाच दिला. त्यांनी मान्यच केले की, ‘दैनिक ‘सामना’ हे शिवसेनेचे हत्यार असून शिवसेना प्रमुख म्हणून माझे विचार त्यांत तंतोतंत उमटत असतात. त्यामुळे त्यात प्रसिद्ध झालेल्या अग्रलेखाची जबाबदारी झटकण्याचा प्रश्नच येत नाही.’

१९ मार्चच्या 'सामना'त 'बोका चालला काशीला' या मथळ्याखालील अग्रलेखात, पंतप्रधान कार्यालयातील अकार्यक्षम अधिकाऱ्यांना हटविण्याची मागणी सरकारातील घटकपक्ष करीत असतील तर त्यांच्या भावनांचा विचार व्हायला हवा अशी मागणी करताच दिल्लीतील राजकीय वर्तुळात मोठाच भूकंप झाला. प्रसिद्धीमाध्यमांनीही त्यावर वेगळाच 'तहलका' माजवला. त्यात लोकसभेतील शिवसेनेचे गटनेते अनंत गीते यांनी भाजपाच्या पत्रकार परिषदेस हजर राहून 'सामना'तील अग्रलेखाशी शिवसेनाप्रमुख असहमत असल्याचे सांगून नवीनच वादास तोंड फोडले.

'सामना'शी बोलताना शिवसेनाप्रमुखांनी आज सर्व समज-गैरसमज दूर करून 'सामना'च्या अग्रलेखातील त्या मजकुरावर सहमतीचे शिक्कामोर्तब केले व कोणतेही घुमजाव व इन्कार केला नसल्याचे खणखणीत शब्दांत बजावले.

◗ हा सर्व गोंधळ कोणी घातला?

होय ती पीतपत्रकारिता! आम्ही केव्हा काय बोलतो याकडे पीत पत्रकारी गिधाडे टपून बसलेली असतात. सारेच पत्रकार वाईट आहेत असं आमचं कधीच म्हणणं नव्हतं. पण बऱ्याच वेळेला आम्ही पाहिले की, आमचा एखादा शब्द असो, वाक्य असो, मुलाखत असो, 'सामना'तील अग्रलेख असो, काही असो, छापून येताच ही माणसे लगेच झेपावतात आणि त्यातला अर्थ काढण्यापेक्षा अन्वयार्थाची माळ गोवायला घेतात. नुकताच एक असा प्रकार झाला. 'सामना'त एक अग्रलेख छापून आला. त्याचा मथळा होता 'बोका चालला काशीला'. अर्थात हा बोका काँग्रेसचा होता. भ्रष्टाचाराचे शंभर उंदीर पचवून हा बोका 'तहलका' प्रकरणी दिल्लीतील वाजपेयी सरकारवर गुरूगुरू लागताच आम्ही 'सामना'तून या बोक्याच्या पेकाटात लाथ घातली. मात्र याचबरोबर पंतप्रधानांच्या कार्यालयात 'साफसफाई'ची मागणी होत असल्याने त्याचाही विचार व्हायला हवा असे मतप्रदर्शन करणे ओघानेच आले.

◗ या बोक्याने काय केले?

पुन्हा तोच नेहमीचा प्रकार. फक्त पंतप्रधान कार्यालयातील साफसफाईचाच मुद्दा रंगवून लगेच त्यावरती दिल्लीची वर्तमानपत्रे नटली आणि त्यानंतर तो 'व्हायरस' साऱ्या देशभर फैलावला आणि सगळेच एकदम पछाडले. पोखरणपेक्षा हा बॉम्बगोळा मोठा होता असं त्यांना वाटू लागलं. त्यामागचा उद्देश एवढाच की, आमचं कधी फाटतंय. पण ते त्रिवार अशक्य! आम्ही जर काही प्रामाणिकपणे सुधारायला गेलो व तसे विचार कितीही पोटतिडकीने मांडले की मात्र त्या गोष्टी छापायच्या नाहीत. किंबहुना त्यावर बहिष्कारच टाकायचा.

आताही तोच प्रकार झाला. म्हणजे काँग्रेसी बोक्यांचा भ्रष्टाचार अग्रलेखांतून मांडला. त्यावर पांघरूण घालून भलत्याच विषयाला प्रसिद्धी देत राहिले...

तीच तर कमाल आहे. अग्रलेखांवरून उलटसुलट पडसाद उमटले. दिल्लीत भूकंप झाला की काय असे वातावरण निर्माण झाले. त्याचवेळी शिवसेनेतील माझे सहकारी खासदार अनंत गीते यांनी या प्रश्नी भूमिका समजावून घेण्यासाठी फोन केला. त्यांना मी पत्रकारितेमध्ये काय काय प्रकार असतात ते सांगितले. आणि बेधडकपणाने ते त्यांनी पत्रकार परिषदेत मांडले. त्यामुळे पुन्हा खाद्य मिळालं. त्यांना मी सांगितलं की, वर्तमानपत्रांत विविध स्तरांवर काम चालतं. उदाहरणार्थ, बिर्ला हे 'हिंदुस्थान टाइम्स'चे मॅनेजिंग एडिटर होते. पण त्यांनी कधीही अग्रलेख लिहिला नाही. असे अनेक संपादक आजही आहेत की, जे नाममात्र असतात. ते स्वत: कधीच लिहीत नाहीत. कागदाला पेन लावीत नाहीत. त्यांच्या वतीनं कार्यकारी संपादक हा बरीचशी जबाबदारी सांभाळीत असतो. संजय राऊत हे 'सामना'चे कार्यकारी संपादक आहेत. ते पुष्कळशी जबाबदारी उचलत असतात. अगदी पूर्ण म्हटलं तरी अतिशयोक्ती होणार नाही. त्यांचे दोन स्वतंत्र स्तंभ पण आहेत. 'सच्चाई' आणि 'रोखठोक'. ती त्यांची अर्थातच व्यक्तिगत मते असतात. ते काही असले तरी इतक्या वर्षांच्या काळानंतर त्यांची आणि आमची एक 'वेव्हलेंथ' जमली आहे. माझे विचार काय असतात आणि काय नसावेत याची त्यांना पूर्ण जाणीव आहे. पुष्कळ वेळेला आम्ही एखाद्या विषयावर चर्चा करतो. अग्रलेखाचे विषयही सुचवतो. काही मुद्देही देतो. ते अग्रलेख लिहितात. आणि अग्रलेख ते लिहीत असले तरी मी कधीच जबाबदारी झटकलेली नाही. 'सामना'तील प्रत्येक शब्द आणि वाक्याला आणि लिहून आलेल्या मजकुराला संपादक म्हणून मी नैतिकदृष्ट्या जबाबदार असतोच असतो. एखाद्या अग्रलेखावरून कितीही वादळ उठले तरी मी तो कधीच झिडकारला नाही.

'सामना'तील अग्रलेखांमुळे तुमच्यावर खटलेही झाले...

होय. 'सामना'तील अग्रलेखांमुळे झालेल्या खटल्यात मला गोवण्यात येतेच. पण न्यायमूर्तींपुढे मी असं कधीच बोललो नाही की, माझा काही संबंध नाही. यांनी लिहिलंय. यांनाच शिक्षा करा. असले धंदे मी कधीच केले नाहीत. जे बोललो ते बोललो. जे लिहिलं ते लिहिलं. नैतिक जबाबदारी मी कधीच टाळली नाही. या अग्रलेखाच्या बाबतीत माझ्या तोंडाचा म्हणून एक शब्द गीते यांना पत्रकारांना सांगितला की, शिवसेनाप्रमुख 'सामना'तील त्या अग्रलेखाशी असहमत आहेत. हा 'असहमत' शब्द इतक्याचपुरता मर्यादित होता की, कार्यकारी संपादकांनी ब्रजेश

मिश्र, एन. के. सिंग व रंजन भट्टाचार्यबाबत मांडलेला विचार या क्षणाला नको होता. थोडी वेळ चुकली का? आज अनेक दुष्टग्रह वाजपेयींच्या अवतीभवती वक्री झालेले आहेत. आणि आपण एक त्यांच्यातलेच सहकारी असल्यामुळे त्या डोहात उडी मारावी असं मला मुळीच वाटत नाही.

मग शिवसेनेची भूमिका काय होती?

प्रत्यक्ष वाजपेयींना मी भेटू शकलो नाही तरी सुरेश प्रभू, मनोहर जोशी, विखे-पाटील या शिवसेनेच्या तीनही केंद्रीय मंत्र्यांनी वाजपेयींना भेटून माझा विचार त्यांच्या कानी घातला. बाळासाहेबांचा विचार हा असा आहे. त्या तिघांचा तुम्हाला काही बंदोबस्त करावाच लागेल. एवढ्यापुरतं ते ठीक होतं. पण वाजपेयींचं सरकार जाऊन चालणार नाही. केवळ देशहिताकरिता. मी हे करतोय. देशहितासाठी जो त्याग करायची पाळी येईल तो करायला मी तयार आहे. पण त्याचबरोबर आज सरकार पडणं हे देशहिताच्या दृष्टीनं धोक्याचं आहे. सरकार पाडायला वेळ लागणार नाही. पण पडलं तर मात्र देशाला पेलवणार नाही. झेपणार नाही. याकरिता पाकिस्तान टपून बसलेलं आहे. आय. एस. आय. ने तोयबाचं जाळं पसरलेलं आहे. त्यांचे घातपात चालूच आहेत. दंगली, खुनाखुनी चालूच आहे– आणि अशा वेळेला हे सरकार जर गेलं तर माझ्यापुढचा एकच विचार तो म्हणजे सरकार असताना हे होतंय तर नसताना काय काहूर माजेल? किती रक्तपात मोठा होऊ शकेल ही माझ्या मनामधली भीती आहे. देशहिताच्या दृष्टीनं. आणि म्हणूनच ब्रजेश मिश्र, सिंग आणि भट्टाचार्यबाबतचा हा विचार 'सामना'त आता यायला नको होता, पण तो विचार बरोबर होता. एवढंच माझं स्पष्ट मत आहे. त्या विचारामध्ये गैर काहीच नाही. त्या तिघांमुळे वाजपेयींची प्रतिमा जर काळवंडणार असेल तर वाजपेयींनी त्याची काळजी घ्यायला पाहिजे. कोणीही अग्रलेख कितीही कडक केले, लिहिले तरी ते तिघेही तसे हटणार नाहीत, पण वाजपेयींनी एकदा मनाची तयारी केल्यानंतर मात्र त्यांना काहीच अशक्य नाही.

पण 'तहलका'च्या निमित्तानं जे समोर आलं ते भयंकरच आहे...

झाला तो प्रकार भयंकरच होता असं म्हणण्यापेक्षा ही 'गंगोत्री' कॉंग्रेस राजवटीपासून सुरू झाली आहे. अर्थात ते समांतर कारण दाखवून कुणाला सुटता आले नाही तरी कॉंग्रेसने मात्र नाक वर करून चालू नये. त्यांच्या बाजूची वर्तमानपत्रे त्यांच्या बाजूने लिहितात. काही लोक म्हणतात– कॉंग्रेससारखी पारदर्शकता हवी. कॉंग्रेस आणि पारदर्शकता? हा एक विनोदच आहे. घपलेच्या घपले त्यांनी गिळलेले आहेत. अशा वेळेला लोकहिताच्या गप्पा त्यांनी मारू नयेत. संरक्षण खात्यातली

खाबुगिरीसुद्धा काँग्रेसपासूनच चालत आलेली आहे. फक्त एवढंच आहे की, विज्ञान एवढं पुढं सरकतंय. त्यामध्ये हे 'तहलका'चे कॅमेरे आले. हे 'तहलका'चे कॅमेरे त्या वेळेला असते तर काँग्रेसही एवढीच उघडीनागडी पडली असती. त्याचीही जाणीव सगळ्यांनी ठेवावी.

[२५ मार्च, २००१]

देश कोणासाठी निर्माण झाला?

“हिंदू समाजाच्या जागृतीचे कार्य शिवसेनाप्रमुखांनी नेटाने केले. जाहीर सभा असो की, मुलाखती त्यांनी हिंदूत्वावर त्यांची मते परखडपणेच मांडली. ‘आपल्या देशांत आपल्यासाठी काहीच नाही अशी खंत आणि जाणीव हिंदूंना होऊ लागलेली आहे. मुसलमानांच्या मागण्यांचा बकासुर असाच वाढत राहिला तर, अराजक आणि यादवीचा भडका उडेल.’ असे सांगणाऱ्या शिवसेनाप्रमुखांच्या संतापाचा स्फोट होताच अत्यंत भेदक सवाल विचारला, ‘हा देश नक्की कोणासाठी निर्माण झाला?’ ”

सध्या राजकारणापासून तुम्ही अलिप्त आहात असे वाटते. हे खरे आहे काय? यावर शिवसेनाप्रमुख धीरगंभीरपणे म्हणाले, 'खरं म्हणजे राजकारणात अलीकडे खास काही आहे असं वाटेनासं झालंय. आपणच काही निर्माण करायचं आणि आपणच ते राजकारण शिजवत बसायचं. काही गरज नाही त्याची. आज राष्ट्राला काय पाहिजे याचा विचार फारसा कोठे होतच नाहीय. सगळं तेच तेच. महाराष्ट्रात सध्या फक्त एन्रॉनच चालू आहे. त्यानंतर दिल्लीत मुशर्रफच चालू आहे. हे जे काही चाललेलं आहे, सारख्या सारख्या त्याच त्याच बातम्या आणि मग गावकीच्या बातम्या इकडे तिकडे. काय रंगत कुठे आहे? बाकी मग मंत्र्यांचे दौरे वगैरे सुरू आहेत. राज्याचे मंत्री आणि केंद्रीय मंत्री दुसरं काय करताहेत? यात राष्ट्रहित वगैरे आहे कोठे ते सांगा.

◗ **सध्या तुमचं दर्शन हे जास्त करून एखाद्या सांस्कृतिक कार्यक्रमात किंवा सिनेमाच्या मुहूर्ताचा नारळ फोडतानाच दिसते.**

नाही. अजिबात नाही. घरी येऊन हे जे सर्व करतात त्याला मी नाही म्हणू शकत नाही. पण मी आपणहून असे कार्यक्रम घेत नाही. आणि सहसा बाहेर जात नाही. परवा षण्मुखानंदलाही शिवसेनेचा वर्धापनदिन म्हणूनच मी

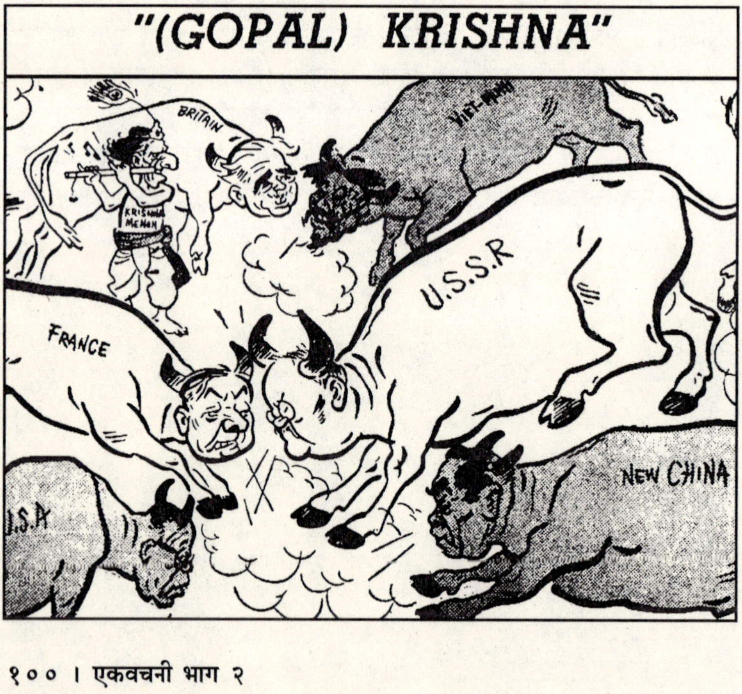

गेलो होतो. गेल्यावेळेला येता आलं नाही. कारण धमक्या जोरात होत्या. त्या आजही आहेत म्हणा. ते काही जरी असेल तर मी टाळतो. मुख्य म्हणजे हल्ली भेटीही कमी केल्यात जरा. कारण केंद्रात मंत्रिमंडळाची कुठे वाढ होणार म्हटल्यावर लगेच 'क्यू' लागतो. मग दर्शनं सुरू होतात माझी आणि आशीर्वाद मागतात. मला यातले सगळे मथितार्थ आणि गूढार्थ समजतात. ही व्यक्ती दर्शन कशाला घेतेय? समजतं सगळं.

◗ म्हणजेच तुम्ही तुमचं मन राजकारणाबाहेर कुठेतरी गुंतवायचा प्रयत्न करताय...

नाही. माझ्या डोक्यात राजकारणाचं तुफान चालूच असतं. राजकारण मी सोडलेलं नाही आणि सोडू शकत नाही इतकी माझी 'इन्व्हॉल्व्हमेंट' आहे. वृत्तपत्र वाचन माझं तर चालूच असतं. दोन-तीन तास तर त्याच्यातच जातात माझे. सकाळी पहिला चहा आणि वृत्तपत्र वाचन? हे झालं की मी खुणा करतो. मला जे वाचायचं आहे तेवढ्यावरच मी खुणा करतो.

◗ वृत्तपत्रावरून आठवलं. 'ठाकरे इज न्यूज' हे गेल्या चाळीस वर्षांत समीकरण आहे.

ते बनवतात त्याला मी काय करू? न्यूज बनावी किंवा न्यूजसाठीच मी बोलत नसतो.

◗ पण गेल्या बऱ्याच दिवसांत महाराष्ट्रात किंवा देशातही तुमच्यामुळे काही 'न्यूज' बनलेली नाही.

ठीक आहे. त्याचं काय आहे की मी मुद्द्याचं बोलतो आणि अत्यंत महत्त्वाचंच बोलतो. त्याच्यावरती लोकं विचार करतात. 'न्यूज' यावी आपली म्हणून काही तरी बोलत नाही. मी काही मुलाखती वगैरे देत बसत नाही.

◗ तसं नाही. पण तुमचा सहभाग कमी झालाय.

तसं नाही म्हणता येणार. पण बराचसा भार उद्धवनं उचललाय. राजही करतोय. इतरही कार्यकर्ते चांगले कामास लागलेले आहेत. विभागप्रमुख, जिल्हाप्रमुख, संपर्कप्रमुख, शाखाप्रमुख यांची कामं चांगली चाललेली आहेत. तेव्हा माझं बरंचसं खांद्यावरचं ओझं त्यांनी उचललंय. आणि नाही म्हटलं तरी शेवटी वाव हा प्रकार असा आहे की, आपण तरी किती वेळ बसायचं भुजंगासारखं?

◗ दिल्लीतील सत्तेत आपला पक्ष महत्त्वाचा घटक असतानाही राजकीय पातळीवर सर्व मामला तसा थंडच आहे.

होय, आहे ना. काय करणार?

◗ ही शिथिलता किंवा नैराश्य कशामुळे येत आहे?

एक काय झालंय की, देशाची जी धोरणं आखली जात आहेत ती धोरणं देशाला आणि लोकांनाही दूर नेत आहेत. म्हणजे आपल्या देशात आपल्यासाठी काहीच नाही अशी खंत आणि जाणीव हिंदूंना होऊ लागलेली आहे. कोणासाठी हा देश निर्माण झाला? फाळणी झाली ती झालीच. पण त्यानंतर आमच्या दृष्टीने काहीच झाले नाही. ना एक धोरण असे आहे की जे आम्हाला कवटाळेल. आम्हाला जवळ घेईल. मी हिंदूंविषयी बोलतोय. त्यामुळे नाराजी वाढतच चालली आहे.

◗ ही जर नाराजी आणखी काही काळ राहिली तर...

नाराजी ही वाफेसारखी असते. वाफ जी असते ती मर्यादेपर्यंत किटलीत किंवा कुकरमध्ये राहू शकते. त्या वाफेचा स्फोट झाला तर तो कुकरही फोडून टाकतो. हिंदूंच्या मनात तशीच वाफ खदखदत आहे. स्फोट होऊ शकतो.''

◗ जम्मू-कश्मीरातील शस्त्रसंधीच्या विरोधात तेथील जनतेने उठाव केला नाही. पण मणिपुरातील जनतेने मात्र बंड केले.

नाही. तेथे सीजफायर करताना देवाणघेवाण नेमकी काय झाली ती बाहेर आली नाही. म्हणजे तेथे जे पद्मनाथन गेले, चर्चा वगैरे करण्यासाठी त्यांचे नागा बंडखोरांशी नेमके काय बोलणे, चर्चा झाली, शस्त्रसंधीच्या बदल्यात त्यांनी कोणत्या अटी टाकल्या, आपण किती मान्य केल्या ते बाहेर आले नाही आणि आता शेवटी असं होतं की, हे जे पुंजके आहेत मणिपूर, नागालँड वगैरे वगैरे. त्यानंतर काही केंद्रशासित प्रदेश. गोव्यासारखी लहान राज्ये आहेत त्यांच्या मनात कायम आपल्या लहान राज्याविषयी एक वेगळ्या प्रकारची अस्मिता असते. स्वत्त्व असते. त्यांना असं वाटते की, हे स्वत्त्व काढून घेण्याचा प्रयत्न होतो. म्हणून ते उठतात. त्यामध्ये काही ते माओ, मार्क्सिस्ट किंवा इतर काही आय. एस. आय. चे धंदे असू शकतात. नाही असे नाही. पण त्या फॅशन पद्धतीने मी बोलत नाही की यामध्ये परकीय हात होता. आणि मी झटकून नाही टाकत एकदम. अगदी शेजारच्या गोव्याचंच उदाहरण घ्या. समजा, आपण नेहमी म्हणतो तसा विशाल गोमंतक केला तर तिकडचे ते ख्रिश्चन ऐकणार नाहीत. ऐकणार नाहीत म्हणजे काय? त्यांची मेजॉरिटीच आहे तिकडे. पोर्तुगीज राज्य होतं म्हणून. दुसरे ते तिथले मराठे असले तरी उद्योगपती. कारण विशाल गोमंतक झाला तर त्यांचे जे 'नागोबा' म्हणून महत्त्व आहे ते कमी होईल. फार वळवळता येणार नाही त्यांना.

◗ मणिपुरातील जनतेचा संताप हे एक प्रतीक आहे. हे लोण उद्या राज्याराज्यात आणि दिल्लीपर्यंत पोहोचले तर काय करणार?

शेवटी मी जे म्हणतो तेच. की यादवी युद्ध कशाला म्हणतात? यादवी युद्धाचं स्वरूप त्याला येणार. शेवटी लोकांनी त्रागा त्रागा तरी किती सहन करायचा? हे मिळत नाही ते मिळत नाही. हं, उद्यापासून रेशन मिळणार. रांगा लागतात. पण रेशनच नाही दुकानात. हे सगळं जे चालतं, त्याला मर्यादा आहेत. आता पाण्यावरनं बायका मोर्चा काढतात. हंडा-मोर्चा काढतात. एक आतमध्ये राग कुठेतरी उसळतो. तो कधी तरी बाहेर पडतो. रेल्वेच्या बाबतीत नाही का? कुठे मोटरमनला धोपट. गार्डला धोपट. रेल्वेचे प्लॅटफॉर्म फोडतात. फिश प्लेट काढून टाकतात. रूळ उखडून टाकतात. ही एकदम काही सगळी गुंड माणसं नाहीत. एक संताप आहे. तुम्ही तिकिटांचे दर वाढवता. मग सुविधा काय आम्हाला? त्यामुळे चीड ही अशी असते. ती दिसत नाही. व्यक्त करता येते. त्याला एक मोका लागतो. कधी तरी त्याला एक संधी मिळावी लागते. ती मिळाली की मग लोक काहीही करतात. बेफाम होतात.

◗ शस्त्रसंधीपासून ते पंतप्रधान कार्यालयाच्या कामकाजापर्यंत तुमचे केंद्राशी जे मतभेद झाले हादेखील एक संतापच होता...

होय संतापच होता. पण आंदोलन करण्याइतका किंवा रूळ वगैरे उखडून टाकण्यासारखं काही नव्हतं त्याच्यामध्ये. मुळात काय, तर देशाच्या हिताच्या दृष्टीनेही त्या पक्षानं थोडीशी वाटचाल केली पाहिजे. मी काय म्हणतोय की... वाजपेयींनाही बोललो. त्या दिवशी म्हटलं मी गप्प बसतोय याचा अर्थ असा नव्हे की, आम्ही अत्यंत बुळबुळीत आहोत. आज देशाला मध्यावधी निवडणुका परवडणार नाहीत. जर सरकार तुमचं गेलं तर परवडणार नाही. सरकार असताना आज आय.एस.आय.चे चाळे सुरू आहेत. तोयबाचे चाळे चालू आहेत. त्यानंतर मुसलामानांच्या मागण्या वाढत आहेत. सरकार असताना ही अवस्था तर नसताना काय? हा जरा विषय घ्या की मनात कुठे तरी. आणि मध्यावधी निवडणुका आल्याच तर होणार नाहीत. आणि मग पाकिस्तान काही संधी सोडणार नाही. चायनासुद्धा कदाचित उभा राहील काय सांगावं?

◗ मुसलमानांच्या वाढत्या मागण्यांमुळेच देशाची फाळणी झाली.

हो. झालीच की. नेपाळमध्येही त्यांनी मागणी केली आहे. नेपाळमध्ये आज मार्क्सिस्ट आणि मुसलमान एक झाले. मुसलमान काही तरी ३० टक्के आहेत. मार्क्सिस्ट काही तरी ६० टक्के, बाकीचे काही तरी १० टक्के गुरखा. हिंदू वगैरे आहेत. त्यांनाही भडकवताहेत हिंदुस्थानच्या विरोधात.

इस्लामचे आक्रमण हा आता जगभरचा प्रश्न झालाय.

होय, खरं आहे ते. पण शेवटी आपण काही विस्तारवादी नव्हेत. इस्लाम हा विस्तारवादी आहे. कम्युनिझम हा विस्तारवादी आहे. त्यामुळे ते राष्ट्रीयत्वाचे वगैरे बघत नाहीत. इस्लामचा फैलाव करणे हेच त्यांचे एकमेव ध्येय असते. आजच एक तो जो कोणी 'स्क्वॉश चॅम्पियन' आहे ना तो इस्लामच्या प्रचारासाठी निवृत्त झाला. हा जो काही नाही म्हटलं तरी माथेफिरूपणा आहे तो आमच्या हिंदूंमध्ये यायला हवा. अर्थात सचिन वगैरे या लोकांकडून अपेक्षा नाहीच म्हणा. ते म्हणाले, पाकिस्तानात खेळायला चला तर जाणार आनंदाने. त्यांना काही नाही त्याचं. म्हणजे कोणीही क्रिकेटियर. यांचंच कशाला? बोर्डाचीच कँवकँव चाललेली आहे. बोर्डच म्हणतंय, तुम्ही हॉकीला परवानगी देताय. याला परवानगी देताय. त्याला परवानगी देताय. मग क्रिकेटला का नाही? कोणाशी ही चर्चा करताय? तुमच्या रक्तात थोडं तरी हिंदू प्रेम आहे की नाही शिल्लक? म्हणजे आम्ही अपमानच गिळत बसायचे? आज बघा तो मुशर्रफ, त्याने आल्याबरोबर दिसेल त्याला गोळ्या घाला. जो विरोधक असेल तो. पहिली ऑर्डर ती. आणि इथे काय? तर इथे लिमलेटच्या गोळ्या. दिसेल त्याला. जा बाबा तुला हवं ते कर. स्वातंत्र्य आहे. ही घे तुला लिमलेटची गोळी.

पण तुम्ही जे हिंदुत्व अनेक वर्षं मांडताय...

हे हिंदुत्व फक्त शेंडी जानव्याचे हिंदुत्व नाहीय हे लक्षात ठेवा कृपा करून. हे राष्ट्रीय सत्त्व आणि तत्त्व जपणारं हिंदुत्व आहे.

पण हे सत्त्व आणि तत्त्व सामान्य माणूस किंवा मध्यमवर्गीयांच्याच अंगात भिनलेलं आहे.

होय. गेलंय. चांगलंच भिनलंय.

पण श्रीमंत, उच्च मध्यमवर्गीय, बुद्धिवंत आणि विचारवंत... त्यांचे काय?

हे लोक कधी मतदानाला तरी उतरतात काय? हे शिवाजी पार्कच्या धक्क्यावरती किंवा कुठलाही धक्का म्हणा भाऊचा धक्का सोडून... तिथे बसून आपलं संध्याकाळी कानात काडी घालून कोरत कोरत विषय चघळायचे. एवढंच लोकांना माहितीय. मतदानाला किती लोक उतरताहेत? आता मलबार हिल, पेडर रोड, नरिमन पॉइंट वगैरे लोकं भेटतात. त्याचं काय, तर 'देखो ना बालासाब, यह क्या हो रहा है इधर' अरे मतदान केलंयस तू? नाही ना? मग बोलण्याचा तुला अधिकार नाही. मुंबईमध्ये पाणी तुंबतं. मुंबईमध्ये कचऱ्याची घाण वगैरे वगैरे. आरोप करणाऱ्यांना विचारायचं

की, यामध्ये तुमचा वाटा किती? आम्हीही टाकतो कचरा. पालिकेचंही दुर्लक्ष होतं. आता झेपतही नाही. कामगारांची संख्यापण कमी पडते. जशी पोलिसांची संख्या आता कमी पडायला लागली. उद्या काही उठाव झाला की परवडायचं नाही. आणि दरवेळेला सैन्य तरी किती आणि कुठे अडकवायचं? पाकिस्तानला तेच पाहिजे. तुमच्या सरहद्दीवरचे सैन्य जेवढे कमी होईल तेवढा त्याला शिरकाव करणे जास्त सुलभ होईल. हे डाव आहेत सगळे.

◗ म्हणजे युद्धाचा डाव म्हणताय?

नाही. पाकिस्तान युद्ध नाही करणार. पण पाकिस्तान तुम्हाला सतावत राहील. छळत राहील. आता तेच चाललंय. म्हणजे हासुद्धा एक जेरीस आणण्याचाच प्रकार. काही म्हणा त्याला. कोल्ड वॉर म्हणा. गनिमी कावे म्हणा. आपल्याकडे शब्दभांडार भरपूर आहे. त्यात आपण कोणाला ऐकणार नाही.

◗ जनरल मुशर्रफ येत आहेत. त्यातून काय निष्पन्न होईल?

यावर बोलून झालंय. प्रतिक्रिया बाहेर पडलेली आहे. मी म्हटलंय काहीही होणार नाही. जे त्रेपन्न वर्षांत नाही झालं ते चोपन्नाव्या वर्षात होणार? असे काय आपल्याकडे अगदी दिव्यभव्य विचार आहेत? दोघांनीही आपल्या भूमिका स्पष्ट केलेल्या आहेत. वाजपेयींनी सांगितलंय की, या कश्मीरबद्दल नाही फक्त आझाद कश्मीरबद्दल आम्हाला बोलायचं आहे. कारण तो हिंदुस्थानचा भाग होता. अविभाज्य भाग. मुशर्रफ म्हणतो कश्मीरखेरीज दुसरं काही मी बोलणार नाही. बाकीचे विषय नंतर चघळता येतील.

◗ भूमिका इतक्या ठाम व कडवट असतील तर चर्चा इंचभरही पुढे जाऊ शकत नाहीत. मग भेटी कशाला?

भेटायला काय हरकत आहे? एका जागी बसून कंटाळा येतोय.

◗ तोडगा काढण्यासाठी कश्मीरचा एक तुकडा वाजपेयी पाकिस्तानला देण्यास तयार आहेत असा आरोप मुलायमसिंगने केलाय.

हा मुलायमसिंगचा विचार असेल. वाजपेयींना हा अधिकार लोक देणार नाहीत. आणि तो करून बघण्याचं धाडसही करू नये. ते करण्याच्या भानगडीत त्यांनी पडू नये. लोकं अजिबात ऐकणार नाहीत. भयंकर अगदी जबरदस्त उठाव राहील.

◗ असा विचार असलाच तर तुमची भूमिका काय राहील?

माझी भूमिका? कडाडून विरोध करीन. पहिल्यांदा मी मंत्रिमंडळातून बाजूला होईन. सगळे मंत्रीबिंत्री राजीनामा देतील. हा विचारच वाजपेयींनी सोडून द्यावा. हे आताच सांगतोय मी.

◗ शस्त्रसंधीस तुमचा विरोध होता. पण सहा महिन्यानंतर वाजपेयींनी कबुली दिली की, शस्त्रसंधी अपयशी ठरली म्हणून.

हे तुम्ही आता बोलताय. सहा महिन्यांनी. आम्ही पहिल्यांदाच बोललोय की, याला काही अर्थ नाही म्हणून. औदार्यालासुद्धा मर्यादा पाहिजेत. किती औदार्य? आणि कितपत द्यायचं आम्ही? ते नाही बरोबर.

◗ तहलका प्रकरणात सुद्धा आपली भूमिका वादग्रस्त ठरली.

वादग्रस्त म्हणण्यापेक्षा मी असं म्हणतो की, तहलका शब्दाचा अर्थ काय? भ्रष्टाचार त्यांनी रेडहॅण्डेड पकडला. ही एक डेव्हलपमेण्ट आहे. Tehelaka is a new invention and development. बारीक कॅमेरा ठेवला. तो जर कॅमेरा पंडित जवाहरलाल नेहरूंच्या वेळेला असता तर कृष्ण मेननचाही फोटो व संवाद त्यात आला असता. देशातलं पहिलं स्कॅण्डल हे जीप स्कॅण्डल. कृष्ण मेननचं नेहरूंच्याच काळातलं. ते बोफोर्सपर्यंत आलं. त्यांनी ती गंगोत्री पुढे नेली? विशेष काय? पक्षाला पैसे लागतात हे निर्लज्जपणे लोकं आता सांगू लागलेत. मी सांगतो तुम्हाला. लागतात म्हणजे लागतातच. कारण खर्च किती आहेत? याचं गणित मी मांडतो लोकांसमोर.

◗ काय आहे तुमचं गणित?

पंधरा ते वीस कोटींपर्यंत खर्च जातो. दोन निवडणुका पाहिल्या आम्ही. बाकीचे तर शंभर शंभर कोटी रुपये खर्च करतात. एवढा पैसा आमच्याकडे नाहीय. ऐनवेळी हा जमवावा लागतो. थेंबे थेंबे तळे साचे तसे आमचे. बाकीच्या लोकांच्यासारखे परसेण्टेजचे धंदे आमच्याकडे नाहीत. त्यांना घसघशीत मिळत असतं. जे आघाडी सरकार बसलंय महाराष्ट्रात त्यांचा एकमेव एककलमी कार्यक्रम म्हणजे जेवढे मिळतंय तेवढं ओरबाडा. नंतर मग मिळणार नाही. कोणाकडून आणि कसंही.

◗ हा जो पैसा गोळा केला जातो उद्योगपतींकडून. नंतर या उद्योगपतींचा सरकारवरती किती प्रभाव असतो?

त्याचं असं आहे की, त्यांची किती कोटींची कामं आणि किती मेहरबान्या याच्यावरती बरीचशी गणितं अवलंबून राहतात. मामुली रकमेसाठी ते सरकार किंवा

अमक्याकडे जाणार नाहीत. पण काही हजार कोटी, पाच हजार कोटी अशा ठणठणीत आकड्यांसाठी हे खेळ होऊ शकतात.

◗ **तुमचा अनुभव काय आहे? तुमचीही महाराष्ट्रात सत्ता होती. केंद्रातही सहभाग आहे.**

पण माझ्याकडे एवढा पैसा कधीच आला नाही. केव्हाही आला नाही. कधीच नाही. मला वाटतं इलेक्शनमध्ये आमचा काहीतरी चौदा कोटी खर्च झाला. आणि मग बाकीचे आमचे पाचदहा कोटी इकडे तिकडे खर्च झाले. पण जे काही एक घबाड म्हणतो ना घबाड अशी लॉटरी मला कधी फुटली नाही. येतात आमच्याकडेही. काही लोकं इमानानं आणून देतात. एक लाख. पाच लाख. अगदीच आमचं पितळ पिवळं पडलंच तर सात ते दहा लाख येतात.

◗ **आज जी आपण औद्योगिक घराण्यांची नावं ऐकता मग ते हिंदुजा असतील, अंबानी असतील किंवा आणखी कोणी. हे उद्योगपती कोणतं**

सरकार आणायचे, खेचायचे कोणाला कोणत्या खात्याचे मंत्री करायचे हे ठरवत असतात...

थोडंसं काय आहे त्याच्यामध्ये? की ते एक तंत्र आहे. एक जवळीक कशी साधायची? कोणाला पकडायचं? म्हणजे कामं होतील. अशी त्या दिल्लीमध्ये तंत्रं आहेत. ते साध्य झालं तुम्हाला की तुमचं काम सुरू. काही काही लोकं तर अशी आहेत की, पंतप्रधानांचा दरवाजा असो नाही तर आणखी कोणाचा दरवाजा असो. ते न ठोकता आत जाऊ शकतात. इतकी घनिष्ट मैत्री असते. या मैत्रीच्या मागचं रहस्य काय असू शकेल, ते तुम्हाला काही सांगावं लागणार नाही. ते तुम्ही जाणू शकता. कुणा मंत्र्याचा दरवाजा खडकावून उघडून जाण्याची हिंमत आहे. बाहेर एवढा पिऊन तरारलेला असतो तो तर हातही लावू देणार नाही दरवाजाला. पण ही व्यक्ती आली की सलाम करेल. असं आहे सगळं.

- **तुमचं काय धोरण आहे भांडवलदारांविषयी?**

भांडवलदार ही काही मी शिवी घ्यायला तयार नाही. त्यांचा गैरवापर केला जातो. त्यानंतर भांडवलदार निवडणुकीपर्यंत आले. इलेक्शन लढवायला लागले. त्यामुळे पक्षाचेही शिक्के बसू लागले. अपक्ष म्हटले तरी त्यांना सुरुवातीला काही जे फॉर्म्सवर सह्या देणारे आमदार किंवा दहा लोकं लागतात. त्यामुळे तेही दडपणाखाली आणि हेही दडपणाखाली असं हे फार मोठं विचित्र साटंलोटं आहे.

- **जर सरकार आणि भांडवलदार हे एका चांगल्या भावनेनं एकत्र आले तर...**

ही घडीच तशी आहे. येऊ शकतात म्हणजे काय? दोघांचीही काही कर्तव्य आहेत. सरकारने कारभार बघायचा? आणि यांनी देशाचा उत्कर्ष साधायचा.

- **मगाशी तहलकाचा विषय थोडा अर्धवट सुटला...**

पुन्हा सुरू करा.

- **जॉर्ज फर्नांडिसना तुम्ही अनेक वर्षं ओळखता. तुमचे ते मित्रच आहेत.**

बरं मग?

- **जॉर्जसारखा एक समाजवादी विचाराचा माणूस कामगार नेता संरक्षण खात्यातून दलाली खाऊ शकेल यावर तुमचा विश्वास बसतो काय?**

काय असतं पुष्कळ वेळेला की कुणी डायरेक्ट काही करू शकत नाही. पण चेले चपाटे असतात. आता उदाहरणार्थ राजीव गांधी. He was known as

Mr. Clean. काय झालं शेवटी मिस्टर क्लिनचं? मी देखील मिस्टर क्लिनच म्हणून राहू शकतो. कारण माझी खाण्याची माणसं सुटलेली आहेत. तर तो एक भाव खायला काही हरकत नाही मला. याला तुम्ही कोठे थोपवू शकता. मी स्वत: स्वच्छ. पण चरणारे चरून उरलेले मला आणून देतात. तरी पण मी मिस्टर क्लिन. हे धंदे आज दिल्लीत चाललेत. किंबहुना राज्याराज्यामध्ये चाललेत. एक उदाहरण देतो. मध्यंतरी एक व्यक्ती आली मला भेटायला. नंतर मी त्याला विचारलं 'अभी क्या प्रोग्राम है आपका?' तर साब 'मैं अभी दिल्ली जा रहा हूं.' जाता जाता ते सेण्टॉर हॉटेलला गेले. सांताक्रुझला. ज्या मित्राने त्याला माहिती दिली की, 'यह हॉटेल जो है ये सेमी गव्हर्नमेंट है. अभी बेचने का है.' यावर त्याने विचारले, 'दोनो बेचने का है क्या? ठीक है. अभी इस हॉटेल की क्या किंमत बोलो? तर पचास करोड तक जाएगी. त्याच्यापेक्षा जास्त असू शकेल. ते मला माहीत नाही. अच्छा तो बोलला, अभी फोर्टी फाईव्ह करोड का मैं चेक देता हूं. बाकी की बात बाद में करेंगे तर पंचेचाळीस कोटी तो द्यायला तयार झाला. काय ताकद आहे देशामध्ये. कशाला कटोरी घेऊन फिरताय तुम्ही? बरं, यांना कुणी विचारणार नाही. ठाकऱ्यांनी जरा काही केलं तरी... कर्ज काढलं तरी बॅनर लाईन ठाकऱ्यांनी कर्ज काढलं. पण हे पंचेचाळीस कोटी तो एका चेकमध्ये द्यायला तयार झाला होता. मोठ्या माणसाचा मुलगा होता तो.

◗ म्हणजे देशात पैसा प्रचंड आहे.

भरपूर. मागे यशवंत सिन्हा आले होते माझ्याकडे. तेव्हा त्यांना सांगितले की स्वीस बँकेने जी तिकडे बँक काढलीय नं काळ्या पैशाची. तुमच्या नंबर दोनच्या पैशावर स्वित्झर्लंडचा उत्कर्ष झालेला आहे. ते व्याजबिज काही भानगडी देत नाहीत. त्याच पैशाची गॅरंटी परत मिळतील. पण व्याज नाही. लॉकर नंबर कुणाला देणार नाही म्हणजे नाही. इतकी शिस्त आहे त्यांच्याकडे. मग असं असताना हा जो घबराट आमच्या देशात आहे. तुम्ही अशी योजना का काढत नाही की तो काळा पैसा आमच्याच देशात राहील. आमच्या देशाला उपयोग करता येईल. व्याज देऊ नका. पण पैशाची गॅरंटी ठेवा. केव्हाही मागा. सगळे पैसे तुम्हाला केव्हाही मिळतील. एवढा लोकांमध्ये विश्वास निर्माण करा. सगळे काळे पैसे देशात राहतील. ते योजनांसाठी वापरता येतील. जागतिक बँकेचे कर्ज हवेच कशाला? ही जी तुमची काही भिकार लोकशाही आहे ना त्यात घाबरत लोकं जगताहेत. मोकळेपणा नाही कोठे. बरं पोटाचे धंदे आपणहून शोधून काढले तर तेही मारताहेत. आणि स्वत:कडे नोकऱ्या नाहीत.

[१ जुलै, २००१]

‘एन्रॉन’ : सुडाचे व बिनबुडाचे राजकारण सुरू आहे.

“महाराष्ट्रात ‘एन्रॉन’ वरून राजकारण सुरू झाले. शरद पवार ह्यांना अडचणीत आणण्यासाठीच सोनिया काँग्रेसने ‘एन्रॉन हटाव’ मोहिमेस छुपे बळ दिले. हे राजकारण महाराष्ट्रांतील परदेशी गुंतवणुकीच्या मुळावर येणारे आहे. ह्याची जाणीव होताच त्यांनी स्वतःची भूमिका मांडली ती अशी, ‘ ‘एन्रॉन’च्या पहिल्या फेजमध्ये शरद पवार अडकतात. त्यामुळेच ती ताणाताणी आहे. हे अत्यंत घाणेरडं राजकारण चाललेलं आहे. पवारांबद्दल मला काही प्रेम नाही. पण या सूडवृत्त्याच राज्याच्या मुळावर येत आहेत. ‘एन्रॉन’ महाराष्ट्रातून घालवलं तर जागतिक बँक क्षमा करणार नाही!’ ”

मुलाखतीचे 'एन्काऊंटर' असे सुरू झाले.

◗ केंद्र सरकार किंवा भाजप शिवसेनेवर नेहमीच अन्याय करीत असल्याची तक्रार करीत असता...

–होय. मग...

◗ अलीकडेच तुम्ही केंद्रात आणखी एका मंत्रीपदासाठी हट्ट धरलात.

–नाही. हट्ट नाही धरला मी. मी त्यांना फक्त सांगितलं; आणखी एक मंत्रीपद वाढवून द्यायला हरकत नाही तुम्हाला. तेवढी लोकसभेत संख्या आहे आमची.

◗ मग वाढवून मिळणार आहे? कोण होणार मंत्री?

–मागितलं हे ठीक आहे. पण नंतर पुन्हा विचार केला, कारण वाढ होते आहे असं जाहीर होताच आमच्याकडे रांग वाढायला लागली. ही रांग अशी वाढत चालली की, जी माणसं ग्रामपंचायतीत निवडून आली नसती ती काही दिल्लीला जाऊन बसली आणि आता त्यांना दिल्लीतील मंत्रीपदं पाहिजेत आणि असे जवळ जवळ नऊ झालेत एकूण. आता हे कुणी निस्तरायचं सगळं? मग मी म्हटलं की मला नकोच ते जादा मंत्रीपद...

◗ म्हणजे तुम्ही हक्कच सोडलात...

नाही. मी पंतप्रधानांकडे काय मागितलं की, त्यापेक्षा ही जी काही तुम्ही आम्हाला लेचीपेची खाती दिलेली आहेत त्यातल्या दोन खात्यांना तुम्ही बढावा द्या. ऊर्जा प्रभूंकडेच राहील. मनोहर जोशींना वेगळं जरा चांगलं खातं द्या आणि विखे-पाटलांना 'इंडिपेंडेंट चार्ज' द्या. म्हणजे इतर बी.जे.पी. मिनिस्टर्सना तुम्ही तसा दिलेला आहे, अशी सूचना मी त्यांना दिली. म्हणजे बिनअधिकाराचं व बिनकामाचं खातं असलेलं एखादं राज्यमंत्रीपद घेऊन कुणाची तरी सोय लावण्यापेक्षा आहे त्याच मंत्र्यांना अधिकाराची खाती द्या. ही जी हल्ली एक लालसा निर्माण झाली ना त्यामुळे लाळ गळायला लागते. त्यामुळे 'रिशफल' म्हटलं..., मंत्रिमंडळात वाढ किंवा बदल म्हटलं की दर्शनाच्या रांगा. एरवी कुठं असता रे बाबांनो? एरवी का भेटायला येत नाही? की दर्शनाला मुहूर्त काढून येता? ज्योतिषाला विचारून आज दर्शनाला गेलं तर चालेल काय असं करता? हे सगळं झूठ आहे. ओळखतो मी या सगळ्यांना. यांचं धाडस कसं होतं? कोण तू? काय? कुठे होतास? शिवसेनेचा जन्म झाला नसता तर तू कोठे असतास? एवढा तरी विचार त्याने करायला हवा. एक म्हणजे फार मोठं धाडस करतोय आपण. एक तर एक दमडाही न मोजता तुम्हाला तिकिटं दिली. खर्च आपण केला.

पण पूर्वी शिवसेनेत असं नव्हतं...

–मी हे निपटून काढू शकतो. मी तसा हुकूमशहा आहे. पण लोकहितवादी आहे. मी छत्रपतींना मानणारा माणूस आहे. जनहितकारी अशी ही हुकूमशाही आहे. लगेच तुम्हाला हिटलरची सणक जायला नको डोक्यात.

'डिसइन्व्हेस्टमेंट'बाबत तुमची भूमिका केंद्राच्या विरोधात आहे. तुमची मतं वेगळी आहेत...

–मत म्हणाल तर असं आहे की एकीकडे तुम्ही स्वदेशीची भाषा बोलता आणि 'डिसन्व्हेस्टमेंट' ही देशहिताच्या साठीच असली पाहिजे. 'मेरा भारत महान'च्या ऐवजी मेरा भारत गहाण हे कुठं आम्हाला लॉरीवरती दिसता कामा नये. परदेशी गुंतवणूक कुठे असावी यावरही मर्यादा हव्यात. आज त्या सुषमा स्वराजचं एक स्टेटमेंट फार चांगलं आहे. विदेशी वृत्तपत्रं आम्ही देशात येऊ देणार नाही, हे मी किती साली बोललोय? ज्यावेळी सुरुवात झाली होती त्यावेळेला. की विदेशी वृत्तपत्रं आम्ही देशात येऊ देणार नाही म्हणून. म्हणजे मग मेलोच ठार आपण. सगळे बुडाले. कारण त्यांच्याकडच्या सुविधा आणि आपल्याकडच्या सुविधा यात जमीन अस्मानचा फरक आहे. पेपर क्वालिटी, छपाई, न्यूजप्रिंटचा त्यांना कधी तुटवडा पडणार नाही आणि आमच्याकडे न्यूजप्रिंटपासून बोंब आहे. सगळंच महाग. लेबर महाग. त्यांची मशीनरी काय अगदी धुमधडाक्याची असते. अशावेळेला ही स्पर्धा परवडायची नाही. आणि आमची सर्व वर्तमानपत्रं उद्या झोपलीच तर त्यातला सर्व कामगार, कर्मचारी हा कुठे जाणार शेवटी? मी नेहमी कामगारहित पाहतो. देशाला बेकारी परवडणार नाही. डिसइन्व्हेस्टमेंट वगैरे योजना बेकारी वाढवत आहेत.

बाल्कोचं काय झालं?

–पहा नं काय झालं ते. किती कमी भावात त्या कंपनीचा सौदा तुम्ही केलात? काय मिळालं त्यातल्या कामगारांना? त्यांनी मग तो मोठा संप केला.

यात भ्रष्टाचार झाला असं वाटत नाही का?

–आहे म्हणजे काय? असलाच पाहिजे. कुठे ना कुठे तरी. आता लोकांचं मत आणि देशातही एकंदरीत असं वातावरण निर्माण झालंय की भ्रष्टाचाराखेरीज हे होऊच शकत नाही. हा समज असो नाही तर गैरसमज असो. हे तुम्ही दूर कसं करणार आहात? लोकांच्या मनातून हे तुम्ही कसं काढू शकता? काय तुमची इमेज काय? तुमची प्रतिमा काय? संपूर्ण देशाची प्रतिमाच अशी निर्माण झाली आहे की

हा भ्रष्टाचारी देश. आमचा नंबर बऱ्याच बाबतीत पहिला आलेला आहे. लोकसंख्येत पहिला. चायनाची आपण इतर कोणत्याही बाबतीत स्पर्धा करू शकणार नाही. लोकसंख्येच्या बाबतीत करतोय आपण. नंतर भ्रष्टाचारामध्ये आपला नंबर वरचाच आहे. इथे आमचे नंबर वर लागतात. प्रगतीच्या दृष्टीने काही नाहीय. उद्या सरळ मी तुम्हाला प्रश्न विचारला की, ५३ वर्षांमधली या देशाची प्रगती सांगा. काय आहे तुमच्याकडे उत्तर?

◗ **WTO आणि GAT यामुळे जागतिक बाजारपेठेचं आमच्यावर आक्रमण झाले. इथला शेतकरी व कामगार त्यामुळे उपाशी मरेल...**

–तुम्ही हे जे काही आयात-निर्यातीच्या पॉलिसीज ज्या काही ठरवल्यात त्यांना तुम्ही रान मोकळं करून दिलंत. आमच्या शेतकऱ्यांचा कांदा येथे सडतोय. उघड्यावर पडलाय. निर्यातीची परवानगी नाही. कसले हे धोरण? सरप्लस माल आहे तो निर्यात करा. इथे आम्हाला कमी करून तुम्ही दुसऱ्यांचं पोट भरू नका. आणि इथे अती असताना बाहेरचा माल आणू नका. माझ्या देशातील माणसं इथे पाण्याशिवाय तडफडताहेत आणि अरब राष्ट्रांना आम्ही पाणी पुरवणार. हे कोणते धंदे?

◗ **या परदेशी मालामुळे इथूनचा शेतकरी देशोधडीस लागेल...**

–सुरुवात झालीच आहे. आज येथल्या सफरचंदावर परिणाम झाला. द्राक्षावर झाला.

◗ **मग अशा परदेशी मालावर बहिष्कार टाकण्याचं आंदोलन का सुरू करत नाही?**

–असं आहे की शेवटी एका ताज्या प्रश्नापासून आपण सुरुवात करू फेरीवाले... फेरीवाले. आम्हाला फेरीवाल्यांपासून उपद्रव होतो. म्युनिसिपाल्टी काय करते? नगरसेवक काय करताहेत? अशा या बोंबा. पण त्यांच्याकडून खरेदी कोण करतंय? तुम्ही बहिष्कार टाका फेरीवाल्यांवर. किती काळ बसतील. जबाबदाऱ्या उचलायच्या नाहीत. फक्त आरोप करायचे. फेरीवाल्यांवरती या लोकांनी बहिष्कार टाकून बघावा. फेरीवाले वाढणार नाहीत. जाणार कुठे शेवटी? निदान जे बाहेरगावाहून आले आहेत. त्यातल्या त्यात उत्तर प्रदेश आणि बिहारचे. की जे गुन्हेगारीतच जास्त मोडताहेत. ते दिसतील त्यांच्यावरती बहिष्कार टाकायचा. हात नाही लावायचा. अगदी डाळ नाही शिजली घरात तरी चालेल. पण त्यांचा जो कट शिजतोय त्याकडे दुर्लक्ष करून चालणार नाही.

कुठल्या प्रकारचा कट म्हणताय तुम्ही?

–नाही. शेवटी मराठी टक्क्याचं महत्त्व कमी करून टाकायचं. अर्थात तो जोर काही परवडायचा नाही त्यांना. लोकसंख्येचा. पुरून उरू आपण त्यांना. पुरून उरू. तसं धाडस कोणीच करू शकणार नाही. मुंबई स्वतंत्र करण्याचे. हिंमत होणार नाही त्यांची.

वारंवार तुम्हाला ही भीती वाटतेय आणि वारंवार तुम्ही ती व्यक्त करताय...

–नाही. मला नाही भीती वाटत. छे, छे. मी निश्चिंत आहे. मुंबई स्वतंत्र करूच शकणार नाही कोणी. शक्यच नाही.

पण हा जो 'रेटा' वाढतोय त्यांच्या लोकसंख्येचा...

–वाढू द्या ना. ही आमची नामुष्की आहे. नामर्दानगी आहे. मतांच्या लाचाऱ्या आणि मुसलमान माजलेत. या स्वतंत्र हिंदुस्थानात मुसलमानांच्या मतांवर देशाचं भवितव्य अवलंबून राहावं? थोडी तरी लाज शरम? पाकिस्तान तुमचा आहे ना मग हिंदुस्थान आमचा आहे. त्यांच्या मतांवर आमच्या देशाचं भवितव्य. ही कल्पनाच असह्य आहे.

मुंबईतील उत्तर भारतीय आणि बिहाऱ्यांच्या मतांवरसुद्धा इथल्या निवडणुकांचे भवितव्य ठरत आहे. विशेषतः महापालिका निवडणुकांचं.

–होय. आहे ना.

त्यांचं काय करणार?

–मुसलमानांना चुचकारलं जातं तेवढं या लोकांना कमी चुचकारलं जातं. एक तर काय यांना कृपाशंकर सिंह वगैरेसारखे नेते मिळतात आणि त्यांचे प्रश्न ते मग लावून धरतात. मागण्याही ठणठणीत करतात. असा एकही आमचा 'मऱ्हाटा' नेता नाहीय. आणि मी बोललो की मला चेपायला निघतात. जातीयवादी म्हणून.

महाराष्ट्राचं राजकारण कोणत्या दिशेनं चाललंय?

–सध्या कोणतीच दिशा नाहीय. आपण एक नेहमीच बोलत राहतो. पूर्वी मी बोललोय की नाही माहीत नाही. तो एक वात कुक्कट असतो. वेदर कॉक. आणि मग आपण सहज बोलून जातो. काय? कसलं काय धोरण आहे काय? वेदर कॉकसारखं आहे. तुम्ही वेदर कॉकला दोष देऊ नका. वेदर कॉक तुम्हाला दिशा

दाखवतो. तो वारा येईल तसा फिरत नसतो. वेदर कॉक तुम्हाला वाऱ्याची दिशा दाखवतो. तुम्ही वारा येईल तशी पाठ फिरवता. याचा अर्थ त्याला दिशा नाही असं समजू शकणार नाही. पण वाऱ्याची दिशा दाखवणारा तो आहे कोंबडा. तेव्हा निदान ती तरी भूमिका बजावा. दिशा नाही दशा जास्त.

◗ **एन्रॉनभोवतीच सध्या महाराष्ट्राचं राजकारण व भवितव्य फिरतंय...**

–आपण एन्रॉनची पंचाईतच करून ठेवलीय. ती 'सेकंड फेज'ची भानगड जी आहे ती मला माहीतही नव्हती. मी म्हणतोय ते एन्रॉन... एन्रॉन म्हणजे काही तरी एकच सार्वभौम असं समजत होतो. एकच आहे प्रोजेक्ट. पण हे टप्पे आहेत वगैरे मला काहीच माहीत नव्हतं. कुणी सांगताहेत की युती सरकारच्या दरम्यान ती सेकंड फेज झाली. तेही मला माहीत नव्हतं. ना मुख्यमंत्री बोलले ना उपमुख्यमंत्री बोलले. ना आणखी कोणी बोलले. एन्रॉन उभं राहतंय आणि महाराष्ट्राला वीजपुरवठा होणार. त्यामुळे कुठे फ्लक्च्यूएशन्स नाहीत. कधी पंप बंद पडतात. ही बला तरी निघून जाईल. एका अपेक्षेनं आणि आशेनं मी एन्रॉनला पूर्ण सपोर्ट केला आणि दुसरा तोही इशारा मी दिला होता.

◗ **इशारा? कोणता?**

–एन्रॉन हा अमेरिकनं अत्यंत प्रेस्टिज इश्यू असा केलेला आहे. प्रतिष्ठेचा प्रश्न केलेला आहे. एन्रॉनला जर धक्का लागला– आज, उद्या, परवा कधीही तर आपली वर्ल्ड बँकेचीसुद्धा मदत बंद होईल आणि तो दाभोळ– महाराष्ट्रापुरताच प्रश्न राहणार नसून संपूर्ण देशाचा प्रश्न म्हणून उभा राहील. एवढा मोठा धोका आहे तो.

◗ **पण एन्रॉनला विरोध वाढतो आहे.**

–त्यातही राजकारण आहे. अगदी ते गावकुसवाले मोर्चे बोर्चे काढताहेत ते ठीक आहे. म्हणजे अगदीच जे राजकारणातून बाद झालेले आहेत त्यांना हा विषय चघळायला छान मिळाला. माझी आणि ते निल म्हणजे एन्रॉनचा सध्याचा जो प्रमुख आहे; पूर्वी ती रिबेका मार्क होती. आता तो नील आलेला आहे. तो माझ्याकडे दोन वेळेला येऊन गेला त्या खांडेकरांबरोबर. त्यावेळेला मनोहर जोशी होते. सुरेश प्रभू होते. बोलता बोलता त्यावेळेला विषय निघाला. मी म्हटलं की, तुम्ही दर कमी करा. ओझं प्रचंड वाढतंय. महाराष्ट्राला पुढे ते परवडणारं नाही. एन्रॉनच्या विरोधात जायचं कुणालाच काही कारण नाही. नंतर म्हटलं दर बाजूला ठेवूया. पहिल्यांदा आपण एक स्ट्रक्चर उभं करा आणि ते तुम्हाला मान्य आहे का नाही ते सांगा. तर ते म्हणाले, 'यस मिस्टर ठाकरे, तुम्हाला काय हवं ते सांगा.' यावर मी सांगितलं,

'आता महाराष्ट्राला किती मेगॅवॅटची गरज आहे? ती महाराष्ट्राने घ्यावी. आणि बाकीची ही सगळी उरलेली जी असेल मग सेकंड फेजमधली असेल नाही तर फर्स्ट फेजमधील थोडी का असेना ती. प्रभू इथे बसलेले आहेत आणि ही इज अ रिस्पॉन्सिबल मिनिस्टर. पोर्टपोलिओ विथ हिम एनर्जी. त्यांनी तुम्हाला देशामध्ये कुठेही वीज विकण्याची परवानगी द्यावी.' निल म्हणाले, 'यस मिस्टर ठाकरे, इट्स अ गुड सजेशन! वर्थ थिंकिंग. गुड प्रपोजल आय कॅन से.' यावर मी प्रभूंना सांगितलं, 'प्रभू, तुम्ही असं करा. दिल्लीला गेल्यावर पंतप्रधानांना भेटून ही योजना सांगा. त्यांच्या कानी घाला.' इथपर्यंत फक्त माझ्याकडे बोलणं झालं. त्यानंतर फॉलोअप काही नाही. मी तुम्हाला तारीखही देऊ शकतो. २६ मार्च!

◗ सरकार पडेपर्यंत 'एन्रॉन' प्रश्न ताणलेला आहे.

–नाही. 'एन्रॉन'च्या पहिल्या फेजमध्ये शरद पवार अडकतात. त्यामुळेच ती ताणाताणी आहे. हे अत्यंत घाणेरडं राजकारण चाललेलं आहे. नीचपणाचं राजकारण आहे. पवारांबद्दल मला काही प्रेम नाही, तो रस काही गळत नाही. पूर्वी एकेकाळी गळत होता. तेव्हा भांडी आमची भरायची. पण आता मात्र काही नाही. मी अनेक वर्षे त्यांच्याशी फोन करूनही बोललो नाही. भेटलो तर नाहीच. पाहिलंही नाही. चर्चेचा तर काही प्रश्न नाही. या सूडवृत्त्याच चाललेल्या आहेत.

◗ सूडवृत्या फक्त एन्रॉनमध्येच नाहीत. सर्वच पातळ्यांवर चालल्या आहेत.

–होय. महाराष्ट्रात सूडाचे राजकारण सध्या सुरू आहे. जसं मी म्हटलं होत की तो 'टास्क फोर्स.' श्रीकृष्ण आयोगाच्या शिफारसीची अंमलबजावणी करण्यासाठी तयार झाला. निर्णयाची वाट बघताहेत. आला रे आला की घातले उंदीर सगळे आत. असं त्यांना वाटतंय. आता श्रीकृष्ण आयोगाने ठपके कोणाकोणावर ठेवलेत? काय फक्त शिवसेनेवरच ठेवलेत? मुसलमानांचं काही नाही त्यांच्यामध्ये? दंगल म्हटल की.. ती एकतर्फी असू शकत नाही. दंगल ही हिंदू मुसलमानांचीच असते. ख्रिश्चन आणि हिंदू किंवा पारशी-हिंदू अशा काही जातीय दंगली झाल्या नाहीत. किंबहुना इतर जमातीनीसुद्धा मुसलमानांशी दंगली केल्या नाहीत असंही काही नाही. दंगल फक्त हिंदू आणि मुसलमान कुठेही झाली तरी डोळे मिटून सांगावं. हिंदू आणि मुसलमान. आणि असतेच. मग अशा वेळेला टास्क फोर्स फक्त शिवसैनिकांनाच पकडण्यासाठी अमंलात आलाय का? मुसलमान दंगलीमध्ये नव्हते आणि त्यांना अटका होऊ शकत नाहीत का? टास्क फोर्स त्यांना हात का लावत नाही? हा काय प्रकार आहे? म्हणजे हे सूडाचेच राजकारण झालंय...

◗ **तसंच सूडाचं राजकारण एन्रॉनचं आहे काय?**

–म्हणजे?

◗ **विषय 'एन्रॉन' वरून निघाला म्हणून विचारलं...**

–नाही, नाही. सेकंड फेजमध्ये आम्ही अडकतोय असं त्याचं म्हणणं आहे, फर्स्टमध्ये शरद पवार अडकताहेत आणि हे बाजूला अडकताहेत. कारण यांची भाग्यरेषा खालची. आता उमटली खुर्चीवरची.

◗ **पण तेव्हा तो निर्णय पवारांचा व्यक्तिगत नव्हता. तर काँग्रेस सरकारचा आणि संपूर्ण कॅबिनेटचा होता.**

–होय. खरंच आहे ते सेकंडमध्ये आपण आलो. म्हणजे युती सरकार आलं. आता याच्यामध्ये कुणाला काही चौकशा पाहिजे असतील. नसतील त्यांनी त्या कराव्यात आमची काहीच आडकाठी नाही.

◗ **या स्टेजला 'एन्रॉन' गुंडाळणं आणि भंगारात काढणं कितपत योग्य आहे?**

–हे बघा, एन्रॉन तुम्हाला भंगारात काढणं फार जड जाणार आहे. फारच जड आहे. मी यांच्यावरती भाष्य करीत नाही पण तुम्ही प्रश्न विचारताय म्हणून माझी भूमिका स्पष्ट केली, की एन्रॉन जर इथे बंद झालीच तर आपल्या देशाला महाग पडेल, फार महाग पडेल. हा बागुलबुवा नाही. भीती दाखविण्याचा धंदा नाही. कारण मी काही त्यांचा एक चव्वल लागत नाही. त्यातही मला काही 'गिल्टी कॉन्शस' नाहीय की मनामध्ये पाप, की अरे यांच्याकडून आपण पैसा घेतलाय आणि आता हे जाताहेत तर आपण यांना काहीच मदत करीत नाही याची काळजी मी घेईन. हाही धंदा नाही. माझा राहिलं काय आणि गेलं काय. गेलं तर देशाचं नुकसान होतंय. आता व्यक्तीचं कुणाचं होणार असेल तर त्याची मला पर्वा नाही. माझं तर निश्चित नाही. नक्कीच नाही.

◗ **विजेसारखे मोठे प्रकल्प यापुढे सरकारी पैशातून उभे राहू शकत नाहीत. कारण तिजोरीत पैसाच नाहीय...**

–सरकारी पैशातनं पक्ष उभे राहू शकतात. बाकी काहीच उभं राहत नाही देशात. पॉवर आणि पावर या शब्दातला खेळ आहे तो. ती पॉवर म्हणजे 'ऊर्जा' पाहिजे आम्हाला. ती नाही मिळणार. खुर्च्यांची पॉवर मिळेल. अगदी कुणीही मिळू शकते. इतकं झालंय सगळं.

◗ **खासगीकरण किती मर्यादेपर्यंत असावं?**

–देशहिताच्या दृष्टीनं मर्यादेला काही प्रश्न नाहीय. पण तुम्ही विकायलाच काढला असेल देश तर मी खासगीकरण मानणार नाही. बिलकूल नाही. आणि म्हणूनच मी अगदी सुरूवातीलाच बोललो होतो की, हा अगदी इस्ट इंडिया कंपनीचा धंदा होतोय. होय, इस्ट इंडिया कंपनी, व्यवसाय करण्यासाठी आले आणि मालक झाले देशाचे. दीडशे वर्षे राज्य केलं त्यांनी. हे असले खासगीकरणं पुन्हा गुलामीकडेच नेणारे आहे. मी ते सहन करणार नाही.

[२ जुलै, २००१]

शिवसेनेत गटबाजी सहन करणार नाही

"श्रीकृष्ण आयोगाच्या कारवाईचं 'सूडचक्र' सुरू झाले. शिवसैनिकांवर कारवायांचा आसूड ओढण्यांत आला. आर.डी. त्यागींसह सोळा पोलिस अधिकाऱ्यांवरही कारवाई झाली. श्रीकृष्ण आयोगाच्या सूडचक्रावर शिवसेनाप्रमुख अक्षरशः तुटून पडले. ह्याचवेळी राज व उद्धवच्या बाबतीत त्यांनी अत्यंत मोलाचे विचार मांडले, 'माझ्या गेल्या पस्तीस वर्षाच्या शिवसेनेतील आयुष्यात माझा गट इथं उभा राहिला असं कोणी सांगू शकत नाही. हिंमत नाही कोणाची. राज व उद्धव या दोघांनाही मी तसे इशारे दिलेत की, कधीही तुमचे दोघांचं गट उभे राहिलेले मी सहन करणार नाही.'"

शिवसेनाप्रमुखांशी झालेली चर्चा अशी–

◗ महाराष्ट्रात काँग्रेस आघाडी सरकार आल्यापासून श्रीकृष्ण आयोगाची टांगती तलवार तुमच्या डोक्यावर आहे. ती कितपत धोकादायक वाटते?

–फाशी तर देऊ शकत नाही. अटकेचं समाधान त्यांना पाहिजे असेल कदाचित. मिळू द्या. पण आम्हीसुद्धा काही स्वस्थ बसलेलो नाहीय. आमचंसुद्धा वकिलांचं मोठं स्क्वॉड उभं राहिलेलं आहे. पन्नास ते शंभर नामवंत वकील आज आमच्याकडे आलेले आहेत. एक दमडा नको तुमच्याकडून आम्हाला. आम्ही हे सर्व खटले लढवतो. म्हणजे मोठमोठी माणसं चांगली आलेली आहेत. आम्ही आता सर्वोच्च न्यायालयातही जात आहोत.

◗ कशासाठी?

–श्रीकृष्ण आयोगाने कसा अन्याय केला? कुठे केला? काही गोष्टी जमेसच कशा धरल्या नाहीत. या सगळ्या गोष्टी सर्वोच्च न्यायालयाच्या निदर्शनास आणणार आहोत.

◗ माजी पोलीस आयुक्त रामदेव त्यागी यांच्या बाबतीत जो प्रकार सुरू आहे...

–तो प्रकार अत्यंत घृणास्पद आहे.

◗ दंगलीच्या काळात त्यागी यांनी अत्यंत महत्त्वाची भूमिका बजावली. दंगलखोर धर्मांधांशी 'सामना' केला...

–त्याचीच शिक्षा आता त्यांना मिळतेय. धर्मांध दंगलखोरांना गोळ्या घातल्या. पोलीस अधिकारी म्हणून त्यांनी त्यावेळी नि:पक्षपातीपणे कर्तव्य बजावले. पण पोलिसांच्या गोळ्यांना भेंडीबाजारात बळी पडलेले दंगलखोर मुसलमान होते म्हणून हे सर्व चालले आहे. हिंदूंना मारले असते तर त्या पोलीस अधिकाऱ्यांचे प्रमोशन झाले असते.

◗ पोलीस अधिकाऱ्यांचे खच्चीकरण करण्याचाच हा प्रकार. दंगलखोरांना गोळ्या घातल्या म्हणून पोलीस आयुक्तांनाच तुरुंगात टाकायचे?

–अत्यंत मूर्खपणाचा प्रकार आहे हा. उद्या सैन्यापर्यंत पोहोचाल. हे जर उद्या दिल्लीत बसले तर जवानांचं कोर्टमार्शल करतील. सीमेवर घुसखोरी करणाऱ्या पाकिस्तानी सैनिकांना का मारलेत, असे विचारतील. म्हणजे त्यांनी काही केलं नाही

तर बघ्याची भूमिका घेतली आणि केलं तर खटला झाला. कोण झक मारायला या पोलीस दलामध्ये येईल नोकरी करायला? आणि कशाकरिता पावलं टाकील मजबूत? दंगल आटोक्यात आणायची म्हणजे काय? मंत्र्यांना म्हणावं इकडे या, चड्ड्या पिवळ्या होतील तुमच्या. दंगल सुरू झाली की रस्त्यावर येऊन बघा. तोंड दाखवा.

◗ हे सुद्धा एक प्रकारचं सूडचक्रच आहे...

होय! ते शिवसेनेचे आहेत हीच फक्त भूमिका आहे. त्यागी ज्यावेळेला पोलीस आयुक्त होते. त्यावेळेला त्यांचा शिवसेनेशी काडीमात्र संबंध नव्हता. He was just a Police Commissioner आणि माणूस निवृत्त झाल्यावर त्याने कुठल्या पक्षात जावं न जावं हा त्याचा वैयक्तिक प्रश्न आहे. उद्या ते भारतीय जनता पक्षाकडे गेले असते. परवा ते कॉंग्रेसकडे गेले असते. शिवसेनेला एक चांगली व्यक्ती मिळते आहे ते आम्ही पाहिलं. उद्या आम्ही त्यांचा काही चांगला उपयोग करून घेतला असता. काही चांगली माणसं सभागृहात पोहोचली पाहिजेत. बोलली पाहिजेत. लगेच त्यांना तुम्ही शिवसेनेचं म्हणून ठोकलंत? कॉंग्रेसमध्ये असते त्यागी तर? हिंमत झाली असती का तुम्हाला त्यांच्या केसाला धक्का लावण्याची?

◗ पण जो श्रीकृष्ण आयोग तुमच्या युती सरकारनं बरखास्त केला होता तो वाजपेयी सरकारने पुन्हा पुनरुज्जीवित केला...

—खरं आहे. त्याचं कारण असं झालं की, सुधाकरराव नाईकांच्याच वेळेला त्याची नियुक्ती झाली. मला वाटतं नियुक्ती झाली त्या वेळेपासून ते ९५ सालापर्यंत किती वर्षे झाली बघा. इतकी वर्षे होऊनही तो अहवाल काही बाहेर पडत नव्हता. आणि खर्च वाढत होता. दर तीन महिन्यांनी, सहा महिन्यांनी त्यांनी त्यांना एक्स्टेंशन. मग मला मुख्यमंत्र्यांनी विचारलं काय करायचं? नुसतेच खर्च वाढत असतील आणि काही निर्णयच लागत नसेल तर तुम्हाला बरखास्त करण्याचा अधिकार आहे काय? तर म्हटलं आहे. मग करून टाका. केला. वाजपेयींचा मनोहर जोशींना फोन की, विरोधी लोग हंगामा करेंगे. शोर मचाएंगे. बालासाहब को कहो नियुक्ती कर दो! म्हटलं जाऊ दे. वाजपेयी बोलताहेत तर नकार कसा द्यायचा? कारण त्या माणसाबद्दल मला एक प्रेम आहे. आदर आहे. आडवाणीबद्दलही आहे. आणि म्हणून तर त्यांच्या राम जेठमलानीचा ताप मी बोडक्यावर घेतला. नाहीतर यावेळेला मी तिकीट देणार नव्हतो. त्यांचा फोन आला म्हणून ते दिलं.

पण 'राम'पेक्षा श्रीकृष्ण तापदायक ठरला...

–होय! एकदा नियुक्ती केल्यानंतर त्याने ठरवलं की आता बघतो तुमचं. काय करायचं ते एक जबरदस्त आकस घेऊन तो माणूस पुन्हा बसला. अनेक आमच्या गोष्टी तो ऐकून घ्यायलाही तयार नाही. राधाबाई चाळ तर अशी फेकून दिली त्यांनी. अधिक शिरोडकर किती तरी उदाहरणं देत होते, पण ते ऐकूनच घ्यायला तयार नाहीत. माथाडी कामगार मारले त्याच्याबद्दल तो काही रेकॉर्ड करायलाच तयार नव्हता. सगळं त्यांच्या बाजूने घेतलं. विधानसभेच्या जागेवरती मनोहर जोशींनी जी चिरफाड केली, श्रीकृष्ण आयोग त्यांनी फेटाळून लावला आणि तो अधिकार सरकारला आहे. कारण तो अहवाल आहे. ते निकालपत्र नव्हतं. सूचना किंवा शिफारस म्हणा फार तर. शिफारशी नाही पटल्या तर सरकार त्या फेटाळू शकते. कारण तो 'जज्ज' म्हणून बसला नव्हता. आयोगाचा एक प्रमुख. अशा वेळेला ८-९ वर्षांनी तुम्ही तो उकरून काढलात. केवळ सूड उगवण्यासाठी आमच्यावर खटले सुरू केलेत. टास्क फोर्स काय नेमलात, आणखी काय केलं.

मागे एक जैन आयोग फक्त एवढ्यासाठीच नेमला होता की आयोगाच्या शिफारशींबद्दल तुमचं एकूण काय मत आहे. तो जैन आयोगाचा अहवाल तुम्ही काढा त्यांच्यामध्ये चक्क एक वाक्य आहे. त्यांनी असं म्हटलं की, या शिफारशी स्वीकारणे किंवा न स्वीकारणे हा सर्वस्वी पूर्णपणे सरकारचा अधिकार आहे. आणि सरकारने बजावला तो आमच्या. अगदी ती चिरफाड करून. टू द पॉईंट. अप्रतिम भाषण त्यावेळेला मनोहर जोशींनी केलं. पण ते बाहेर आणता येत नाही. विधानसभेच्या जागेवरच आहे. मी त्यांना सांगितलं की तुम्ही राज्यपालांची परवानगी घ्या आणि ते फोटो पुढे जाऊ द्या.

श्रीकृष्ण आयोगाशी मुकाबला करण्यासाठी राज्यातील विद्यमान सरकार घालविणं हाच एकमेव पर्याय नाही काय?

–एकमेव पर्याय तर जरूर आहे. निश्चित आहे. तेव्हाच ही सगळी सूडवृत्ती चेपली जाईल.

आपण जे सतत म्हणताय सरकार येणार आहे...

–येणार होतंच मुळी. त्याबद्दल वादच नाही. एवढा काळही मिळाला नसता. पण घातपाती लोकं असतात आमच्याकडे काही. त्यांनी केला घातपात.

राष्ट्रवादीच्या फुटीवर आपली बरीचशी मदार आहे...

–राष्ट्रवादीचा आकडा तोलामोलानं कमी आहे. त्यामुळे इतर कोणाहीपेक्षा 'वन थर्ड' तिकडे लवकर होऊ शकतो. पण झालाय म्हणजे निश्चितच झालाय.

◗ **सुधाकरराव नाईक गेल्यामुळे या प्रयत्नांना काही फटका बसलाय काय?**

–नाही, तो एक आमचा आधार होता एवढं नक्की. मध्ये काही वैचारिक गोंधळ त्यांनी केले. नाही असं नाही. पण अलीकडे एका मजबुतीने ते उभे राहिले होते. जबरदस्त राहिले होते. त्यांची इच्छा होती की शिवसेना, राष्ट्रवादी आणि भारतीय जनता पक्षानं एकत्र यावं. पण मलाच ते शक्य नव्हतं.

◗ **शरद पवारांमुळे?**

–लखोबामुळे!

◗ **म्हणजे?**

–इतक्या उन्मत्त माणसाला बरोबर घेऊन मी कधींच सत्तेवरतीं बसू शकत नाही. त्यापेक्षा विरोधी पक्ष परवडला.

◗ **भुजबळांना वगळून हे तीन पक्षांचं सरकार येऊ शकेल?**

–काही अटीतटी राहू शकतात ना त्यामध्ये. श्रीकृष्ण आयोगाच्या बाबतीत ते काय करणार. ते करणार याबाबत त्यांनी त्यांच्या भूमिका मांडाव्यात. लखोबाविषयी तडतोड तर त्रिवार अशक्य. कोणत्याही परिस्थितीत नाही. किंबहुना त्यावेळी तर तो पक्षाच्या अध्यक्षपदी म्हणजे पाचपुत्यांच्या जागीही बसता कामा नये. इतपत माझ्या कडवट भूमिका राहणार.

◗ **जर त्यांना दिल्लीत पाठवलं पवारांनी तर महाराष्ट्रात तुम्ही एकत्र याल?**

–कुणाला म्हणता?

◗ **भुजबळांना.**

–दिल्लीत कसा जाणार तो?

◗ **राज्यसभा आहे. केंद्रात मंत्रीपद आहे.**

–ते राज्य आमचं कसं येईल? पहिलं त्याला दिल्लीत पाठवणार कोण? तर पवार पाठवणार. त्यांना मंत्रीपद वगैरे मिळणार आहे का? ती दिली तर शक्यच नाही. मग आमचे तीन मंत्री राजीनामे देतील. मोकळे होतील. मग पाठिंबा ठेवायचा की काढायचा त्या नंतरच्या बाबी.

अलीकडे पवारसुद्धा दिल्लीत भाजपच्या दिशेने सरकताहेत. त्यांना महत्त्वाची पदं मिळताहेत.

–ते आकड्यांचं राजकारण. ती राजकीय चुंबाचुंबी आहे. कोरड्या ओठाचं चुंबन घ्यायचं की लिपस्टिक असलेल्या ओठांचंही चुंबन चालेल. डाग पडले तर बघू. हे राजकारण आहे तिथं.

महाराष्ट्रात सत्ता येणार या आशेपायी विरोधी पक्ष म्हणून शिवसेना प्रभावी ठरत नाही...

–आता प्रभावी म्हणजे... विधानसभेचं अधिवेशन जे भरतं ते पैशाचा नुसता अपव्यय आहे. नको ते विषय चर्चिले जातात. सभात्याग, भांडणतंटण. उणीदुणी. आघाडी सरकारवर हाच एक महत्त्वाचा आरोप आहे की महाराष्ट्राचे प्रश्न कोठे सोडवले जाताहेत? त्यांचीच लोकं म्हणताहेत, सरकारकडून राज्याच्या दृष्टीने काहीच प्रगती झालेली नाहीय. दीड वर्षात राज्याच्या जमेला काहीच नाही.

शिवसेनेकडूनही कुठे संघर्ष नाही. आंदोलन नाही.

–फक्त वैयक्तिक आरोप-प्रत्यारोप. तू माझं काढलं मी तुझं काढतो. हा पोरकटपणा चाललाय.

विरोधी पक्षानेही जबाबदारीने वागायला नको काय?

–ते विषयालाच हात घालायला तयार नाहीत. तर बोलायचं कशावर? कुठचाही विषय चर्चेला जात नाही. फक्त हमरीतुमरी. बोलू द्यायचं नाही. मग तो जो वेल नावाचा प्रकार आहे तिकडे उतरतात. मग कोणी त्यांना वाचविण्याचा प्रयत्न करतात. मग सभापती मध्ये येतात. हेच चाललंय की काढा तुमचे सगळे अंक. विधानसभेचे काम पहा. तिथे विषयावरती काय गाजवलंत आणि बोललात? गाजवायचं असेल तर वाजवण्यासारखं काही पाहिजे. इथे गाजवतही नाही आणि वाजवतही नाही.

म्हणजे दर्जा घसरतोय कामकाजाचा...

–साफ घसरतोय. या त्या पूर्वीच्या विधानसभा आणि लोकसभा नाहीतच. त्यातल्या त्यात लोकसभा बरी आहे. म्हणजे काहीतरी एक चर्चा होतेय. राज्यसभा ठीक चाललीय.

▶ शिवसेनेच्या वर्धापनदिनी तुम्ही प्रथमच गटबाज्या आणि तटबाज्या चालणार नाहीत असा दम दिलात. असा दम तुम्हाला का द्यावा लागला?

–मी गाडीत बसतो त्यावेळेला मुडद्यासारखा बसत नाही. माझी सतत चौफेर नजर असते. काय चालले आहे? बॅनर्स कशी लागली आहेत? कोणाची लागलीत? काय म्हणताहेत? महापौरांना तर मी असं सतावतो की तुम्हाला कल्पना नाहीय. वृत्तपत्रांच्या बातम्यासुद्धा मी कापून त्यांच्याकडे पाठवतो. आणि त्यानंतर फॉलोअप्‌देखील असतो की तुम्ही काय केलंत त्याच्यावर? काय ॲक्शन घेतलीत? माझं हे चालूच असतं.

▶ शिवसेनेतील गटबाजी तटबाजीवर तुम्ही बोलत होता..

–होय. तर या स्पर्धा महाग पडतील दिवस जातील तशा. या आता सुरू म्हणून त्या चेपायला पाहिजेत वेळीच. माझ्या गेल्या पस्तीस वर्षांच्या शिवसेनेतील आयुष्यात माझा इथं गट उभा राहिला असं कोणी सांगू शकत नाही. हिंमत नाही कोणाची. हा पुंजका माझा आहे, तो पुंजका यांचा आहे. आणि माझ्या घरातीलच माणसं असल्याने राज व उद्धव या दोघांनाही मी तसे इशारे दिलेत की, कधीही तुमचे दोघांचे गट उभे राहिलेले मी सहन करणार नाही. घरातल्या घरात. मला भाषणाची गरज नाही. दोघांनाही मी वॉर्निंग दिलेली आहे. मनोहर जोशी वगैरे या लोकांनाही मी वेळोवेळी तशी वॉर्निंग दिलेली आहे. शिवसेनेत गट नाही मी सहन करणार. अजिबात नाही.

▶ राज-उद्धव हा जो तुम्ही उल्लेख केलात, ही गटबाजी कशामुळे निर्माण होते?

–राज आणि उद्धव अशी उदाहरणं नको सारखी.

▶ बाहेर हे सर्व गांभीर्यानं घेतलं जातं.

–दोघांमध्ये काही नाही. पण लावालाव्या फार झाल्यात. शेवटी पेटविणारे पेटवितात. कुणाला दिवाळी आवडते. कुणाला होळी आवडते. पण तुम्ही ओळखायचं असतं. तुम्हीही होळीमध्ये सामील होऊन बोंब मारायला लागलात. एकमेकांच्या विरोधात तर बरं दिसणार नाही. त्यांना बोंब मारू द्यात. Its a question of standard. ती पातळी तुम्ही सोडायची नसते. ज्यांनी सोडली त्याला बजवायचं असतं की, याद राख. हे मी खपवून घेणार नाही. हा विचारांचा गाभा फार मोठा आहे.

▶ अलीकडे नवी पिढी जी येतेय शिवसेनेत त्यात हे लोण पसरलंय. कशामुळे?

–थोडा नाही म्हटलं तरी भन्नाट आणि बेजबाबदारपणा आहे हा. आणखी ते

एक थोडसं असतं की पारडं कुठे जड आहे, कुठे हलकं आहे की तिथे उडी मारायची. कशी उडी मारायची? त्याआधीच जाऊन मिळायचं आणि स्वार्थ साधायचे. ही एक ईर्षा. ते इकडे जमणार नाहीय. मी ते पारडंच ठेवलेलं नाही. इथे पारडं कोणाचंच नाही. एकमेव पारडं ते म्हणजे शिवसेना. त्यात सगळेजण बसा. दुसरी बाजूच नाही. जे पारड आहे त्यात माझ्यासह सगळे तुम्ही. फक्त शिवसेनेचेच समर्थक. बाकी वैयक्तिक कुणाचे नाही. आणि ते आता दाबले नाही तर पुढे चोथा होईल. काँग्रेस पक्ष होईल आमचा. म्हणजे शिवसेनेचा.

◗ मुळात शिवसेनेत जी तरुण पिढी येत आहे त्याची मानसिकता तुम्हाला बदललेली वाटतेय का?

–म्हणजे?

◗ पूर्वीची जी पिढी होती ती काम करून पुढे यायची. आता सहज मिळतंय...

बरोबर आहे. आता लगेच वेध लागतात.

◗ किंवा नेत्यांच्या मागेपुढे केलं की काम भागतं...

–आहेत ना. असे पुष्कळ 'कॅरेक्टर्स' आहेत. माझी मीटिंग असली की समोर येऊन बसणारे किंवा अगदी रांगेत दिसतील असे उभे राहणारे असे कॅरेक्टर्स आहेत आमच्याकडे. मी ओळखतो त्यांना. माझी गाडी जिथे येते त्या मोक्यावरती ते उभे राहिलेले असतात. एक व्यक्ती तर तीन-चार वेळा भेटते. उगीच गाडीत तोंड घालणार. वरती भेटलाच. परत मध्ये जिन्यावर उतरताना बरोबर चालणार. जिना उतरून आल्यावरती परत गाडीपाशी येणार. कितीतरी असे आहेत. चान्स घालवत नाहीत कुठे.

◗ हिंदूंनी शस्त्र हाती घेण्याची गरज तुम्ही पुन्हा व्यक्त केलीत...

–मुसलमानांच्या मागण्या वाढू लागलेल्या आहेत. आणखी या मागण्या वाढता वाढताच शेवटी पाकिस्तान निर्माण झाला. मघाशी सांगितल्याप्रमाणेच इस्लाम हा पसरणारा रोग आहे. म्हणजे विस्तारवादी. असं असताना आपण जर बेसावध राहिलो तर बारकी बारकी पाकिस्तानं उभी राहतील या देशामध्ये. म्हणजे उद्या ते तिकडूनच मीनाक्षीपूरम्‌सुद्धा पाकिस्तान म्हणून आपल्या पोटात जन्म घेऊ शकतं. ती काळजी आताच नाही घेतली तर अनर्थ होईल. ते पैशाने रग्गड आहेत. आणि शस्त्रं त्यांच्याकडे जेवढी आहेत तेवढी आपल्याकडे अजिबात नाहीत. तेव्हा जागे रहा! जागे रहा!

◗ **'बजरंग दल' शस्त्रसज्ज फौज उभी करीत आहे. देशाला त्याची गरज आहे काय?**

–आहे म्हणून तर ते करताहेत. नाही तर काय ते मूर्ख आहेत काय?

◗ **आपले धर्मनिरपेक्ष केंद्र सरकार हिंदूंचे शस्त्रसज्ज संघटन चिरडू शकतं?**

–नाही तरी केंद्र काय आमचं संरक्षण करणार आहे? म्हणून तर मी बोलतो ना की जर कायदा आमचं रक्षण करणारा नसेल तर शस्त्र आम्हाला हाती ठेवावीच लागतील.

◗ **नेपाळात हिंदू राजाची हत्या झाली.**

–झाली. मग? राजवाड्यात जाऊन मारलं.

◗ **एकमेव हिंदू राजाचा निर्वंश केला. त्यात काही घातपात असावा काय?**

–आहेच मुळी. तो ग्यानेंद्र जो आहे त्याचा मुलगा त्या पार्टीत होता. तो सुटला कसा? त्याला गोळी नाही लागली? कसली चौकशी समिती तुमची? हे बारकावे घ्या ना. दीपेंद्रच्या पाठीत एक गोळी गेली की अनेक गोळ्या गेल्या तो हिशेब घ्या ना. रक्ताच्या थारोळ्यात पडलेला राजा, त्याने बाजूला पडलेली स्टेनगन उचलली. ते शस्त्र कोणाचं होतं? आणि त्याने दीपेंद्रला गोळ्या झाडण्याचा प्रयत्न केला. हे शक्य होतं काय? त्राण होता काय राजात? धक्क्यांनीच माणसं अर्धी अधिक मेली असतील. काय हिंदी सिनेमा आहे काय तो?

◗ **शिवसेनेच्या राजकारणाची दिशा यापुढे काय राहील?**

–दिशा प्रसंगानुसार ठरवायची असते. दिशा म्हणून असं काही ठरवून करता येत नाही. दिशा बदलावी लागते. दिशा बदलते. आम्ही दिशा पूर्वीच ठरवून ठेवल्यामुळे आता आम्हाला ती बदलता येणार नाही, असं होऊ शकत नाही.

◗ **मुंबई महानगरपालिका निवडणुका येत आहेत. शिवसेनेच्या दृष्टीने त्या महत्त्वाच्या आहेत...**

–सगळ्याच निवडणुका महत्त्वाच्या आहेत. जिल्हा पातळीवर म्हणाल तर ग्रामपंचायतीच्या निवडणुका महत्त्वाच्या आहेत.

◗ **त्या निवडणुकीची तयारी सुरू झालीय का?**

–तशी ती सगळ्याच पक्षांची चालू आहे.

◗ भाजपाशी युती होईल?

–ऐनवेळी काय मुडस् असतात ते पाहावं लागेल. कोण किती जावईहट्ट करतो तसा सासरा विचार करतो.

◗ पत्रकारिता, व्यंगचित्रकला, मराठी माणसांसाठी काढलेली शिवसेना आणि आता हिंदूंचेच संघटन अशा असंख्य भूमिकांत तुम्ही यशस्वी झाला. आणखीन काय करायचं राहिलंय?

–काही करायची गरज नाही. जे अंगावर पडेल ते करायचं. जे खांद्यावर येईल ते सांभाळायचं. मला तरी काय वाटलं होतं की मी व्यंगचित्रकाराचा शिवसेनाप्रमुख होईन म्हणून. झालो. आपलं पुढचं आयुष्य काय आहे? कोणी लिहून ठेवलंय का की आता करायचं? अशी काही लिस्ट बनवलेली नसते. नशिबात असतात काही काही गोष्टी त्या होऊन जातात त्या त्या पद्धतीनं.

◗ जास्त कुठल्या क्षेत्रात रमलात तुम्ही?

–जिथे जिथे पाऊल टाकलं तिथे तिथे रमलो. व्यंगचित्रकला. तिथे माझं मी बस्तान बसवलं. आणि तिथे आंतरराष्ट्रीय कीर्ती मिळाली. शिवसेनाप्रमुख म्हणून मी इतक्या पद्धतीनं यशस्वी झालो. लोकांनी मला कवटाळलं. जवळ केलं. विचार मांडले. आणि मी तेवढाच पारदर्शक राहिलो. विचारांशी व्यभिचार नाही केला. जमणार नाही मला ते.

◗ ज्या ध्येयासाठी तुम्ही लढलात ती ध्येयपूर्ती झाली?

–एवढं तर नक्कीच की शिवसेनेने मराठी माणसाच्या आयुष्याला दिशा दिली हे तुम्हाला मान्य करावंच लागेल. नाही तर उद्‌ध्वस्त झालो असतो. आणि ध्येयपूर्ती म्हणाल तर ती कधीच पूर्ण होत नसते. नवीन नवीन प्रसंग उभे राहत असतात. त्याला सतत तोंड द्यावं लागतं.

◗ या सर्व व्यापात कुटुंबप्रमुख म्हणून तुम्ही किती यशस्वी झालात?

–मला असं वाटतं कुटुंबप्रमुख म्हणूनसुद्धा मी माझी भूमिका निभावलेली आहे. नशिबानं मला माँसारखी पत्नी मिळाली. मग तीही त्यामध्ये सामील झाली. त्यामध्ये रंगू लागली. महिला आघाडीस तिचा आधार होता. शिवसेनेची एकही सभा ती चुकवायची नाही. एक निराळा अधिकार होता तिचा. अर्धांगिनी म्हणून तिने मला मोलाची साथ दिली याबद्दल वादच नाही. नेहमी हे आत्मचरित्रांत लोकं म्हणत असतात. पण तो प्रकार आहे. अनेक वेळा स्वत:च्या बायकोशी भांडण, तंटण,

मारणं वगैरे पुष्कळ होतं. तसला प्रकार माझ्या आयुष्यात मी कधीच केला नाही. ४८ वर्षात मी माझ्या पत्नीच्या अंगाला कधी चपराक किंवा कडाडणं असं केलं नाही. लहान मुलांना जरी आईनं मारलं तरी मला सहन होत नाही. मी माझ्या पोरांना कधी चापट नाही मारली. कुटुंबप्रमुख म्हणून माझी भूमिका अशा पद्धतीनं केली. काही कमी पडू द्यायचं नाही. माझ्या बालपणामध्ये मला काहीच सुख मिळालं नाही. नवी पुस्तकंसुद्धा मिळाली नाही. दोरीवरचे कपडे घालून आम्ही जात होतो. आताची पोरं कशी कडक इस्त्रीचे कपडे घालतात. पुन्हा 'युनिफॉर्म' वगैरे भानगड आलेली आहे. त्यावेळेला असेच कपडे. ते चुरगळलेत म्हणून आमचं लक्षही नसायचं. छानछोकी आम्हाला कधी जमली नाही. आणि अशा आयुष्यामध्ये आज जे काही आहे नशीबानं आणि माझ्या तात्यांच्या कृपेनं, आईच्या कृपेनं माझ्या. आई म्हणजे दोनही एकवीरा म्हणा वाटल्यास. दुसरे तात्या. ते तर महामानवच होते. माझ्या घरात. म्हणून तर आम्ही इथपर्यंत पोहोचलो. नाहीतर कोण आम्ही? अशा वेळेला माझ्या नातवंडांना जे मला देता येईल, करता येईल तेवढं मी करत असतो.

◗ आणि मुलांना?

–मुलांच्याकरिता आपण कमवत असतो. ते कमावण्याचे दिवस असतात. त्यांना असं वाटतं बाप आपल्याकडे लक्ष देत नाही. पण बाप तुमच्याकरिता धडपडतोय. असं असतं ते. ते म्हणजे एक वर्तुळच आहे. वेगळ्या अर्थाने. आणि मुलं मोठी होतात. ज्या वेळेला मुलांना असं वाटतं की आमच्याकडे दुर्लक्ष झालं त्या वेळेला त्यांची मुलं आमच्या मांडीवर येतात. त्या वेळेला नातवंडांसाठी आम्हाला उसंत मिळायला लागते. कारण आम्ही निवृत्तीच्या घसरणीला लागलेलो असतो. मग त्यांच्या मुलांना असं वाटतं की आपला बाप आपल्याकडे लक्ष देत नाही. जो बाप तुमच्याकरिता कमवत असतो, त्याचं ज्यावेळेला लग्न होतं आणि त्या नातवंडाला ज्या वेळेला मूल होतं म्हणजे आमची पतवंडही त्यावेळेला. त्याचा बाप आहे म्हणजे आमचा मुलगा तो निवृत्त झालेला असतो. आणि तो त्याची नातवंड मांडीवर घेऊन बसलेला असतो. अशी जगरहाटी आहे ती.

◗ आता मुलं राजकारणात आलीत. त्यांच्या वाटचालीविषयी काय वाटतं?

–अजून बरीच चाल व्हायची आहे. मैलांची चाल व्हायची आहे. सुरुवात चांगली आहे. उद्या काय आहे ते मला माहीत नाही. उद्याचं मी सांगू शकत नाही. राहणार का जाणार ते. म्हणजे एक ओघ असतो. तेव्हा माणूस खपून जातो. मग त्याला आवडतही नाही तो प्रकार. उदाहरणार्थ, राज हा व्यंगचित्रकार. तो व्यंगचित्रात

रंगण्यापेक्षा राजकारणातच रंगायला लागलाय. मी त्याला गमतीनं म्हणतो, अरे बाबा मी पहिला व्यंगचित्रकार होतो आणि मग शिवसेनाप्रमुख झालो. तू उलटा प्रकार करतो आहेस. उद्धवचाही हात फार चांगला आहे. त्याची काही चित्रं बघशील नं, मी पण चाट पडतो. इतका क्लीन, नीट हात. स्ट्रोक चांगले कार्टून्सचे. मधे तो कार्टून काढायचा. राजचेही स्ट्रोक चांगले आहेत. एक तर ही कला आता संपतच चालली आहे. मला वाटतं लक्ष्मण हा शेवटचा दुवा असेल आता. मी तर बाहेर पडलोच. लक्ष्मण आता थकला. फारशा चांगल्या तऱ्हेनं काढूही शकत नाही चित्र. त्याच्यानंतर व्यंगचित्र ही कलाच संपलेली आहे. आता नवोदित व्यंगचित्रकार आहेत ते त्याच त्याच कल्पना. आणि त्यांच्या ड्राफ्टमनशीपमध्येही मजा नाही. गुळगुळीत, बुळबुळीत आणि तुळतुळीत. त्याच्यामध्ये दिसत नाहीत. ओळखता येत नाहीत. चेहऱ्याची जी वैशिष्ट्ये यावी लागतात. कॅरिकेचर म्हणून ती पाहायला नाही मिळत. त्यातल्या त्यात तो इंडिया टुडेचा नयनन ठीक आहे. मारिओ एक निराळा आहे. पण त्याचं ते जग वेगळं. त्याच्यात राजकारण नाही. सोशल विषय त्याचे. पण त्याची एक स्टाईलने वागतात. पण त्यांच्या कलेमध्ये स्टाईलने ती कुठेच दिसत नाही. दुर्मिळ होत चाललंय सगळं.

◗ राजकारणात तुम्ही अनेक भाकितं करीत असता. तुम्ही द्रष्टे आहात असं म्हणता. शिवसेनेच्या भवितव्याबद्दल तुम्ही काय सांगाल?

–ही जाग जी आहे नं, शिवसेननं आणलेली ती कधीच मरायची नाही. ते तेज कायम राहणार. पण पुढे चालवायचं कसं? कोणी? आणि किती स्पष्ट आणि पारदर्शक विचारानं तो प्रश्न नंतरचा आहे. तो नंतरच उभा राहील. जे कोणी असतील चालविणारे त्यांनी फक्त आपली काँग्रेस होणार नाही याचीच काळजी घ्यावी. शिवसेना ही शिवसेनाच राहिली पाहिजे. पण जोपर्यंत ती जाग आहे. तोपर्यंत शिवसेनेला कोणी धक्का लावू देणार नाही. मी असलो काय नसलो काय तरी पण. मी तर नाहीच नाही, पण ती जाग बऱ्याच लोकांमध्ये आहे. तेव्हा चावटपणा आणि पाचकळपणा कुणाला करू देणार नाही.

[३ जुलै, २००१]

सोनियाला सावरकरांचा त्याग काय समजणार?

"शिवसेनाप्रमुखांनी राजकारणापेक्षा नेहमी राष्ट्रकारणास महत्त्व दिले. महाराष्ट्रात विधानसभेच्या निवडणुका २००४ मध्ये जाहीर झाल्या. शिवसेनाप्रमुखांच्या शब्दांतून पुन्हा अंगार भडकला. याच काळात केंद्रीय मंत्री मणिशंकर अय्यरने स्वातंत्र्यवीर सावरकरांचा घोर अपमान केला. अंदमानातील स्वातंत्र्यवीरांचे शिल्प त्याने उखडून टाकले व देशात उद्रेक माजूनही हिंदुत्वविरोधी सोनिया गांधी मणिशंकरच्या पाठीशी ठामपणे उभ्या राहिल्या. याच काळात शिवसेनाप्रमुखांनी दाढी वाढवायला सुरुवात केली होती..."

◗ सध्या तुमचं कसं काय चाललंय?

सध्या ठीक चाललंय.

◗ दाढी वगैरे वाढवलीय तुम्ही, त्यामुळे तुमचा 'लूक' बदलल्यासारखा वाटतोय.

बाहेर काहीच बदल होत नाही, त्यामुळे निदान चेहऱ्यात तरी बदल करावा म्हणून मी दाढी वाढवली. आता मी एक ठरवलंय की, निवडणूक लढवून जिंकेपर्यंत दाढी काढायची नाही. तसा पण केलाय मी.

◗ महाराष्ट्राचा चेहरा-मोहरा बदलण्याची ही तयारी आहे काय?

होय. असं म्हणायला काही हरकत नाही. माझ्या दाढीमुळे तो बदलणार असेल तर...

◗ म्हणजे चेहरा-मोहरा बदलण्याच्या तयारीस तुम्ही लागलाय तर...

कोणी बदलेल, असं मला वाटत नाही. म्हणून ती जबाबदारी मला स्वीकारावी लागली.

◗ कोणी बदलेल, म्हणजे कोण?

कोणीच नाही सध्या. नेते म्हणून मिरवायला ठीक आहेत. पण तो जबाबदाऱ्या किती सांभाळतो, पाळतो; त्याचा विचार व्हायला पाहिजे ना कोठे तरी.

◗ नेते सर्वच पक्षांत आहेत. शिवसेनेतसुद्धा आहेत.

आहेत ना. मी नेते हा शब्द विशिष्ट अशा पक्षाला उद्देशून नाही म्हटला. हे जे नेते-नेते म्हणून गणले जातात, त्यांमध्ये कदाचित मीदेखील असू शकेन. कदाचित. पण मुद्दा असा आहे की, कोठे तशी ती नेत्यांची प्रतिमा दिसत नाही महाराष्ट्रात. पूर्वी कसे यशवंतराव चव्हाण, वसंतराव नाईक, वसंतदादा पाटील वगैरे नावं घेण्यासारखी मंडळी होती. महाराष्ट्र आणि त्यांचं असं एक नातं होतं. आता तसं नातं दिसत नाही. सगळं उपरं-उपरं वाटतंय. नुसत्या निवडणुका लढवायच्या, जिंकायच्या; खुर्च्या उबवायच्या. जितका काळ बसता येईल तितकं बसायचं. पूर्वी पाच वर्षं पूर्ण होत होती. आता शंभर दिवस पूर्ण झाले की लगेच उत्सव, समारंभ, सत्कार, कार्य-अहवाल वगैरे साजरे होतात. आमच्या सरकारला म्हणे, शंभर दिवस पूर्ण झाले. अरे, शंभर दिवस भरले की काय, असंच म्हणायला पाहिजे.

◗ तुम्ही मघाशी नेत्यांचा उल्लेख केलात. अलीकडचे नेते तुम्हाला त्या अर्थाने खुजे वाटतायत?

कसले आलेत नेते? आता चार-पाच टाळकी जमली की, नेता झाला.

◗ पूर्वी नेते देशासाठी तुरुंगात जायचे, लढे द्यायचे.

आता तुरुंगांतही फरक आहेत नं. आताच्या तुरुंगात छान असते. म्हणजे नेते म्हणून जे जातात ते. आम्ही जे तीन महिने काढले येरवड्यात– फार घाणेरडा तुरुंग होता तो. पाचनंतर आम्हाला त्या कोठडीत घालायचे. बाहेर पडू द्यायचे नाही. दुपारच्या वेळी ऊन पडायचं. गाद्या तापायच्या. त्यामुळे रात्रीसुद्धा गाद्या गरम राहायच्या. पंखा नाही. रात्री शौचालाही बाहेर जायचे नाही. आता काय तुरुंगात नेते गेले की त्यांची सगळीच सोय होते. बॉम्बस्फोटातल्या आरोपींनाच पाहा नं काय काय सवलती दिल्या जातात त्या.

◗ नेता कसा असावा, असं वाटतं?

धर्माचे नेते निराळे. राजकारणाचे नेते निराळे. समाजाचा नेता पुन्हा निराळा. समाजाचा नेता पुष्कळ वेळेला उपद्रवी ठरतो. समाजाच्या जोरावर तो ब्लॅकमेलिंग करतो. म्हणजे दृश्य स्वरूपात काहीच करायचे नाही; अदृश्य स्वरूपात निवडणुकीच्या तोंडावर मग ते सौदेबाजीचे चाळे सुरू करायचे, जबाबदारीने वागायचे नाही. समाजाला आपण काय वचने दिली होती, आश्वासने दिली होती; ते मग सोइस्करपणे सगळेच विसरतात. विशेषतः त्या सत्तेच्या वातावरणामध्ये मश्गूल झाल्यानंतर.

◗ पुन्हा जरा तुमच्या दाढीकडे वळतो. दाढी वाढवल्यामुळे तुम्हाला काय वाटतं?

माझा ब्लेडचा खर्च वाचला.

◗ सध्या आपल्या देशातील दोन सुपरस्टार्सच्या हनुवटीवर दाढी खुलली आहे. सिनेमातले अमिताभ आणि राजकारणातले तुम्ही.

अहो, ही दाढी काही आमची मोनॉपॉली नाही. कोणीही वाढवावी. आता तुम्ही वाढवत नाही, त्याला मी काय करू? त्यांनी वाढवली म्हणून मी वाढवली, असंही नाही.

▶ उद्या कदाचित असंही म्हटलं जाईल की, निवडणुकीत अल्पसंख्याकांची मतं मिळावीत म्हणून तुम्ही दाढी वाढवलीत.

मग मागे मी मिशी वाढवली होती, तेव्हा मऱ्हाट्यांची मतं मिळाली का? कारण 'मिशी' हा आपल्याकडल्या मराठ्यांचा ट्रेडमार्क आहे.

▶ होय, तूप लावून पीळ देत असतात.

आताचे मराठे मिशी नसतानाही पीळ देतात.

▶ निवडणूक जाहीर झालेली आहे व पुन्हा एकदा '१३' आकडा आलाय.

होय. येऊ द्या. लकी आकडा आहे तो.

▶ मुख्य म्हणजे, त्या दिवशी अमावास्या आहे.

असू दे नं. काहीच हरकत नाही. पण १३ आकडा महत्त्वाचा आहे.

▶ हा १३ आकडा तुम्हाला लोकसभेत यश नाही देऊ शकला.

असं कसं म्हणता?

▶ तुमची केंद्रातली सत्ता गेली.

ती काही १३ आकड्यामुळे नाही गेली. तुम्हाला माहीत आहे, का ते. जरा लांबेल प्रकार, पण सांगतो मी. काय मानायचं आणि काय मानायचं नाही, हे तुमच्या मनाच्या मजबुतीवर आणि कमकुवतपणावर अवलंबून असतं. व्ही. शांताराम म्हणजे आमचे शांतारामबापू या क्षेत्रात बरंच नाव कमावून गेले. 'प्रभात'मधून बाहेर पडल्यानंतर ते सैरभैरच झाले होते. त्यांच्या डोक्यात पुष्कळ वेळेला आत्महत्येचेही विचार यायचे. आता जे राजकमल कलामंदिर आहे, तेथे पूर्वी जे. बी. एच. वाडिया स्टुडिओ होता. तिकडे बापू एकदा दादांना भेटले. दादांनी वाडियांची ओळख करून दिली. ओळख झाल्यावर वाडियांनी विचारलं, 'आता काय करू इच्छिता?' यावर बापू म्हणाले, 'बघायचं. नाहीच काही जमलं तर माझ्या डोक्यात आत्महत्येचे विचार आहेत.' त्यावर वाडिया म्हणाले, 'तसं नाही. हा विचार डोक्यातून काढ. तू चित्रपट सुरू कर.' बापू म्हणाले, 'जागा कोठे आहे?' वाडियांनी सांगितलं, 'पलीकडे माझी बरीच मोठी जागा आहे. तिकडे स्टुडिओ उभा कर तुझा.' वाडिया मूव्हिटोनने अर्धा भाग शांतारामबापूंना दिला. तिकडे राजकमल कलामंदिर उभं राहिलं.

◗ त्यानंतर काय झालं?

काय होणार? ते चित्रपट काढतच राहिले. चांगले-चांगले चित्रपट त्यांनी काढले. 'झनक झनक' म्हणजे तुफानच. त्यांनी झोकून देऊन त्यासाठी काम केले. अक्षरशः रंगून गेले होते. एक जबरदस्त असा चित्रपट त्यांनी तो काढला. पण आर्थिक दृष्ट्या तो लॉसमध्ये गेला. जेवढे चित्रपट ते काढायचे, ते कलात्मक दृष्ट्या उत्तम ठरले तरी आपटायचे. बापू त्राग्याने म्हणायचे– काय चाललंय हे सगळं? चांगले मुहूर्त काढतोय, ज्योतिषांना विचारतो, सगळं सांभाळतो; तरी हे अपयश? एक कोणी तरी बसले होते तिकडे, त्यांनी सांगितलं ते महत्त्वाचं होतं.

◗ काय सांगितलं त्यांनी?

ते असं म्हणाले की, या मुहूर्तांना व ज्योतिषांना काही अर्थ नाही. आपण जे मानतो, त्याच्या विरुद्धच सगळं होतंय. बापू म्हणाले, 'मग काय करायचं?' यावर त्या व्यक्तीने सांगितलं, 'थोडं बदल करून बघू या. आपण महाराष्ट्रात पौर्णिमा मानतो आणि मद्रास, दक्षिणेच्या बाजूला ते अमावास्या मानतात. तिकडे चित्रपटांचे मुहूर्त, प्रीमियर वगैरे सर्वकाही अमावास्येलाच करतात.' बापू म्हणाले, 'असं म्हणता तुम्ही? मग आपण धाडस करू. नव्या चित्रपटाचा मुहूर्त अमावास्येलाच करू या.' आणि त्यांनी नवा चित्रपट अमावास्येला सुरू केला आणि आश्चर्य वाटेल– तो चित्रपट तुफान चालला. तुफान गाजला. आजही अधून-मधून तो चित्रपट कुठे लागला की, लोक जातात बघायला. त्या चित्रपटास मोठमोठी ॲवॉर्ड मिळाली. त्या चित्रपटाचे नाव आहे 'दो आँखें बारा हाथ'. अमावास्येला काढला हा चित्रपट. या सर्व तुमच्या कमकुवत किंवा मजबूत मनाच्या भराऱ्या आहेत. दचकलात की गचकलात. आत्मविश्वास गेला तुमच्यातला की, मेलाच.

◗ म्हणजे तुम्ही १३ आकडा अशुभ वगैरे मानायला तयार नाही?

अजिबात नाही.

◗ १३ आकडा व अमावास्या पाहताच अनेकांनी पंचांगं काढली.

काढू द्या. तो त्यांचा प्रश्न आहे. आता मला तुम्हाला असे विचारायचं आहे की, हे जे तुमचे दिवस व तारखा आहेत, त्या दिवशी जन्मच झाला नसेल का कोणाचा? जन्म काय तुमच्या हातात असतो? ज्यांना त्या तारखेला जन्म घ्यायचा असतो, त्यांचं काय पुढे होतं? सगळे अपयशी ठरतात काय? तेव्हा असं काही नाहीय.

तुम्ही निवडणुकांची वाट पाहत होता काय?

नाही. एकंदरीत तो पाच वर्षांचा अंदाज असतो. त्यानुसारच ते होतं. आताही मणिशंकरच्या बाबतीत जो आरोप होत असतो माझ्यावरती की, हा निवडणूक स्टंट आहे. कसला स्टंट आहे? आता निवडणुका येऊ घातल्यात. आम्हाला काय माहीत की, हा भिकार माणूस अन् याच वेळेला इतके दरिद्री उच्चार त्याच्या तोंडून निघतील. ही अवदसा त्याला आठवली, त्याला आम्ही काय करू? निवडणुका नंतर आल्या. पण त्या आल्या नसत्या तरी सावरकरांच्या प्रश्नी आंदोलन हे झालंच असतं. आम्ही सोडलं नसतं.

निवडणुकीला तुम्ही युद्ध मानता काय?

काही नाही, प्रत्येक निवडणूक ही तशीच असते. पूर्वी जेव्हा आमच्या हातात सत्ता आली, तेव्हा काँग्रेस एक होती. त्या वेळेला शरद पवारांनी काँग्रेस सोडलेली नव्हती. ते महाराष्ट्र राज्याचे मुख्यमंत्री नव्हते. सत्तेचं बळ, पैशाचं बळ इतकं असूनसुद्धा आम्ही सत्ता हातातून खेचून घेतली. पाच वर्षं कारभार केला. असं काही नाही की एक झाल्यामुळे काय होणार? युद्ध, महाभारत, महासंग्राम ही नावं छान आहेत.

निवडणुकीच्या संग्रामात आज तुमचे शत्रू कोण आहेत?

मी शत्रू वगैरे मानीत नाही. तसा विचार केला तर माझी आणि सुशीलकुमार शिंद्यांची दोस्ती किती तरी वर्षांची जुनी आहे– १९-२० वर्षांची. जास्तच, पण कमी नाही. राजकारणामध्ये आमचं खडाष्टक उडत असतं. पण शत्रू नाही. पवार आमचे चांगले मित्र होते. शरद पवार. अगदी घरोब्याचे संबंध. अगदी जेवणंखावणं झालेली आहेत. पण काही मतभेद असे असतात की, कोणत्याही परिस्थितीत बार्गेन करीत नाही. वैचारिक भ्रष्टाचार हा पैशाच्या भ्रष्टाचारापेक्षा भयानक असतो.

पण निवडणुकीआधीच तुम्ही काँग्रेसला जोडे मारायला सुरुवात केलीत.

ते करतातच तसे, त्याला मी काय करू?

शब्दांचे जोडे एरवी तुम्ही नेहमीच मारीत असता.

ते शालजोडीतले असतात.

पण या जोड्यांमुळे तरी त्यांना शहाणपणा येईल काय?

शहाणपण घ्यायचंच झालं असतं, तर त्या मणिशंकरने चूकभूल द्यावी-घ्यावी,

असं केलं असतं. माझा उद्देश तसा नव्हता. चुकलो, असं करून त्याने वादावर पडदा टाकला असता. पण आजही पेटूनच बोलतोय तो. त्या सोनिया गांधींचे तरी काय घेऊन बसलात तुम्ही? त्या बाईला देशाचं काय माहिती आहे? तिला अजून हिंदी बोलता येत नाही. वाचून बोलते. सावरकरांचा त्याग, तो लढा तिला काय समजणार?

◗ लोकसभा निवडणुकीचे निकाल लागून फार काळ लोटलेला नाही. हे निकाल शिवसेना-भाजप युतीसाठी फार उत्साहवर्धक नव्हते.

नाही. त्याला कारणं अनेक आहेत. एक तर मुंबईतले लोंढे तर वाढलेच आहेत. त्यापेक्षा बांगलादेशचे मुसलमान तर घुसलेलेच आहेत. आपल्या देशात भ्रष्टाचार इतक्या प्रामाणिकपणानं चालतो की, त्या बांगलादेशच्या मुसलमानांना रेशनकार्डे दिली गेली. रेशनकार्डे मिळाल्यानंतर त्यांची नावं मतदारांच्या यादीत घातली गेली. यादीत आल्यानंतर त्यांना मतदानाचा एक अधिकार मिळाला. संपूर्ण देशात एकूण चार ते पाच कोटी बांगलादेशी मुसलमान आहेत. मुंबईमध्येच कमीत कमी तरी चार लाख आहेत. सगळीकडेच ते पसरले आता आणि हे वाढतच जाणार आहे. पण एकही पटेलांसारखा जबरदस्त 'आयर्नमॅन' दिल्लीत नाहीय, आपल्या दुर्दैवानं.

◗ पण त्या काळात दिल्लीत तर तुमचंच राज्य होतं.

नाही– नाही. स्वत:ला आयर्नमॅन समजणं आणि प्रत्यक्ष असणं निराळं. ते कशावर ठरतं? तुम्ही वागता कसे, कर्तृत्व काय आहे– हा कवडसा दिसला पाहिजे ना काही तरी. पण काहीच नाही. सूचना करूनही हालचाल नाही. आपलं जेव्हा सरकार होतं महाराष्ट्रात, त्या वेळेला आम्ही बरेचसे बाहेर काढले. माझ्या कल्पनेप्रमाणे आपल्या पोलिसांनी मारही खाल्ला. कारण ज्या वेळेला ते बंगालमध्ये गेले, त्या वेळी तेथील बंगाली माणसांचा गैरसमज झाला. त्यातून त्यांनी मुंबईच्या पोलिसांवरच हल्ले केले. म्हणजे बांगलादेशी मुसलमानांना सोडायला गेलेले आपले पोलीस मार खाऊन आले. हे पाहिल्यानंतर कोणी धजावत नाही. आज या आघाडीच्या सत्तेत पोलिसांचं जितकं नीतिधैर्य खच्ची झालं, तितकं ते कधीच झालं नाही. भले-भले गुन्हेगार सुटतात आणि शर्मा पोलीस कमिशनर अजून तुरुंगात खितपत पडलेत. प्रदीप सावंत आता सुटले. काय त्यांचा गुन्हा? तर काहीच नाही. कोर्टानेच तसं सांगितलंय. याच्यावरून तरी त्यांना काही अकला येणार आहेत काय?

◗ पोलिसांनाच 'पोटा' व 'मोक्का' लावला.

तेच सांगतोय ना मी. कोणाला 'पोटा' लावताय? कशाला लावता? बॉम्बस्फोटातील आरोपींना 'पोटा' लावला, तो नंतर काढून घेतला. सगळे अतिरेकी, देशाचे मारेकरी यांना मुक्त करण्यासाठी आता हे 'पोटा'च रद्द करायला निघाले. देशाचे मारेकरी म्हणून जे सापडले, ते एकजात सगळे मुसलमान. त्यांनी बॉम्बस्फोट घडवून आणले. त्या गुन्हेगारांच्या सुटकेसाठी तुम्ही 'पोटा' काढून घेतलात आणि पोलीस कमिशनरला तुम्ही आत ठेवताय?

◗ हे का होतं, असं तुम्हाला वाटतंय?

काही नाही. हे सर्व पैशाचे चाळे आहेत आणि मतांची लाचारी. भीक म्हणतो मी त्याला. निवडणुकीच्या तोंडावर हे मुस्लिम सोडवायचे. त्यांच्या जोरावर मुस्लिम मोहल्ल्यातील मतदान खेचून आणायचं आणि पुन्हा सत्ता मिळवायची. बाकी त्यांना मुसलमानांविषयी प्रेम वगैरे काही नाही. हे इथल्या मुसलमानांना अजूनही कळलेलं नाही. त्यांची फक्त मतं पाहिजेत. ती द्या; बाकी तुम्ही त्या गटारखान्यातच राहा. अज्ञान, गरिबी, धर्मांधतेच्या नरकात खितपत पडा. एका तरी नेत्याने समाज म्हणून मुस्लिमांच्या कल्याणाचा विचार कधी प्रामाणिकपणे केला आहे काय? ते असा विचार कधी करणारही नाहीत. कारण मुस्लिम शहाणा झाला, तर मग नेत्यांना विचारतंय कोण?

[५ सप्टेंबर, २००४]

मणिशंकरला अंदमानच्या अंधारकोठडीत पाठवा; कोलूही द्या चालवायला!

"स्वातंत्र्यवीर सावरकरांची क्रांती, त्यांचा त्याग हे शिवसेनाप्रमुखांचे अत्यंत जिव्हाळ्याचे विषय राहिले. छत्रपती शिवाजीमहाराज, स्वातंत्र्यवीर सावरकरांचा अपमान करून मुस्लिम लांगुलचालन करायचे, हेच काँग्रेसचे धोरण. हिंदूंच्या मतांना व दैवतांना काँग्रेसवाले काडीइतकी किंमत देत नाहीत व इतके होऊनही हिंदू समाज पेटून उठत नाही. अनेक मतदारसंघांत बांगलादेशींना घुसवून पद्धतशीर इस्लामीकरण सुरू झाले. त्या विरुद्ध शिवसेनाप्रमुखांनी तोफ डागली."

लोकसभा निवडणुकीच्या वेळी महाराष्ट्रात छत्रपती शिवाजीमहाराजांच्या अपमानाचा मुद्दा प्रचारात आला होता आणि आता विधानसभा निवडणुका येत असताना स्वातंत्र्यवीर सावरकरांचा मुद्दा जोर धरतोय...

होय. मग...

महाराष्ट्रात त्यावर तीव्र पडसाद उठत आहेत...

उठत नाही; उठायलाच पाहिजेत. सावरकर मी पूर्ण वाचलेत. कालही सावरकर स्मारकाने मला सर्व खंड दिले. त्याआधीही मी सावरकरांचे 'सहा सोनेरी पाने' वाचले आहे. सर्व मला अवगत आहे ते. स्वातंत्र्यवीरांनी जे धाडस केलं, त्याचं मोलच होऊ शकत नाही. कोण हो आपल्या कुटुंबाला असं वाऱ्यावर सोडून देशाच्या स्वातंत्र्यासाठी झोकून देईल? काय पडलं होतं त्यांना? किती तरी तरुण इकडे पडले होते, पण नाही. सावरकरांनी सांगितलं, माझा जन्मच देशाला स्वातंत्र्य मिळवून देण्यासाठी झालेला आहे. शपथ घेऊनच ते कामाला लागले. लंडनला गेले ते नुसती बॅरिस्टरकी मिळवावी म्हणून नव्हे. तिथेही त्यांनी क्रांतिकारकांचं जाळं तयार केलं. बॅरिस्टरकीचा स्वीकार केला नाही त्यांनी. मुळात ते बॅरिस्टर होण्याकरिता गेलेच नव्हते.

जनतेच्या मानगुटीवर बसलेली संक्रांत

◗ मग कशासाठी गेले होते?

त्यांना स्वातंत्र्यलढ्यासाठी एक बेस तयार करायचा होता. शिक्षणाचा म्हणा, विचारांचा म्हणा, सशस्त्र क्रांतीच्या तयारीचा म्हणा. अत्यंत विचारानं जाणारी ही माणसं होती. आणि या नेत्यांना स्वत:ला दिशा असल्यामुळे त्यांनी देशाची व लोकांची दशा तरी केली नाही. स्वातंत्र्यवीरांना एक दिशा होती की, याच मार्गानं जायचं. आज जे आहेत, त्यांना काय– मार्गही नाहीत आणि दिशाही नाहीत. या मणिशंकर अय्यरने तर फक्त सावरकरच नाहीत तर नेताजी सुभाषचंद्र, बाबा बहादूरशहासारख्या क्रांतिकारकांचाही अपमान केलाय. भगतसिंगांविषयीही त्याला प्रेम नाही. मला अजून कळत नाही की, बंगाल कसा अजून स्वस्थ?– पंजाब कसा अजून स्वस्थ? एवढा अपमान करूनसुद्धा?

◗ मणिशंकर सावरकरांना 'स्वातंत्र्यवीर' मानायला तयार नाही...

मुळात तुम्ही कोण आहात, हा प्रश्न आहे. तू कोण ठरवणार? त्या सोनिया गांधीला मानता? सोनिया गांधीचं या देशाशी तीळभर तरी नातं आहे का? तिच्यापुढे झुकता, वाकता आणि म्हणे, स्वातंत्र्यवीरांना आम्ही मानत नाही. हे धाडस होतं या गांडूंच्या देशात.

◗ तुमची भूमिका आता काय आहे?

काही तरी देश पेटून उठायलाच पाहिजे. इथे स्वस्थ बसून चालायचं नाही.

◗ सोनिया गांधींच्या हाती देशाची सूत्रं असल्यामुळे हे सर्व चाललंय...

हे पाहा, काही छापील सत्य आहेत. त्या सोनिया गांधीचे वडील कोण होते? त्या मुसोलिनीशी त्यांची दोस्ती कशी होती? पुपुल जयकरने इंदिरा गांधींवर एक पुस्तक लिहिलेय. त्यात सोनिया गांधी काय आहे, कशी वागली, इंदिरा गांधींना तिच्यामुळे किती ताप झाला, युद्धाच्या वेळेला त्या आपल्या नवऱ्याला घेऊन इटलीतील सिसिली बेटावर कशा गेल्या... म्हणजे बांगलादेशचे युद्ध देश लढत असताना सोनिया राजीवला घेऊन तेथे मधुचंद्रासाठी गेल्या, सुरक्षित राहण्यासाठी. अशा अनेक गोष्टी आहेत. ती बाई आज इकडे आम्हाला राष्ट्रभक्तीच्या गोष्टी सांगते. मी नेहमी सांगतो, शेण जमिनीवर पडलं की माती घेऊन उठतं. तशी ती बाई आज हिंदुस्थानात आली असली तरी इटलीची माती घेऊन आलेली आहे ती. आणि यांची पूर्वीची कारस्थानं काय होती, हे जगजाहीर असताना यांच्या हाती सत्ता गेलेली आहे. त्यात एक मणिशंकर. पूर्वीचे कम्युनिस्ट. सोमनाथ चटर्जी सध्या बसलेले आहेत तेथे. पण तेदेखील मिठाची गुळणी घेऊन बसतात. कारण दोघेही लालभाई.

मणिशंकरवर कोणी अटॅक करीत नाहीत; उलट मणिशंकरच्या विरोधात जे उभे राहिलेत, त्यांनाच टार्गेट करतात. याचं कारण पुन्हा लालभाई. हे नातं आहे आजचं लोकसभेतलं. मणिशंकर हा लालभाई असल्यामुळे आणि सरकारात लालभाईंचा जोर असल्यामुळेच तो आज सुरक्षित आहे.

सावरकर हा राजकीय किंवा 'चुनावी मुद्दा' केला असल्याचा आरोप होतोय...

होय. हा 'चुनावी मुद्दा' आहे. तो बोलला नसता, तर झाला असता काय? नाही नं? मग तो का बोलला? त्याला अक्कल पाहिजे. कुठच्या तोंडावर आपण हे बोलतोय. त्याला ती अवदसा आठवली, त्याला आम्ही काय करायचं? तो काही आमचा दोष नाही. निवडणुका नसत्या तरी आमचा हा लढा चालूच राहिला असता. इथे निवडणुकीचा काहीच संबंध लावू नका. आता जी पॅकेज-डील महाराष्ट्राच्या सरकारकडून चालू आहेत, ती निवडणुका डोळ्यांसमोर ठेवूनच आलेली आहेत. बोला नं, निवडणुकीचा याच्याशी काही संबंध नाही म्हणून. इतकी वर्षं गेली फुकट; मग या आधी का नाही जाहीर केल्यात या पॅकेज-डील? आणि पॅकेज-डील असल्यामुळे हे पॅकेज आताच उघडलं पाहिजे, असं काही नाहीय. केव्हाही उघडू शकता, हेही तितकंच खरं.

सावरकर हेसुद्धा हिंदुहृदयसम्राट होते...

नक्कीच. मग...

तुम्ही कधी सावरकरांना अनुभवलंय का?

पाहिलंय. १९३९ मध्ये आम्ही भिवंडी सोडून मुंबईत आलो. तो सखाराम कीर रोड जो आहे आता, तेथे आम्ही उतरलो. कृष्णा निवासमध्ये. त्याला लागूनच एक चौक होता. तिकडे काही लोक बॅडमिंटन खेळायचे. तिकडेच भास्कर भुवनमध्ये तात्याराव राहायचे. सावरकरांना आम्ही तात्या म्हणायचो. त्यांचे बंधू बाबाराव हे दादांचे दोस्त. बाबाराव आमच्याकडे यायचे. नाकाने पाणी प्यायचे सकाळी उठल्यानंतर. नस्य करायचे बाबाराव. मोठा मजबूत गडी. सकाळी किंवा संध्याकाळी तात्याराव खाली जेव्हा यायचे; तेव्हा शर्ट, कोट, गोल टोपी, धोतर, त्यांचा तो गोल फ्रेमचा चकचकीत चष्मा आणि हातामध्ये छत्री– असे तात्याराव काळ्या छोट्या मोटारीत बसून कुठे तरी जायचे. असे सावरकर आम्ही बघितलेत. मला नंतर कोणी तरी सांगितलं, म्हणजे जे लोक त्यांच्या अगदी जवळ असायचे त्यांनी, की तुमची कार्टून्स तात्यारावांना खूप आवडतात. तात्याराव त्यांना म्हणायचे, अरे एकदा या

मुलाला घेऊन या. बोलवा. मी एकदा असं दाखवलं होतं की, तात्याराव कोलू चालवताहेत. तुरुंगातील अर्धी पॅण्ट, तो चौकडीचा शर्ट, ती टोपी. तो ब्रिटिश अधिकारी चाबूक घेऊन उभा आहे. आणि दुसऱ्या चित्रात असं दाखवलं की, काँग्रेसचा गलेलठ्ठ मंत्री खुर्चीवर बसलाय. तो मस्त खूश आहे आणि वरती मी लिहिलं होतं, 'कोणी भोगलं आणि आज कोण उपभोगत आहेत!' ते कार्टून 'मार्मिक'मध्ये आलेलं आहे.

◗ आजही तीच परिस्थिती आहे, असं वाटत नाही काय?

आहे ना. परिस्थिती अगदी तीच आहे. ते कार्टून तात्यारावांना फार आवडलं. 'या पोरानं छान चित्र रेखाटलंय. त्याला बोलवा,' असा त्यांचा आग्रह होता. 'सर्व सार आलेलं आहे त्या चित्रात,' असं ते म्हणायचे.

◗ सावरकरांनी जे भोगलं, ते कोणाच्याच नशिबी नव्हतं...

अंदमानला काळ्या पाण्याची शिक्षा म्हणजे पुन्हा जिवंत परतणे नाहीच. प्रवृत्ती

सध्या अशी आहे समाजात की, चार दिवस लागून रजा आली की मुलांना घेऊन 'टूर-टूर' करायची. कोण इकडे जातं, कोण तिकडे जातं. आता अंदमान हादेखील एक टुरिंग स्पॉट झालेला आहे. पूर्वी अंदमानला जायचं म्हणजे जवळजवळ मृत्यूच्याच जबड्यात. 'महाराजा' नावाची ती बोट यायची. त्यात तो बसला की गेला. आणि आता ते टूरिंग स्पॉट झालंय. म्हणजे लडिवाळपणानं जेव्हा नवरा-बायको बोलतात, तेव्हा बायको विचारते, 'अहो, कुठे जाऊ या या वेळेला?' नवरा सांगतो, 'तू सांग ना, अंदमानला जाऊ या...?' इतकं ते आता छान झालेलं आहे आणि सावरकरांना कुठं ठेवलं, ती खोली बघू या. खोली बघू या ठीक आहे. पण खोलीत ते कसे राहिले होते, तो अनुभवही घ्या आता. त्या मणिशंकरला त्या अंधारकोठडीत ठेवा. कोलूही द्या त्याला चालवायला. म्हणजे कळेल तुला की, सावरकर कोण होते ते. कोलू काय असतं ते कळेल तुला. या लोकांनी कसल्या शिक्षा भोगल्यात, तेही तुला कळेल. म्हणजे परत असले शब्द तुझ्या थोबाडातून बाहेर पडायचे नाहीत– या महाभागांचा अपमान करणारे शब्द.

▶ लोकसभा निवडणुकीत तुम्हाला फटका बसला... मघाशी तो मुद्दा अर्धवटच राहिला...

होय. थोडं अपुरं राहिलं. ऐन निवडणुकीत आपली माणसं गेली गावागावाला निघून. तेवढं मतदान कमी झालं. बांगलादेशी मुसलमानांनी एकगठ्ठा मतदान करून तर वाटच लावली. शिवाय माझं असं म्हणणं आहे की, ही जी इलेक्ट्रॉनिक्स मतदानाची सिस्टीम आहे, ती फ्रॉड आहे. काल त्या सावरकरांच्या कार्यक्रमातच मी बोललो की मतदान ओसरलं, पांगापांग झाली की फक्त दोन माणसं ते सांभाळू शकतो. इकडे इलेक्शन कमिशनचा जो माणूस बसलेला असतो त्याने बटण दाबल्याशिवाय ते मशीन चालू होत नाही. तुम्ही तुमचं मतदान केलं की ते मशीन बंद पडतं. यांनी परत इकडे ते बटण दाबलं की ते मशीन चालू होतं. मग परत दुसरं मतदान होऊ शकतं. ही सिस्टीम इतकी साधी आहे की, फक्त एकाच माणसाला आपण पकडायचं आणि दुसरा तो पोलिंग एजंट. पोलिंग एजंट जर हुशार नसेल, तर मेलात तुम्ही. आमचा घात तिथेच झाला. ते पोलिंग एजंट वेळेवरही आले नाहीत आणि शेवटपर्यंत थांबले नाहीत. पाच वाजता मतदान संपल्यानंतर त्या इलेक्ट्रॉनिक मशीनला सील लागल्याशिवाय, सगळी कनेक्शन्स काढल्याशिवाय पोलिंग एजंटने निघायचं नाही, हे करायलाच पाहिजे अत्यंत कडवटपणे. नाही तर परत वाट लागेल तुमची.

◗ म्हणजे आधी शाईमुळे 'फ्रॉड' होत असत, मग मतपेट्यांची पळवापळवी आणि आता इलेक्ट्रॉनिक यंत्रातही 'फ्रॉड' आहे...

होय. ही कसली तुमची प्रगती? अडवाणींनासुद्धा हे मान्य करावंच लागलं की, ये हो सकता है। तसंच झालंय.

◗ म्हणजे आपले लोक गाफील राहिल्यानेच फटका बसला, असं तुम्हाला म्हणायचं आहे?

तो एक महत्त्वाचा प्रकार आहेच. गुजरात दंगलीबाबतचं एक पत्रक मुसलमान मोहल्ल्यांत वाटलं गेलं. त्याचेही परिणाम झाले. अहमदाबादची दंगल. त्यात त्यांनी गोध्राला इतकं महत्त्वही दिलं नाही.

◗ मुंबईतल्या सहापैकी पाच जागा तुम्ही गमावल्या. हा धक्का होता काय?

धक्का कसला? मागच्या वेळेलाही आम्ही नसताना हे झालं होतं ना! एकटा दत्ता सामंत निवडून आला होता– लालबाग-परळमधून. बाकी सगळीकडे काँग्रेस आली होती. पाच जागा काँग्रेसकडे गेल्या. हे काही पहिल्यांदा नाही झालं. ही दुसरी वेळ आहे फार फार तर...

◗ मुंबई हातून गेली, असं तुम्हाला वाटतं का?

छे– छे! मुंबई हातून जाऊच शकत नाही. मुंबई हातात राहणं, हे काही निवडणुकांवर अवलंबून नाही. आमची ताकद कोणी अजमावण्याचा प्रयत्न करू नये.

◗ आज मुंबई किंवा आसपासच्या अनेक मतदारसंघांचं इस्लामीकरण होत असल्यानं तुम्हाला एक आव्हानच उभं राहिलंय...

हे सर्व आपल्याच मूर्खपणामुळे होतंय. आमची मागणीच आहे, पहिले बांगलादेशचे मुसलमान बाहेर काढा. नंतर कुटुंबनियोजनावरती जोर द्या. लोकसंख्या आटोक्यात आणा आता. कारण आपल्या देशात आता इतर दुसरं काही प्रॉडक्शन आहे का? तर, नाही. मुलं काढणं, एवढंच प्रॉडक्शन. याखेरीज दुसरं प्रॉडक्शन आपल्याकडे नाही. आजचीच बातमी आहे. मला वाटतं चायनाची. एकेक मार्केट ते कॅप्चर करताहेत. कापड धंदा जवळजवळ सगळाच त्यांनी कॅप्चर केलाय. आपल्याला चायनाची प्रगती गाठायची असेल, तर पंचवीस वर्षं लागतील. 'मार्मिक'मध्ये आमच्या चयनींचा लेख आलाय चीनच्या प्रगतीवर. फार सुंदर विवेचन केलेलं आहे.

चायना जर करू शकत असेल, तर आपण का करू शकत नाही? कारण तुम्हाला नेतृत्व नाही ना! काय तुमचे ते अर्थसंकल्प, काय चालतं त्यात, किती स्वार्थ त्यात गुंतलेले असतात, किती 'ओव्हर टेबल' आणि 'अंडर टेबल' चाललेलं असतं तुमचं– तेही महत्त्वाचं आहे ना. निवडणुका आम्ही हरण्याचं कारण म्हणजे आपल्या लोकांचा गलथानपणा, गाफीलपणा.

◗ तो कसल्या प्रकारचा...?

बरेच प्रकार आहेत. लोकसभा निवडणुकीतही तेच घडलंय. काही वेळेला मी विचारतो, काय रे, सीट कशी आहे? तर सांगतात, 'साहेब, दिली!' तरीही तो पडतो. मग विचारतो, काय रे, तू काय बोलला होतास? पण तो शब्दाला जागला होता. दिली, म्हणजे मी विरोधी पक्षाला दिली. शब्दाला जागलो. त्याबाबतीत प्रामाणिक. अत्यंत इमानी.

◗ या सगळ्या पार्श्वभूमीवर आज तुम्हाला महाराष्ट्रातलं चित्र काय दिसतं?

आपण मात करणार. या वेळेला घेणारच. घेणार म्हणजे घेणारच!

◗ तुम्हाला चित्र आशादायी वाटतंय...

मला 'आशा' हा शब्द फार आवडत नाही. आशादायी किंवा निराशादायी. मेहनत घ्या, मेहनत करा. आशा-निराशेचे खेळ कशाला करता?

◗ महाराष्ट्रातील काँग्रेस सरकारच्या पाच वर्षांच्या कारभाराविषयी आपलं काय मत आहे?

शून्य!

◗ सरकारच्या प्रगतिपुस्तकावर तुम्ही काय शेरा माराल?

फार वेळानं गेलं!

◗ मग या पाच वर्षांमध्ये विरोधी पक्ष म्हणून शिवसेनेने आपली भूमिका नीट बजावली काय?

हो. जेवढी पापं होती, तेवढी त्यांच्या पदरात टाकली.

◗ मोठं पाप कोणतं?

प्रामाणिकपणानं त्यांनी भ्रष्टाचाराची आपापसांत वाटणी करून घेतली आणि

मुलाबाळांचं भलं केलं. सगळेच रडताहेत– कामगार, शेतकरी, जवानांचे कुटुंबीय, मध्यमवर्गीय. असा एक भाग दाखवा की, जो सुखी आहे; समाधानी आहे सरकारच्या कर्तृत्वाबद्दल. कोण आहे? अर्थात हे साऱ्या देशालाच लागू आहे म्हणा. पण आपण आता महाराष्ट्राबद्दल बोलतोय.

◗ **तुम्ही 'जय जवान, जय किसान, जय कामगार' अशी घोषणा दिलीय...**
होय, दिलीय.

◗ **तुमची नक्की भूमिका काय आहे?**
लालबहादूर शास्त्रींना आपण विसरलो. त्यांनी ती एक घोषणा दिली होती– 'जय जवान, जय किसान'. किसानचं महत्त्व तुम्हाला अजून कळलं नाही. ज्याच्या मेहनतीवरती तुम्ही जगता, पंचतारांकित हॉटेलमध्ये तुम्ही ती बिर्याणी खाता, मटण आणि चिकन अन् फकण वगैरे– ती कोणाच्या घामामुळे येते? त्याची तुम्हाला पर्वा नाही. फक्त तुम्ही ऑर्डर देता. फक्त हुकूम करता. दो चिकन बिर्याणी, एक मटण बिर्याणी... की झालं तुमचं.

◗ **आज महाराष्ट्रातला शेतकरी सुखी नाही... कामगारही अस्वस्थ आहे...**
मला एक सांगा, महाराष्ट्रात कोण सुखी आहे? त्यांची मला नावं द्या.

◗ **कारण शेवटी महाराष्ट्र हा कष्टकऱ्यांनी उभा केलाय...**
तसं संपूर्ण देशाला कष्ट करावेच लागतात. कष्टाशिवाय देश नाही. आपण कष्ट करतो ते काही उपकार करीत नाही तुम्ही. देश जगला, तरच तुमच्या कष्टाला किंमत येणार. कष्ट करावेच लागतील. पण आपल्याकडे थोडीशी एक विचित्र स्थिती निर्माण झालीय. कष्टाशिवाय आम्हाला आमच्या काही बिदाग्या मिळायला पाहिजेत. विशेषत: आता कामगारांमध्ये एक प्रवृत्ती वाढत चाललीय– काही नतद्रष्ट कामगार पुढाऱ्यांमुळे. कामगारांचं जे श्रमाचं आहे, घामाचं आहे; ते त्यांना मिळालंच पाहिजे. तिथे दया, माया, क्षमा कुणालाच करू नका. पण सगळं मिळूनसुद्धा, त्याच्या बदल्यात तुम्ही काय देता? बदल्यात काहीच नाही.

◗ **मालक जगला तर कामगार जगेल, असं तुम्ही पूर्वी म्हणत होता...**
अगदी तसं नाही. माझा रोख मशिनरीवर होता. काही झालं तरी तिची मोडतोड करू नका, कारण मशिनरी ही तुमची भाकरी आहे. तिची मोडतोड जर झालीच, तर ते मालकाच्या फायद्याचं आहे. संप-आंदोलनानंतर सगळ्या मागण्या मान्य झाल्या

तरी मालक काय सांगणार? की, आता मला काही एवढ्यात चालू करता येणार नाही. कारण का? तर, सगळी मशिनरी मला परदेशातून मागवावी लागतेय. तो जेवढा वेळ घेईल तेवढं शेवटी कामगारांचंच नुकसान. पगारबिगार मिळणार नाही. नुकसान कोणाचं झालं? म्हणून म्हणतो, मालकाची असली तरी मशिनरी तोडू नका; ती तुमची खरी भाकरी आहे.

◗ मालक व कामगार ही गाडीची दोन चाकं आहेत...

होय, आहेतच ना.

◗ एक चाक जरी रुतलं तरी गाडी पुढे जाणार नाही...

भ्रष्टाचाराला साथ देऊन ही गाडी चालू नये.

◗ आज परिस्थिती अशी आहे की, मालक जगतोय; पण कामगार मात्र मरतोय...

होय, खरं आहे ते. सगळ्यांचीच परिस्थिती गंभीर आहे आणि कामगारांची तर भयानकच आहे. जवानांच्या कुटुंबांची तरी काय आहे? कोण सुखी आहे?

◗ किसान, कामगार आणि जवानांच्या कल्याणासाठी तुमच्याकडे काही ठोस योजना आहेत का? तुमचं सरकार आल्यावर...

खूप काही करू शकतो. कर्जमाफी आणि वीजबिलमाफीची घोषणा मी केलीच आहे. आता परिस्थिती काय आहे? आता जो विजेचा घोळ आहे, ज्या पद्धतीनं वीज पुरवली जातेय, भारनियमन म्हणजे लोडशेडिंग ज्या प्रकारे सुरू आहे; त्याला शेतकऱ्यांचा विरोध आहे. त्यांचे पंप असतात विहिरीवर, शेतावर. त्याने ते पाणी खेचतात. पण या लोडशेडिंगमुळे जे फ्लक्चूएशन येतं, त्यामुळे त्यांचे वीज पंप खट्कन उडतात. त्यात नुकसान जास्त होतं. ही शेतकऱ्यांची तक्रार आहे. आपल्याला शहरांमध्येही असे अनुभव येतात. लाइट जाते व येते तेव्हा टी. व्ही. किंवा फ्रीज उडतात. तुमच्याकडची फक्त सुखं गेली. त्यांच्याकडचं सुख तर गेलंच आणि ते दु:ख म्हणजे मोजता येणार नाही. सबंध शेत त्या पंपावर अवलंबून असतं. तो पंप वेळेवर सुरू झाला नाही... एक, दोन, तीन दिवस गेले तर शेती गेलीच. पुन्हा त्याचा काहीच गुन्हा नसताना ही विजेची बिलं पाठवता. त्या कर्जाच्या बोजाखाली तो दडपला जातो. वीज नसल्यामुळे पीक नाही, पाणी नाही. पीक नसल्यामुळे उत्पन्न नाही. उत्पन्न नसल्यामुळे बिलं भरायची कशी? हे एक साधं गणित आहे आणि त्रैराशिक आहे. माझ्या अल्प ज्ञानाप्रमाणे.

तुम्ही काय करणार?

मी जाहीर केलंय. हा जो पहिला बोजा आहे शेतकऱ्याच्या डोक्यावर, तो आपणच वाढवलाय. तो पहिला कमी करा. ती जबाबदारी सरकारची आहे. किसान त्याला जबाबदार नाहीय. त्याचे पंप बिघडले. त्यामुळे रिपेअरिंग चार्जेस आलेत परत. तुमच्या विजेच्या गोंधळामुळे हे सर्व घडतंय. शेतावरती कर्ज काढलेलं आहे. कर्ज वाढतच असतं. हे जे दुष्टचक्र आहे, ते तोडायलाच पाहिजे. एकदा का आपण त्याला कर्जाच्या विळख्यातून सोडवलं की, मग आपण त्याला जे योग्य व नियमाने आहेत ते चार्जेस भरायला सांगितले पाहिजेत.

(६ सप्टेंबर, २००४)

इटलीचा पासपोर्ट असूनसुद्धा बाई हिंदुस्थानात राहिल्या, हा त्यागच!

महाराष्ट्रात विधानसभा निवडणुकांचे रणशिंग फुंकले गेले. शिवसेनाप्रमुखांनी त्यांच्या प्रखर विचारांनी रान उठवले. काँग्रेसच्या ढोंगावर, अन्यायावर हल्ले केले. कुणाचीही तमा बाळगली नाही. त्यांनी जनतेला आवाहन केले— स्वाभिमानी असाल, तर महाराष्ट्राचे स्वत्व आणि सत्त्व टिकवा. मतदानाची तारीख १३. या दिवशी सर्वपित्री अमावास्या होती. बाळासाहेबांनी पितरांनाही आवाहन केले, ''अरे पितरांनो, आलात ते योग्य वेळी आलात. आता जाताना मतदान करून जा!''

तुम्ही शेतकऱ्यांच्या प्रश्नांवर एका तळमळीने बोलताय...

नुसता बोलत नाहीय; सत्ता महाराष्ट्रात होती, तेव्हा करून दाखवलंय. कापसाला सर्वाधिक भाव शिवशाहीतच मिळाला. उद्याही करून दाखवू. शेतकऱ्यांच्या कष्टाचं खाता आणि त्यालाच विसरता?

महाराष्ट्रात सध्या किसान नेत्यांचं पीकच आलंय. त्यांना हे सर्व का सुचू नये? विशेषतः सहकारक्षेत्रातील नेतृत्वच सरकार चालवीत असतं.

साखर कारखानदारीबद्दल बोलताय का तुम्ही?

केंद्रातील कृषी खातंही महाराष्ट्राच्याच नेत्याकडे आहे. तेसुद्धा सहकार क्षेत्रातले आहेत. प्रत्येक नेता स्वतःला शेतकरीच मानतोय...

मानणं निराळं आणि करणं निराळं. हे जे शेतकरी– ज्यांचं आम्ही कर्ज माफ करतोय, वीजबिल माफ करतोय; त्यातले हे शेतकरी नव्हेत. हे धनाढ्य शेतकरी आहेत. त्यांच्या शेतात लोडशेडिंग वगैरे असा काही प्रकारच नसावा. उलट, गरीब

दुष्काळाचा बोध नि चिन्ह !

शेतकऱ्यांच्या वाट्याचं पाणीही या धनाढ्य शेतकऱ्यांचे पंप स्वत:च्या शेतात खेचून घेतात. यांच्या शेतातली वीज गेली तरी जनरेटर सुरू. यांची शेती कायम ओलिताखालीच असते. गरीब शेतकरी जनरेटर कोठून आणणार? हाय पॉवरचे पंप कोठून आणणार? बियाण्यांसाठी काढलेलं कर्ज फेडतानाच जो मेटाकुटीस येतो व आत्महत्या करतो; तो जनरेटर्सची चैन कोठून करणार? मोठ्या शेतकऱ्यांना ही चिंता कधीच नसते. आम्हाला चिंता आहे ती गरीब व सामान्य शेतकऱ्यांची. त्यांना कोणी वाली आहे की नाही? किसाननेते म्हणून फेटे बांधून मिरवायला कष्ट पडत नाहीत. तिकडे गावात जाऊन बघा. खरा शेतकरी– ज्याचे पोट जमिनीच्या तुकड्यावर आहे– त्याची काय अवस्था आहे, ते यांना माहीत नाही.

◗ पण तुम्ही वीजबिलमाफी व कर्जमाफीच्या ज्या घोषणा केल्या आहेत, त्याचा आर्थिक बोजा सरकारवरच पडेल. तो कसा काय पेलणार?

तो हिशेब आम्ही केलेला आहे.

◗ ही महाराष्ट्र बुडवायची तयारी आहे, अशी टीका तुमच्या घोषणांवर होतेय...

हो, आहेच मुळी. आता त्यांच्या म्हणण्याप्रमाणे आम्ही बुडवतोय महाराष्ट्र. जर महाराष्ट्र एक हजार कोटींनी बुडत नाहीय, तर सहा हजार कोटींनी काय झक् मारलीय? सहा हजार कोटी म्हणजे काय आहे? 'लास्ट स्ट्रॉ' आहे की काय? उंटाच्या पाठीवर शेवटची काडी आम्ही ठेवतो आहोत. हा उंट कुणाचा? त्याची पाठ कोणाची? ती तर तुमचीच आहे. पंचेचाळीस वर्षे तुम्ही राज्य केलंत महाराष्ट्रावरती.

◗ गेल्या काही निवडणुकांमध्ये विदेशीचा मुद्दा प्रचारामध्ये वारंवार आलाय...

होय, मग...

◗ हा मुद्दा या निवडणुकीमध्येही महत्त्वाचा वाटतो काय?

आता विदेशीच्या मुद्द्याचा प्रश्न नाही इथे. कारण का? तर, लाचारांप्रमाणे आपण सगळ्या गोष्टींचा स्वीकार केलेला आहे. शरम कसली राहिलीय आता? जे दिल्लीत बसलेत, त्यांनी हा विचार करायला हवा होता. ज्यांनी विदेशी म्हणून आधी सोनिया गांधींशी फारकत घेतली, तेच तिच्या बाजूला खुर्चीला खुर्ची लावून बसतात. असली निर्लज्ज माणसं राज्यकारभारावर आली, तिथे आम्ही तरी काय चंदन उगळायचं?

कधी नव्हे ते महाराष्ट्रातील दोन नेते दिल्लीत मोठ्या पदांवर आहेत.
होय, आहेत. एक पडलेलाही मंत्री आहे.

एक गृहमंत्री, तर दुसरे कृषिमंत्री. या सगळ्यांचा महाराष्ट्राला म्हणून काय फायदा आहे काय?

नाही, नाहीच मुळी. कोणालाच त्यांचा तसा फायदा नाही. ना लोकांना, महाराष्ट्राला, ना देशाला. ठीक आहे. आपण एकदम देशावरती जातोय. पण महाराष्ट्राची राजधानी मुंबई आहे. तिचा तरी कोणी विचार करतोय का? मुंबईबद्दल कोणाला सोयरसुतक नाहीय. निवडून आलेले सगळे तसे मुंबईच्या बाहेरचे आहेत. मुंबई महाराष्ट्राच्या हातात असली काय, नसली काय– त्यांना तसा काहीच फरक पडत नाही. पण आम्हाला त्या मुंबईचं महत्त्व आहे. कारण, १०५ हुतात्मे आम्ही मुंबईसाठी दिलेले आहेत. त्यांना कसली १०५ हुतात्म्यांची जाणीव! त्यांच्याबद्दल आदर काहीच नाही, कारण ते बाहेरून आलेले आहेत. त्यांचा महाराष्ट्राच्या लढ्याशी काही संबंध नव्हता. मुंबई आम्हाला लढून घ्यावी लागली. महाराष्ट्राला न्याय्य मागण्यांसाठीही प्रत्येक वेळेला रक्तच सांडावं लागलं.

सोनिया गांधी या फार मोठ्या त्यागी आहेत, असं अलीकडे वारंवार सांगितलं जातंय. इतकी त्यागी व्यक्ती दिल्लीत असल्यावर राष्ट्राला आणि महाराष्ट्राला बरे दिवस यायला पाहिजेत...

होय, मोठाच त्याग आहे. शेवटी इटलीचा पासपोर्ट असूनसुद्धा ही बाई इटलीचा त्याग करून हिंदुस्थानात आलेली आहे– हा त्याग नव्हे? त्यागच झाला पाहिजे. पासपोर्ट राहू द्या हो. इटली सोडून बाई इथे आली. तिला जे इथे मिळालं, ते इटलीत मिळालं नसतं. समजलं? ती अजूनही कुठच्या तरी हॉटेलमध्ये नोकरी करीत असती. पण हिंदुस्थानसारखा एक देश तिच्या हातात आला आणि तिचं वैभव, ऐश्वर्य वाढलं– दुसरं काय!

विधानसभा निवडणुकीत सोनिया, राहुल, प्रियांका प्रचारात उतरतील...

प्रचार करायला काहीच हरकत नाही. कोणीही आलं तरी चालेल. म्हणजे ते जे सध्या पंतप्रधान मनमोहनसिंग आहेत, ते ज्या नातवंडाला अगदी लवून नमस्कार करताहेत– ते सोनियांचे नातवंड आले तरी चालेल प्रचाराला. एकजात लाचार हो सगळे.

◗ गेली अनेक वर्षं महाराष्ट्राचं राजकारण बाळासाहेब ठाकरे व शरद पवार या दोन नेत्यांभोवतीच फिरतंय. उद्याच्या निवडणुकीतही तसंच चित्र दिसतंय...

फिरू द्या. शिवसेना स्थिर आहे; ते मात्र दारोदार फिरताहेत. कधी ही काँग्रेस, तर कधी ती काँग्रेस. आज सोनियाच्या भोवती फिरताहेत. ते जरी आमच्यावरती आज जातीयवादाचा आरोप करीत असले तरी मी जातपात मानीत नाही. ते धोरण माझंही आहे आणि शिवसेनेचंही आहे. अगदी ग्रामपंचायतीपासून सुरुवात करा. मग जिल्हा परिषदा असो, काय असो– नगरसेवक असो, आमदार असो, खासदार असो– त्यांच्या जातीपाती मी कधीही विचारलेल्या नाहीत. जाऊन आपण चौकशी करा. कुणालाही जाऊन विचारा की, तिकीट किंवा पदे देताना बाळासाहेबांनी तुम्हाला जाती विचारल्या होत्या काय? कित्येक वेळेला ते आपणहून सांगतात किंवा त्यांच्या समाजाकडून कळतं तेव्हाच मला समजतं की, या जातीचा हा आहे. म्हणून मी जातपात मानत नाही. माणूस हीच जात. पोटाला जात नसते, असं मानणारा मी माणूस आहे.

◗ पवारांचं काय आहे?

पवारांचं जे काही राजकारण आहे, ते बरंचसं नाही म्हटलं तरी 'मराठा' समाजावरती अवलंबून आहे. जातीवरच त्यांचं राजकारण उभं आहे खासकरून. त्यामुळे ते एका निराळ्या वातावरणात फिरत असतात. मी माझ्या स्वत:च्या निराळ्या वातावरणात फिरत असतो. जातीपातीविरहित अशा निराळ्या वातावरणात फिरायला मला आवडतं.

◗ कधी काळी महाराष्ट्राने प्रबोधनाचा वारसा दिला होता. फुले-आंबेडकर-शाहूंचा विचार आहेच. प्रबोधनकारांची चळवळही दिशा दाखविणारी होती...

मीदेखील तीच दिशा देण्याचा प्रयत्न करतोय. पण करू काय? आमचे जे नेते आहेत– ते महापुरुष होते, राष्ट्रपुरुष होते– असे आम्ही म्हणतो. मग कोणीही घ्या तुम्ही. जोतिबा फुले असोत, बाबासाहेब आंबेडकर असोत. त्यांच्यापुढे आजच्याप्रमाणे निवडणुकांचे विषय नव्हते. त्यांचा लढा समाजातील अन्यायाविरुद्ध होता. जातीय प्रथांविरुद्ध होता. त्यांची चळवळ खऱ्या समतेची होती. जोतिबांचा एक मित्र होता. मला वाटतं, परांजपेच नाव असावं त्याचं. त्या मित्राच्या लग्नाच्या मिरवणुकीत जोतिबा सामील झाले होते. जोतिबांना त्या मिरवणुकीत पाहिल्यावर त्या खास जातीच्या लोकांचा गोंधळ सुरू झाला की– अरे, हा आपल्यामध्ये कसा? हा आपल्यामध्ये कसा? ही चर्चा त्यांच्या कानी आली आणि तिथे जोतिबा भडकले.

हा काय प्रकार आहे? हा माझा शाळकरी मित्र आहे. त्याचं आज लग्न होतंय. त्यानं मला प्रेमानं बोलावलं. मी आलो. यात जातीपातीचा प्रश्न येतो कोठे? जोतिबांच्या मनात हे विचार आले व त्या क्षणापासून त्यांच्या मनात अन्यायाविरुद्ध लढण्याची ठिणगी पडली. हा जो समाजातला जातीपातीचा किडा वळवळताना त्यांनी पाहिला व तेथेच ते भडकले की, नाही– हे बरोबर नाही. हे सर्व नष्टच केलं पाहिजे. चिरडून टाकायला पाहिजे हा किडा. अशा तऱ्हेने या सर्व गोष्टी उभ्या राहताहेत. आता तुम्ही काय म्हणताय की...

◗ **जातीपातीचं राजकारण महाराष्ट्रात वाढीस लागलंय...**

होय. एकीकडे जातीयवाद गाडण्याची भाषा करायची; दुसरीकडे जात पोसायची आणि जातीयवाद पोसायचा.

◗ **मुसलमानांच्या बाबतीतही तेच घडतंय...**

होय. दुसरं काय घडू शकतं या देशात? मुसलमानांच्या व्होट बँकेवरतीच यांचं

प्रेम आहे; मुसलमानांवर यांचं अजिबात प्रेम नाही. पण हे त्या मुसलमानांना कळत नाही. ते भडकवले जाताहेत, भडकताहेत आणि त्या आगीमध्ये हे आपल्या पोळ्या भाजून घेताहेत. मुसलमानांना अजून चांगलं नेतृत्व नाहीय. असा हा नेतृत्वहीन आणि दिशाहीन मुसलमान समाज फक्त उपयोगी पडतो निवडणुकीच्या काळामध्ये. बाकी कुठे का असेना तो. नरकातच खितपत पडलेला असतो. एकदा का त्यांच्या मतांवर निवडून आले की, 'जहन्नम में जाव' असं राजकारण्यांचं म्हणणं असतं. एकदा त्या सत्तेच्या खुर्चीवरती ढुंगण टेकल्यानंतर मुसलमानांची आठवण येत नाही त्यांना.

- **शिवशक्ती व भीमशक्तीचे प्रयोग तुम्हीही करीत आहात...**

होय, प्रयोग सुरूच असतात.

- **तुमचा अनुभव काय आहे?**

अगदीच वाईट आहे, असं मी म्हणणार नाही. नेहमीच त्यांना सांगत असतो मी की– तुमचं धर्मांतर झालं असेल, पण तुमचं रक्तांतर झालेलं नाहीय. तुमचं रक्त हिंदूंचंच आहे. खुद्द डॉ. बाबासाहेब आंबेडकरांचे नाव भीमराव होते. आठवलेही अजून रामदासच आहेत. आमचा ढसाळ हा नामदेवच आहे. ही नावं नाही बदलली. नावं तीच आहेत, याचा अर्थ तुम्ही हिंदू होता, हे नक्कीच. पण बुद्ध तरी कोण होता? बुद्ध पहिला हिंदूच होता. हिंदू धर्मातल्या ज्या गोष्टी त्याला आवडल्या नाहीत, त्या जोतिबांनाही आवडल्या नाहीत. आमच्या वडिलांपर्यंत त्या आवडल्या नाहीत. वडिलांनीही त्या प्रथांविरुद्ध बंडं केलीत आणि त्यामुळेच बुद्धाने सर्व सोडून दिलं अन् स्वतंत्र विचारानं तो स्वत:चं आयुष्य जगू लागला. त्यानं जे विचार दिले, ते धर्माच्या रूपाने पुढे उभे राहिले. बौद्ध धर्म त्यालाच म्हणतात. उद्या भीम धर्मसुद्धा उभा राहू शकतो– बाबासाहेबांचे विचार जमेस धरल्यानंतर.

- **रिपब्लिकन पक्षाचे काही गट सध्या एकत्र आलेले आहेत...**

जातींमुळे एकत्र येणार आहेत; विचारांमुळे नाही. विचाराने आले तर निराळी गोष्ट. पण फक्त जातींच्या विचारानेच एकत्र येताहेत ते. आम्ही दलित, आम्ही अमुक, बौद्धधर्मीय. मग आम्ही हिंदूधर्मीय म्हटलं, तर काय हरकत आहे? स्वत:च्या जातीला संरक्षण देऊन दुसऱ्याच्या जातीला विरोध करायचा– हा कुठचा धर्म?

- **या रिपब्लिकन गटांनी काँग्रेसकडे १० टक्के सत्तेचा वाटा मागितलाय...**

का मागता? ही भीक का मागता? तुम्हाला सन्मानानं तो मिळाला पाहिजे.

जातीकरिता म्हणून तो मागू नका; आम्हीसुद्धा या देशाचे, महाराष्ट्राचे आणि लोकशाहीचे कोणी तरी आहोत, पाईक आहोत, अशा उदार विचारानं मागा. विचारात दारिद्र्य नको, तर श्रीमंती असली पाहिजे.

▸ तुम्ही काय द्याल?

काय द्याल म्हणजे? इतकी वर्षं जातपात न पाहता देतच आहोत. इथे काय होतं की, ज्या दिमाखात काही मागण्या होतात आणि बोललं जातं, त्यातही आम्ही काही प्रयोग करून बघितले. मागे तो एक प्रकार झाला– मराठा महासंघाचा. आम्ही आमच्या कोट्यातून विनायक मेट्यांना विधान परिषदेवर पाठवलं. त्यांनी शेवटी पाठीत वार केला. मराठा महासंघाच्या एका नेत्यानं चार जागा मागितल्या. त्यांना त्या चार जागा त्या वेळेला दिल्या. चारही जागा पडल्या. एखाद वेळेस आम्ही त्या निवडूनही आणल्या असत्या. काही लोकांना आम्ही सांगतो, इथून उभे राहा, तर नाही म्हणतात. हट्टानं सांगतात– नाही, ही आमची हक्काची जागा आहे. ते कसं आम्ही देऊ शकतो? तसं देता येणार नाही आम्हाला. जो आमचा निवडून आलेला आमदार आहे, त्या आमदाराला दूर करून तुम्हाला द्यायची? तुमची गॅरंटी काय? म्हणजे येणारी जागाही गेली. परत तुम्ही निवडून आला नाहीत, ही वेगळी गोष्ट.

▸ आता शेतकरी संघटनाही आहे तुमच्याबरोबर...

आम्ही आता शरद जोशींचा जो विचार केला की, एक हुशार माणूस ज्याला मराठीत म्हणतात की, 'इंटलेक्च्युअल'. शेतीचा अभ्यास आहे त्यांचा. इतका हुशार माणूस सांदीकोपऱ्यात पडलेला आहे. शेतकऱ्यांच्या हितासाठी आम्ही त्यांना शिवसेनेच्या कोट्यातून राज्यसभेवर पाठवलं. तेसुद्धा विचित्र बोलतात, वागतात. त्यामुळे पंचाईत होते आमची. तुम्हीच बोलला होतात ना शरद जोशी, मी जर निवडणुकीला उभा राहिलो तर मला जोड्यानं मारा. मग आता काय करायचं? पण त्यांना सुटकेचा मार्ग आहे. नाही, मी निवडणुकीला उभा राहिलेलो नाही. मला निवडून दिलंय. हा सुटकेचा मार्ग होईल कदाचित. पण आम्ही तुम्हाला तिथं पाठवलं ते दिल्लीश्वरांच्या झिंज्या खेचण्यासाठी आणि शेतकऱ्यांच्या हितासाठी. सरकारच्या झिंज्या खेचून तुम्ही त्यांना शेतकऱ्यांच्या हिताचे काम करायला लावा. पण महाराष्ट्रात ते निराळ्याच पद्धतीनं वागताहेत.

▸ म्हणजे काय?

जागांचं वाटप मागताहेत. जागांचं वाटप कसलं? आम्ही राज्यसभेची जागा तुम्हाला दिली शेतकऱ्यांच्या हितासाठी. तिथे बसून काम करावं. तुम्ही जागा

कसल्या मागताय? तरी पण आम्ही त्यांचं प्रतिनिधित्व मान्य करायला तयार आहोत. देणार! पण तुम्ही म्हणाल– एवढ्याच जागा हव्यात, तर कसं होणार? रिपब्लिकन पक्षही तिकडे मागतोय. पन्नास जागा, साठ जागा, सत्तेमध्ये दहा टक्के वाटा. अशा अटीतटीनं कारभार होत नाही. सरकार स्थापन होत नाही. आपल्या देशाची जी वाट लागलेली आहे, ती हीच. अमाप पक्ष झालेत. काही विचारूच नका. मतभेद झाला की नवा पक्ष. हे जे चाललेलं आहे देशात, ते बरोबर नाही. नेतृत्व राहिलेलं नाही देशाला. कायदेकानू तुमचे अशक्त आहेत. त्यांना क्षय झालेला आहे, न्यूमोनिया झालेला आहे.

◗ मायावती घुसलेल्या आहेत महाराष्ट्रात...

घुसा. महाराष्ट्रात कोणीही घुसू शकतो. बांगलादेशी मुसलमान घुसू शकतात, तर काय मायावती येऊ शकणार नाही?

◗ मायावतींनी तर महाराष्ट्र तोडण्याची भाषा केलेली आहे...

हो? व्वा! महाराष्ट्र कोणीही तोडावा, ज्याला आपण मराठीत 'बर्थ डे केक' म्हणतो. मगदुराप्रमाणे कापावा आणि तुकडा उचलून निघून जावं. खा, मजा करा.

◗ युतीचं सरकार आलंच, तर 'रिमोट' पुन्हा तुमच्याकडेच राहील काय?

जोपर्यंत रिपेरिंगला जात नाही तोपर्यंत.

◗ पाच वर्षांपूर्वी 'शिवशाही'ची जी कल्पना होती, तीच राबवणार काय?

अर्थात. 'शिवशाही' हा पवित्र शब्द आहे. 'शिव' या शब्दाचा अपमान करण्याच्या भानगडीत कोणी पडू नये. शिवशाहीचीच कल्पना आणि धोरणं पुन्हा राबवणार नाही. शिवशाहीत शिवाजीमहाराजांना जे अधिकार होते, ते आताच्या लोकशाहीत आम्हाला असू शकत नाहीत. अन्याय करणाऱ्यांना मुसक्या बांधूनसुद्धा आणता आलं पाहिजे. काय तो तुमचा तेलगी– तेलगी. तो सुटणार हो उद्या. यांची थोबाडं तेलगीचा पैसा खाऊन, तोबरा भरून जे उभे आहेत; ते काय तेलगीच्या विरोधात बोलणार? बोलू शकत नाहीत. सत्तेमधली घोडी तेलगीच्या तोबऱ्यामध्ये खूश आहेत.

◗ प्रचाराला सुरुवात कधी करणार?

करणार. आता एकंदरीतच तुमची ती पितरं वगैरे येताहेत. मी तर आवाहन

करीन– अरे पितरांनो, आलात ते योग्य वेळी आलात. आता जाताना निदान मतदान करून तरी जा. पण पितरं आलीत, ती काय वाईट आहेत काय? महागाईचे प्रश्न आहेत. अनेक प्रश्न आहेत. होऊ द्या! तुमचे इतरही प्रश्न, धार्मिक कार्य असतात त्या दिवशी १३ तारखेला. ती आवरा आणि मतदानाला पितरांचे आशीर्वाद घेऊन बाहेर पडा आणि मतदान करा.

तुम्ही प्रचाराला कधी बाहेर पडणार?

प्रचाराला तर बाहेर पडणारच. पण बऱ्याच गोष्टी पाहाव्या लागतील. विशेषत: निसर्ग आणि वातावरण. पाऊसपाणी, अमुक-तमुक याच्यावरती अवलंबून आहे.

किती सभा घेणार?

आता ते सगळं ती कमिटी ठरवेल. म्हणजे उद्धव, राज वगैरे बसून ठरवतील.

शिवसेनेतही शेवटी 'कमिटी' आलीच काय?

कमिटी कसली? तेवढ्यापुरतीच मर्यादित आहे ती. ते झालं की, ती बरखास्त. कायमस्वरूपी नाहीच. तुमच्या प्रश्नाचा रोख माझ्या लक्षात आलाय. कारण मी स्वत: कमिट्याफमिट्यांच्या विरोधात आहे. काय आहे की– कोठे जायचं, कसं जायचं, तयारी कशी आहे, किती वाजता पोहोचायचं, हे सर्व निर्णय काही मला घेता येत नाहीत. तेव्हा कोणी तरी बसा आणि निर्णय घ्या. या वेळेला मतदारसंघात व्यक्तीपेक्षा निवडून कोण येणार, याच्यावरच आम्ही जोर मारणार आहोत. प्रचार आणि सभांचे नियोजन त्या दिशेनेच होणार. म्हणून या बैठका वगैरे सुरू असतात.

'हायटेक' प्रचार करणार काय?

नाही. नकोच. मी माझ्या मातृभूमीची जमीन विसरू शकत नाही. माझी जमीन मला महत्त्वाची आहे.

म्हणजे 'इंडिया शायनिंग'प्रमाणे 'महाराष्ट्र शायनिंग' वगैरे प्रचारात आणायचा विचार नाही...

नाही-नाही. अजिबात नको. असले भयानक शब्द मला वापरायचे नाहीत.

सत्तेची चाहूल लागताच पक्षातील तिकीटवाटपात फार कुरबुरी सुरू होतात...

ते होणारच हो. मानवी स्वभाव आहे तो.

तुम्ही तिकीटवाटपात काही धोरण ठरवलंय काय?

शिवसेनेचं धोरण स्पष्ट आहे, स्वच्छ आहे. प्रत्येक निवडणुकीच्या वेळी मी ते सांगत असतो की, येथे लॉबिंग चालणार नाही आणि फॅक्स पाठवतात जे मला, ते मी सहन करणार नाही. ज्याचे फॅक्स जास्त, त्याचं नाव रद्द! त्या फॅक्सवर नाव नाही, गाव नाही, काही नाही. खाली लिहिलेलं असतं, आपले निष्ठावंत शिवसैनिक. माझे निष्ठावंत शिवसैनिक अशा टोपणनावाने मला कधीच पत्र लिहिणार नाहीत. जे पत्राखाली नाव न लिहिता नुसते 'शिवसैनिक' म्हणून लिहितात, त्यांना केराची टोपली दाखवतो. म्हणे– निष्ठावंत शिवसैनिक! हे कसले निष्ठावंत शिवसैनिक? मग नाव का लिहीत नाहीत?

या वेळी तिकीटवाटपात नव्यांचा विचार होणार आहे काय?

नुसत्या नव्यालाही अर्थ नाहीय. निवडून येईल काय? नवं पातळ कोणी खरेदी केलं, नवा सूट कोणी खरेदी केला; तरी तो खुलून दिसतो का, खुलून दिसत असेल तर जुने उडव– असाही विचार होतो. आम्ही नवा विचार अशा पद्धतीनं करीतच असतो. कार्याचे अहवाल नेहमीच प्रसिद्ध होत असतात. मी ते काळजीपूर्वक तपासत असतो. त्यात मी 'मंजुऱ्या' किती कामांना मिळालेल्या आहेत, ते बारकाईने पाहतो. मला या मंजुऱ्या अजिबात नकोत. मला कामं किती पूर्ण झालीत, त्याचा अहवाल द्या; नुसती मंजुरी नको. होणार आहेत, करणार आहोत, हे ज्योतिषी अहवाल मला नकोत. मला तुम्ही कोणती कामं केलीत त्याचे अहवाल हवेत; नाही तर मी फेकून देतो.

तिकीटवाटपात काही नव्या चेहऱ्यांना संधी मिळण्याची शक्यता...

मघाशी सांगितलं मी तुम्हाला. संधी मिळालीय. शिवसेनेत अशी संधी मिळतच असते. नवीन म्हणजे काय? तुझ्या विभागात तू काही समाजकार्य केलं आहेस काय? लोकांना तू माहीत आहेस काय? पावसाळा आणि निवडणुका त्याच वेळेला हे टाकळे उगवत असतात. पावसाळा आणि निवडणुका आता एकाच वेळेला आलेल्या आहेत. त्यामुळे टाकळे दोन्हीकडे उगवणारच. आमच्याकडे ते कमी आहेत. पण शिवसेनेत फालतू लोकशाही नाही.

तुमची सत्ता येईलच; पण मुख्यमंत्री कोण होईल? कोणाला करणार?

महाराष्ट्राला एकदम तीन-चार मुख्यमंत्री मी देणार आहे. त्याशिवाय पर्याय दिसत नाही.

◗ एकदम तीन-चार? एका मुख्यमंत्र्याला कारभार झेपणार नाही का?

सगळ्यांनाच खूश करायचं आहे. खुशीची गाजरं आहेत ती सगळी. ज्यांना खायची आहेत, त्यांना खाऊ द्या. काही लोकांना ही गाजरं खायला आवडतात, त्याला मी तरी काय करणार? अरे, पहिली सत्ता तर येऊ द्या. अजून बायको ठरली नाही, लग्न झालं नाही अन् पाळण्याची खरेदी का करताय तुम्ही? पहिली बायको बघ ना. ती ठरलीय काय तुझी? लग्न केव्हा होणार? त्यानंतर पुढचे सगळे सोपस्कार. मग पाळणा हलणार आणि काहीच झालं नाही, तर मग नुसता पाळणा हलवत बस.

◗ म्हणजे अजून झाकली मूठ आहे मुख्यमंत्रिपदाची...

बऱ्याचशा काही गोष्टी झाकाव्या लागतात. मग कपडे आपण का घालतो? पण एक निक्षून सांगतो– महाराष्ट्राला कार्यक्षम, तडफदार मुख्यमंत्री मी देणार आहे; जो महाराष्ट्राच्या विकासाच्या व लोककल्याणाच्या विचाराने झपाटून काम करेल, असाच मुख्यमंत्री मी देईन.

◗ महाराष्ट्राच्या जनतेला तुम्ही या निमित्ताने काय संदेश द्याल?

संदेश एकच– महाराष्ट्राचे लचके तोडण्याचा प्रयत्न आज केला जात आहे. स्वाभिमानी असाल, तर या महाराष्ट्राचं स्वत्व आणि सत्त्व टिकवा; ते तुमच्या हातात आहे. आणि तिरीमिरीनं जो या महाराष्ट्राचा अभिमान, स्वाभिमान जागवील; त्याच पक्षाचा विचार करा आणि त्याकरिता शिवसेना-भारतीय जनता पक्षाचं सरकार आणण्यासारखा दुसरा विचार असू शकत नाही. महाराष्ट्राला चांगले सरकार द्यायचेच, या उमेदीनेच मतदान करा.

[७ सप्टेंबर, २००४]

महाराष्ट्र इतका नामर्द करू नका!

“देशावर मराठ्यांचे राज्य हवे!

शिवसेनाप्रमुख म्हणजे भन्नाट विचारांची तुफान मेल. राजकारणातील जय-पराजयांची पर्वा न करता ते लढत राहिले. शिवसेनेचा जन्म सत्तेसाठी झालेला नसून सत्ता शिवसेनेसाठी जन्माला आली आहे, असे ते सांगत. २००४ च्या विधानसभा निवडणुकीत ‘जय’ झाला नाही, म्हणून ते दुःख करीत बसले नाहीत. ‘विजय किंवा सत्ता हा आमच्या जीवनाचा ऑक्सिजन नाही’, असे त्यांनी ठणकावून सांगितले. याच काळात त्यांनी दिलेल्या मुलाखतीत महाराष्ट्रातील व दिल्लीतील घाणेरड्या राजकारणावर घणाघात केला. देशावर मराठ्यांचे राज्य हवे, हा स्वाभिमानी विचार पुन्हा मांडला.”

◗ बरेच दिवस तुमचं जनतेला दर्शन नाही.

अजून मी काही कुणी बुवा नाही झालो. महाराज नाही बनलो. त्यामुळे दर्शन हा काय प्रकार असतो, ते मला माहीत नाही. भेटी-गाठी होतच असतात. त्या चालूच आहेत.

◗ त्यामुळे शिवसेनाप्रमुखांचं नेमकं काय चाललंय, ते बाहेर कळत नाही लोकांना...

मध्यंतरी मला थोडा घशाचा त्रास झाला. इण्डोस्कोपी नावाचा प्रकार करावा लागला. त्यात मी फारच गडबडून गेलो होतो. सभेच्या प्रचारासाठीही मला बाहेर पडणं मुश्कील झालं होतं. दुखायला लागलं की थांबत नसे. आताही दुखतं अधून-मधून, पण ठीक आहे म्हणायचं. त्यामुळे मन तसं पडत नाही. कारण कोणत्या वेळेला हे दुखणं उपटेल, ते सांगता येत नाही. तरीपण कण्ट्रोलमध्ये ठेवलंय मी सगळं. माझ्या आटोक्यात ठेवलंय. निवडणुका नसल्यामुळे काय तसं बाहेर जाणं-येणं

नाही. कधी ठरलंच तर मात्र मी जाऊन येतो. मग कसलीच पर्वा करीत नाही मी.

◗ महाराष्ट्राची सत्ता पुन्हा एकदा हातून निसटल्यामुळे तुम्ही नाराज आहात... चिडलेले आहात, म्हणून बाहेर पडत नाहीत...

छे, छे! हा काय पहिला प्रसंग आहे काय? ज्याला राजकारणात काही करायचं असेल, त्यानं या सर्व गोष्टी जमेस धरूनच उडी मारावी; नाही तर भानगडीत पडू नये. आणि मी ते जमेस धरलेलं आहे. अडतीस वर्षं मी शिवसेनाप्रमुखपदावर आहे. त्या काळामध्ये किती तरी धक्के-बुक्के पचवलेत. सगळं झालंय. धक्के खाल्लेत आणि बुक्के दिलेत. पण जय-पराजयाची पर्वा मी तरी करीत नाही.

◗ सध्या निवडणुका वगैरे नसल्याने 'डोक्याला हेडॅक' कमी आहे काय?

मी डोक्याला कधी हेडॅक करून घेतच नाही. डोकं असलं म्हणजे झालं. मी कशाचाच असा घोर मनाला लावून घेत नाही. असे पराभवही पचवलेत आणि विजयही जिरवलेत. तसाच माझा शिवसैनिक. त्यालाही यात नवीन असे काहीच नाही. लढाया या असणारच. त्यात जय-पराजय होणारच. झाला पराभव आमचा म्हणून कधी जयच होणार नाही, असं नाही. आज पराभव झाला म्हणून काही आम्ही घरामध्ये गुडघ्यात मुंडी घालून नाही बसलो.

◗ राजकारणातले जय-पराजय तुम्ही इतक्या खिलाडूवृत्तीने घेताय...

मग का घ्यायचा नाही? विजय किंवा सत्ता हा काय तुमच्या जीवनाचा ऑक्सिजन आहे? तुम्ही आतापर्यंत कसे जगलात? तुम्ही जन्मास आलात, ते काय निवडणूक लढवून आलात काय? मग?

◗ तुमचा वाढदिवस आलेला आहे...

होय. मग?

◗ तुम्ही ८० कडे झुकलाय.

होय. काय करायचं त्याला?

◗ साठी-समारंभात आचार्य अत्रे एकदा विनोदाने म्हणाले होते– आता कसले वाढदिवस? यापुढे काढ दिवस. तुम्ही वाढत्या वयाकडे कशा प्रकारे पाहता?

मीपण वाढदिवसातून काही काढतच असतो. शेवटी किती जगलात यापेक्षा

कसे जगलात या विचाराला मी महत्त्व देतो. कालच आम्ही काही जुने मित्र जमलो होतो. विशेषतः माझे क्रिकेटपटू मित्रच त्यात होते. वय प्रत्येकाचेच वाढले म्हणून काही उमेद संपली, असे नाही. क्रिकेटच्या बाहेरही प्रत्येकाने स्वतंत्रपणे नवे विश्व निर्माण केले. त्यात रमला आहे प्रत्येक जण. त्यामुळे वय वाढले म्हणून आता दिवस ढकलायचे, हा विचार काही मान्य नाही. वय पृथ्वीचेही वाढते. सूर्याचे, चंद्राचेही वाढते; म्हणून त्यांनी प्रकाश देण्याचे थांबविले काय? इतकं काही अगदी मेटाकुटीस येऊन चालत नाही. प्रत्येक जण जो जन्मास येतो, त्याचं मृत्युपत्र लिहिलेलंच असतं. जेवढं जो जगणार, तेवढंच जगणार. त्याचं आयुष्य घेऊनच तो जगणार आहे. ते कुणाला कुणाचं खेचून घेता येणार नाही!

◗ वाढदिवसाचा विषय निघाला म्हणून विचारतो... पूर्वी तुमचा वाढदिवस हा शिवसैनिकांसाठी एक उत्सवच होता... गेल्या काही वर्षांत तुम्ही स्वतःच हे सर्व थांबवलंय...

मला काही इशारेपण मिळाले. धमक्या अशा काही डायरेक्ट कधी आल्या नाहीत. कार्डं वगैरे यायची. त्यावर त्या धमक्या असायच्या. त्या कार्डांवर कवटी, रक्ताचे थेंब पडताहेत अशी चित्रं असायची. ही कार्डं पोलिसांकडे द्यायचो. कुणाची कवटी आहे, ती शोधा म्हणावं. पण नंतर-नंतर माझ्या नजरेस एक गोष्ट यायला लागली. ती जी काही रांग लागायची– चार-चार वाजेपर्यंत लोकं भेटायला यायची. संध्याकाळच्या वेळेला तर जेवणाचे वांधे असायचे. दोन वेळा तर मी आणि माँ बाहेर जेवायला गेलो; परत आलो तरी लोक. संध्याकाळी षण्मुखानंद हॉलला कार्यक्रम असायचा आपला. त्याला मी जातच होतो. जावंच लागायचं. खाली उतरता-उतरता संध्याकाळी तुंबलेली गर्दी फेस करून तिकडे यावं लागायचं. मी ठाकूर वगैरे लोकांना सांगायचो की, माझ्यासाठी थांबायचं नाही. वेळ झाली की पडदा वर करायचा. श्रोत्यांना म्हणजे आलेल्या लोकांना तिष्ठत बसू देऊ नका. मला आवडायचं नाही. सुरू करा.

◗ मग हे सर्व थांबलं कसं?

तेच सांगतोय नं. माझ्या नजरेस एक असं आलं की, दोघे जण जरा वेगळेच दिसले. त्या गर्दीत शिवसैनिकांमध्ये माझ्याविषयी जे प्रेम असतं, अदब असतो, तो त्यांच्या वागण्यावरून कळतो. माझा स्पर्श व्हावा म्हणून त्यांची धक्काबुक्की सुरू असते. सगळ्यांना मी हात जोडतो. नमस्कार करतो. दोन असे चेहरे मला रांगेत दिसले की, अत्यंत उग्रपणाने त्यांनी माझ्याकडे बघितलं आणि असेच मागे वळून निघून गेले. ते पोलिसी नजरेत यायला पाहिजे होतं. त्यांची झडती घ्यायला पाहिजे

होती. त्या गर्दीतलाच आहे एक शिवसैनिक, तर मग तो असा का वागला? त्याने हात जोडले नाहीत. हसला नाही. काही शरीराची हालचालच नाही. असा उग्र चेहऱ्याने माझ्याकडे बघत-बघत तो माघारी गेला. दहा-पंधरा शिवसैनिक निघून गेल्यानंतर आणखी एक व्यक्ती आली– दाढीवाली. तीसुद्धा अशीच उग्र चेहऱ्याने माझ्याकडे बघून निघून गेली. त्या वेळी ते मानवी बॉम्बचे प्रकरण मध्यंतरी बरंच गाजलं. ते तर आत्मघातकी हल्ल्यात मरायला तयारच झालेले असतात. मीदेखील मरणाला भीत नाही, पण मी असा विचार केला– त्याने जर असा काही मूर्खपणा केलाच, तर केवळ मीच नव्हे, तर माझ्याबरोबर असंख्य शिवसैनिक माझे दगावतील. ते मला नको आहे. त्यापेक्षा बंद केलेलं बरं. म्हणून मी ते सोहळे बंद केले. ते गुरुपौर्णिमा, ते वाढदिवस बंद केले. त्यांच्या हितासाठी.

▸ वय वाढतच असतं. माणसाचं वय वाढतं तसं देशाचं वय वाढतं...

होय. देश झाला नं ५६ वर्षांचा.

▸ वाढत्या वयाबरोबर देशाने किंवा व्यक्तीने काही संकल्प करावेत काय?

संकल्प म्हणजे काय करायचं?

▸ वाढत्या वयाबरोबर माणूस अधिक प्रगल्भ होतो...

बरं, म्हणजे नक्की काय?

▸ माणूस विचाराने प्रगल्भ होतो... वयाबरोबर ते अनेकदा बदलतही जातात.

माझे विचार पहिल्यापासून जसे ठाम आहेत, तसेच आजही आहेत आणि संकल्प करायचेच म्हणून करू शकत नाही तुम्ही. तो झाल्यानंतर तुम्हाला कळतं की, अरे हा संकल्प होता! आम्ही काही उद्देशानं, ध्येयानं, काही पांडित्यानं केलाय, असं काही नाही. आम्ही केला; संकल्प झाला. असे संकल्प तुम्हालाही माहीत नसतात की, तुम्ही हे करणार आहात की, ज्याचं रूपांतर पुढे संकल्पात होणार आहे.

▸ आता तुम्ही मनाची काळजी घेता की शरीराची काळजी घेता?

खरं सांगू? मी माझ्या महाराष्ट्राची आणि देशाची काळजी करतो. अत्यंत श्रद्धेनं आणि शपथपूर्वक सांगतो. देहाचं काय– सगळ्यांनाच देह आहे. फक्त एवढंच होतं

की, आजारपण आलं की तुम्ही हतबल होता. त्याची तीव्रता किती, त्याच्यावरती परत तुम्ही ठरवता की आता काय करायचं? कोणता टप्पा गाठायचा? मी तसा बेचैन नाही. मात्र बेचैन यासाठीच की– हे शरीर, हा देह पुढचा टप्पा गाठण्यासाठी किती उपयोगी पडेल? पण विचार फक्त महाराष्ट्राचा. या महाराष्ट्राचं अजून मराठी लोकांनाच काही महत्त्व कळलं नाही, हे दुर्दैव आहे महाराष्ट्राचं.

◗ **आजही तुम्ही विचारानं खूपच तरुण आहात...**
होय, मग...

◗ **तुम्ही नेहमीच म्हणता की, माणूस विचारानं म्हातारा होता कामा नये.**
खरं आहे ते.

◗ **आजही तुमचा तोच मिश्कील आणि विनोदी स्वभाव आहे.**
दादांचं म्हणजे माझ्या वडिलांचं एक महत्त्वाचं वाक्य आहे. ते असं आहे की, माणूस वयानं म्हातारा होतो. ज्या दिवशी तो विचाराने म्हातारा होईल, त्या दिवशी त्यानं दूर व्हावं. कारण त्या म्हाताऱ्या विचारांनी लोकांचं नुकसान होण्याची शक्यता आहे. थकलेले, पिचलेले विचार असू शकत नाहीत. तो दुबळा विचार दुबळ्या शरीरयष्टीत राहू शकतो. म्हणून शरीराने किंवा वयाने मी कदाचित वाढेन, म्हातारा होईन; विचारानं मी ज्या दिवशी म्हातारा होईन, त्या दिवशी मी दूर झालेलं बरं. म्हणजे विजय मर्चंटचं एक वाक्य फार महत्त्वाचं आहे. तो ऐन उमेदीतच तसा निवृत्त झाला. एकाने त्याच्या मुलाखतीत त्याला विचारलं की, 'अजूनही खेळू शकता. तुमच्यात ती हिंमत आहे. मग तुम्ही का निवृत्त झालात?' तर मर्चंट म्हणाले, 'त्याचं कारण असं आहे की, it is better to retire, where people should ask you, why are retire, than people asking you why don't you retire? तुम्ही निवृत्त का झालात, हा प्रश्न लोकांनी विचारला पाहिजे. तुम्ही निवृत्त का होत नाही, असा प्रश्न येण्याच्या अगोदरच आपण निवृत्त झालेलं बरं.' मार्मिक वाक्य आहे ते.

◗ **म्हणजे त्या दृष्टीने आपण अजून तंदुरुस्त आहात...**
हो– हो. अजूनही भाषण खणखणीत करू शकतो.

◗ **आपके तंदुरुस्ती का राज क्या है? आप कौनसा च्यवनप्राश लेते हो?**
मी काहीही च्यवनप्राश घेत नाही आणि काहीही करीत नाही. काय ते मालिनी

चूर्ण खात नाही. माझे शिवसैनिक हेच माझे च्यवनप्राश आहेत. ते जोपर्यंत निष्ठेने माझ्यावरती प्रेम करतात, तोच माझा च्यवनप्राश. त्यातच मी खूश आहे. आणखी काय हवे? हे भाग्य कोणाच्या नशिबी आहे?

◗ आपला मित्रपरिवार काय म्हणतोय?
म्हणजे?

◗ नाही. अलीकडेच आपण जुन्या मित्रांच्या गोतावळ्यात रमला होतात...
होय. मी माझ्या जुन्या आठवणी कधीही विसरू शकणार नाही. ते माझे सर्व जुने क्रिकेटपटू मित्र जमले होते. अजूनही आमचं एकमेकांवर प्रेम आहे. ती जाणीव राखण्यासाठीच मी ते मित्रांचे संमेलन घडवून आणलं होतं– ज्याला आपण आज मराठीत 'पार्टी' म्हणतो. माधव मंत्री, पॉली उम्रीगर, बापू नाडकर्णी, चंदू बोर्डे, एकनाथ सोलकर, अजित वाडेकर. चंदू बोर्डे तर पुण्याहून आले माझ्याकरिता. एकनाथ सोलकरचा रेकॉर्ड तर अजून कोणीही मोडू शकलेलं नाही.

◗ म्हणजे ही तुमची 'यादों की बारात' होती...
हां... बरोबर, पण यादव की बारात आता बिहारामध्ये निघणार आहे.

◗ यादवों की बारात...
हां, तसं म्हणा हवं तर. बिहारात ती निघणार आहे. आमची यादों की बारात होती. छान गप्पा झाल्या. जुन्या आठवणीत रमलो. मजा आली.

◗ या तुमच्या मित्रांच्या संमेलनात एका मित्राला आमंत्रण द्यायला तुम्ही विसरलात, असं वाटतं...
कोण? कोणाला विसरलो?

◗ शरद पवार...
(खळखळून हसत) होय! पण ते नक्की कशाचे 'पटू' आहेत, तेच कळत नाही. 'पटवापटवीचे पटू' असतील, पण ते काही क्रिकेटपटू किंवा क्रिकेटप्रेमी नाहीत. ते त्या क्रिकेट बोर्डावर कोणी असतीलही, पण खुर्चीपुरतेच. माझं संमेलन हे क्रिकेटपटू मित्रांचं होतं. माजी क्रिकेटपटूंचं होतं– ज्यांनी काही दिग्विजय गाजवलेले आहेत. बापू नाडकर्णी काय, माधव मंत्री काय, पॉली उम्रीगर काय, चंदू बोर्डे, एकनाथ सोलकर काय– हे लोक मैदानावर उतरले म्हणजे विरोधी संघाची

दाणादाणच उडायची. तो सोलकर बाजूला बसला की बॅट्समन अर्धे खतमच व्हायचे.

◗ उद्या तुम्ही आणखीन काही मित्रांचा गोतावळा 'पार्टी'साठी जमवलात, तर त्यात तुम्ही शरद पवारांना आमंत्रण द्याल का? मित्र म्हणून...

शरद पवारांना मी मित्र म्हणून अजूनही मानतो. घरोब्याचे संबंध होतेच. म्हणजे जेवणं, खाणं इथपासून. माझं १९६६ ऑक्टोबर २२ तारखेचं जे पहिलं भाषण झालं, शिवाजी पार्कला शिवतीर्थावर... हे त्यांनीच सांगितलं मला की, मी आणि अरुण मेहताने म्हणे शिवाजी पार्कच्या कट्ट्यावर बसून तुमचं भाषण ऐकलं. तेव्हा ते काँग्रेस पक्षामध्ये फारसे कोणीच नव्हते. ६६ सालापासूनचे हे संबंध. मग आमची दोस्ती वाढत गेली. घरोब्याचे संबंध निर्माण झाले. त्यांच्याही मी घरी जात होतो– महेश्वरी मॅन्शनमध्ये. तिकडेही माँ वगैरे असे आम्ही जेवणा-खावणाला जात असू. चांगलंच चाललं होतं. पुढेही चाललं असतं. राजकारणात त्यांचं जे तिरपागडं चालायला लागलं आणि मग मात्र ते बिघडतच गेलं. मला त्यांची राजकारणातली पावलं मुळीच आवडलेली नाहीत. आज शरद पवार यशवंतराव चव्हाणांनंतर एक मजबूत गडी असता, पण त्यांनी यशवंतरावांनाही दूर केलं. त्यांचा मानसपुत्र म्हणून ते वावरले, पण त्यांनी यशवंतरावांवरतीसुद्धा घाव घातलेच. मला ते आवडलं नाही. मी म्हटलं– अरे, हे असे कसे बेभरवशासारखे वागताहेत? 'टोणगा' हा शब्द नाही वापरत मी, कारण त्यांच्याकरिता मी खूप उपमा दिलेल्या आहेत. राजकारणामध्ये बिघडत गेल्यामुळेच मी त्यांच्यावर हल्ले चढवले. बाकी त्या वेळेला ते माझे दोस्त म्हणून चांगले होते. आमचे खरोखरच चांगलेच संबंध होते, अप्रतिम संबंध होते; पण आता दुर्दैवाने दूर झालो.

◗ मित्र किंवा राजकारणातले सहकारी तुटतात, तेव्हा आपल्याला काय वाटतं?

मनस्वी दुःख होतं मला. शरद पवार आणि मी जर या महाराष्ट्रात एकत्र असतो, तर कुणाची टाप नसती– कुणाची हिंमत नसती वाकडा डोळा करण्याची आणि दिल्लीमध्येसुद्धा त्यांचा वरचष्मा राहण्याची. आम्ही त्यांचा चष्मा त्यांच्या ओठावर आणला असता– त्या दिल्लीश्वरांचा म्हणतोय मी.

◗ आता ही शक्यता कितपत वाटतेय? म्हणजे पवारांच्या बाबतीत असं काही घडण्याची...

ही एका हाताची टाळी होऊ शकत नाही. दोन्ही हात लागतात त्याला; त्याच

वेळेला आवाज निघतो. पण मात्र असं आहे की, शेवटी खूपच पाणी वाहून गेलंय. शरद पवारांनीसुद्धा पुन्हा इतक्या मागे येऊन तो महाराष्ट्र घडवायचा आणि देशावरती काबू ठेवायचा– ही त्यांची खरंच तीव्र इच्छा आहे काय? का बालगंधर्व नाट्य मंदिरात मंचावर कचरा टाकून झाडू मारण्याचे फोटो काढून घ्यायचे. ते नाटक करायचं का? हा प्रश्न आहे. मला नाटक नाही आवडत. म्हणजे कुठचं? तर, असं! राजकीय नाटक आवडत नाही मला. राजकारणावरती लिहिलेलं, केलेलं मला आवडतं; पण तो झाडू मारतानाचा फोटो आला ते अशोभनीय होतं. रस्त्यावरती कचरा काढणं– तेही त्या फोटोग्राफर्ससाठी आणि उद्या वर्तमानपत्रात छापून येण्यासाठी– काढू नका. कारण तुमचं कचऱ्याकडे लक्षच नाहीय, फोटोग्राफर्सकडे लक्ष आहे. विठोबाच्या दर्शनाला जाता, पण तुमचं विठोबाकडे लक्ष नाही तर फोटोग्राफर्सकडे लक्ष; मग तुमची श्रद्धा कुठे आली? श्रद्धेनं सर्वकाही करावं, पण श्रद्धा नसताना नुसता धंदाच असेल तर ते तेज निघून जातं. तो फोटो मला मुळीच आवडला नाही आणि कुणी मूर्खानं मांडणी केली त्या विचारांची, कळत नाही. शरद पवारांना चांगले विचार देणारे भेटलेच नाहीत नंतर. कारण त्यांनीच आपली हुकूमत गाजविण्याचा प्रकार सुरू केला. ते इतरांना पेलवलं नाही, कारण ते काही विचारांची निष्ठा ठेवून राहिले नाहीत. म्हणजे आज हे, तर उद्या ते, परवा दुसरंच. आता सोनिया गांधींबरोबर आहेत. मला तुम्ही एखादी 'फर्म' भूमिका सांगा. ठाम भूमिका सांगा. तशी कधीच नाही घेतली त्यांनी.

◗ हा सत्तेचा खेळ होता सगळा...

सत्तेचे खेळ खेळा हो, पण आज गुलाम झालात तुम्ही. सत्तेचे गुलाम का होता? सत्ता कोणाची? सत्ता त्या परदेशी बाईची? तिचे तुम्ही गुलाम होता? मग ब्रिटिशांचे गुलाम होतो, ते काय वाईट होतो आपण? काय वाईट होतो? ब्रिटिशांनी निदान देशाची फार मोठी प्रगती करून ठेवली. या बाईनं काय केलंय? त्यांच्या घराण्याची प्रगती झाली असेल, तिची झाली असेल. झालीच आहे मुळी. कशी दिमाखात वागते आणि हे सगळे आमचे मराठे... बघा म्हणजे– जे शिवकालीन आमचं जे वाक्य होतं की, मोडेन पण वाकणार नाही– आम्ही दोन्ही करू. आम्ही मोडूपण, वाकूपण. मॅडम... तुम्ही सांगाल तसं! मॅडम? काय मॅडम? इतिहास बघा. केव्हा हिनं या देशाचं नागरिकत्व स्वीकारलं? का थांबली लग्न होऊन १७ वर्षं? देशाबद्दल का हिला प्रेम वाटलं नाही? सत्तेसाठी मात्र प्रेम? खुर्चीसाठी प्रेम? गाजविण्यासाठी प्रेम? हे मान्य नाही. हे गुलाम म्हणून कसे तिला स्वीकारतात?

◗ तुम्ही मघाशी टाळीचा उल्लेख केलात... एका हातानं ती वाजत नाही...

होय, मग? कशी वाजेल?

◗ तुम्ही टाळीसाठी हात पुढे कराल काय? किंवा त्यांनी जर हात पुढे केला, तर तुम्ही टाळी द्याल काय?

पहिल्यांदा या प्रश्नाचं उत्तर तुम्ही शरद पवारांकडून घेऊन या; मग बघू. तुम्ही काही माझे गुलाम होऊ नका, पण सहकारानं... महाराष्ट्र कसा घडवायचा आणि देशावरती मराठ्यांनी पुन्हा कसं राज्यावर यायचं, ते पाहू. तुम्हीच या. मला यायचं नाही. त्याला तुम्ही तयार आहात काय? तुम्हाला काही चांगले विचार दिले, मंत्र दिले; तर तुम्ही वागणार आहात काय त्याप्रमाणे? की परत विश्वासघात? सोनिया गांधींच्या बाबतीत जे तुम्ही धोरण स्वीकारले, तेच तुम्ही माझ्याबाबतीत स्वीकारणार आहात काय?

◗ तुम्ही पवारांच्या बाबतीत या वेळी फारच गांभीर्याने बोलताय...

होय. तुम्ही काहीही समजा. महाराष्ट्राचा एक मराठा शेवटी दिल्लीत त्या विदेशी बाईची गुलामीच करतोय. मराठ्यांनी तरी त्या बाईचे पाणके होऊ नये. काय मिळवलंत तुम्ही? शेवटी त्या मॅडमचे गुलामच झालात ना? अशा मतलबी राजकारणाने पवार बदनाम झाले व त्यांनी पतही घालविली स्वत:ची. ठाम असले पाहिजे विचारांनी. निदान मराठ्यांनी तरी आपला बाणा सोडू नये.

◗ देशावर सध्या एक प्रकारे यादवांचेच राज्य आहे...

हो. मग?

◗ यादवांपेक्षा मराठ्यांचे राज्य बरे, असे तुम्हाला म्हणायचे आहे?

ज्या शिवरायांनी औरंगजेबाशी टक्कर दिली, तो महाराष्ट्र तुम्ही आता अगदी नामर्द करून टाकलेला आहे. शिवरायांची ती मर्दानगी कुठे गेली तुमच्या रक्तातली? फक्त मराठा नावावरती तुम्ही त्या शिवरायांचं नाव घेता? शिदोरी म्हणून वापर करता त्या शिवरायांचा? आणि शिवरायांचं तरी नाव तुम्ही काय राखलंत दिल्लीत? शिवाजीमहाराज औरंगजेबापुढे झुकले नाहीत, वाकले नाहीत, हुजरे बनून मुजरे नाही केले त्यांनी. ताड्कन उत्तर देऊन निघून आले. ज्यांच्या पाठीवरती आम्ही वार केले, ज्यांचा पराभव केला; त्यांच्यामागे उभे राहून आम्ही खिलाफत स्वीकारायची? अशक्य! औरंगजेबासमोर ते संभाजीराजांना घेऊन बाहेर पडले आणि तुम्ही दिल्लीत

'मॅडम... मॅडम' म्हणून तिची खिलाफत खाताय? चाटताहेत, चाटताहेत. कोण मॅडम?

◗ ज्या प्रकारे देशभरात, राज्या-राज्यांत यादवांचे राजकारण चाललं आहे, त्याविषयी आपलं काय मत आहे?

मी त्यांचा हिंदू म्हणून स्वीकार करायला तयार आहे, पण त्यांना स्वत:ला ते हिंदू आहेत याची जाण आहे काय? आम्ही कोण आहोत? मुसलमानांच्या मतांसाठी सगळे यादव किती धडपडताहेत, हे पाहिल्यानंतर प्रश्न पडतो– हे नक्की कोण? ते भारतीय असतील. उत्तर आहे काय? म्हणून त्यांना उत्तर भारतीय म्हणायचं?

◗ हा आचारसंहितेचा भंग नाही काय?

मुलाखतीत रंग भरत असतानाच 'गोध्रा' प्रकरणाचा 'लालूछाप' बॅनर्जी अहवाल प्रसिद्ध झाला. दूरदर्शनवर अहवालाचे निष्कर्ष वाचून शिवसेनाप्रमुख संतप्त झाले. त्यांनी देशाच्या निवडणूक आयोगालाच सवाल केला, ''बिहारसह तीन राज्यांत निवडणुकांची धामधूम सुरू असताना न्या. बॅनर्जी अहवाल प्रसिद्ध होतो, हा आचारसंहितेचा भंग ठरत नाही काय? न्या. बॅनर्जी यांना अहवाल सादर करण्यासाठी हीच वेळ मिळाली काय? लालू यादवांनी रेल्वेमंत्री म्हणून या निवृत्त न्यायमूर्तींची नेमणूक केली. त्यांना तसा घटनात्मक दर्जा नाही. आणि बॅनर्जींनी त्यांचे स्वत:चे निष्कर्ष काढलेत. हे काही निकालपत्र नाही. पण विधानसभा निवडणुका डोळ्यांसमोर ठेवून या अहवालाचा जो राजकीय गाजावाजा सुरू आहे, तो आचारसंहितेचाच भंग ठरतो. निवडणूक आयोग आता लालू यादवांवर कोणती कारवाई करणार आहे? आमचा त्यांना हा जाहीर सवाल आहे.''

[२० जानेवारी, २००५]

रिमोट कंट्रोल ठणठणीत आहे; चिंता कशाला?

"शिवसेनाप्रमुखांनी राजकारणात पैशाला कधीच महत्त्व दिले नाही. त्यामुळे पैशाने राजकारण नासवले, ही खंत त्यांनी सतत बोलून दाखवली. इतक्या वर्षांनंतरही त्यांची स्मरणशक्ती म्हणजे 'चमत्कार' होता. शर्ट-पॅण्ट, जोधपुरी कोट, झब्बा-लेंगा, त्यावर अचानक पडलेली 'शाल' ही स्थित्यंतरे कशी झाली, हेसुद्धा शिवसेनाप्रमुखांनी क्रमवार सांगितले. रिमोट कंट्रोल हासुद्धा त्यांच्या आवडीचा विषय..."

- **तुमचा रिमोट कंट्रोल सध्या काय म्हणतोय?**

  चांगला आहे. बॅटऱ्या अगदी व्यवस्थित चार्ज आहेत.

- **सध्या तुमचा रिमोट कंट्रोल उद्धव ठाकरे यांच्या हाती आहे...**

  नाही– नाही. रिमोट कंट्रोल हा प्रकार तुम्ही बाजूला ठेवा हो. आज मी काय, उद्धव काय, राज काय आणि नेते काय– मग मनोहर जोशी असोत, नारायण राणे असोत, डाके असोत, नलावडे, सतीश प्रधान, सुभाष देसाई असोत, सरपोतदार, नवलकर असोत. त्यानंतर सुधीर जोशी हा एक आमचा उमदा नेता होता. शारीरिक दृष्ट्या ते आता दुर्बल झालेत; पण आमचा एक जबरदस्त माणूस होता. सगळी मंडळी एका निष्ठेने काम करताहेत. कधी तरी गडबडतात इकडे-तिकडे, ते सोडून द्या. सहकारानं आमचं सगळं काम चाललेलं आहे. उद्धव आणि राजमध्ये वितुष्ट आणण्याचे प्रयत्न मीडियावाल्यांनी केले. त्यामागचे बोलवते धनी कोण, ते काय आम्हाला माहीत नाही? हे कशासाठी? तर हे दोघेही 'क्राऊड पुलर्स'. जातील तिथे सभांना गर्दी. ताकद आहे ती शिवसेनेची. तीच खच्ची करायची, हे त्यांचे उद्योग.

ते यशस्वी झाले नाहीत; होणार नाहीत. रक्ताची ही नाती तशी तुटणार नाहीत. आणि रिमोट कंट्रोल ही चीज तुम्ही मानतच असाल, तर माझ्याकडे फालतू लोकशाही नाहीय; माझ्याकडे शिवशाही आहे. हुकमाचा एक्का हातात नसेल आणि तो पत्त्यांच्या तुरुपासारखा असेल, तर तो पिसताना कोठेही जाऊ शकेल. आमच्याकडे पत्त्यांची पिसणी नसते. हुकूम एक. आणि त्यानंतर पुढे कुणाच्या हातात येईल न येईल, तो प्रश्न अलाहिदा. उद्धवही एवढा आसुसलेला नाहीय की, माझ्या हातात तो रिमोट कंट्रोल यावा.

◗ मध्यंतरी वृत्तपत्रांत टीका झाली...

होय. त्या दिवशी एक प्रसंग आला. कुठच्या तरी वृत्तपत्रात– वृत्तपत्राचं नाव मला माहीत आहे. काय तर म्हणे, शिवसेनाप्रमुखांचा रिमोट कंट्रोल उद्धवच्या हातात. पत्रकार परिषद आणि त्याचबरोबर तो इलेक्ट्रॉनिक मीडिया, म्हणजे ते चॅनलवाले. इतके ते इम्मॅच्युअर्ड आहेत, अपरिपक्व आहेत. मी काही त्या चॅनलवाल्यांना बोलावलं नव्हतं. बाळा सावंत म्हणून जो आमचा नगरसेवक आहे, त्याच्या कामाच्या अहवालाचं प्रकाशन होतं. त्यानं ते चॅनलवाले इकडे अॅरेंज केले. खरं तर यांपैकी कुणालाही भेटत नाही मी हल्ली. का? सगळं तुमचं मला माहीत आहे. एकंदरीतच तुमचं मत तयार आहे. कोणत्या दिशेने करायचं आणि या ठाकरे घराण्याची वाट लावायची, शिवसेनेची वाट लावायची– याच विचाराने तुमचे प्रश्न आणि मांडण्या चालू असतात– हेही मला माहीत आहे आता. या सर्व मीडियावाल्यांच्यापेक्षा माझं वय जास्त आहे आता. मला अक्कल जास्त आहे. (हसत) म्हणजे मला असं वाटतं हं. हा कदाचित गैरसमज असेल माझा...

◗ त्या पत्रकार परिषदेत नेमकं काय झालं?

सांगतो ना. पहिला प्रश्न आला. आता २००५ ... नवीन वर्ष सुरू होत आहे. नव्या वर्षामध्ये आपली नवी धोरणे काय आहेत? अरे गाढवा, तुला ही अक्कल आहे काय? एका वर्षाचीच धोरणे अशी कुणी आखून बसतात काय? एकंदरीत ज्या काही उलाढाली होत असतात, त्याच्यावरती राजकारण चालत असते. दिल्लीत त्यांचं सरकार आहे. आज इथंही त्यांचं सरकार आहे. उद्या इथे आहे-नाही, त्यावरती पुढची धोरणं अवलंबून राहणार. पण हा काय प्रश्न झाला काय? इतके अपरिपक्व असे प्रश्न विचारल्यानंतर... त्या चॅनलवाल्यांशी किती वेळ मी घालवायचा? किती तास घालवायचे? मी पण मूडमध्ये नव्हतोच. मी उठलो. उद्धवही उठला. म्हणाला– बस बस, आता पुरे. त्यानंतर तुम्ही परत म्हणता, 'आता अखेरचा सवाल!' आता अखेरचा सवाल म्हटल्यानंतर तुम्ही प्रश्नोत्तरे चालू कशी ठेवता? ती चालू

ठेवल्यानंतर उद्धव म्हणाला, 'अभी बस हो गया.' मी तर उठलोच. उभाच राहिलो होतो. ते सर्व तुमच्या फिल्ममध्ये आलंय की नाही? विचारा त्या चॅनलवाल्यांना. त्याला तुम्ही काय स्वरूप दिलंत? उद्धव बोलला, मी उठलो. रिमोट कंट्रोल म्हणे त्याच्या हातात. असं एक विकृत स्वरूप त्याला दिलं. काय चाललंय तुमचं हे सगळं? आणि कसला हा प्रचार? तुम्ही कोणाला ना कोणाला तरी बांधील आहात बाहेर, कारण आज त्यांची चलती आहे.

◗ अशा वेळेला तुमची मनःशांती ढळते काय?

नाही– नाही. बिलकुल नाही. कीव येते. अक्षरश: कीव येते मला या लोकांची. माझी मन:शांती नाही ढळायची. हे कोण मोठे माझी मन:शांती ढळविणारे?

◗ अलीकडे मनःशांतीसाठी सारा समाज बुवा आणि महाराजांच्या मागे लागलेला दिसतो...

हो...

◗ तुम्ही कोणतंही चॅनल उघडा– मनःशांतीवर प्रवचनं झोडणारे बुवा महाराज हमखास दिसतात...

(हसत) माझाही आता तोच विचार सुरू झालेला आहे. मघाशी तुम्ही माझ्या संकल्पाबद्दल बोललात. माझाही आता तोच संकल्प आहे की, आता 'बुवा' व्हावे. आणि अनेकांना... आता मी माझा शब्द नाही वापरत; नाही तर आंदोलन व्हायची त्याच्यावरती, दारावरती मोर्चे लागायचे. आम्ही हे आहोत काय? म्हणजे ते ××× म्हणून काही बोलत नाही त्या विषयावरती.

◗ पण अशा मार्गानं मनःशांती खरोखरच मिळते काय?

हे बघा– एक मुद्दाम उदाहरण देतो. आमचे आणि गजाननमहाराजांचे फार जुने संबंध. आम्ही जेव्हा भिवंडीला होतो, त्या वेळेला गजाननमहाराज म्हणून जे होते, ते पट्टेकर. त्यांचा भिवंडीला वाडा होता. आमच्यापासून काही पावलांवरच त्यांचा वाडा. अगदी घरोब्याचे संबंध होते. महाराजांचा भाऊ आम्हाला घोड्यावरून फिरवायचा. त्यांचा घोडा होता. महाराजांकडे भक्तांची वर्दळ असे. एकदा महाराज घरी आल्यानंतर मी विचारलं, तुम्ही जे काही करता किंवा सांगता– म्हणजे एखाद्या बाईला तुम्ही सांगता की पिंपळाला फेऱ्या मार... पिंपळाला फेऱ्या मारून तिचं जे काही दुखणं आहे, ते खरंच बरं होतं काय? तर महाराज म्हणाले, नाही रे म्हणे. तुला माहीत नाही, त्या बाईची एकाग्रता गेलेली आहे. तिची एकाग्रता परत आणली पाहिजे ना?

ती आणण्याकरता पिंपळाला पंधरा फेऱ्या मार, असं सांगतो. काय होतं की, ती पिंपळाशी एकाग्र होते व तिची एकाग्रता परत येते. आता हा मानसिक प्रयोग आहे की काय आहे? याच्यामध्ये काय शक्ती आहे? त्यांनी मला प्रामाणिकपणाने सगळं सांगितलं. ते खरं आहे.

◗ **म्हणजे तुम्हाला असंख्य जुन्या गोष्टी आजही आठवतात...**
होय. तेवढी माझ्या वडिलांची कृपा आहे. आणि तात्यांचा आशीर्वाद आहे.

◗ **स्मरणशक्ती... त्यात जुन्या गोष्टींचा प्रचंड साठा आहे...**
होय, आहे. मी तसं काहीच विसरलेलो नाही.

◗ **माझ्या लहानपणी मी तुम्हाला पाहिलंय. शिवसेना स्थापन होताना तुमचे फोटो मी शर्ट व पॅण्टीत पाहिलेत...**
(हसत) होय- होय. तेव्हाही कपडे घालायचो हं मी- कपडे घालायचो.

◗ **नंतर बंद गळ्याचा कोट आला... तोही तुम्हाला छान दिसत होता...**
बंद गळ्याचा कोट... हा तर गमतीचा इतिहास आहे. तुम्ही किती छापणार आहात; माहीत नाही. जरी हे माझं वृत्तपत्रं असलं तरी.

◗ **पुढे झब्बा-पायजमा आला... आणि अचानक त्यावर शाल आली...**
होय. त्याचं काय झालं- शेषराव वानखेड्यांच्या मुलीचं लग्न होतं. त्या वेळेला ते मिनिस्टर होते. लग्न होतं नॅशनल स्पोर्ट्‌स क्लबवर. आम्ही तेव्हा झब्बा-लेंगेवाले. त्यावर एक बारकी शाल- ही अशी टाकायची. आणि इथे तर मोठ्या मंत्र्यांच्या मुलीचं लग्न. तिचं नाव काय? आठवेल...

◗ **बहुधा रमोला असावं...**
बरोबर! रमोलाच!! ताजमध्ये नोकरीला होती ती. काय तिचे केस- असे लांब अगदी. ती मला खूप मानते. माझ्याविषयी तिला खूप आदर आहे. तिचं लग्न होतं. आता म्हटलं, आमंत्रण आग्रहाचं जरी असलं तरी या असल्या कपड्यांत आम्हाला कोणी आतही घेणार नाहीत. दारावरूनच हाकलून देतील. शिवसेनाप्रमुख होतो. तेव्हा नुकतीच कोठे शिवसेनेला सुरुवात झाली होती. मग काय करायचं? आमच्याकडे कुमारसेन समर्थ यायचे. कुमारसेन समर्थ म्हणजे शोभना समर्थचे यजमान आणि नूतन व तनुजाचे वडील. तर कुमारसेन म्हणाले... अरे, चल म्हणे- तू जोधपुरी

शीव. मी व्यवस्था करतो. आणि त्यांनी व्यवस्था केली. शिंपी आला. मेजरमेंट्स घेतली. कापड सिलेक्शन झालं. माझ्याकरता आणि श्रीकांतकरता जोधपुरी व पॅण्ट शिवून दिली. तो पहिला डगला माझ्या अंगावर तिथे चढला. जंटलमन दिसलं पाहिजे ना आपण! मंत्र्यांच्या मुलीचं– अन्य कुणाचं लग्न म्हटल्यावर आपण जंटलमन दिसायलाच पाहिजे. आतमध्ये तुम्ही कोण आहात, ते कोण विचारतं? तो जो डगला चढला, त्यानंतर लोक म्हणायला लागले की तुम्ही बरे दिसता. त्यामुळे आमचा रुबाब वाढला. मग आम्ही ते आणखीन शिवून घेतले. तिकडून ती सुरुवात झाली आमच्या जोधपुरी आणि पॅण्टला. असा तो इतिहास आहे. रमोलाच्या लग्नाच्या वेळेला पहिला जोधपुरी माझ्या अंगावर चढला तो कुमारसेन समर्थमुळे.

◗ शाल कधी आली अंगावर?

शाल? छोटी होती सुरुवातीला. तिचा आकार आपोआप वाढला. कधी वाढला, तेच मला कळत नाही. आणि ज्या वेळेला माझ्या आयुष्यात हे ‘शाली’वाहन शक सुरू झाले, त्या वेळेला शाली वाढायला लागल्या. त्यातली एकच शाल अंगावर घेऊन फिरायला लागलो. त्यामध्ये लहान शाल झाकली गेली.

◗ आता तुमचा वस्त्र-प्रवास ‘लुंगी’वर येऊन थांबलेला दिसतोय...

काय?

◗ तुम्ही आता भगव्या लुंगीच्या प्रेमात आहात. हे स्थित्यंतर कसं झालं?

लुंगी मात्र घरात. झब्बा आणि लुंगी हादेखील एक पोषाखच आहे. आणि तो बरा पडतो सर्वार्थाने. नाही, कधी तरी मी बाहेरही घालून जातो. नातेवाइकांकडे जाताना मी झब्बा-लुंगीही घालून जातो.

◗ तुमच्या पहिल्या सभेत आणि अलीकडच्या सभेत तुम्हाला काय फरक जाणवतो?

फरक काहीच नाही. गर्दी वाढतच आहे. प्रेम वाढतच आहे. शिवसैनिक वाढतच आहेत.

◗ फक्त पिढी बदलली...

पिढी तर बदलणारच हो. आता माझ्याबरोबरचे असणारे शिवसैनिक साठीच्या जवळ आले असतील, ६०-६५ वयाचे झाले असतील. ज्यांनी मर्दुमकी गाजवली, ते शिवसैनिक माझे. मी त्यांना विसरू शकत नाही. आजही अधून-मधून दिसतात,

भेटतात. गर्दीत मी त्यांचे चेहरे ओळखतो. जय महाराष्ट्र होतो. तसेच प्रेम आहे. हे प्रेम काही दिल्या-घेतल्याचे नाही. त्यांपैकी कुणी भेटायला आलेच, तर जुन्या गोष्टींना उजाळा मिळतो. एक-दुसऱ्याची आवर्जून चौकशी होते. त्यांना मला विसरता येणार नाहीच.

◗ व्यासपीठावरची किती माणसं बदलली?

व्यासपीठावरती... दुर्दैवाने दत्ताजी साळवी गेले. वामनराव महाडिक गेले. शरद आचार्य गेले. पण बहुतेक बरीचशी तीच आहेत. कुणी बिथरले नाहीत. नाती चांगली टिकून आहेत.

◗ राजकारणात तेव्हा आजच्याइतके पैशाचे प्राबल्य होते काय?

नाही, मुळीच नाही. आज म्हणजे– भयंकरच चाललंय. म्हणजे अक्षरश: व्यक्तीचा लिलाव सुरू झालेला आहे. हे नासवलं राजकारण काँग्रेसनं. या पक्षाकडे जसजसा पैसा येत गेला तसतसा माणसं विकत घेण्याचा त्यांचा धंदा जोरात सुरू झाला आणि निवडणुका जिंकत गेले. या वेळेलासुद्धा... म्हणजे विधानसभा निवडणुकीत खूप पैशांचं वाटप झालं. एकेका मतदारसंघात पाच-पाच, सात-सात कोटी रुपये खर्च झाले. मला माझ्या एका आमदाराने सांगितलं... जो जिंकून आला, त्याने सांगितलं की, साहेब, पुढच्या वेळेला मी काही उभा राहणार नाही. कारण मला हे खर्च काही परवडत नाहीत. मी करू शकणार नाही. आणि त्या वेळेला हे नव्हतंच. विचारावरती आपण जिंकत होतो. आज विचाराला काहीच किंमत राहिलेली नाही. माणसाला किंमत आली असेल, जी त्याला मिळते. राजकीय पक्षाकडनं ती घेतात आणि मतदान करतात. झोपडपट्टीदादा पकडला की, झालं मतदान. इतपत ही आलीय परिस्थिती.

◗ तेव्हा पैसा कसा उभा राहत असे?

नाही, तेव्हा पैसा वगैरे अशा कल्पना नव्हत्या डोक्यात.

◗ निवडणुकीसाठी म्हणून...

नाही. त्यासाठीही फारसा लागत नव्हता; आताच हे सर्व झालंय. मस्ट! म्हणजे आवश्यकच अशी एक बाब होऊन बसली आहे.

◗ पूर्वीच्या राजकारण्यांना घर चालवायचीही भ्रांत असायची...

होय.

मोठमोठे नेते होते. तुम्हीसुद्धा त्या 'फेज'मधून गेलात काय?

मी चित्रकार असल्यामुळे मला त्याची एवढी चिंता नव्हती. मी माझ्या कुंचल्यावरती जे काही किडुकमिडुक असेल, त्याच्यावरती मी खर्च करीत होतो. मी खासगी कामं खूप केली. नोकरी करून, तीन वाजेपर्यंत जागून कामं करायचो आणि परत पाच वाजता उठून उरलेलं काम पूर्ण करायचो. त्याच्यावरती मी पैसे कमवायचो. त्या वेळेला चांगले पैसे मिळायचे. मोठी कामं घ्यायचो मी. एलआयसी, एसो.. बर्मा शेल वगैरे. त्यांची कॅलेंडरची कामं मी केलीत.

सत्ता असली की उद्योगपती चिकटतात...

कोण चिकटणार नाहीत? सत्ता ही फेव्हिकॉलसारखी आहे. पण इथे काय होतं की, आपण फेव्हिकॉलचा वापर करतो. फेव्हिकॉलच फक्त बसून असतो. म्हणतो– कोण चिकटतो ते बघतो. हा सगळा व्यवहार. मुळात राजकारण हा धर्म की धंदा? धर्म असेल तर कोणीच कोणाला चिकटणार नाही आणि धंदा असेल तर किती चिकटले, ते तुम्हालाही कळणार नाही. म्हणजे उगवत्या सूर्याला नमस्कार– हा स्वभाव झालाय आणि हा व्यवसाय झाला.

तुम्ही याचा अनुभव घेताय का?

हो, घेतो ना. नक्कीच घेतो. पण काही निष्ठेनं दिवाळीची कार्डं पाठवतात. कार्डावरती सगळ्या गोष्टी अवलंबून राहतात. कार्डं कमी झाली की आपण समजावं... आता आपण कोणी नाही. कार्डं वाढली की समजावं... परत आली सत्ता आपल्या हातात. त्याकडेही मी गंमत म्हणून बघत असतो.

इतकी वर्षं हा जगन्नाथाचा रथ तुम्ही पुढे नेताय... आज शिवसेना कोठे पोहोचलीय, असं तुम्हाला वाटतं?

शिवसेनेला पोचवणारा अजून जन्मास यायचा आहे. हे झालं वेगळ्या अर्थानं. पण दुसऱ्या अर्थानं म्हणाल तर... चांगलंच आहे. आमचा मार्ग एकदम मस्त आहे. म्हणजे, उद्या अगदी मैलाच्या दगडांनी जरी संप केला तरी आमचा मार्ग आम्हाला माहिती आहे, काय आहे तो. मैलाच्या दगडांशिवाय आम्ही आमचा मार्ग बरोबर.. एका ध्येयाकडे पोहोचवल्याशिवाय राहणार नाही– खास करून महाराष्ट्र!

शिवसेना एका ठिकाणी जाऊन थांबली, अशी टीका हल्ली होत असते...

(मिश्कीलपणे खळखळून हसत) अहो, कधी कधी लघुशंकेकरता थांबावं लागतं.

◗ म्हणजे... मराठी माणसांच्या प्रश्नांवर शिवसेना थांबली तशी...

नाही, अजिबात नाही. हे असं बोलणारे आंधळे आणखीन मत्सरी लोक आहेत. त्यांच्या मनामध्ये शिवसेनेविषयी आकस आहे. त्या दृष्टिकोनातूनच हल्ली वृत्तपत्रं आणि मीडिया वागतोय, असं माझं स्पष्ट म्हणणं आहे.

◗ 'मीडिया'वाले तुमचे मित्रच आहेत...

पण शेवटी नोकर आहेत ना! कुणाची तरी चाकरीच करत आहेत ते. त्यामुळे मिठाला जागावंच लागतं. महाराजांच्या विरोधातसुद्धा किती मराठे लढले? किती? दोनशे! आमचा रवी म्हात्रे जो आहे... त्याचं आणि आमचं इथं नेहमी वाचन चालू असतं. नेहमी वाचतो. शहाजीराजांना अटक करणारा कोण? तर, मुस्तफा खान. त्याला मदत करणारा कोण? तर, बाजी घोरपडे. समजलं? हे असं असल्यामुळे... त्या 'मीडिया'बद्दल काय बोलायचं? आम्ही महाराजांशी तुलना करू इच्छित नाही. त्यांनी काय भोगलंय, ते पाहा. मुसलमानांपेक्षाही बाटग्या हिंदूंपासून त्यांना त्रास झाला. विश्वासघातकी मराठ्यांपासूनच त्यांना यातना झाल्या. त्यातच संपूर्ण खतम झाले ते.

◗ आजही तसे बाटगे आहेत, असं तुम्हाला वाटतं काय?

बाटग्याला काय हो– आज आहे, उद्या नाही. उद्या नाही, आज आहे. राजकारणातला बाटगा निराळा आणि धर्मांतर केलेला बाटगा निराळा. धर्मांतर केलेली बाटगी बाधली या देशाला आणि मोगल राजाच्या पदरी राहिलेले मराठेसुद्धा. ते बाटगे नव्हते, कमअस्सली.

◗ शिवसेनेच्या सोबतीनं मुंबईतला मराठी माणूस कोठे पोहोचलाय?

याला काही बॅरोमीटर नाही किंवा एखादं असं यंत्र नाही मोजमाप करण्याचं. पण तो निश्चितच उभा राहिला. एक त्याच्यामध्ये अभिमान... स्वाभिमान निर्माण झाला. हे शिवसेनेचं कार्य कोणालाही विसरता येणार नाही. विसरलेच तर दळभद्रीच म्हणावे लागतील. कर्मदरिद्री!

◗ मुंबईची तर वाटच लागलीय सध्या...

वाट नाही लागली. आज तरी मी असं म्हणेन की, विलासराव देशमुख काय आणि आर. आर. पाटील काय, हे दोन मंत्री एका पद्धतीनं धाडसी कारवाई करताहेत. अनधिकृत झोपड्या व घुसखोरांबद्दल जो ठाम निर्णय घेतलेला आहे, ठोस निर्णय घेतलेला आहे. काँग्रेसमध्ये आहेत ते. कधी कच खातील, त्याची थोडी

धास्ती वाटते. पण सध्याच्या एकूण धोरणामुळे तरी ते कच खाणार नाहीत, असं वाटतं. त्यामुळे मुंबईची वाट लागणार होती, ती थोडीशी रोखली गेली.

◗ ही जी सध्या झोपड्यांविरुद्ध कारवाई सुरू आहे मुंबईत...

मी त्याला पाठिंबा दिलेला आहे– संपूर्ण पाठिंबा दिलेला आहे! चांगल्या गोष्टीला चांगलं म्हणायला काय हरकत आहे? आमच्या बाबतीत काय होतं– आमची चांगली गोष्टही वाईट म्हणतात आणि वाईटही वाईटच असतं. तो माझा स्वभाव नाही. चांगल्याला चांगलं म्हणा, वाईटाला वाईट म्हणा. तेवढं नीतिधैर्य तुमच्यामध्ये असू द्या. नैतिकता असू द्या.

◗ तुमचा विरोध बांगलादेशींना जास्त आहे.

होय, तो असायलाच हवा. कोणाला पोसतोय आपण? मुंबईतील झोपड्यांना आमचा विरोध नाही. आम्ही त्यांच्यासाठी ४० लाख मोफत घरांची योजनाही राबविली. त्या झोपड्या तोडा व लोकांना बेघर करा, असे आम्ही कधीच म्हटले नाही. मग त्यात राहणारे कोणत्याही जाती, धर्माचे वा प्रांताचे असोत. पण सरकारी भूखंडांवर अतिक्रमण करून तिथे अलीकडच्या काळात ज्यांनी झोपड्यांचे जंगल उभे केले, ते बहुसंख्य बांगलादेशीच आहेत. रेशनकार्ड हाती कशी मिळतात व ती मिळवून देणारे कोण आहेत, ते सगळ्यांनाच माहीत आहे. हा प्रश्न फक्त 'व्होट बँके'चा नाही, तर देशाच्या सुरक्षेचा आहे. मुंबईकरांच्या नागरी सुविधांचा आहे. त्या दृष्टीने या कारवाईकडे पाहायला हवे. देशमुख व आर. आर. पाटलांच्या मोहिमेचे स्वागत त्यासाठीच मी करतो.

◗ मुंबईचं शांघाय वगैरे करण्याची घोषणा झालीय...

वल्गना काहीही करू शकतात हो. 'गरिबी हटाव' असा इंदिरा गांधींनी नारा दिला होता. कुठे गरिबी हटलीय सांगा? गरीब किती वाढले? बेरोजगारी किती वाढली? कुठे गेली ती गरिबी हटावची घोषणा?

[२१ जानेवारी, २००५]

देश पूर्णपणे पंक्चर झालाय!

"शिवसेनाप्रमुखांनी तरुणांची मने व मनगटे चेतवली. शिवसेना म्हणजे भडका, आंदोलनाचा वणवा. शिवसेनेची असंख्य आंदोलने शिवसेनाप्रमुखांच्या स्मरणात जशीच्या तशी होती. आंदोलने झाली तरी देशाला गती आणण्यासाठी गतिमान माणसे पाहिजेत, ती आज कोठेच दिसत नाहीत. शरद पवारांनी आपल्याबरोबर यावे, महाराष्ट्राने देशाचे नेतृत्व करावे– या विचाराला शिवसेनाप्रमुखांनी पुन्हा एकदा चालना दिली."

◗ शिवसेनेने यापूर्वी अनेक आंदोलने केली. भूक, महागाई, बेरोजगारीच्या प्रश्नांवरच ही आंदोलने होत असत...

आंदोलनं आताही होत असतात. कुणाला दिसत नसतील, तर काय करणार? काल-परवा मुंबईच्या सहार विमानतळावर कामगारांचं प्रचंड आंदोलन भगव्या झेंड्याखालीच झालं. गुंडगिरी व दडपशाहीविरुद्ध ते आंदोलन होतं. विदर्भ आणि मराठवाड्यात तर कायम आंदोलने सुरूच असतात. शिवसेनेचा नेता दिवाकर रावते याने विदर्भात कापसाचे मोठे आंदोलन केले. आता मराठवाड्यातील आंदोलनांची खास जबाबदारी त्याच्यावर सोपविली. नव्या फळीतला तो दमदार नेता आहे. रावतेसारखे असे असंख्य शिवसैनिक महाराष्ट्रात राबत आहेत.

◗ या आंदोलनात प्रामुख्याने कामगारवर्ग उतरत असे. महाराष्ट्रातील प्रत्येक लढ्याची शक्ती कामगार हीच असे...

गिरणी कामगारांनीच संयुक्त महाराष्ट्र मिळवून दिला. लालबाग आणि परळ हे

शिवसेनेचे दोन बालेकिल्ले आहेत. तिथे असलेला तो गिरणी कामगार. तो जर रस्त्यावर उतरला नसता, तर मुंबई महाराष्ट्राला मिळवणं कठीण झालं असतं. तो जबरदस्त उतरला रस्त्यावर आणि इतरत्रही मुंबई पेटली. पण गिरणी कामगारांची एक ताकद होती त्या वेळेला.

◗ ती ताकद शेवटी खच्चीच झाली. सगळंच उद्ध्वस्त झालं...

बरं झालं, हा प्रश्न विचारलात. मला कधी ना कधी तरी हे सांगायचंच होतं. ते लांबेल आता, पण जरूर सांगतो. काही लोकांचे याच्यामध्ये पोट असेल, तर शूळ उठेल. पण मला त्याची पर्वा नाही. सत्य हे सत्य आहे.

◗ तुम्ही गिरणी संपाविषयी बोलताय...

होय. हा संप १९८० मध्ये सुरू झाला. दत्ता सामंतकडून तो सुरू झाला. त्याच्याआधी माझ्याकडे काही लोक आले होते. म्हणाले– साहेब, आपण गिरणी कामगार सेना काढू या. मी म्हटलं, काढायला काही हरकत नाही. पण गिरण्यांमधलं तुम्हाला काही कळत असेल तर आणि तरच ते धाडस करा. विषयाची माहिती नाही, तर विनाकारण विषयाला हात घालून गिरणी कामगारांचं नुकसान करू नका. साचा काय, आणखी काय– त्याची माहिती आहे का कुणाला? लोक म्हणाले, आम्हाला माहिती आहे. म्हटलं, ठीक आहे. मग गिरणी कामगार सेना आम्ही काढली. पहिल्यांदा आम्ही बंदचा 'टोकन' कौल दिला. मुंबईतल्या सर्व गिरण्या बंद झाल्या. त्याच्या बरोबरीने दत्ता सामंतने बेमुदत संप पुकारला. जाहीरच केला. मी इकडे कामगार मैदानावर मीटिंग घेतली. तिथं मी त्यांना समजावून सांगितलं. अंतुले त्या वेळेला मुख्यमंत्री होते. ते म्हणाले, बाळासाहेब, तुम्ही बेमुदत संपाला पाठिंबा देऊ नका. म्हटलं– नाही; तुम्ही न्याय देणार असाल, निर्णय घेणार असाल तर आणि तरच मी विचार करीन. नाही तर नाही.

◗ तुम्ही अशी भूमिका घेण्याचं कारण?

सांगतो ना. येतो त्याच्यावर. माझा विरोधच होता. का, ते सांगतो. अंतुल्यांनी मला त्या दिवशी खूप शोधलं. शेवटी आमचं बोलणं झालं. ते म्हणाले, तुम्ही कामगारांना सांगा की, मुख्यमंत्री अंतुले यांनी मला वचन दिलंय की, मी एक कमिटी नेमतो. त्यामध्ये ही-ही माणसं असतील आणि त्यांच्यातर्फे आपण निर्णय घेऊन हा प्रश्न मिटवून टाकू. मी त्यांना स्पष्टपणे सांगितलं की, यावर मी तुम्हाला आता होकारही देऊ शकत नाही आणि नकारही देऊ शकत नाही. आणि होकार तर नक्कीच नाही आता. संध्याकाळी मी कामगार मैदानावर गेलो. की, महाराष्ट्रापुढे

एकच प्रश्न आहे. अंतुल्यांनी माझ्याशी संपर्क साधला. मी त्यांना एकच उत्तर दिलंय की, मी आता तुम्ही जो बेमुदत संप घडवून आणताय, त्याला पाठिंबा देणार नाही. याचं कारण या दत्ता सामंतच्या युनियनने हा बेमुदत संपाचा आदेश दिलेला आहे. ज्याला मराठीमध्ये आपण 'कॉल' म्हणतो. म्हणजे 'कॉल' दिलेला आहे. तो मला मान्य नाही. का? तर, दत्ता सामंतची युनियन अधिकृत नाही. आणि अधिकृत जी युनियन नाही, जी अनधिकृत आहे; त्या युनियनशी मालकवर्ग चर्चेला बसू शकत नाही. म्हणजे पुन्हा आली राष्ट्रीय मिल मजदूर संघ. त्यांनी ती बांधणी करून ठेवली चांगल्या तऱ्हेनं. मजबूत बांधणी केलीय. त्या बी. आय. एफ. आर. वगैरे वगैरे. तसा धक्का लावता येत नाही तिला. मतदान नाही, काही नाही. काही नाही. कामगारांना राबवत होते. आजही राबवताहेत.

मग पुढे काय झालं?

सांगतो ना. मी कामगारांना एवढंच सांगितलं की, टोकन स्ट्राइक आपला यशस्वी झाला आहे. मफतलाल गिरणी कधीही बंद व्हायची नाही; आमच्या त्या टोकन स्ट्राइकमध्ये बंद झाली. म्हटलं, आज आपण एक विजय संपादन केलेला आहे. गिरणीमालकांना आपण आपली ताकद दाखवून दिलेली आहे. सरळ मार्गानं येता की, आमच्या पद्धतीनं आम्ही जाऊ? मग ते आव्हान कसं द्यायचं आणि कोणत्या मार्गानं द्यायचं, ते आपण ठरवू. पण आता मात्र ज्या युनियनला मान्यता नाही, त्या युनियनच्या मागे जाऊन बेमुदत संपाच्या खाईत उडी मारणार असाल, तर पायावर धोंडा पाडून घ्याल. सगळ्या गिरण्या शिवसेनेच्या आदेशाने आज बंद झालेल्या आहेत. ही ताकद आपण दाखवून दिलेली आहे. ताकदीचा आपण चांगल्या पद्धतीनं उपयोग करू. सगळं मी सांगितलं. मूठभर कामगार उठून गेले. तुम्हाला मान्य नसेल, तर माझं काही म्हणणं नाही. तुम्हाला मी जय महाराष्ट्र करतो आणि निघतो.

शेवटी तो बेमुदत संप झाला...

होय. त्याने तो संप रीतसर केला आणि जे व्हायचं तेच झालं. सगळा गिरणी कामगार उद्ध्वस्त झाला त्या बेमुदत संपानं. तुमच्या युनियनला मान्यता नसल्यानंतर कोणाशी तुम्ही चर्चा करणार? मालक म्हणतो की, आम्ही तुम्हाला मानत नाही. तुम्ही पहिली ती शक्ती कमवा. कामगार आमच्या बाजूला आहेत, ते दाखवा. मग टेबलावरती तुमचे जे एकंदरीत पत्ते आहेत, ते आपटा. हा एक भयंकर मूर्खपणा झाला. गिरणी कामगार ही शक्ती खच्ची केली दत्ता सामंतनं. आतली काय एकंदर देवाण-घेवाण मला माहिती नाही. आता मी त्याच्यावरती काहीच बोलू इच्छित नाही. पण हे धंदे आम्ही– शिवसेनेनं कधीच केले नाहीत.

◗ हा सगळा गिरणगावच आता संपला...

काय करायचं पण आता? त्यांनी माझं ऐकलं असतं, तर काय झालं असतं? मालकांना मार्गावर आणायला किती वेळ लागला असता? पण शक्ती नाही, युक्ती नाही; काहीच नाही.

◗ गिरणी कामगारांना उद्ध्वस्त करणारी तीसुद्धा एक प्रकारे सुनामी लाटच होती...

होय, होय. नक्कीच.

◗ आता जी सुनामी लाट आली, तो निसर्गाचा प्रकोपच होता. मानव आणि विज्ञानावर निसर्गानं केलेली ही मात आहे... तुम्हाला काय वाटतं?

निसर्गानं सूड उगवल्यावर तुम्ही बोंबाबोंब करता. निसर्गावरती तुम्ही किती सूड उगवता? किती समुद्र हटविण्याचे तुम्ही प्रयत्न केलेत? रेक्लमेशनच्या नावाखाली तुम्ही किती समुद्र हटवला? समुद्र तुम्ही हटवू शकत नाही. ते पाणी तुमच्याकडनं कमी होईल, पण दुसरीकडे धडक मारेल. आणि सुपीक जमिनी खार जमिनी होतील, हे विसरू नका. किती झाडतोड चाललेली आहे– लाखालाखांत झाडतोड होतेय. डोंगर क्रापले जाताहेत. आता ठाण्याच्या बाजूला तानसासारखा दुसरा तलाव त्यांना उभा करायचा आहे. पण ही जर झाडे गेलीच, तर तानसामध्ये आज जो पाऊस पडतोय, जे पाणी तुंबतंय; तेही नष्ट होईल. कारण झाडंच आकर्षित करतात ढगांना– हेदेखील त्या बावळटांना, नतद्रष्ट लोकांना कळत नाही. सव्वादोन ते अडीच लाख झाडं तोडली जाणार आहेत– तीही औषधी झाडं. आता कसं काय थांबवायचं हे? क्वारीज तुम्ही चालवता दगड-धोंड्यांच्या. हे जे उंच डोंगर आहेत, पहाड तुम्ही तोडताहात; ते खरं तर पावसाळी ढग अडवताहेत आणि ते पावसाळी ढग अडले की तिथे पाऊस पडतो. डोंगर सपाट केले की, ते ढग पुढे निघून जातील. त्यांना अडवणारं कोणी नसेल. हा साधा निसर्ग तुम्ही मानत नाही. एखादी सुनामी लाट येऊन तुम्हाला जर तडाखा दिला, तर का बोंबाबोंब करता? निसर्गाला का दोष देता? निसर्गावरती आघात तुम्ही ज्या वेळेला करता, त्या वेळी तो प्रतिआघात करतो तुमच्यावरती. तो सोडणार नाही तुम्हाला. तुम्ही मला हटवता काय; आता मी तुम्हाला हटवतो, असं निसर्ग तुम्हाला बोलतोय. आजच्या राज्यकर्त्यांना याचं काय महत्त्व आहे? झाडांचं काय महत्त्व आहे? रेक्लमेशन करून श्रीमंतांची ती नरिमन पॉइंट उभी करायची. काय ते कफ परेड– पण ज्या वेळेला निसर्गाच्या लाटांचं परेड सुरू होईल, त्या वेळेला मात्र तुम्हाला लेफ्ट ॲण्ड राइट करता येणार नाही.

शंकराचार्यांना अटक झालीय. मठांच्या बाबतीत, हिंदुत्वाच्या बाबतीत हे हल्लेच आहेत... तुम्ही याचा काय अर्थ लावाल?

काय अर्थ लावायचा?

हा हिंदुत्वावर हल्ला आहे, असं मानायचं काय?

जयेंद्र सरस्वती माझ्याकडे येऊन गेले– दोन वेळेला. ते अत्यंत सज्जन आहेत, त्याबद्दल काही वादच नाही. खुनाखुनीबद्दल मी काही बोलू शकत नाही. कोर्टात प्रकरण आहे. त्यामुळे त्यात काय आहे नि काय नाही, ते मला माहीत नाही. ज्या वेळेला ते पहिल्यांदा आले, त्या वेळेला त्यांच्या बरोबर एक व्यक्ती होती. विजयेंद्र सरस्वती. पण हा विषयसुद्धा मी आता घेऊ शकत नाही, कारण कोर्टात मॅटर गेलेलं आहे. माझ्या विचारांचे तिथे कुठे तरंग उठता कामा नयेत. मलाही कुठलं नवं लफडं लावून घ्यायचं नाही. मी मुलाखतीच्या बाहेर जे काही तुम्हाला बोलेन, ते लक्षात घ्या आणि त्यानुसार होतंय की नाही ते पाहा, इतकंच मी म्हणेन.

शंकराचार्य हा प्रकार हिंदुत्वाच्या मुद्द्याशी किती जोडला आहे?

यावर कोणी बोलायचं? शंकराचार्यांनी आपली पीठं सांभाळली. हिंदू धर्माचा विचार म्हणायचा, तर त्या पीठांकडे आणि मठांकडे आम्ही फक्त भावनात्मक दृष्ट्या आकर्षित होतो. ज्या वेळेला जयेंद्र सरस्वती आतमध्ये, त्या वेळेला लोक विजयेंद्रच्या मागे लागले. ज्युनिअर पॉन्टिफ. म्हणजे शंकराचार्यांचे वारसदार म्हणून त्यांचं नाव जपायला सुरुवात केली. सगळा लोंढा तिकडे गेला. आता जयेंद्र सरस्वती सुटले व एका ठिकाणी उतरलेत तर कांची मठातली सगळी गर्दी तिकडे– त्या वेल्लूरला वळली. कारण आता वारसदार आतमध्ये गेला. कसली श्रद्धा तुमची? तुमचं कशावर प्रेम आहे? मठावर आहे, की व्यक्तीवर आहे? जयेंद्र सरस्वतीवर आहे, की विजयेंद्रवर आहे? ही हालचाल कसली?

म्हणजे नक्की काय व्हायला हवं होतं?

हे बघा... ज्या वेळेला जयेंद्र सरस्वतींना अटक झाली, त्या वेळेला कांचीत जे भक्तगण जातात त्यांनी बहिष्कार टाकायला हवा होता. नाही– आमचा खरा धर्मगुरू आतमध्ये आहे तोपर्यंत आम्ही त्या मठात पाऊल टाकणार नाही, असा कोठे तरी स्वाभिमान या लोकांनी दाखवायला पाहिजे होता. ते गेले. हा आला. त्याच्या भजनी लागले. हा हिंदू धर्म? जिथे निष्ठा नाही, काही नाही. का कांची सोडून जाताय तुम्ही? ते भले बसले असतील तिकडे– वेल्लूर की काय, तिकडे बसलेत. तुम्ही मठाला किंमत देता ना? मग त्या मठाला सोडून तुम्ही त्या मठाकडे का

जाता? विजयेंद्रला तुम्ही का इतकं महत्त्व देता? लगेच तो म्हणे झाला, मग तो झाला; पण पहिला होता तो गेला नव्हता, तो अटकेत होता. निष्ठा कोणावरती? पहिल्यावरती की दुसऱ्यावरती? ही कसली निष्ठा?

◗ देशाचा कारभार एकंदरीत कसा चाललाय?

पंक्चर झालेल्या गाडीच्या टायरलासुद्धा स्टेपनी नावाची चीज असते. हा पंक्चर झाला की स्टेपनी लावायची. स्टेपनी पंक्चर झाली की तो टायर पुन्हा आलेला असतो रिपेअर करून; मग तो बसवायचा. चालली आहे चलती का नाम गाडी!

◗ हा पंक्चर देश परत धावू कसा शकेल?

धावू शकतो. थकले-भागलेले लोक जेथे चालू शकत नाहीत, तिथे देश काय धावायला लावणार ते? सोनिया गांधी झपाझप इंदिरा गांधींच्या नकलेत चालत गेली म्हणजे देशाची ती चाल ठरू शकत नाही. शेवटी काही झालं तरी ती परदेशीच चाल; पण आमचे जे काही नेते... मग ते मनमोहन असोत, अन्य कोणी असोत– कोणाचेही मंत्रिमंडळ असो; थकले-भागलेलेच लोक जागेवर बसतात, सत्तेवर बसतात. तेच खुद्द चालू शकत नाही, तिथे देश कसा चालणार? देशाला गती आणण्यासाठी, गतिमान होण्यासाठी गतिमान माणसे पाहिजेत. मनमोहन ही एक अत्यंत जबरदस्त व्यक्ती आहे. अजूनही ते मजबूत आहेत. पण ते एका दबावाखाली वागताहेत. आमचा पंतप्रधान परदेशी बाईच्या दबावाखाली वागतोय, हेच दुर्दैव आहे. इथं देशाला कसली गती मिळणार? मग तुम्ही तुमच्या प्रश्नावर या. काय तुम्ही विचारलात प्रश्न?

◗ देश धावू कसा लागेल?

स्टेपन्या फेकून द्या. आणखीन टायर असे बसवा की, ते कधीच पंक्चर होणार नाहीत– म्हणजे मिनिस्ट्रीत अशी माणसं बसवा. मग तुम्हाला जी गती हवी, ती घेऊ शकता. आता पॅचेस लावलेले आहेत टायर्सना. अशा गाडीनं तुम्हाला प्रवास करता येणार नाही. गती घेता येणार नाही.

◗ म्हणजे पुन्हा युवाशक्ती...

तरुण रक्तालाही अर्थ नाही तसा. म्हणजे अगदी बावीस वर्षांचा पोरगा देशाचा पंतप्रधान झाला, यालाही काही अर्थ नाही. कौतुक होऊ शकतं; पण त्याचं ज्ञान, त्याची समज, एकंदर अभ्यास आणि आवाका या गोष्टी महत्त्वाच्या आहेत. असा

तरुण मिळू शकतो का? आम्ही इकडे प्रचार काय करतो? तर, विद्यार्थ्यांनी वर्तमानपत्र वाचू नये. राजकारणात पडू नये. का पडू नये? अरे, मतदारांमध्ये मुसलमानांची पोरं तयार होतात– ती कशी होतात? मदरशांसारखं नको; पण राजकारणाचा तुम्हाला आवाका असला पाहिजे. राजकारणही समजून घेण्यास सुरुवात झाली पाहिजे. पुढे जे काय चालतं– या लोकांचा नीचपणा, हलकटपणा, यांची एकंदरीत मस्ती– हा आताच तुम्हाला उमगला पाहिजे.

◗ तुमचा विश्वास आहे तरुणांच्या शक्तीवर अजूनही?

होय. तरुण हीच शक्ती असू शकते; पण आजचे तरुण म्हणजे काय, ते टी.व्ही.वरती बघतो आम्ही. जिन्स घालणारे, एवढ्याशा निकर्स घालणाऱ्या बाया-पोरं. सगळं एकंदरीत जे चाललंय, ते पाहिल्यावरती हा टी.व्ही. हे माध्यम काय आहे; तो तुमचा 'मीडिया' काय आहे, हेच कुणाला उमगलं नाही. समाज बिघडवतो आहोत, घाणेरड्या मार्गाला लावतो आहोत आपण. काय ते फॅशन शो काय आणि ते ग्लॅडरेक काय– यांनी देश कसा उभा राहणार? दुसरं काय उभं राहत असेल, तर मला माहीत नाही; पण देश कसा उभा राहणार? हे छापा.

◗ एक काळ असा होता की, महाराष्ट्र मेले तर राष्ट्र मेले; मऱ्हाट्याविना राष्ट्रगाडा न चाले... असे आपण अभिमानाने बोलत होतो...

खरं आहे. सेनापती बापटांचं ते काव्य.

◗ पण आज तशी परिस्थिती पुन्हा येईल काय? महाराष्ट्र देशाला दिशा देऊ शकेल काय?

मोकळेपणानं बोलू? शरद पवार आणि मी एकत्र आलो, तर हे होऊ शकेल. होऊ शकतं; पण ते त्यांचं दुर्दैवं आहे असे म्हणा किंवा माझ्या महाराष्ट्राचं दुर्दैव आहे आणि मला स्वत:ला सत्तेत रस नाहीच. मला कुठच्याच पदावरती बसायचं नाही.

◗ तुम्ही यातून नक्की काय सुचवू इच्छिता?

मी काहीच सुचवू इच्छित नाही. मी नुसता बोलून गेलेलो आहे. त्याचे अर्थ-अन्वयार्थ जे काही लावायचे आहेत, ते लावा. मला त्याची पर्वा नाही. अजिबात नाही.

◗ आता हळूहळू तुम्ही ८० कडे झुकताय. गेली चाळीस वर्षं तुम्ही राजकारणात आहात. बऱ्याच गोष्टी घडवल्यात तुम्ही... महाराष्ट्राच्या भविष्याकडे तुम्ही आशादायक दृष्टीने पाहता काय?

आशा ही एक विचित्र चीज आहे. पूर्वापार चालत आलेलं वाक्य आहे की, आशावादी राहा. नुसतंच आशावादी नको. आणि आशा कधीही मरत नाही; पण आशाळभूत जे आहेत, त्यांच्याकडनं आशा जगू शकणार नाही. आशा की महत्त्वाकांक्षा ही असलीच पाहिजे. मात्र, अतिरेक झाला की संपलं! अन्न परब्रह्म म्हणतो ना आपण? मग त्यातही विषबाधा का व्हावी? याचं उत्तर आहे तुमच्याकडे? याचं कारण तुम्ही तुमची लक्ष्मणरेषा आहे किंवा मराठीत तुम्ही ज्याला 'लिमिट्स' म्हणता– म्हणजे लवकर समजेल तुम्हाला– त्या ओलांडल्या की अन्नसुद्धा विष होऊ शकतं. मला आशा आहे; पण व्यक्तींनी आपल्या रेषा ओलांडून न जाता आपण ते काम जर केलं, तर महाराष्ट्र मी तुम्हाला... १०१ टक्क्यांच्या वर कितीही टक्के लावा... महाराष्ट्र मी तुम्हाला उभा करून दाखवतो. आणि राहिलाच पाहिजे! आणि राहणारच; आणि तोच देशाला तारेल!!

[२२ जानेवारी, २००५]

जीना निधर्मी असूच शकत नाही!

फालतू निधर्मीवादाचा शिवसेनाप्रमुखांना भयंकर तिटकारा. निधर्मीवाद म्हणजे काँग्रेसचे पाप. हे पाप देशाला भारी पडले. शिवसेनाप्रमुखांनी हिंदुत्वाचा ध्यास घेतला व त्यासाठीच ते लढत राहिले. पाकिस्तानचा निर्माता बॅ. जीना हा निधर्मी असूच शकत नाही. रक्ताच्या नद्या वाहत असताना या माणसाने शांततेसाठी साधे पत्रक काढल्याचीही नोंद नसल्याचे मत शिवसेनाप्रमुखांनी मांडले. याच काळात भाजपनेते लालकृष्ण अडवाणी यांनी पाकिस्तानात जाऊन जीनाच्या कबरीवर पुष्पचक्र वाहिले व शिवसेनाप्रमुखांच्या संतापाचा भडका उडाला!

◗ **साहेब, सध्या आपलं काय चाललंय?**

काय चालणार?

◗ **मधल्या काळात अनेक वाद-वादळं घडल्यामुळे वातावरण ढवळून निघालं...**

मग काय आम्हीही ढवळत बसायचं काय? ज्या वेळेला टोला हाणायचा, त्या वेळेलाच तो हाणणं महत्त्वाचं आहे. लोखंड तापलेलं असतानाच हातोडा मारला पाहिजे. ज्या-ज्या वेळेला मी हातोडे मारलेले आहेत, त्या-त्या वेळेला लोखंड तापलेलं असायचं. प्रसंग उद्‌भवलाच आणि तसा आलाच, तर मी सोडत नाही हाणायला.

विशेषतः मोहम्मद अली जीनांचा विषय अगदी ताजा आहे. या सगळ्याच प्रकाराचा उल्लेख तुम्ही वैचारिक गोंधळ असा केलात...

होय, हा वैचारिक गोंधळच आहे. एक तर ही त्यांच्या पक्षांतर्गत बाब आहे आणि राजकारणात असे काही शब्द आलेले आहेत की, 'नो कॉमेण्ट्स'. तो जो कोण आहे पुढारी, तो शेण खाऊन मोकळा होतो. काही पुढारी असे की, त्यांना विचारबुद्धी कमी असते. मग ते 'नो कॉमेण्ट्स'चा आधार घेतात. पक्षाचंही एखाद वेळेस दडपण असतं, त्यामुळेही ते नो कॉमेण्ट्स म्हणून करतात. आता 'जीना' हीसुद्धा पक्षीय बाब आहे आणि खरोखर काही वेळेला पक्षीय बाबीमध्ये बोलणं कठीण होऊन बसतं; हे तितकंच खरं असलं तरी एक मत म्हणून मी मांडलं की, हा वैचारिक गोंधळ आहे.

कशामुळे हे सर्व घडलं असावं?

शेवटी इतक्या वर्षांनी हा विषय का यावा? याचं कारण म्हणजे, अडवाणींनी एक प्रकार केला की, पाकिस्तानात जाऊन जीनांच्या कबरीला पुष्पचक्र वाहिलं. असेल, कदाचित शिष्टाचार म्हणून त्याची गरजच असते. तुमचा तो मुशर्रफ आला होता दिल्लीला. त्या वेळी महात्मा गांधींच्या समाधीवर जाऊन गुलाबाच्या पाकळ्या उधळल्या. त्या निर्मला देशपांडेंनी पाकळ्यांचं तबक हातात धरलं होतं. मुशर्रफने विचारलं असेल, 'क्या करने का?' तिनं सांगितलं असेल की, 'हे अब उधळणे का समाधी पर' असं तिने हिंदीतच सांगितलं असेल. मी आपला टिवल्याबावल्या करणारा माणूस असल्यामुळे बोलतो असं गमतीने. व्यंगचित्रकार असल्याचा हा परिणाम. तर, त्यानं उधळली गुलाबाची फुलं. नमस्कार वगैरे केला नाही.

नमस्कार का केला नसावा?

मस्ती. दुसरे काय? हे सर्व खास लांडे आहेत. मला वाटलं, मुशर्रफ हा शिया आहे. आपल्याकडे तो शाहरुखसुद्धा इतका दमड्या कमविणारा माणूस आहे. कपाळाला हात लावतो खास त्यांच्या स्टायलीत. नमस्कार नाही कधी करत. हात जोडत नाही. आमच्याकडेही आजची पोरं नमस्कार नाही करणार; तर 'हाय!' आणि शेकहॅण्ड करणार पण त्या लांड्यांच्या रक्तात इस्लाम किती भिनलाय, त्याचं हे दृश्य आम्ही पाहतो. एक गुर्मीच असते त्यांच्यामध्ये.

म्हणजे अशा बाबतीत आपण जरा अतीच करतो, असं वाटतं का?

होय. आपण फार झुकतो. म्हणजे भाजपतील सुषमा स्वराज ही अत्यंत हुशार बाई आहे. स्मार्ट तर आहेच आहे– देखणी म्हणा वाटल्यास आणि भाजपतील

अनेक नेत्यांमध्ये तिचा दर्जाही वरचा आहे. उच्च विचारांची वगैरे. मुशर्रफ प्रथम हिंदुस्थानात आले, तेव्हा तिनेसुद्धा खास त्या इस्लामी ढंगात 'जनाब, आईये आईये' अशी झुकून ॲक्शन केल्याचा फोटो आहे. त्या वेळेला मी बोललो, हे इतकं वाकण्या-झुकण्याची गरज काय? तिला नमस्कार करायला काय हरकत होती? हेच-हेच आपलं चुकतं. ते ताठ असतात. ते कोणीही पाकिस्तानचे लांडे आले की, हा असा कपाळाला हात लावतात. कदाचित त्यामध्ये हाही अर्थ असेल की, एक ना एक दिवशी आमचे कपाळ फुटणारच आहे– हाही त्याच्यामध्ये एक संकेत असू शकतो.

◗ **पण हे सर्व वादळ जीनांवरूनच उठलंय...**

होय. मी येतोय ना तिकडे. मी एवढंच म्हणतोय की, बाकीचं कोणत्या पुस्तकात शेरेबाजी आहे ते ठेवा बाजूला; पण जीना हा अत्यंत डबल रोल खेळणारा माणूस होता. त्याचं ते ॲसेंब्लीमधलं संपूर्ण भाषण वाचायला मिळालं. त्यात सगळीच बदमाशगिरी. म्हणजे इकडे फाळणी झालेली. देशाचा तुकडा पाडलेला आहे. रक्तामांसाचा चिखल झालेला आहे.

◗ **म्हणजे तुम्ही फाळणी अनुभवलेली आहे...**

होय, होय. माझा १९२७ चा जन्म. १९४७-४८ मध्ये हे सर्व घडलं. त्या सगळ्या बातम्या, लोकांचा संताप, वेदना मी सर्व पाहिलेलं आहे. लियाकत अलीलासुद्धा चेचून ठेचून मारला लोकांनी, तेही मला माहिती आहे. मी त्या वेळी 'फ्री प्रेस'मध्ये होतो. ४५ साली मी कॉण्ट्रिब्युटर होतो, ४७ साली मी नोकरीला लागलो. फाळणी झालेली आपल्याला कळणं शक्य नाही. दिल्लीमध्येच चालली होती थेरं सगळी ती; पण इतका रक्तपात सुरू असताना कुठेही त्या जीनाचं स्टेटमेण्ट मला दिसलं नाही, की हे थांबवा. निदान महात्मा गांधी नौखालीला शांतता प्रस्थापित करण्यासाठी तरी गेले. पंडित जवाहरलाल नेहरूही बंगालच्या बाजूला गेले. तिथेच मोठा रक्तपात झाला. नेहरूंनी सभा घेऊन शांतता राखण्याचं आवाहन केलं; पण त्या जीनाचं एक साधं स्टेटमेंट नाही त्या रक्तपातावर. आणि एवढं करून-सवरून त्या माणसाने पहिल्यांदा पंतप्रधान झाल्यावर पाकिस्तानच्या असेंब्लीत जे निवेदन केलेलं आहे, ते रंगसफेती करणारं; पण कितीही सफेद रंग लावला, तरी रक्ताचे डाग पुन: पुन्हा उचंबळून बाहेर येतील. एकदम गोंडस भाषा की, यापुढे हिंदू-मुसलमान एकत्र राहतील. We belong to one nation. All are equal, अशा प्रकारचं ते त्याचं भाषण. मग देश तोडलात कशासाठी? तोही धर्माच्या आधारावर?

फाळणीचे गुन्हेगार कोण आहेत, असं तुम्हाला वाटते?

महात्मा गांधींवर त्या बेन किंग्जलेने सिनेमा काढला होता. त्यामध्ये त्याने तो उघड असा एक प्रकार दाखवलेला आहे की, पंडित नेहरूंना महात्मा गांधी बोलताहेत की, 'मला जीनांना पंतप्रधान करण्याची इच्छा आहे.' तोपर्यंत जीना ठीक होते. त्यांनी टिळकांचा एक खटलाही लढवला. तसा त्यांनी एक वॉकआऊटही केला होता तिघांत. न्या. गोखल्यांनाही ते खूपच मानत. मंडालेहून टिळक सुटून आल्यावर ब्रिटिश सरकारने त्यांना बोलू दिलं नाही, म्हणून हा वॉकआऊट होता.

महात्मा गांधींना जीनांना पंतप्रधान बनवायचे होते?

होय. गांधींनी नेहरूंना हे सांगितलं. नेहरूंचं मन जरा खट्टू झालं. गांधीजी म्हणाले, 'देशातील हिंदू-मुसलमानांनी एकत्र राहण्याचा प्रयत्न केला पाहिजे.' नेहरूंनी विचारलं, 'पण स्वातंत्र्याच्या लढ्यात जीनांचा नेमका सहभाग काय?' ते खरंच आहे. जीना हे अत्यंत पॉश आयुष्य जगत होते. लंडनमध्येच ते होते. सिगार ओढत होते. व्हिस्की पीत होते. सूट घालत होते. नेकटाय घालीत होते. रोजा वगैरे मानत नव्हते. कुराण वाचत नव्हते. मशिदीत जात नव्हते. नमाज पढत नव्हते. हे सगळं खरं असलं, तरी पंडित नेहरूंचा आपल्याला पंतप्रधान होण्यास विरोध आहे, हे समजताच जीना भडकला. मग तो म्हणाला, असंच जर होणार असेल या देशात, जर आम्हाला किंमत राहणार नसेल; तर मग आम्हाला स्वतंत्र राष्ट्र द्या. खरं तर ही ब्रिटिशांचीच चाल आहे.

हे तुम्ही कसं काय म्हणता?

ब्रिटिशांचे डाव कसे असायचे, ते पाहा. जीनांचं आणि माऊंटबॅटनचं आधीच गुफ्तगू झालंच असणार. त्या गुफ्तगूमध्ये माऊंटबॅटनने नक्कीच त्याला मुसलमानांच्या स्वतंत्र राष्ट्राचे वचन दिले असणार; पण दाखवताना मात्र माऊंटबॅटननी जीना पंतप्रधान होतील, त्याला विरोध केला. का केला? तर, पाकिस्तान करण्याचा त्यांचा डावच होता व जीना तिकडे पंतप्रधान होतील, हे त्यांना माहीत होते. हा एक धूर्त डाव होता.

माऊंटबॅटनने काय डावपेच केले?

त्यानं आपली बायको कशी नेहरूंच्या ताब्यात दिली होती– एका उद्देशानं दिली होती. त्याला सगळं माहीत होतं. त्याला कळत होतं की, आपली बायको तिकडे जाऊन बरेच चाळे करीत आहे; आणि पंडित जवाहरलाल नेहरूसुद्धा पागल झाले होते अक्षरशः... लेडी माऊंटबॅटनने नेहरूंच्या डोक्यात घुसवलं ते

फाळणीचं. असो. पण जीनाला ही हिंमत झाली कशी– स्वतंत्र राष्ट्र मागण्याची? नेहरू नाही म्हणाले, हेच कारण असू शकत नाही. त्याला दुसरं काही महत्त्वाचं पद देता आलं असतं. तो हिंदुस्थानचा राष्ट्रपती होऊ शकला असता. होम मिनिस्टर होऊ शकला असता. आणि तिथून मग त्याची ती धर्मांधता उफाळली. त्याच्याही अंगात ती होती थोडी- थोडी. कारण शेवटी रक्त ते रक्त. आणि त्यांनी जी भाषणं केलीत नंतर, ती भयानक म्हणजे भयानकच आहेत. हा निधर्मी होऊच शकत नाही. त्याला सेक्युलरवादी म्हणताच येणार नाही. ती चूक झालेली आहे अडवाणींच्या बाबतीत.

◗ म्हणजे जीना हे निधर्मी नव्हते...

असूच शकत नाही. इतका रक्तपात होत असताना तो उघड्या डोळ्यांनी पाहत राहिला. रक्तपात होतोय, तो होऊ द्या. जसं काल मुर्शरफ म्हणाला की, शिट्टी मारली की अतिरेक्यांच्या बंदुका थंड पडतील, असं नाही; ते माझ्या हातात नाही. शिट्टी मारली की मात्र युद्ध सुरू होऊ शकतं? ते युद्ध याच अतिरेक्यांमार्फत होणार ना? ते अतिरेकी म्हणजे यांचे सैनिकच असतात. ती शिट्टी तुझी तिथे उपयोगी पडते, तर मग तीच शिट्टी इथे का नाही उपयोगी पडत? का नाही तुमच्या बंदुका थंडावत? कोणी कोणाला विचारायचं?

◗ जीनांचा गौरव हा हिंदुस्थानचा अपमान आहे, असं तुम्हाला वाटतं का?

छे– छे! इतके शब्द काही जोडण्याची गरज नाही. हिंदुस्थानचा अपमान वगैरे वगैरे. हिंदुस्थान इतका लेचापेचा वगैरे किंवा 'टिंबकटू' नाही की सिलोन नाही बारीकसं राष्ट्र. अवाढव्य देश आहे. मीनू मसानीचं एक पुस्तक आलं होतं– 'अवर इंडिया' की काही तरी. मला वाटतं, त्यामध्ये त्याने दाखवून दिलं. चित्रामध्येच दाखवून दिलं. रशिया, चीन सोडल्यास सगळे देश हिंदुस्थानात राहू शकतात– एवढा मोठा अफाट आपला देश आहे.

◗ भाजपसारखा पक्ष शेवटी विचारानं भरकटला...

गोंधळला, असं मी म्हणेन. भरकटला हे बरोबर नाही. एक अडवाणी म्हटल्यानंतर संपूर्ण भारतीय जनता पक्ष म्हणता येणार नाही. एक व्यक्ती घसरली म्हणून सगळ्यांनाच दोष देता येणार नाही. पोलिसांच्या बाबतीत तुम्ही कसं म्हणता की, एका पोलिसानं बलात्कार केला म्हणजे सारं पोलीस खातंच बदनाम करायचं, असं नाही. तसा एक शिपाई झाला या पक्षाचा. याचा अर्थ असा नव्हे की, सगळेच

पोलीस त्यांचे खराब आहेत, बलात्कार करणारे आहेत. एका व्यक्तीच्या दोषाकरिता पक्षाला बदनाम करू नका तुम्ही.

बाबरी पडल्याबद्दलही अडवाणींना फारच दु:ख झालेलं आहे व त्यांनी ते कदाचित बोलून दाखवलं...

हे तर मला मुळीच आवडलेलं नाही, कारण मीच पहिल्यांदा बोललो. ज्या वेळी सुंदरलाल भंडारी बोलला बाबरी पडल्यानंतर की, बाबरी पाडली, त्यात बीजेपी नव्हता, विश्व हिंदू परिषद नव्हती, बजरंग दल नव्हते; ते शिवसैनिक असण्याची शक्यता आहे. त्या वेळेस मी बोललो, बाबरी पाडणारे शिवसैनिक असतील तर मला त्यांच्याबद्दल गर्व आहे! हे अंगावर घ्यायला पाहिजे तुम्ही हिमतीनं. मग कशाकरता तुम्ही त्यांना बोलवता? करसेवक म्हणजे काय?

बाबरीप्रमाणेच गुजरात दंगलीचेही दु:ख अनेकांना होतं...

बाबरी पाडली म्हणून यांना दु:ख होतं; पण गोध्रात ६० करसेवकांना जाळून मारलं, त्याचं दु:ख त्यांना किती झालं? बाबरी पाडल्याबद्दल मुंबईतील धर्मांध मुसलमानांनी उठाव केला. सुरुवातीला हिंदूंची कत्तल केली. तो जर उत्स्फूर्त उद्रेक होता; मग गोध्रानंतर गुजरातमधील हिंदूंनी जो उठाव केला, तोसुद्धा उत्स्फूर्त उद्रेकच समजा. दंगलीत दोन्ही बाजूंची माणसं मेली. कापले असतील दंगलखोर मुसलमान. म्हणून त्याबद्दल दु:ख व्यक्त करायची, माफी मागण्याची गरज नाही. तो कलंकच आहे, असं सांगून मोदींचा राजीनामा वारंवार मागताहेत, तेसुद्धा मला मान्य नाही. अंगावर आलेल्यांना शिंगावर घेऊन आपटण्याचा अधिकार हिंदूंना जरूर आहे. प्रतिकार हा आमचा जन्मसिद्ध हक्क आहेच.

स्वत:ची प्रतिमा निधर्मी करण्यासाठी अशी विधानं करतात?

मग त्या जीनासारखं करा. पाडून पुन्हा निधर्मी. असं करा ना, तुम्हीही मुत्सद्दीपणानं वागा. खंत कसली बाळगताय? झालं ते चांगलंच झालं. समूळ नष्ट व्हायला पाहिजे. ती बाबरी की काय, ती तिथं नाहीच आहे मुळी. तिकडे ते राम मंदिर आहे. जे बंद होतं टाळं, ते राजीव गांधींनीच उघडायला लावलेलं आहे. ते मंदिरच आहे. मुसलमानांनी गेल्या ५६ वर्षांत तेथे कधीही नमाज पढला नाही. मग आताच काय झालं? बाबर कोण होता? किती तरी ऊहापोह झालेले आहेत. परत-परत सांगायला लाज वाटते. इकडल्या मुसलमानांनी विचार करायला हवा की, बाबर हा आपल्या देशावरती आक्रमण करणारा होता. त्याने हिंदूंची मंदिरं पाडून अन्याय केला. तेथे मशिदीही बांधल्या. हे इथल्या मुसलमानांना वाटायला पाहिजे. ते वाटत नाही, हीच आम्हाला खंत वाटते.

◗ हिंदुत्ववादी प्रतिमा बदलण्याची काही लोकांना गरज वाटतेय...

पण हे जे काय तुमचं प्रतिमा-प्रतिमा चाललं आहे... मुळात ती प्रतिमा आहे की नाही, याचाच मुळात आधी तपास करायला पाहिजे. त्याकरिता लोकांना का वेठीस धरता? लोकांसमोर एक भूमिका घेऊन जा की, मी हा असा आहे. परखड असेल तर स्वीकार करा, नाही तर फेकून द्या. जाव! नहीं मंगता है। लोकांना का बुद्दू बनवता?

◗ तुमची भूमिका कायम व ठाम आहे...

होय, मी खूश आहे. बाबरी नीट पाडायला पाहिजे होती, उखडून टाकायला पाहिजे होती. खंतबिंत काही नाही याच्यामध्ये. जे आमचं आहे, ते आमचं आहे. काशी-मथुरा आमची आहे म्हणजे आमची आहे. प्रत्येक वेळेला 'मुस्लिम व्होट'कडे बघून मुसलमानांवर प्रेम करायचं, हा निधर्मीपणा नव्हे. मतदानाचे आकडे कसे वाढतील, या चिंतेत पडणारी माणसं निधर्मी कशी?

◗ भाजपशी तुमची युती ही फक्त हिंदुत्वाच्या मुद्द्यावर झालेली आहे; पण जीना किंवा बाबरीबाबत जी वक्तव्यं आता झाली, ती पाहता भाजप हिंदुत्वापासून लांब चालेलला आहे, असं वाटत नाही का?

भाजपत आजही काही कडवट लोक आहेत ना; पण आमची मैत्री निवडणुकीसाठी झालेली नाही. आमची सच्च्या हिंदुत्वाकरिता ही मैत्री झालेली आहे. अर्थात त्यांचे हे चाळे पाहिल्यानंतर 'मैत्री होती' की काय, असे म्हणण्याची वेळ दुर्दैवाने आमच्यावर येऊ नये.

◗ म्हणजे भारतीय जनता पार्टीची आता भारतीय 'जीना' पार्टी झाली...

असं आहे की, कोट्या तशा खूप करता येतात. शाब्दिक अशी मजा उडवता येते. एका अडवाणींसाठी तुम्ही बीजेपीला बर्बाद करू नका. किती तरी चांगली माणसं तिकडे अजूनही आहेत. फक्त आर. एस. एस., विश्व हिंदू परिषद या लोकांनी जरा जपून शब्दांचा वापर करावा. किती टोकाला जावं, की परत येण्याचे मार्गच तोकडे पडतात का... आपण कुठे चाललोय याचाही विचार करावा आणि का मागे फिरावं लागतं याचाही विचार व्हायला पाहिजे. की, अशा 'एक्स्ट्रीम'ला जातात की, त्यांचीच कुचंबणा झालेली असते व मागे फिरता येत नाही म्हणून बोलत बसतात.

◗ देशाला सर्वाधिक धोका कोणापासून आहे, असं आपल्याला वाटतं?

पाकधार्जिणे मुसलमान जे आहेत आणि मुशर्रफसारखे आडमुठे जोपर्यंत पाकिस्तानचे प्रमुख आहेत; पण दुर्दैव त्या पाकिस्तानचे की, त्यांना अजूनपर्यंत मोकळी हवा मिळालेली नाही. तिकडेही तेच उपद्व्याप चाललेले आहेत. आपलं पद टिकविण्याकरिता काश्मीरचा विषय काढायचा आणि तो काळा कोळसा उगाळत बसायचा. त्यामध्ये त्यांना लोकप्रियता मिळते आणि त्यामुळेच ते जिंकून येऊ शकतात, ही खात्री असल्यामुळे ती चटक त्यांना लागलीय. त्यांची चटक निराळी, आमची चटक निराळी.

◗ आपली चटक कोणती?

निधर्मीपणाची. पण आम्ही इतके निधर्मी आहोत की, त्याचा काही परिणाम या लांड्यांवरती होत नाही आणि राष्ट्रवादी-राष्ट्रवादी मुसलमान किंवा राष्ट्रीय मुसलमान म्हणजे काय? जे या राष्ट्रात राहतात ते राष्ट्रीय, राष्ट्रवादी नाहीत काय? हिंदू राष्ट्रीय नाहीत काय? ख्रिश्चन राष्ट्रीय नाहीत काय? फक्त मुस्लिमच आहेत राष्ट्रीय मुसलमान? देशाचे जे नागरिक आहेत, ते सगळे राष्ट्रीय आहेत. भाजपचे सोडा; पण हा शिवसेनेचा विचार आहे. शिवसेना जातपात मानत नाही.

◗ तुम्ही पाकधार्जिणे मुसलमान कोणाला म्हणता?

जे इथे राहून तिकडूनची वाहवा करतात; जे इथे राहून अडवाणी जे बोलले जीनाबद्दल, त्याची वाहवा करतात.

◗ जीनांचे जसे इकडे भक्त आहेत तसे विदेशी सोनिया गांधींचेही भक्त आहेत. तो तुम्हाला धोका वाटत नाही काय?

अजून तेवढी काही इटली आमच्या मुळावर आलेली नाही. सोनिया गांधींचंसुद्धा व्यक्तिगत आमचं काही नाही; पण एक अब्ज लोकसंख्या असलेल्या हिंदुस्थानला स्वत:चा असा माणूस मिळू नये? त्याकरिता गांधी घराण्याचं नातं सांगून या परदेशी बाईनं राज्य करावं आणि तिच्या हुकमतीखाली आपण राहावं, ही कल्पनाच असह्य आहे. परदेशी बाई ही परदेशीच राहणार शेवटी. लग्न हा प्रकार त्या घराण्याची खासगी बाब आहे. त्यात हिंदुस्थानचा काय संबंध? कुणी तरी तिला लिहून देतं की, 'मैं देश की बहू हूँ...' आताचं सोडा, पण आमच्या देशातल्या बहू कपाळाला कुंकू लावतात. हिच्या कपाळाला कुंकू आम्हाला कधीच दिसलं नाही. आताच्या ज्या मॉडर्न निघाल्या आहेत, त्या सोडून द्या. बॉलिवूडटाइप सगळ्या.

◗ विदेशी बाईला पंतप्रधान होण्यापासून राष्ट्रपतींनी रोखले. पण 'यूपीए'च्या चेअरमन म्हणून त्यांना आज देशातले सर्वच अधिकार आहेत...

दिले ना. काँग्रेसमधल्या या सगळ्या बृहन्नड्यांनी दिले त्या बाईला. यांच्यात एकही लायकीचा नाही कोणी? सगळ्यांनाच तिने चूप बसवलं आणि आता तर ती मोठ्याच मस्तीत चाललेली आहे. सगळीकडे हरते आहे, पण मस्तीत चाललेली आहे; कारण पदाचा गुण आहे तो. बाई रशियाहून कधी येते याची वाट पाहत बसणारे हे कुत्रे; त्यांच्याकडून काय अपेक्षा करायची? माफ करा मला. मी कुत्र्यांचा अपमान केलेला आहे. मला क्षमा असावी.

◗ केंद्रीय मंत्रिमंडळातील महाराष्ट्रपुरुष शरद पवारांनी तरी बाईंसमोर लाचार होऊ नये...

शरद पवारांचं तुम्ही सोडून द्या. त्या माणसाचं तुम्ही नावही घेऊ नका. एका त्या कार्यक्रमाला आम्ही एकत्र होतो, ते ठीक आहे. त्यांना मी सुनवायचं ते सुनावलंय की, मराठे मराठ्यांच्या विरोधात अजूनही झुंजताहेत. त्यातला तो महत्त्वाचा मुद्दा त्यांच्या लक्षात आला असेल किंवा नसेल. अत्यंत स्वार्थी माणूस तो. त्याच्यापुढे महाराष्ट्र नाही, मराठी माणूस नाही; काही नाही. काही नाही– फक्त स्वार्थ. स्वार्थ एके स्वार्थ. आज दिल्लीच्या त्या पदावरती बसलाय– कृषिमंत्री. त्याचा एक फार महत्त्वाचा उपयोग त्यांना होतोय. त्यांना ती हेलिकॉप्टर्स मिळताहेत. विमानं मिळताहेत. गाड्या मिळताहेत. प्रवास सुखाचा होतोय. त्याचा वापर करून आपल्या राष्ट्रवादी काँग्रेसचा प्रचार करतात; याच्यापेक्षा काही नाही.

◗ हा सत्तेचा गैरवापरच आहे...

होय. तसाच सर्व प्रकार. सत्तेचा वापर आपली बांधणी करण्याकरिता करतात– स्वत:ची बांधणी. महाराष्ट्राची नाही, देशाची नाही.

◗ महाराष्ट्राची अवस्था सध्या कशी आहे?

अगदी भयानक आहे. महाराष्ट्राला काही पाठकणाच राहिलेला नाही, असं म्हणायची वेळ आलेली आहे.

◗ हे तुम्ही कोणत्या अर्थाने म्हणताय?

सगळ्या अर्थाने म्हणतोय.

◗ **महाराष्ट्रात आज वीज नसल्याने अंधार पसरला आहे...**

मुळातच डोक्यात उजेड नाही ना हो; तुम्ही त्या विजेला का दोष देता? मुळात डोक्यातच उजेड नाहीय, प्रकाशच नाहीय.

◗ **म्हणजे राज्यकर्ते असून नसल्यासारखेच आहेत...**

हो. सगळेच दबावाखाली आहेत त्या बाईच्या. छत्रपती शिवाजीमहाराज दिल्लीच्या तख्तासमोर छोट्या संभाजीराजांना घेऊन गेले असताना अपमान झाला म्हणून पाठ फिरवून ताड्कन निघून गेले. बरं! ते महाराज कुठे आणि हे आताचे लुळेपांगळे, भीक मागणारे, कटोरा घेऊन धावणारे आजचे हे काँग्रेसचे नपुंसक राज्यकर्ते कोठे!

◗ **मुंबईतील बेकायदा झोपड्यांना हात लावू नका, असे आदेश आजच सोनिया गांधींनी दिलेले आहेत. या झोपड्यांत प्रामुख्याने बांगलादेशीच राहतात...**

हो. एखाद्या झोपडपट्टीत तू येऊन राहा ना बये. स्वत: सर्व सुखं उपभोगायची, सर्व काही भोगायचं.

◗ **बांगलादेशींना अशा प्रकारे राजकीय संरक्षण देणं, हा देशाला धोका नाही का?**

हे राष्ट्रीयत्व, देशाभिमान हा मुळात रक्तात असायला पाहिजे. तो परदेशी बाईच्या, तिथूनच्या रक्तात कसा काय उसळू शकेल? नाहीं उसळू शकणार आणि आमच्याही रक्तात उसळत नाही. हे आता दिल्लीमध्ये बसलेले, गुडघे टेकलेले लाचार काँग्रेसवाले– ते जर ताठ असते दिल्लीतले काँग्रेसवाले– तर मी तुम्हाला सांगतो की, आज त्या बाईची हिंमत झाली नसती. सगळेच झुकलेत. लोटांगण घालताहेत. घालीन लोटांगण...

◗ **मघाशी शरद पवारांचा विषय अर्धवट राहिला...**

मुळात तेच अर्धवटासारखे वागतात.

◗ **शरद पवारांनी नुकतंच असं विधान केलं की, तुमच्यासारखा दिलदार विरोधक राजकारणात असायला हवा व संघर्ष करण्यासाठी तुम्हाला दीर्घायुष्य लाभो...**

होय, बरोबर आहे. चांगला उल्लेख आहे. दिलदार विरोधक. त्यांनाही दीर्घायुष्य मिळो. चांगलं आहे. मी पण म्हणेन– यांच्यासारखा दिलदार, दिल्लीसमोर

झुकणारा, लाचार, स्वार्थी, स्वाभिमानशून्य विरोधक आम्हाला लाभावा, म्हणजे त्याच्याशी संघर्ष करायला बरे होईल.

◗ पण गेल्या काही वर्षांत शरद पवारांनी त्यांचा पक्ष पद्धतशीर वाढवला. ही कसली किमया?

ही किमया...? परप्रांतीयांचे लोंढे हे एक कारण आहेच मुळी. बांगलादेशींनासुद्धा मतदारयाद्यांत मोठ्या संख्येनं स्थान मिळालं. नवी मुंबईतसुद्धा एकदम लाखाच्या वर जाणारं मतदान याच बांगलादेशी लांड्यांचं आहे. त्यांनी ती सगळी बेलापूरपट्टी ताब्यात घेतलेली आहे. ती सगळी मतं काँग्रेस आणि राष्ट्रवादीकडे गेली. बाजूला काढा त्यांना आणि या ना असे सामन्याला. मग बघू काय करायचं ते. पण हे जे काही मतदानाचे आकडे आहेत, ते कारभारावरती नाही आता अवलंबून. उत्तम काम केले म्हणून काही तरी मतदान वाढले, तसं नाहीच आता. मतदानाच्या आकड्यांचा जो तोल आहे, तो बाहेरून येणाऱ्या लोंढ्यांनी बिघडवलाय. नाही तर विनायक राऊतसारखा आमचा आमदार पार्ल्यात पडला नसता. उत्तम काम त्याने केले. सुंदर बगीचे बनवले. मत्स्यालय बनवले. पार्लेकर म्हणायचे की, एवढे आमदार झाले, पण अशी कामं आम्ही पाहिली नाहीत– तो विनायक राऊत तिथे पडावा? मग कामं तरी कशाकरिता करायची?

[१८ जून, २००५]

महाराष्ट्रात 'मराठी'चा अभिमान बाळगणे हा गुन्हा आहे काय?

"आलात तर तुमच्याबरोबर; नाही तर तुमच्याशिवाय– हाच शिवसेनाप्रमुखांचा खाक्या. शिवसेनाप्रमुखांनी स्वत: कोणतेच पद घेतले नाही; इतरांना दिली. त्यांतले काही जण सर्व भोगून शिवसेना सोडून गेले. जे गेले, त्यांची पर्वा न करता शिवसेनाप्रमुखांनी संघटना पुढे नेली. ते म्हणाले, ''अनेक वादळांतून व संकटांतून मी शिवसेना सावरली. आणीबाणीत तर माझे सहकारीच मला सोडून निघाले होते. त्यातूनही मी शिवसेना पुढे नेली. महाराष्ट्रात सत्ता आणली. दिल्लीच्या तख्तापर्यंत नेली...''

हा जबरदस्त आत्मविश्वास हीच शिवसेनाप्रमुखांची ताकद बनली.."

राष्ट्रवादी काँग्रेसची वाढ ही राजकीय दृष्ट्या शिवसेनेला धोका आहे, असे वाटत नाही काय?

कसला धोका? हा बेडकीचा बैल झालेला दिसतोय. फुगलाय तसा फुटेल. खरा धोका आहे तो बांगलादेशींच्या झोपडपट्ट्यांचा. त्यांना धरून जे राजकारण सध्या सुरू आहे, त्यापासून मुंबई-महाराष्ट्रालाच नाही तर देशालाच धोका आहे.

मुंबईतील झोपडपट्ट्या हा गहन राजकीय विषय झालाय...

कोणी केलाय तो? ९५ सालची लक्ष्मणरेषा आम्ही आखली होती. मग त्यात उत्तर भारतीय असो, बिहारी असो, बंगाली असो, आणखी कोणी असो– हिंदू म्हणून आम्ही त्यांना प्रेमानं जवळ घेतलेलंच आहे; पण ते आम्हाला हिंदू म्हणून जवळ करताहेत का? उत्तर भारतीयांचं आम्ही असं काय घोडं मारलंय? तुम्ही उत्तर भारतामधून येता आणि महाराष्ट्रात राहता आणि तुम्ही तिथेही जाऊन-येऊन असता ना? मग आम्ही महाराष्ट्रामध्ये जे काही आहोत मराठी म्हणून, त्यांनी महाराष्ट्राबद्दल अभिमान बाळगायचा नाही का? आणि बाळगला, तर तो काय गुन्हा होतो का?

विस्कळीत जीवन

आम्ही लगेच कोण होतो तुमच्या शब्दांमध्ये– ते काही माहीत नाही; पण आम्ही अगदी प्रांतीयबिंतीय ठरतो. मग तुम्ही प्रांतीय नाहीत? आम्ही तुमच्या असे काय विरोधात गेलोय?

◗ उत्तर भारतीयांच्या संघटना स्थापन झाल्यात...

होय. तो एक संघ स्थापन केलाय– उत्तर भारतीय संघ. आणि तिथे तो एक आहे कृपाशंकर सिंह. त्याचं झालंय त्या मुल्ला-मौलवींसारखं. मुल्ला-मौलवी जसे मुसलमानांना बिघडवताहेत, तसे हे आमच्या भैयांना बिघडवताहेत. भैया ही काही शिवी नाहीय. हिंदी सिनेमातही बहीण किती तरी वेळेला 'भैयाऽऽ' अशी आपल्या भावाला हाक मारते. भैया म्हणजे भाऊ. आम्ही त्यांना कधीच दुखावलेलं नाही. सांगावं त्यांनी.

◗ ९५ सालापर्यंत तर तुम्ही सगळ्यांनाच स्वीकारलंय...

१९९५ पर्यंत जे आलेत, ते मुंबईकर म्हणून आमचेच. त्यात मुसलमानही आहेत, पण बांगलादेशचे मुसलमान नाहीत. ते ९५ सालच्या आधी आले असले तरी त्यांच्या ढुंगणावर लाथ मारून त्यांना हिंदुस्थानातून हाकलून दिले पाहिजे; केवळ मुंबई-महाराष्ट्रातून नव्हे. तर, हे उत्तर भारतीय कशाकरिता आपला गट स्थापन करताहेत? कोणाविरुद्ध करताहेत? आमच्याविरुद्ध? आमच्याच महाराष्ट्रात? तुमच्या उत्तर हिंदुस्थानात आमच्या मराठी लोकांनी हे केलं तर चालेल? तुम्ही ते सहन कराल? हे प्रश्न त्यांना समजले पाहिजेत. तुम्ही राहा; पण 'मी मुंबईकर' ही जी काही संज्ञा होती, तिचा अर्थ काय? जे आतापर्यंत राहिलेत, ते राहू द्या. त्यांनी हे शहर आपलं मानावं; पण नव्याने येणारे लोंढे म्हणजे मुंबईकर नव्हेत– मग ते कोणी का असेनात. पण जे पिढ्यान्‌पिढ्या राहत आहेत, त्यांनी 'मी मुंबईकर असून माझे शहर मला स्वच्छ पाहिजे', अशी भूमिका घेऊन परप्रांतांतून येणाऱ्या आपल्या भाईबंदांना रोखायला नको? माझे शहर मला स्वच्छ हवे, प्रदूषणमुक्त हवे, फुटपाथ साफ हवेत, पाणी मुबलक हवे, बागबगीचे हवेत– हे शक्य तेव्हाच आहे, जेव्हा माझ्या शहरावर रोज आदळणारे लोंढे रोखले जातील. 'मी मुंबईकर' म्हणून प्रत्येकाने हा विचार अमलात आणलाच पाहिजे.

◗ सारं शहर फक्त झोपड्यांनीच वेढलंय. बागबगीचे आता उरलेत कोठे?

होय, सांगतो ना. मागे मुंबईत एअर फोर्सच्या प्रात्यक्षिकांची एक रंगीत तालीम झाली. त्यांपैकी एका अधिकाऱ्याने मुलाखतीत सांगितले की, एवढे फिरलो मुंबईमध्ये,

पण आम्हाला हिरवा पट्टा असा कुठे दिसलाच नाही. सगळीकडेच झोपडपट्ट्या पसरलेल्या आहेत. हे हवाईदलाच्या अधिकाऱ्यांचं मत आहे. ही मुंबईची हालत आम्ही सहन का करायची? आणि जे उत्तर भारतीय मोठ्या संख्येने राहताहेत, त्यांनी हा विचार करायचाच नाही काय? येणाऱ्या लोंढ्यांत तुमचे भाईजान असतील, भाईबंद असतील; पण इकडे जागा आहे कुठे? या एका खोलीमध्ये पन्नास लोक राहतात. त्यापेक्षा जर तिथे शंभर लोक राहिले, तर तुमचाही श्वास गुदमरेल आणि त्यांचाही श्वास गुदमरेल. त्यांना श्वास घेता येणार नाही, तुम्हालाही श्वास घेता येणार नाही. ही परिस्थिती का ओढवून आणता तुम्ही? याकरिता आम्ही प्रयत्न करीत असताना आम्हाला लगेच उत्तर भारतीयांच्या विरोधात तुम्ही ओढता?

◗ कल्याणचा एक प्रसंग आजही चघळला जातोय...

होय. कल्याणला काही तरी झाली झटापट; पण का झाली? कारण फक्त उत्तर प्रदेशच्याच वृत्तपत्रांमध्ये रेल्वे भरतीची जाहिरात आली. कारण ते तुमचे लालू की उल्लू– त्यांच्या हातात रेल्वे आहे. त्यामुळे तिथल्या लोकांना कळलं की, इकडे भरती आहे. त्यामुळे तिथूनच्या झुंडीच्या झुंडी इकडे आल्या. पाच-पाच, दहा-दहा हजार लोक कल्याणच्या रेल्वे स्टेशनवर पसरलेले फोटो वृत्तपत्रांनीच छापले.

◗ जनतेने त्यांना पळवून लावलं...

होय, सांगतो नं. कल्याण स्टेशनवर तंगड्या लांब करून झोपले. लोकांना चालायला जागा नव्हती. लोक गाड्या पकडण्यासाठी येतात सकाळपासून तर त्यांना स्टेशनवर पाय ठेवायला जागा नाही. त्यांना विचारलं, 'ये क्या है? कैसे हो तुम लोग? हमको गाडी पकड़नी है और आप रास्ते में सो गए? चलो, उठो.' यावर ते लोक उद्धटपणे म्हणाले, 'तो क्या हुआ? हमारे छाती के उप्पर पाय रखके चलो.' इतक्या उर्मटपणे ते लोक बोलल्यावर मग बाचाबाची सुरू झाली. मग ती मारामारी सुरू झाली. ती मारामारी प्रवाशांनी सुरू केली व त्यात सर्वच भाषक प्रवासी होते. शिवसेनेचा संबंध येतोच कुठे त्यात? स्टेशनात काही तरी गडबड सुरू झाल्याचे कळले, म्हणून मग शिवसैनिक तेथे आले. हाथापाई तेथे झाली. लाठ्या वगैरे कोणी वापरल्या नाहीत. ठोसे वगैरे मारले असतील त्यांना; ठीक आहे. पण १९९५ पर्यंत येथे राहणाऱ्या उत्तर भारतीयांना मला विचारायचं आहे की, तुम्हाला का त्यांचा पुळका येतो? बाहेरनं आलेली माणसं आहेत ती. आमच्या पोटावर ते पाय आणतात तसा तुमच्याही पोटावर पाय येतोय, हे विसरू नका. बाहेरचे लोक येऊन आमच्या रोजीरोटीवर हल्ला करतात, ते या उत्तर भारतीयांना मान्य आहे? विशेषत: माझ्याविरुद्ध जाणाऱ्यांना? शिवसेनेच्या विरुद्ध जाणाऱ्यांना? इकडची मराठी माणसं काय उपाशी मरतील?

आसामात तर त्यांना पळवून लावलं. मोठी दंगल झाली...

लावणारच ते पळवून. तिथे ती उल्फा आहे. त्यांच्या हातात शस्त्रे आहेत. पण आम्ही किती सहन करतोय आणि करावं लागतंय, या आडमुठ्या धोरणामुळे राजकारण्यांच्या– ते आमचं आम्हाला माहीत आहे. मराठी-मराठी केलं महाराष्ट्रामध्ये, तर गैर काय त्याच्यामध्ये? तरीही उत्तर भारतीय बांधव म्हणून आम्ही तुमचा मान राखलाय नं १९९५ पर्यंत? याउपर येणाऱ्यांना तुम्ही नाही का थोपवायचं? मुंबई शहर सुंदर राहावं, असं आम्ही मानायचं; कारण आमची राजधानी आहे म्हणून. असेल ती आर्थिक राजधानी देशाची; पण आम्हाला अभिमान आहे मुंबईचा. महाराष्ट्राला मुंबई मिळावी म्हणून १०५ हुतात्मे दिलेले आहेत, हे विसरता येणार नाही. दुसरं असं की, देशाच्या तिजोरीत जो पैसा जातो, त्यातील ४० टक्के कर हा मुंबई शहरातूनच जातो. हा कर कोणासाठी वापरला जातो? हा पैसा इतर राज्यांच्या विकासासाठीच वापरला जातो. तो विचार ते करीतच नाहीत. त्यांची माणसं बेकार दुर्दैवाने. हा त्या माणसांचा दोष नसून त्या राज्यांतील सत्ताधाऱ्यांचा दोष आहे. का तुमची माणसं इकडे येतात? आम्ही चाळीस टक्के कर तुमच्या विकासासाठी भरतो, तरी ती इकडे येतात? मग आम्ही तुम्हाला हे पैसे का द्यायचे?– म्हणजे केंद्र सरकारला. हा पैसा आम्ही वापरतो ना इकडच्या विकासासाठी.

आसामात काँग्रेसचे राज्य असतानाही तेथील मुख्यमंत्र्यांनी अशा प्रसंगात तेथील भूमिपुत्रांची बाजू घेतली. महाराष्ट्रात हे का घडू नये? तो बाणेदारपणा आपले राज्यकर्ते का दाखवीत नाहीत?

मुळात तो हवा ना? दाखविण्याकरिता काही तरी हवं ना? आम्ही अंगावरती कपडे घालतो. का घालतो? कारण आम्हाला लिंग आहे, म्हणून. नसतंच, तर दाखवायला काही हरकत नाही. नाही तर नागडे नाचलो असतो; पण मुळातच नाहीय, तर कपडे तरी कशाला घाला? दाखवण्यासारखं काहीच नाहीय. बाणेदारपणा हा मुळातच पाहिजे. अक्षरश: गुलाम झालेत– सत्तेचे गुलाम. स्वत:च्या खुर्चीपलीकडे काहीच बघत नाहीत. काय एकेकाची थोबाडं सुजलीत बघा. गुबगुबीत झालेत गाल. खपाटी गेलेले गाल आज असे सुजलेत. नावं नाही घेत. व्यंगचित्रकाराची नजर आहे ती माझी. साला होता काय नि झाला काय!

पक्षांतरे पूर्वीही होत असत. पूर्वी पक्षांतराचा ओघ हा काँग्रेस पक्षाकडे असे. आज निदान महाराष्ट्रात तरी हा ओघ राष्ट्रवादीच्या दिशेने सुरू आहे...

याचं कारण महाराष्ट्रात जातीपातीचं राजकारण जबरदस्त आहे. कारण आम्ही काय केलंय की, ज्यांना-ज्यांना आपण राष्ट्रपुरुष म्हणतो, त्यांचं सगळं आपण वाटप

केलेलं आहे. शिवाजीमहाराज मराठा जातीचे, लोकमान्य टिळक ब्राह्मणांचे, जोतिबा फुले माळ्यांचे, आंबेडकर नवबौद्धांचे– असे वाटप झाल्याने त्या जाती जास्त फोफावल्यात. राजकारण्यांनीही त्यांचा वापर करून घेतला. शरद पवारांची जी काही मस्ती आहे, ती मराठा जातीवर मजबूत आहे.

पण मराठे तरी एकसंध कोठे आहेत?

नाहीच. पवारांचेच मराठे पवारांकडूनच दुखावलेले मी किती तरी दाखवीन. शरद पवार मराठ्यांना वापरतात आणि फेकून देतात, हे मी राजकारणाचा अभ्यास करताना दिसून आलेलं आहे. ही नावं मी आता नाही घेत काही, कारण अजून ते तळ्यात-मळ्यात त्यांचं चाललेलं आहे. अनेक लोक त्यांना सोडून जाणार आहेत. पक्षात त्यांच्या भयंकर असंतोष आहे. आम्हीही राजकारणातच आहोत. पवारांपेक्षा जास्तच काळ आहोत; पण काही वृत्तपत्रे त्यांच्यासमोर लोटांगणं घालून त्यांची कामं करताहेत– बूट चाटताहेत अक्षरश:!

हे कशासाठी?

खिशात जाणाऱ्या पाकिटासाठी. कुणाला राज्यसभेचं तिकीट पाहिजे– विशेषत: एका संपादकाला. नाही तर एवढी सोनिया गांधींची तरफदारी करणार नाहीत ते. काही तरी आश्वासन मिळालंय त्यांना. त्यामुळे फक्त सोनिया गांधीच. काही झालं तरी सोनिया गांधीच. देश गहाण पडला तरी चालेल, पण सोनिया गांधीच. बस्स! का? तर, राज्यसभा पाहिजे. ही जी भिकार कल्पना असणाऱ्या टाळक्यांमध्ये, त्यात चांगले काय असणार? आजही उद्धव आणि राज यांच्यामध्ये फूट पडावी म्हणून तीन वृत्तपत्रे जोरात कामास लागलेली आहेत. एक सोनिया गांधींचे बूट चाटणारा 'लोकसत्ता', शरद पवारांचा 'सकाळ' आणि काँग्रेसच्या दर्डांचा 'लोकमत'. अत्यंत नीच आणि घाणेरड्या बातम्या ते सतत छापताहेत; पण त्या दोघांमध्ये फूट कधीही पडणार नाही; नातं कधीही तुटणार नाही, एवढी खात्री मी देतो तुम्हाला. वेळ आली तर आम्ही एक वेळ राजकारण सोडू, पण नातं तुटू देणार नाही– असं त्या दोघांनी अनेकदा सांगितलं आहे.

यापेक्षा आणखी काय हवं?

होय. पण त्याला प्रसिद्धी नाही. वाढदिवसाला राज इकडे आला– माझ्याकडे आला. नंतर वरती दादूकडे गेला. उद्धवला तो दादू म्हणतो. त्याच्या पाया पडला तो. आणि राज इकडेच आल्यामुळे उद्धव मग तिकडे जाण्याचा प्रश्नच येत नाही. तर सगळे आले, पण उद्धव कोठे आले नाहीत– लगेच असली बातमी येऊ शकते ना–

कुजक्या बोरूतनं आणि सडक्या टाळक्यातनं! ती ही तीन वर्तमानपत्रं 'खास' करून.

▶ हासुद्धा एक राजकीय डाव आहे, असं आपल्याला वाटतं?

होय, आहेच मुळी. शरद पवारांचा 'सकाळ' म्हटल्यानंतर आणि 'लोकसत्ता'च्या संपादकांना राज्यसभेत जायचं असल्यामुळे. आता नावच घेतो मी. संपादकाचं नाव घेऊन मी माझी जीभ विटाळत नाही आणि 'लोकमत' तर काय, दर्डांचाच– म्हणजे काँग्रेस. इकडेच वाटप झालंय विचारांचं. विचार आहे कुठे तिथे? गुलामी आहे.

▶ पण गेल्या काही दिवसांमध्ये शिवसेनेलासुद्धा थोडी गळती लागल्याचे दिसते?

नाही, अजिबात नाही. कोठे?

▶ काही लोक सोडून गेलेत...

कोण गेले? किती गेले? नावं सांगा.

▶ आणि जे गेले, ते राष्ट्रवादीमध्येच गेले...

पण किती गेले, ते सांगा ना. कोण गेले, ते सांगा.

▶ रमेश प्रभूही नुकतेच गेले...

कोण रमेश प्रभू? सगळं भोगून इकडे-तिकडे जातात. काही लाजलज्जा वगैरे? रमेश प्रभू हा एक तसा डिसेंट माणूस. व्यक्ती म्हणून चांगले आहेत ते. बराच काळ नगरसेवक होते. महापौर होते. पार्ल्याच्या पोटनिवडणुकीत आमदार म्हणूनही ते निवडून आले; पण हिंदुत्वाच्या प्रचारामुळे त्यांची निवडणूक बाद झाली, पण त्यांनी वर्षे पूर्ण काढली. त्या निवडणुकीत शिवसैनिकांनी चांगलाच जोर मारला होता. त्यात आमचाही मतदानाचा हक्क गेलाच होता. त्यानंतर युतीचे राज्य आले असताना आम्ही त्यांना एक महामंडळही देऊ केले होते; पण काही वेळेला काही व्यक्तींशी संबंध राहत नाही, होत नाही त्या वेळेला असले काही प्रकार होतात. म्हणून त्यांनी इतक्या अविचारानं हा विचार करायचा नाही. इथे जो मानमरातब तुम्हाला मिळाला– अगदी मुजरे झाडत होता आणि अशा वेळेला तुम्ही शिवसेनेला सोडून राष्ट्रवादीत गेलात. ठीक आहे. राष्ट्रवादीमध्ये गेलेल्या लोकांचं काय झालेलं आहे आज, याचा विचार करा. त्यांच्यामध्येच एवढ्या अंतर्गत मारामाऱ्या चाललेल्या आहेत आज; त्यामध्ये तुमचा नंबर केव्हा लागणार? इथे तरी निदान शिवसेनेचे रमेश प्रभू, शिवसेनेचे अमुक तमुक वगैरे वगैरे तरी म्हटले जात होते... आणि

वर्तमानपत्रातील बातम्या अशा काही पद्धतीने छापतात की, जणू काही भगदाड पडलंय. लवकरच अमुक-अमुक शिवसेना सोडून जाणार. आम्हाला असे समजते की... वगैरे वगैरे. मग आता आम्हीही म्हणतो, आम्हालाही असे समजले की, काल रात्री एका अमुक वृत्तपत्राचा संपादक अमुक एका बाईबरोबर झोपला– असे समजले. सत्य काही नाही, पण बदनाम करायचं. शिवसेनेच्या बाबतीत पत्रकारांचे हे नेहमीचेच खेळ चाललेले आहेत. नाराज पदाधिकाऱ्यांचे राजीनामे ही एक बातमी असतेच; पण हे राजीनामे कधीच हातात आले नाहीत. कुणाचा घेतला नाही की दिला नाही. अशा तऱ्हेचं हे अत्यंत दळभद्री नेटवर्क शिवसेनेच्या विरोधात चालवलं जातंय.

◗ **पण हे कशासाठी?**

का? कारण शरद पवारांना मुंबई महानगरपालिका जिंकायची आहे. महाराष्ट्रात पसारा वाढवायचा आहे. स्वतःचा हुद्दा वाढवायचा आहे; देशाकरिता आणि महाराष्ट्राकरिता नाही.

◗ **तुम्हाला कधी पक्षातला असंतोष जाणवला का?**

काही नाही. सगळे मस्त येतात, चर्चा करतात, बैठका होतात, निर्णय होतात.

◗ **आजच तुम्ही दत्ताजी साळवींचं स्मरण केलंत...**

हो. दत्ताजी माझा खंदा लढवय्या होता. पहिला माणूस मला मिळाला शिवसेना स्थापन करताना, तो दत्ताजी साळवी. हा असा तगडा. फर्डा वक्ता. मराठाच गडी तो. यशाचा धनी.

◗ **आज राजकारणामध्ये पटावर शिड्या चढाव्यात, असे अनेकांना वाटतं...**

होय, बरोबर आहे ना; पण त्याच शिडी तिरडीसारखी वापर करते नंतर.

◗ **राजकारणातील जुन्यांनी नव्या पिढीसाठी वेळीच जागा करून द्यावी, असं तुम्हाला वाटतं का?**

हा प्रयोग फक्त शिवसेनेत चालू आहे. उद्धव ते काम चांगलं करतोय.

◗ **विधानसभेत अनेक जुने चेहरे पडले...**

होय, बरोबर आहे. याचं कारण काहींचा मान राखावा लागतो. काही वेळा जरी ते जुने असले तरी लोकप्रिय असतात. नवा कांदा लावायचा म्हणजे त्याला कोंब येईपर्यंत वाट पाहावी लागते– खास करून लोकप्रियतेचा कोंब. शेवटी नवं-जुनं

आम्ही मानत नाही. आम्ही नव्यांनासुद्धा जुनं हटवून नेमतो. कारण शेवटी जो आम्ही जुना हटवलाय, तोसुद्धा एके काळी नवा होताच. त्यामुळे नवं-जुनं हा भेद आम्ही करीत नाही. कार्य करणारा आम्हाला पाहिजे, काम करणारा आम्हाला पाहिजे आणि इमानदार, प्रामाणिक आम्हाला पाहिजे. त्याचा मान राखला जाईल शिवसेनेत; पण केवळ पदासाठी आलेला, लफडेबाजी करणारा, लेटरहेडचा गैरवापर करणारा मिळालाच; तर आम्ही त्याला लगेच दूर करू.

◗ मुंबई महानगरपालिकेत नव्या चेहऱ्यांना संधी देणार का?

हो. देऊ शकतो ना आम्ही. अजून महापालिकेला दीडेक वर्ष आहे. नगरसेवकांचं प्रगतिपुस्तक जरूर तपासलं जाईल. स्थानिक संपर्क व लोकप्रियता कशी आहे, ते पाहिलं जाईल. कोणत्या कमिटीवरती तो होता, तेथील त्याचे काम व हजेरी कशी आहे, ते लक्षात घेऊ; पण आबादीआबाद आणि आराम, फक्त स्वार्थ, म्हणजे फक्त पैसे ओरबाडणं, लहानसहान कामांसाठी पैसे मागणं– याचे सगळे रिपोर्ट आमच्याकडे येतच असतात. अशांना पुन्हा नगरसेवकपद देणं आम्हाला परवडणार नाही. लोक जर नाराज असतील, तर आम्ही देणार नाही. लोकांनीच एकदा दूर केल्यानंतर त्याला परत निवडून देता कामा नये– अगदी बंडखोरी केली तरी. जो शिवसेनेचा म्हणून उभा राहिलेला असेल उमेदवार, त्यालाच मतदान झालं पाहिजे.

◗ मुंबई स्वतंत्र राज्य व्हावं, असा विचार पुन्हा काही लोक मांडू लागलेत...

चिरडून टाकीन– चिरडून टाकीन ती जीभ मी, आणि त्यांचं ते मुंडकं.

◗ देशाच्या अर्थमंत्र्यांनीच अलीकडे तसं विधान केलंय...

कोणीही असू द्या. मी पर्वा करणार नाही. राज म्हणाला ते बरोबर आहे. त्याचं एक निवेदन होतं मागे. प्रथम तमिळनाडूपासून चेन्नई वेगळी करा, मग महाराष्ट्रापासून मुंबई तोडा. चेन्नई करून दाखवा, मग मुंबईला हात घाला. होऊच शकत नाही. करण्याची हिंमत नाही. आम्ही कुत्रे असू, असं धरून चाला; पण इमान हे त्या कुत्र्यापाशीच असतं.

◗ याचा अर्थ काय?

आज ती हीना नावाची कुत्री गेली. काय बिचारी ती– किती तरी बॉम्बस्फोटांचा शोध तिने घेतला. किती तरी बॉम्ब तिने शोधून काढले. हुंगता-हुंगता तिच्या दोन्ही किडन्या फेल झाल्या व ती मेली. ज्या दिवशी तो घाटकोपर बॉम्बस्फोटाचा निकाल लागला व ते सर्व आरोपी निर्दोष सुटले, त्या वेळेला तिने आपला प्राण सोडला.

अरे काय रे बाबांनो, बॉम्बचा वास घेऊन घेऊन मूत्रपिंडं मी माझी नासवली... त्या पोलिसांचाही सहवास मला मिळाला नाही. मग माझ्या वासाला काय किंमत आहे? मग तिने प्राण सोडला. पोलिसांनी हयगय केली. जरूर केली.

◗ असं आपल्याला खरंच वाटतं?

नक्कीच! हयगय का केली? कशी केली? ते सुनामी राय... नाही अनामी राय यांनी बघावे.

◗ मघाशी स्वतंत्र मुंबईचा विषयही अर्धवट राहिला. वारंवार हा विषय समोर येतोय...

असं आहे की, राजकारण्यांना आता काम तरी काय राहिलंय? तेव्हा हे असले उपद्व्याप सुचतात. आज उत्तर भारतीयांनाच मी प्रश्न विचारतो की, तुमचा उत्तर प्रदेश आहे तिथेच आहे. तिथूनचा एक तुकडा आधीच पडला. तेव्हा तुम्ही त्याला विरोध करायला हवा होता. मग तुम्ही मुंबईचा तुकडा पाडण्यासाठी आलात काय– आमच्या विरोधात मतदान करून? तुम्ही आता या महाराष्ट्राचे नागरिक आहात आणि आपण सगळे हिंदुस्थान देशाचे नागरिक आहोत आणि आता आम्ही महाराष्ट्रामध्ये आहोत, आम्ही मराठी आहोत– हा अभिमान बाळगून तुम्ही का जगत नाही? या कृपाशंकर सिंहाला मंत्री बनवला आम्ही. उत्तर प्रदेश मंत्रिमंडळात एक तरी मराठी आहे? बिहारमध्ये एक तरी मराठी आहे? तिकडे एक तरी मराठी दाखवा. आम्ही मात्र सगळ्या जातींचा मान राखलाय महाराष्ट्रात. हे आमचं पाप आहे का? मघाशी कुत्रा हा विषय आला होता बोलताना. कुत्रा हा इमानदार असतो; पण पिसाळला की वाईट असतो. आम्ही सगळ्यांशी इमान राखून आहोत; पण मात्र आम्हाला पिसाळू देऊ नका, ही एक नम्र विनंती आहे सगळ्यांना!

◗ शरद पवारांनी काल सगळ्यांचं स्वागत केलंय मुंबईमध्ये, म्हणजे पुन्हा लोंढ्यांनाच निमंत्रण दिलंय.

बरोबर. पवारांना म्हणावं, तुम्हाला बुद्धिभ्रंश नाही ना झाला? पवारांची आधीची वक्तव्यं काय होती, ती जरा पाहा. मुंबईवरचे लोंढे आवरा, आता हे लोंढे परवडणार नाहीत– अशी त्यांची वक्तव्यं आहेत. छापा ती सगळी 'सामना'त. आणि त्या अभिराम सिंहच्या सभेत काल पवारांनी सगळ्यांनाच मुंबईत येण्याचं निमंत्रण दिलं. राष्ट्रवादी पक्षातील इमानदारांनो, हे तुमचं नेतृत्व!

◗ सुनील दत्त यांच्या निधनानंतर मुंबईत लोकसभेची पोटनिवडणूक येत आहे. शिवसेना ती लढवणार आहे काय?

लढवावीच लागेल. सुनील दत्त हा माझा जुना मित्र. सांगितलंय मी मागे. आम्ही अनेकदा एकत्र बसून शॅम्पेन फोडलीय. कधी ते शॅम्पेन घेऊन माझ्या घरी यायचे, कधी मी त्यांच्या घरी जात असे. गप्पागोष्टी चालायच्या. मागच्या त्या प्रकरणात संजय दत्तला मी मदत केली. नाही तर तो सडलाच होता. तेव्हा त्याने सांगितलं, 'साब ने मेरे बच्चे को बचाया. मै शिवसेना के खिलाफ इलेक्शन नही लढूंगा'! शब्द पाळला त्याने. दोन निवडणुका तो लढला नाही. आमचे सरपोतदार जिंकून आले त्या जागी.

◗ दत्त यांचा पवारांवर राग होता?

होय. माझ्याकडे दत्त नेहमीच म्हणायचे– शरद पवारने मेरे बच्चे को फँसाया. शरद पवारने मेरे लडके के जिंदगी की बर्बादी की. संजय दत्त परदेशात होता तेव्हा. इकडे त्याच्यावरती वॉरण्ट होतं. सुनील दत्तने शरद पवारची भेट घेतली. 'उसका कोई दोष नहीं. त्याला अटक होणार नाही, असं बघा.' पवार त्यांच्या गोलमाल पद्धतीत म्हणाले, 'ठीक है. मै बात करता हूं. पोलीस जो सवाल पूछेंगे, उनका सिर्फ जबाब देना.' पवारांवर विश्वास ठेवून मी माझ्या मुलाला पोलिसांकडे पाठविले. त्याला अटक केली. सडत राहिला तिकडे. पण दत्त म्हणत, 'बाळासाहेबांनी माणुसकी दाखवली. मुलाचे आयुष्य वाचवले. त्यांचे उपकार आहेत. मी निवडणूक लढणार नाही.' नंतर सोनिया गांधींच्या आग्रहामुळे त्यांनी निवडणूक लढवली, असं तो म्हणतो. असो. ठीक आहे. गॉन आर दोज डेज.

◗ शिवसेनेचा आज वर्धापनदिन आहे. वर्षं भरभर निघून जातात. मागे वळून पाहताना आता काय वाटतं?

मी आजच सांगितलंय सकाळी. सकाळी काही कार्यकर्ते आले होते. त्यांत तो आमचा कमलाकर पाटीलही होता. विचारलं, 'काय, जातोयस का?' तर म्हणाला, 'काय हे साहेब? कसं शक्य आहे? सारं आयुष्य तुमच्याबरोबर गेलं. आम्ही कसे तुम्हाला सोडून जाऊ?' पण त्याच्याबद्दल बातमी आली की, तो एन. सी. पी.त चाललाय म्हणून. आज वाटतं सकाळी, आमचा हरेश्वर पाटीलही येऊन गेला. जुना खंदा कार्यकर्ता. एके काळचे हे वाघ. आजही त्यांच्यात रग आहे. सगळे येताहेत, बोलताहेत. या लोकांना मी सांगितलं. अरे बाबांनो, माझ्यावरती केवढी संकटं आली होती– रजनी पटेल काय, आणखी काय... शिवसेनेवर बंदी येणार. फारच थरारक अनुभव आहेत ते. मी आत्मचरित्र लिहिणार नाही म्हणून, नाही तर या सगळ्या गोष्टी

त्यात आल्या असत्या. कधी तरी मी तुमच्या 'सामना'मधून या गोष्टी बोलेनही– अगदी नावानिशी बोलेन. तो स्वतंत्र किस्सा छापाच तुम्ही एक दिवशी 'सामना'त. त्याही गोष्टी लोकांपुढे येऊ द्या. काय भोगलंय मी आणि काय सहन केलंय मी. अपमान नाही, पण भोगलंय. किती सहकारी माझे सोडून जाणार होते त्या वेळेला.

◗ **काय म्हणताय?**

होय. किती तरी सहकारी माझे सोडून जाणार होते. त्या वेळेला मी त्यांना समजावून सांगितलं. आणीबाणीच्या त्या काळात म्हणा किंवा संकटात म्हणा– मी शिवसेना टिकवली. बंदी येणार होती. टळली. आली नाही. आई जगदंबेच्या कृपेने, कुलस्वामिनीच्या कृपेने आणि तात्यांच्या कृपेनं आली नाही बंदी माझ्यावरती. तो एक इतिहास आहे. कधी बसलास तर सांगीन तुला काय काय झालं ते. कसे सहकाऱ्यांनी सहकार्य दिलं नाही आणि ऐनवेळी कसे काही लोक फिरले माझ्याविरोधात. काही गेले पण, काही राहिले पण. काही कुंपणावर बसले होते. १९७७ साल ते. पण जाऊ दे आता. पण या सगळ्या संकटातून जाऊनसुद्धा आज शिवसेना ताठ व खंबीरपणे उभी आहे. काहींनी दगा दिला, काही सोडून गेले. आता त्याचा उल्लेख मी 'तसा' करीत नाही. पण छगन भुजबळ जाऊनसुद्धा– मला वाटतं ९२ साल ते– ९५ साली शिवसेना सत्तेवर आली ना? शिवसेना केवळ महाराष्ट्रात सत्तेवर नाही आली, तर लोकसभेपर्यंत पोहोचली. राज्यसभेमध्ये तिचे प्रतिनिधी गेले. कोण सोडून गेलं? आणि त्याचा काय परिणाम झाला शिवसेनेवर? काही झाला नाही. शिवसेनेची विजयाकडे घोडदौड चालूच राहिली. ती तशीच चालू राहणार. त्यामध्ये कुठेच खंड पडणार नाही. केवळ महाराष्ट्रात नाही, तर दिल्लीच्या तख्तावरती भगवा झेंडा फडकलेला एक ना एक दिवस तुम्हाला दिसल्याशिवाय राहणार नाही. केवळ आपल्या आशीर्वादावर!

[१९ जून, २००५]

कुणी सोडून गेल्याचं दुःख का करू?

"बाहेर प्रचंड वादळं घोंघावत असता शिवसेनाप्रमुख शांत व स्थितप्रज्ञ असतात. यावर त्यांचे म्हणणे असे की, 'बाहेर जेव्हा शांत असतं, तेव्हाच वादळ निर्माण करायचं!' नारायण राणे व राज ठाकरे शिवसेना सोडून गेले. शिवसेनेत पडझड झाल्याची 'बोंब' विरोधकांनी ठोकली. शिवसेनाप्रमुख मात्र खंबीर राहिले. ते इतकेच म्हणाले, 'मी पुन्हा परीक्षेला बसलोय समजा!' त्यांनी एक खंत सदैव व्यक्त केली ती म्हणजे, 'शिवाजीमहाराजांचं जास्त खच्चीकरण मराठ्यांनीच केलं. माझंही खच्चीकरण आपले मराठी लोकच करताहेत!'"

▶ शिवसेनेवर संकटांचं वादळ घोंघावतंय, असं चित्र आज दिसतंय...

संकट कसलं? आणि नक्की वादळ म्हणायचं की संकटं म्हणायची? वादळं म्हणाल, तर अशी मी चिक्कार अंगावर घेतली आहेत. हे काही पहिलं वादळ नाहीय. यालाही संकट म्हणायचं असेल, तर गोष्ट निराळी. हे काही मी संकट समजत नाही. असे पुष्कळ प्रसंग माझ्यावर आलेले आहेत. शिवसेना जनता पक्षात 'मर्ज' करून टाका, असे मला शिवसेना नेत्यांनी तेव्हा सांगितलं. मी म्हटलं, असं होणार नाही. तुम्हाला राहायचं असेल तर राहा, नाही तर तुम्ही सगळे सोडून जा. सरळ सांगितलेलं आहे त्या नेत्यांना. त्याही परिस्थितीत मी शिवसेना टिकवली. महाराष्ट्राच्या कोनाकोपऱ्यांत आणि दिल्लीच्या तख्तापर्यंत नेली ना.

▶ बाहेर इतके वाद-वादळं सुरू असतानाही तुम्ही इतके शांत कसे, असा प्रश्न मला नेहमीच पडतो.

हाच प्रश्न मला 'माँ' नेहमी विचारायची. काय हो, बाहेर इतकं चालू असताना तुम्ही इतके शांत बसलात? मी त्यावर म्हणायचो– हे बघ माँ, बाहेर जेव्हा वादळ उठतं ना, तेव्हा शांत राहायचं. बाहेर जेव्हा शांत असतं, तेव्हाच वादळ निर्माण करायचं. हे उत्तर आहे. आणि कशाकरता? चाळीस वर्षं झाली शिवसेनेला आणि मला शिवसेनाप्रमुख म्हणून; चाळीस वर्षांत इतकं काही केल्यानंतर अशी जर बेचैनी वगैरे आली किंवा मी गडबडून-हडबडून गेलो असतो, तर शिवसेना टिकलीच नसती. त्यांतल्या सगळ्या प्रसंगांना मी गांभीर्याने, मजबुतीने तोंड दिलंय– माझ्या शिवसैनिकांच्या बरोबर. माझे शिवसैनिकही तेवढेच कडवटपणानं लढले माझ्याबरोबर. आजही तो शिवसैनिक उभा आहे. पुढच्या प्रसंगालाही तो धैर्यानं तोंड देईल आणि ती शिवसेना तीच आहे, असं सांगेल तो सगळ्यांना. कोणी हललं नाही आणि काहीच झालं नाही.

▶ वादळ म्हटलं की थोडी पडझड किंवा नुकसान होतंच. तसं काही जाणवतं का?

वादळ म्हटल्यानंतर काय पडलं, किती पत्रे उडाले... पण घर मजबूत असेल तर काहीच उडायचे नाही. नुकसान व्हायचे नाही.

▶ राणेंसारखा एक मोहरा तुम्हाला या काळात सोडून गेला...

सोडून नाही गेला; मी त्याची हकालपट्टी केलीय. काय समजलात? सोडून मुळीच गेला नाही. त्याचे सगळे चाळे बाहेर काय चालले होते, ते मी सांगितले आहे. मी परत सांगतो, वेळ असेल तर.

◗ राणे हा एक शिवसेनेचा चेहरा होता... आक्रमक होता...

थांबा हो. हे आक्रमक केव्हा झाले? त्यांची पहिली आक्रमकता चेंबूरच्या गल्लीत चालायची. ती शिवसेनेमुळे व्यासपीठावर आली, एवढंच. तीही थोडी सुसंस्कृतपणानं. त्याला आकार मी दिला. त्याला घडवला मी. आणि तो तेही कबूल करतो. मागे एकदा नारायण राणे इथं बसला होता. त्याला विचारलं, काय रे नाऱ्या, तू जेव्हा हऱ्या-नाऱ्या म्हणून चेंबूरमध्ये फिरत होतास, दिग्विजय गाजवीत होतास; तुला कधी तरी वाटलं काय की, तू कधी मुख्यमंत्री होशील? तर म्हणाला, नाही साहेब, कधीच नाही. तुम्हीच मला घडवलंत आणि शिवसेना नसती तर माझा एन्काऊंटर झाला असता. हे राणेचे शब्द माझ्यापाशी आहेत. समजलं की नाही?

◗ पण राणे यांच्या आता अशा बोंबा आहेत की, मी होतो म्हणून शिवसेना वाढली...

तसं मग ते आमचे लखोबाही म्हणताहेत की, त्यांच्यामुळे शिवसेना वाढली. मग चाळीस वर्षं मी काय केलं? माझ्या शिवसैनिकांनी काय केलं? काय बोलायचं त्यांना! उद्या ते असंही म्हणू शकतात की, मी होतो म्हणून काँग्रेस वाढली. राष्ट्रवादी वाढली. मग ते शरद पवार काय करत होते?

◗ राणे यांच्या जाण्यानं महाराष्ट्रास फटका पडला नसला तरी मुंबई-कोकणात त्यांचा परिणाम जाणवू लागलाय...

त्या नारोबाचे धंदे काय, ते सगळ्यांना माहीत आहेत. तो जेव्हा मुख्यमंत्री होता, तेव्हा त्याची बिल्डर वगैरे लोकांशी चांगलीच जानपहचान झाली. त्यानंतर तो विरोधी पक्षनेता राहिला. त्या वेळीही त्याने मुख्यमंत्र्यांशी संधान बांधून मायाही भरपूर गोळा केली. भरपूर म्हणजे, ती अजूनही पुरून उरली नाही. तिथून आता तो एस्टॅब्लिश झालाय संपत्तीच्या जोरावर. निवडणुकीच्या काळात त्याच्याकडे जास्त पैसे यायचे.

◗ एवढे पैसे कसे काय यायचे?

कसे काय म्हणून काय विचारता? सगळ्या बिल्डरांना गाठून त्यांच्याकडून तो भरपूर फंड काढायचा. तो फंड तो त्याच्याचकडे ठेवायचा. इकडे पाठवायचा नाही. एकदा मी त्याला सांगितलं की– अरे नारोबा, ते शिवसेनेचे पैसे तू इकडे का नाही पाठवत? केंद्रस्थान एक असू द्या नं. यादी ठेवू आपण कोणाला किती दिले त्याची. तू कुणाला किती दिलेस, त्याचीही यादी ठेव. तर म्हणाला– नाही साहेब, मी माझ्याकडे यादी ठेवतो ना! नाही म्हटलं, आमच्याकडनंही घेतील आणि तुझ्याकडनंही

घेतील; म्हणून कुठे तरी शिस्त पाहिजे. तर म्हणाला, दाखवतो-दाखवतो; पण शेवटपर्यंत त्याने काहीच दाखवलं नाही. हे शिवसेनेचेच पैसे तो त्या लोकांना द्यायचा. शिवसेनेतून जे बाहेर पडले कोणी, त्यांनाही त्याने हाच पैसा दिलाय. त्यांतले काही म्हणतात की, निवडणुकीच्या काळात आम्हाला नारोबाने मदत केली. हे कोणाचे पैसे? शिवसेनेचेच ना? नारोबाने कुठे मोलमजुरी करून गाठीशी जमवलेले हे पैसे नव्हते. शिवसेनेचे व शिवसेनेच्या नावावरच गोळा झालेले हे पैसे. नाही म्हणावं नारोबानं.

◗ पक्षासाठी खर्च केल्याचा ते हिशेब सांगताहेत...

होय रे बाबा, हिशेब देत बस. दुसरं तू काय करणार? नारोबा जेव्हा पवारांना भेटायला गेला, तेव्हा त्यांनाही सांगायला लागला की शिवसेनेचा, निवडणुकीचा सगळा खर्च मी करतो. यावर म्हणे पवारांनी टोलावलं. तो तुमचा व्यक्तिगत जमाखर्च नसतो; ते पार्टीचे पैसे असतात आणि पार्टीचे पैसे तुम्ही खर्च करताय म्हणजे त्यासाठी तुम्ही तुमच्या खिशात नाही हात घालत. तो पार्टीचा पैसा आहे, तो पार्टीकडे गेला पाहिजे. त्यावर नारोबा गप्प बसले!

◗ राणे असंही म्हणताहेत की मी मातोश्रीवर मिठाई पोहोचवली...

होय, तेच सांगतोय ना. काही पैसे इथे आणायचा तो. ते मी नाकारत नाही. आज निवडणुकांना जे खर्च झालेत, तसेच पूर्वीच्या निवडणुकांनाही झालेत. त्याच्या याद्या आहेत आमच्याकडे.

◗ शिवसेनेतून अनेक लोक सोडून गेले; पण कोकण आणि मुंबई अभेद्य राहिली...

खरं आहे ते.

◗ पण या वेळेला चित्र वेगळं आहे. जिथे शिवसेना निर्माण झाली, वाढली; तेथेच खिंडार पडलंय...

त्याला कारण असं आहे की, आम्ही थोडं औदार्य दाखवायला गेलो नारोबावर. संपूर्ण कोकणपट्टी त्याला जणू आंदण दिल्यासारखं झालं होतं. तेवढ्यातच त्याने पैशाच्या जोरावर आपली पकड बसवून घेतली. त्यानं एक वातावरण निर्माण केलं. पैसे रग्गड असल्यानंतर स्वत:ची संपत्तीही दणक्यात असल्यामुळे तो पैशाचं वाटप करायचा इकडे-तिकडे. पैशानं माणसं त्यानं दबावाखाली आणली आहेत. त्यात दहशतवादही आलाच. मालवण-कणकवलीत आम्हाला फटका बसला, त्याचे

कारण दहशतवाद. त्याला हवी ती माणसे त्याने आणली. सत्तेचा त्याने इतका गैरवापर केला की, त्याकडे आर. आर. पाटील लक्ष देईना, विलासराव देशमुख लक्ष देईना. इलेक्शन कमिशनरकडे तक्रारी करूनसुद्धा त्यानं पाठविलेल्या माणसांचाही काही वापर झाला नाही. कारण त्याच्याकडे माणसं विकत घेण्याची 'नॅक' आहे. त्यात फार मोठा तरबेज आहे तो. त्याने तो प्रसन्न नावाचा एस. पी. आणला– सुपरिटेंडेंट ऑफ पोलीस. तो जुना त्याचा ओळखीचा. त्याची बायको बिद्री की काय ती– तिला कलेक्टर बनवली. तिला कलेक्टर बनवून सगळी सत्ता नारोबाने आपल्या हाती ठेवली. मालवण-कणकवलीतली सगळी मैदानं आधीच बुक करून टाकली, एकही मैदान आम्हाला मिळू नये म्हणून. आणि आम्हाला एकच मैदान मिळालं, तेही कोपऱ्यावरचं. जी शाळा आम्हाला मैदान द्यायची, त्यांना तो तिकडे जाऊन दम द्यायचा. मग तेही घाबरायचे. आम्हाला गावात राहायचंय, भानगड नको म्हणून.

◗ भयंकरच दहशतवाद म्हटला पाहिजे हा...

कुठे आहे कायदा आणि सुव्यवस्था? तुम्ही ते डान्स बार बंद केलेत हो; पण तुमचे पोलीस कुणाच्या तरी तालावरच डान्स करीत आहेत ना! काय करतंय गृह खातं? उद्धव प्रचारासाठी गेला. त्याच्याबरोबर पोलीस होते मुंबईचे. ते सगळे नाश्त्याकरता एका हॉटेलमध्ये गेले. तिकडे गेल्यानंतर लगेच तो हॉटेलचा मालक बाहेर आला, 'आपण कोण? कुठले?' असं घाबरत विचारू लागला. हे म्हणाले, आम्ही अमुक अमुक पोलीस– मुंबईचे आहोत. तर म्हणे, तुम्ही नारायण राणेचे नाव घ्या हं, दुसरं कुणाचं नाव घेऊ नका. शिवसेना वगैरे काहीच बोलू नका; नाही तर इथं माझं हॉटेल राहायचं नाही. त्यानंतर चार ते पाच मिनिटांत क्वालिसच्या तीन गाड्या आल्या. माणसं उतरली हातात दांडकं घेऊन. घेराव घातला. तर ते म्हणाले, आम्ही नारायण राणेचे पोलीस आहोत. मग म्हणाले, ठीक आहे. हा असला दहशतवाद. इलेक्शन कमिशनने काही केलं नाही. पोलीस व कलेक्टरने काही केलं नाही. आम्हाला टेबलं टाकू दिली नाहीत. पोलिंग एजंटना रातोरात धमकावले. ठीक आहे. हा सत्तेचा माज आहे. आज सत्ता तुमच्याकडे आहे. पण विश्वास ठेवा, उद्या ती पुन्हा शिवसेनेकडे येईल; तेव्हा या प्रत्येक गोष्टीचा हिशेब त्यांना द्यावा लागेल. मग ते अधिकारी असोत, नाही तर नारोबाचे गुंड.

◗ पण शिवसेनासुद्धा पूर्वी हाच फॉर्म्युला वापरीत होती; आज तुम्ही नारोबाच्या गुंडगिरीविरुद्ध तक्रार करीत आहात...

तक्रार कसली? मी म्हटलं, ठीक आहे. कोण नारोबा? थोडे थांबा. असली गुंडगिरी शिवसेनेने कधीच केली नाही. आक्रमकता वेगळी व गुंडगिरी वेगळी. प्रसंग

कोणता आहे, ते पाहून शिवसेनेने लढाया केल्यात. शिवसेनेस गुंडांची टोळी असे स्वरूप मी कधीच येऊ दिले नाही. एका विचाराने आम्ही उभे राहिलो. शक्ती आमच्याकडेही होती, आजही आहे; पण असल्या निवडणुका जिंकण्यासाठी कधी वापरले नाही त्या शक्तीला. मराठी माणसांवरती जेव्हा अन्याय व्हायचा, तेव्हाच त्या शक्तीचा आम्ही वापर करायचो आणि अजूनही करू.

◗ राणे यांनी शिवसेनेच्या अलीकडच्या कार्यपद्धतीवर टीका केली, त्यामुळेच त्यांना पक्षातून जावं लागलं...

नाही. साफ खोटं आहे ते. टीका केली म्हणजे त्याने सांगितलं की, शिवसेनेत तिकिटांचा आणि पदांचा बाजार होतोय. म्हणजे आम्ही पैसे देऊन, खाऊन तिकिटं देतोय. याचा फैसला मी तिथल्या तिथेच केला रंगशारदात– म्हणजे नारोबा बोलले तिथेच. नारोबा बसला होता व्यासपीठावर. मनोहर जोशीही होते. महाराष्ट्रभरातून लोकप्रतिनिधी तिथे आले होते. आमदार, खासदार, नगरसेवक वगैरे वगैरे. सगळ्यांना मी जाहीर प्रश्न केला. म्हटलं, दबावाखाली येऊ नका. मला स्पष्ट सांगा. माझ्या प्रश्नाचं उत्तर पाहिजे. ते आजच आणि आजच दिले पाहिजे. म्हटलं, तुम्हाला जेव्हा तिकीटवाटप झालं– मग ते माझ्याकडनं असेल, राजकडनं असेल किंवा उद्धवकडनं असेल– त्या तिकिटाच्या बदल्यात आम्ही तुमच्याकडनं किती मागितले? किंवा तिकिटांसाठी तुम्ही आम्हाला किती आणून दिले? ते कृपा करून इकडे उभं राहून सांगावं. दहा लाख, अमुक लाख, तमुक लाख, एक कोटी– काय असेल ते सांगा. उद्धवला दिले असतील, तर एक क्षणभरही उद्धवला ठेवणार नाही; त्याला शिवसेनेतून दूर करेन. राजने घेतले असतील, तर तसं सांगा. एक क्षणभरही मी शिवसेनेत ठेवणार नाही. मी असेन, तर मीसुद्धा शिवसेनेत राहणार नाही. आम्ही तिघेही शिवसेना सोडून जाऊ. तर सगळे म्हणाले, नाही– नाही, असं काहीच घडलं नाही. कधीच कुणी केलं नाही. त्यानंतर नारोबाच्या शिवसैनिकांना, पदाधिकाऱ्यांना सुरू झाल्या दमदाट्या. हे मी सहन करायचं? शिवसेनेत हा गँगस्टरिझम मी कधीच सहन केला नाही, वाढू दिला नाही.

◗ पण पुढे काय झालं रंगशारदेतील तुमच्या भाषणानंतर?

काय होणार? नारोबाच्या दमदाट्या सुरूच राहिल्या. माझ्या कानांवरही काही प्रकार येतच होते. गोवामार्गे तो सिंधुदुर्गला जायचा. तिकडे केव्हाही तो सिंधुदुर्गला गेला आणि मी फोन केला की, लगेच लाईनवर यायचा आणि फोन लागला नाही, तर तसा त्याला निरोप जायचा. पुढच्या पाच-सात मिनिटांत त्याचा उलटा फोन यायचा. मात्र, या वेळेला मी त्याला सहा-सात वेळेला फोन केला. त्याचे जे

कलेक्टर आहेत– म्हणजे डेप्युटी वसूलमंत्री रवी शेडगे– त्या शेडगे यांना निरोप दिला की, लगेच ते नारोबांना सांगायचे. या वेळेला पाच-सात फोन करूनसुद्धा जाब नाही. काय झालं काय? नंतर मग याचं एक-एक बेंड फुटायला लागलं. तो गोव्याला गेला. तिथूनच मिरवणूक काढली. गाड्यांचा तांडा होता. ती मिरवणूक कणकवलीला आली. तिकडे आल्यानंतर मात्र त्याने जाहीर मीटिंग घेतली. त्यात त्यानं सांगितलं की, कार्याध्यक्षाचं काम कसं चाललंय, मला पसंत कसं नाही... तिकिटांचा व्यापार वगैरे. मी काही निर्णय घेतलाच, तर तुम्ही मला साथ करणार आहात की नाही? त्यावर सगळ्यांनी ओरडून सांगितलं, ''नारायण राणे, आगे बढो... हम तुम्हारे साथ है.'' हे सगळे रिपोर्ट माझ्याकडे आले. नंतर तो विमानानं सांताक्रूझ विमानतळावर उतरला. तिकडेही त्याचा तो ३५-४० गाड्यांचा ताफा. हातामध्ये बॅनर्स आणि स्लोगन्स काय? 'नारायण राणे अंगार है, बाकी सब भंगार है'! कोण अंगार? कोण भंगार? तू रे अंगार कधी झालास? तिकडे तो लोकांना म्हणाला, 'मला मातोश्रीला जायचंय– मातोश्रीला जायचंय.' असं सांगून स्वत:च्या घरी गेला. दोन दिवस झाले, तो मातोश्रीला आलाच नाही आणि मग एका संध्याकाळी तिकडे पेण अन् पनवेलच्या मध्ये आमचा तो सुहास सामंत आहे, त्याच्या हॉटेलवर गेला. त्याने सामंतला विचारलं की, माझं असं असं चाललंय. तुझा काय विचार आहे? सामंतने सांगितलं, आपण मित्र वगैरे असलो तरी मी बाळासाहेबांचा शिवसैनिक आहे. तुला साथ देऊ शकत नाही. मी कडवट शिवसैनिक आहे. शिवसेनेतच जगेन, शिवसेनेतच मरेन. तर म्हणाला, ठीक आहे. मी तुला बघून घेईन. ही बातमी लगेच मोबाईलवरून आली मला. म्हटलं, याची चाल काही तरी निराळीच दिसते. मी रातोरात जितकी नेतेमंडळी असतील, त्यांची मीटिंग लावली मातोश्रीत. म्हटलं, त्याची अशी-अशी चाल आहे– काय करायचं? दरम्यान, पवारांचं स्टेटमेंट आलं. तीन-चार महिने नारायण राणे माझ्याकडे येत-जात असतात. नंतर प्रभा रावांनी सांगितले, तिच्याकडे सहा महिने ते संधान बांधून होते. कशाकरता जातोस? तू विरोधी पक्षनेता आहेस. काय संबंध तुझा? तर, तो तिकडे दिल्लीत खुंटे बळकट करत होता. हे शिवसेनेला परवडणारं नाही. त्यानं नेतेपदाचा राजीनामा दिला तरी उद्या तो हीरो म्हणून शिवसेना सोडल्याचं जाहीर करेल. ते मला त्याला द्यायचं नव्हतं. त्यामुळे रंगशारदेला मी मीटिंग लावली व त्यात जाहीर करून टाकलं की, मी त्याची हकालपट्टी केली म्हणून. ही बॅकग्राऊन्ड आहे. ती लोकांना कळू द्या आणि कळली पाहिजे. हे सांगितलंय मी अनेक ठिकाणी. आज पुन्हा रिपीट करतोय, माझ्या वाढदिवसानिमित्त.

तुमच्याबरोबर ज्यांनी अखखं आयुष्य घालवलं, तुमच्या चरणी ज्यांनी निष्ठा वाहिल्या होत्या, असे काही शिवसैनिक राणेबरोबर गेले. त्यात श्रीकांत सरमळकर, जयवंत परब, धारकर, विचारे वगैरे लोक आहेत...

श्रीकांत सरमळकर विशेषत:– माझा कडवट शिवसैनिकच तो. खरं आहे. जाण्याच्या आधी दोन दिवस तो इथे येऊन बसला. चहा प्यायला. त्याला विचारलं, श्रीकांत, तुझं काय रे? तर म्हणाला, साहेब, आम्ही तुमचेच. तुमच्याशिवाय आम्ही कोठे जाऊ? तुम्हीच माझे नेते आहात. शिवसेनेमध्येच मी राहणार व शिवसेनेमध्येच मरणार. हे तो दोन दिवसाअगोदर बोलला. त्यानंतर जयवंत परब आला– कान पकडून, दोन्ही गालांवरती त्याने चापट्या मारून सांगितलं– साहेब, माझ्या निष्ठा शिवसेनेशीच. त्याला विचारलं, काय रे, तुझ्या काही तरी हालचाली सुरू झाल्यात? नारोबाच्या बंगल्यावरती गेला होतास. तर म्हणाला, नाही साहेब. त्याने मला बोलावलं म्हणून मी जाऊन आलो. काय, कशाला ते माहीत नव्हते. मला क्षमा करा. मला माफ करा साहेब. मी तुमचाच आहे आणि मी शिवसेनेमध्येच राहणार. शिवसेनेखेरीज कुठेही जाणार नाही. भास्कर विचारेही येऊन गेला. कडवट शिवसैनिक; पण दोन दिवसांनी दोन्ही जण नारोबाच्या मागे व्ही फॉर व्हिक्टरीच्या खुणा करीत उभे होते. श्रीकांत तर माझा अंगरक्षक. 'मातोश्री'वरच असायचा. दौऱ्यावर असायचा. माझी सगळी काळजी घ्यायचा. माझ्यापर्यंत मी त्यांना शक्य आहे ते देण्याचा प्रयत्न केला. शिवसेना नसती, तर आज 'व्ही' फॉर व्हिक्टरीच्या खुणा करणारे कोठे असते? शिवसेना होती म्हणून नगरसेवक, आमदार झालात; पुढे निवडणुकांत तुम्ही पडलात, तो दोष कोणाचा? जाऊ द्या. त्यांची 'व्हिक्टरी' त्यांच्यापाशी.

पण इतके कडवट लोक सोडून गेले, त्याचं दु:ख वाटतंय का?

नाही, दु:ख वगैरे नाही; पण माणसांच्या स्वभावाची पारख होऊ लागली. हा एक मोठा अभ्यास आहे. मी परीक्षेला बसलोय समजा. नव्यानं काही गोष्टी शिकतोय. तो कालिदास कोळंबकर उद्धवकडे आला. त्याच्या त्या बातम्या येत होत्या त्या वेळेला. फक्त लोळण घेण्याचंच शिल्लक होतं. उद्धवजी, हे असं करा. तोडू नका. काय करता आलं तर बघा. कारण मी त्यांचा मिंधा आहे म्हणे आणि अनेक ठिकाणी– मग तो श्याम सावंत असो, मग ते कोकाटे असोत– त्यांचे नारोबाशी अधिक हितसंबंध आहेत. पार्टनरशिप्स आहेत. नारायण पैसे पुरवायचा. खरेदी-विक्री चालायची. सगळ्या बातम्या यायच्या माझ्याकडे. अशा दगाबाज लोकांना मी पोसू? जमणार नाही. काय नुकसान होईल ते होईल पुढे. असं आहे शेवटी. मी हे सगळं २३ तारखेला सविस्तर बोलणार आहे. काही मुद्दे मला तिकडेही ठेवले पाहिजेत. तो काय म्हणतोय? म्हणजे नारोबा. मी जे बोललो, तेच

राज बोलला. तू बोललास तसं नाही राज बोलला. कामाची पद्धत आपण जरा बदलायला पाहिजे. काही आमूलाग्र बदल करायला पाहिजेत शिवसेनेत. पैशाचा आरोप नव्हता केला त्यानं. राजला पक्षातून काढला नाही, कारण तो ठाकरे कुटुंबापैकी आहे. मी नव्हतो, म्हणून काढलं. राजला काढला नाही याचं कारण, राज दुसऱ्या पक्षात जाऊन खुंटे बळकट करत नव्हता. राजच्या डोक्यातही ते विचार नव्हते की काँग्रेस पक्षात जावं. तुझ्या डोक्यात तो घुमायला लागला होता.

◗ राणेसारखा तुमचा एके काळचा चेला काँग्रेस पक्षात जाऊन तुमच्यावर टीका करतो आणि सोनियाची भलावण करतो, तेव्हा काय वाटतं?

याची त्यांना लाज वाटली पाहिजे ना! निर्लज्ज माणूस आहे. 'गजाली' म्हणून पुस्तकरूपाने छापलंय आपण. गजालीत ते सगळं आहे. सोनिया गांधीविषयी तो काय बोललाय, काँग्रेसविषयी काय बोललाय... ज्या बाईला देश नाही, ती बाई या देशाची पंतप्रधान होऊच शकत नाही– वगैरे वगैरे. तो सुधीर सावंत काँग्रेसचा. त्याने नारोबाला असे आव्हान दिले होते की, हिंमत असेल तर कोकणात एकट्याने फिरून दाखवा. आज तोच सावंत नारोबाबरोबर रस्त्याने फिरतोय. काय लाजलज्जा? एवढं प्रेम, एवढा पुळका कशामुळे आला? काँग्रेसच्या श्रीधर नाईकांचा खून कोणी केला? या खुनाविरुद्ध हेच सावंत कालपर्यंत कुणाविरुद्ध ठणाणत होते? आज त्याच खुन्यांच्या पखाल्या तुम्ही वाहताय. बेशरमपणाचा हा कळसच आहे!

◗ इतिहासात शिवाजीमहाराजांच्या नशिबी जे दु:ख आलं किंवा त्यांनी हिंदवी स्वराज्य स्थापनेसाठी भोगलं, त्याच काटेरी वाटेवरून आज तुम्ही निघाला आहात...

महाराज महान होते हो. त्यांचं दु:ख भयानकच होतं. २०० मराठ्यांनी त्यांच्या विरोधात लढाया केल्या आणि विशेष म्हणजे, त्यामध्येही नातेवाइकच होते.

◗ ते तुम्हालाही सोसावं लागतंय, विशेषतः दुहीचा शाप आणि घरभेदीपणा...

मला तुलना नाही करायची. महाराजांचं जास्त खच्चीकरण मराठ्यांनीच केलं. माझंही खच्चीकरण आपले मराठी लोकच करताहेत. सगळे पत्रकार त्यात आहेत– विशेषत: मराठी. अगदी कडवटपणे उभे आहेत शिवसेनेच्या विरोधात. ते राजला उचलून धरताहेत याचा अर्थ असा नव्हे की, त्यांना राजबद्दल आदर आहे, प्रेम आहे; पण शिवसेनेत आग लागतेय ना, तर त्यात तेल टाका; भांडण होतेय ना, तर ते वाढवायचे. शिवसेना फुटतेय ना, तुटतेय ना; तर आनंद आहे. हे मराठी पत्रकारच करताहेत.

◗ ही पोटदुखी आहे का?

पैशाचे खेळ आहेत हे. काही लोकांना जी बांधिलकी आहे, त्यात राजकारणात त्यांना शिरकाव पाहिजे आहे. एखाद्या संपादकाला कुठे राज्यसभेवर जायचे आहे. त्यामुळे सोनिया गांधींचीच तळी उचलून धरायची, हे यांचे धंदे. कुणाला पवारांचा पुळका आहे. नारोबाचा पुळका तुम्हाला माहिती आहे कशासाठी तो. नारोबानेच मला येऊन सांगितलंय एके दिवशी. त्याच्या त्या 'बी-३'मध्ये काही पत्रकार एकदा असेच गेले. नारोबा घरीच होते. काय, इकडे कसं काय येणं केलंत? तर पत्रकार म्हणाले, मंत्रालयात आलो होतो, तर सहजच तुम्हाला भेटायला आलो. तर म्हटलं बसा. कसं काय चाललंय? त्यांनी नारोबाला सांगितलं, चांगलं चाललंय. आमच्याकडनं पाकिटं घ्या आणि आमचीच मारा. हे नारोबाचे शब्द आहेत. म्हणजे पाकिटं दिली जातात, हा त्याचा अर्थ आहे. याच्यात नाऱ्या कुठे कमी पडणार नाही. अजिबात नाही...

[१५ जानेवारी, २००६]

ज्यांनी सर्व भोगलं, तेच गेले

"राज ठाकरे यांनी शिवसेना सोडली, हा मोठा धक्का होता. शिवसेनाप्रमुखांनी ते मान्य केले. याच वेळी शिवसेनाप्रमुखांनी सांगितलं, ''ज्यांनी शिवसेनेत राहून सर्व काही भोगलं, मिळवलं, तेच सोडून गेले. मी शिवसैनिकांस मानतो. नेते म्हणविणारे सोडून जातात, शिवसैनिक तेथेच असतो.'' याच काळात शिवसेनाप्रमुख गॉगल लावायला लागले, डोळ्यांना त्रास सुरू झाला म्हणून. शिवसेनाप्रमुखांनी 'मार्मिक' शैलीत टपली मारली, ''गॉगल लावीत असलो, तरी मी धृतराष्ट्र नाही! प्रत्येक गोष्टीवर माझं लक्ष आहे!''"

राणे यांचा धक्का कमी पडला म्हणून की काय राज ठाकरे यांनीही तोच मार्ग स्वीकारला...

राजला जे काही पाहिजे होतं किंवा करून हवं होतं, ते मीही कबूल केलं आणि उद्धवनेही कबूल केलं होतं; पण कोण त्याला गुरू भेटले, कानफुसक्या केल्या, कोणी त्याच्या कानामध्ये विष ओतलं; ते सांगता येत नाही.

तुमच्यापेक्षा मोठा गुरू कोणी असू शकतो काय?

त्याच्या वयोमानानुसार तो मोठाच असू शकेल– जो कोणी असेल तो.

राजचा धक्का तुम्हाला किती बसला?

झालं, दु:ख जरूर झालं. राजकडून ही अपेक्षा नव्हती. खरोखरच नव्हती; अजिबात अपेक्षा नव्हती. राज असं काही करेल, असं मला स्वप्नातही वाटलं नव्हतं. बाकी काय– आले काय, गेले काय, चालतंच. राजनं जे केलंय, ते दु:ख मोठं आहे. तो वाट चुकलाय. त्यानं बेहोशीने जाऊ नये आणि केवळ स्तुतिपाठक फैलावले, ती स्तुतीसुद्धा कामाची नसते. आयुष्य उभं नाही करत ती.

◗ राणे व राज या दोघांनीही बंडच केलंय; पण...

हा विषय जरा आपण बाजूला ठेवू या नं. आता तो फक्त लांबच गेलाय. राज ज्या वेळेला पक्ष काढेल, नाही काढेल; त्या वेळेला बघू. मी हे असं बोललोय, ते लिही सगळं.

◗ नाही. प्रश्न इतकाच आहे की, राणे यांनी जे मुद्दे उपस्थित केले, तेच राजनेही केले...

नाही, अजिबात नाही. राणेचा आरोप पैसे घेऊन पद वाटण्याबाबतच होता. राजला संघटनेत एक आमूलाग्र बदल हवा होता. नेतेमंडळींमध्ये, संपर्कनेत्यांमध्ये, विभागप्रमुखांमध्ये असे काही बदल त्याला पाहिजे होते. मी हेही म्हटलं त्याला की, तू आणि उद्धव बस. कुठचे तुला बदल पाहिजेत, त्यांवर चर्चा करा. ती चर्चा नंतर माझ्याकडे द्या. आपण तो निर्णय घेऊ.

◗ पण ही धुसफूस बरेच दिवस सुरू होती...?

होती.

◗ पण त्या मागण्या मला वाटतं, संघटनात्मक मागण्या होत्या...

असं आहे की, वाकड्यातिकड्या मागण्या केल्या, तर काय करू? सुभाष देसाई– तर तो म्हणे, ही सगळी कारस्थाने करतो. तो ही कारस्थानं करीत नाही. राजला दूर करण्यात त्याचा काय स्वार्थ आहे?

◗ पण राज हा तुमच्याच मांडीवर वाढलेला...

अर्थात. मी आणि माँ, आमच्या खांद्यांवर खेळलेलं पोरगं आहे ते.

◗ तुम्ही अनेकांच्या नाराज्या दूर केल्यात, मग राजची नाराजी का दूर करू शकला नाहीत?

होय. पण तुमचे हट्ट काय मनातले, ते मी काय सांगू? तुम्हाला काय व्हायचंय आणि कशासाठी व्हायचंय, कोणासाठी व्हायचंय, काय पाहिजे तुम्हाला? नेतेपद पाहिजे, तर ते आहातच तुम्ही. अजून काही इतर गोष्टी पाहिजेत, तर त्या दिल्या होत्या.

◗ शिवसेना ही कारकुनी पद्धतीने चालतेय, असा त्यांचा एक आरोप होता...

शिस्तीचा तो एक भाग आहे. कारकून नसले तर कोणतंही ऑफिस चालायचं नाही– कुठचंही. मग अगदी रिलायन्स असले तरी. टाटा-बिर्ला असले तरी कारकून हे असणारच. मंत्रालय तर कारकूनच चालवतात. ते आय. ए. एस. वगैरेची हेटाळणी कारकून म्हणून करतात, पण राज्य तेच चालवतात. कारकून ही शिवी नुसती हासडून उपयोगाची नाही. कामाची माणसं आहेत. कामं करताहेत. एखादुसरा बिनकामाचा असेल, तर त्याला आपण केव्हाही दूर करू शकतो. तशी आमची तयारीही होती.

◗ पण या सगळ्या प्रकरणात तणाव आणि संभ्रमाचेच वातावरण निर्माण झालेय...

ठीक आहे. तू तरी कशाला तडफडत होतास? एकोपा व्हावा, फाटाफूट होऊ नये, म्हणूनच ना? पण तुझीही गाडी त्या दिवशी फोडली. अगदी उलटी केली. कशासाठी? राज वेडावाकडा वागू नये, कुठे इकडे-तिकडे भरकटू नये, यासाठी तुझे प्रयत्न चालू होते. मनोहर जोशीही होते बरोबर, तरी तुझी गाडी उलटी? म्हणजे रोष संजय राऊतवर. कशासाठी? तर, तू ती एक चौकट टाकली होतीस. कोकणच्या दौऱ्यावरून परत फिरण्यापेक्षा राजने अटक करून घ्यायला हवी होती. त्यामुळे राग संजय राऊतवर. त्यात तुझा हेतू काय होता, भूमिका काय होती; ते पाहायला पाहिजे होतं; पण नाही. त्यांनी राग काढला.

◗ उद्धव व राज हे संघटना अधिक पुढे नेऊ शकले असते...

नेऊ शकतात. नेलीही होती, जात होती; पण त्याला दुर्बुद्धी आठवली, त्याला मी काय करू?

◗ भारतीय विद्यार्थी सेनेचं सगळं युनिटच शिवसेनेपासून लांब गेलं...

नाही, सगळं नाही गेलं. त्यातले बरेच लोक शिवसेनेत आहेत. मातोश्रीवर येत आहेत. बैठका सुरू आहेत. स्वत:हून येताहेत. आम्ही शिवसैनिकच आहोत, असे सांगताहेत. कारण विद्यार्थी सेना म्हणजे शिवसेनेचे अंग आहे. राजने उद्या दुर्दैवाने नवा पक्ष काढला तरी विद्यार्थी सेना ही शिवसेनेचीच राहील. शिवसेनेने निर्माण केलेली ती संघटना आहे.

◗ राज ठाकरे नवा पक्ष काढतील, असं वाटतं का?

मी काहीच सांगू शकत नाही– काय त्याच्या मनात आहे ते.

बाहेर असं म्हटलं जातं आणि असा प्रचार केला जातोय की...

अरे, पुन्हा तू पूर्वपदावर आलास! काय म्हटलं जातंय? ते शेवटचं उत्तर देतो.

राज ठाकरे यांना आपला छुपा पाठिंबा आहे किंवा आशीर्वाद आहे, असं म्हटलं जातंय...

गेल्या चाळीस वर्षांत शिवसेनाप्रमुख म्हणून मी असले छुपे धंदे केले नाहीत. सरळ उघड-उघड वावरणारा मी माणूस आहे. मूठ म्हणून मी अशी कधी झाकून ठेवली नाही. प्रसंगानुरूप आवळलेली मूठ निराळी; पण मतलबी, मुत्सद्दीपणानं दाबलेली मूठ निराळी. ती मी कधीच केली नाही. हातचं राखून केलेली निराळी. हातचं मी काहीच राखत नाही. पैसे आले तरी मी उधळतो. सगळ्यांना वाटप देतो. मदत करतो.

या सगळ्या प्रकरणात तुम्हाला 'धृतराष्ट्र' ठरविण्याचा प्रकार झालाय...

उद्धवने याचं उत्तर दिलंय. शिवसेनाप्रमुख बाळासाहेब ठाकरे गॉगल लावीत असले तरी ते धृतराष्ट्र नाहीत. खरं आहे ते. महाबळेश्वरच्याच शिबिरामध्ये उद्धवला कार्याध्यक्ष केलं. मी नव्हतो त्या मीटिंगला. मी बंगल्यावर होतो. सभेची तयारी झाली की मला बोलवा, असं मी सांगितलं होतं. मला निरोप आला की, सगळं तयार आहे. मी गेलो. ठराव टाकून, संमत करून त्या सगळ्यांनी उद्धवला कार्याध्यक्ष बनवला. ठराव कोणी आणला? तर, तुम्ही लोकांनी आणला. राजनेच तो पुढे मांडला. मग तो संमत झाला– सगळ्यांच्या संमतीवर. मला माहीत नाही, असं काही होणार आहे वगैरे. हे ढोंगही नाही. नाही तर व्यासपीठावर मी छत्रपती शिवाजीमहाराजांचा पुतळा ठेवला नसता. खोटंच बोलायचं असेल तर... काही आहेत असे काँग्रेसवाले; शिवाजीमहाराजांचा पुतळा ठेवून खोटं बोलतात... मला नाही जमणार ते. मी विचारलं, हे हारतुरे कसले सगळे? तर म्हणे, आता एक ठराव पास झाला. राजसाहेबांनी तो ठराव पुढे मांडला. आम्ही तो सर्वसंमतीने मंजूर केला. उद्धवना आम्ही कार्याध्यक्ष बनवलं. म्हटलं, कोणाला विचारून हा ठराव आणलात तुम्ही? मला न विचारता कसा काय ठराव पास केलात? तर म्हणे, ठराव आला आणि आम्ही संमत करून टाकला. मी उभा राहिलो. विचारलं, तुम्हाला मी अजून सांगतोय की, दबावाखाली वागू नका. अजूनही प्रामाणिकपणाने सांगतोय तुम्हाला की, उद्धवला तुम्ही कार्याध्यक्ष केलंत; हे तुम्ही मला न सांगता केलेलं आहे. तुम्हाला पसंत असेल तर होय म्हणा, नाही तर नाही म्हणा. नाही म्हणाल तर मी आत्ता उद्धवला बाजूला करतो. तर लोक उभे राहिले. नाही-नाही साहेब, आम्हीच तो ठराव पास केला. सगळ्यांनी हात वर केले. मग म्हटलं, ठीक आहे. आपली

इच्छा. इकडे पुत्रप्रेम कुठे आलं? मी तयार झालो होतो नं त्याला बाजूला करायला? आता तोच ठराव राजला धोंड्यासारखा वाटतो. म्हणे, मी हा धोंडा पायावर पाडून घेतला. हे काय आहे सगळं राजकारण? राजने खरा धोंडा आता पायावर पाडून घेतला आहे.

◗ **या सगळ्या काळामध्ये...**

अरे, तू कशाला ही मुलाखत घेणार आहेस माझी? काय करणार आहेस?

◗ **या सगळ्या काळामध्ये उद्धवचं नेतृत्व आपल्याला कसं वाटलं?**

त्याने एक शिस्त आणलेली आहे. शिस्त लावतोय तो. प्रयत्न करतोय त्याच्या पद्धतीप्रमाणे. फिरतोयही भरपूर आणि सगळं रेकॉर्ड त्याने छान ठेवलेलं आहे. सुभाष देसाई एक चांगल्या पद्धतीनं रेकॉर्ड तयार करीत असतात. सकाळी सांगितलं की, दोन-तीन तासांत ते रेकॉर्ड तुमच्या टेबलावर.

◗ **एके काळी संघटना तुमच्या आदेशावर चालायची...**

चालायची म्हणजे? अजूनही चालते.

◗ **नाही, ती पिढी वेगळी होती. आजच्या पिढीत ती शिस्त आणि आदेश पाळण्याची परंपरा आहे काय?**

मला असं वाटतं की, माझा आदेश अजून तरी फुकट गेला नाही. आम्ही अजूनही एका आदेशाने बंद करू शकतो, पण न्यायालयाचा निकाल आडवा येतो. मागच्या एका बंदचा दंड म्हणून २०-२० लाख रुपये भरलेत मी भारतीय जनता पक्षाबरोबर. आता आम्हाला बंदमध्ये भाग घेता येत नाही; पण अजूनही आम्ही 'मुंबई बंद' म्हटलं की मुंबई बंद होईल. 'महाराष्ट्र बंद' म्हटला की महाराष्ट्र बंद होईल. तसा आम्हाला आत्मविश्वास आहे.

◗ **बदलत्या काळानुसार नवं नेतृत्व शिवसेनेत यावं, असं वाटत नाही काय?**

सध्या मग काय चाललंय? नवं नेतृत्वच आहे ना? ते आलं आणि त्यांनी नव्या पद्धतीनं काही केलं; तर तुम्ही त्यावरही टीका करता, त्यांच्या कार्यपद्धतीवर टीका करता. नव्या नेतृत्वामध्ये उद्धवबरोबर राजही होता. तसं म्हटलं तर तू स्वत: आहेस. सुभाष देसाई, दिवाकर रावते, आमचा रामदास कदम आहे.

◗ अनेक जुन्या पदाधिकाऱ्यांविषयी तक्रारी केल्या जातात. त्यांना बदलावं, अशी मागणी होते...

मी शिवसेनेत नवं-जुनं असं काही मानत नाही. जुने कुचकामाचे ठरले की, आपोआपच नवे येतात. ते नवेसुद्धा नंतर जुने होतात. त्यांच्याबद्दलही अशाच तक्रारी होऊ शकतात. म्हणूनच पोलिसांच्या बदल्याही तीन-तीन वर्षांनी करत असतात. तशी काही पद्धत नाहीय. तशी पद्धत शिवसेनेत येणार नाहीय, येऊ शकत नाही. घरंदारं आहेत, पोरंबाळं आहेत, नोकऱ्या आणि शाळाही आहेत. त्यांच्या अनेक सांसारिक अडचणी आहेत. त्याच्यामध्ये आपण कसा बिघाड आणायचा?

◗ आज संघटना म्हणून शिवसेना आपल्याला किती मजबूत वाटते?

म्हणजे काय, तुम्हाला काय म्हणायचे आहे?

◗ पूर्वी शिस्तीचं पोलादी कवच होतं. पोलादी पकड होती शिवसेनेची.

अजूनही आहे हो. तुम्ही कशाकरता हे प्रश्न करता? पकड कुठे ढिली पडली, तर सांगा ना! मालवणच्या निवडणुकीचा इतिहास तुम्हाला सांगितला. या असल्या हऱ्या-नाऱ्याच्या दहशतीखाली निवडणूक लढवली गेली. ती एकाची निवडणूक झाली. कुणाला बाहेरच पडू द्यायचा नाही. घराघरामध्ये जाऊन दम मारायचे. उद्या मतदानाला बाहेर पडलास आणि शिवसेनेला मतदान केलेस, तर याद राखा; तुमचं घर जागेवर ठेवणार नाही. हे दम मारले गेलेले आहेत. कोणाकडे तक्रार करणार? पोलिसांकडे तक्रार केली, तर पोलीस त्याचेच. त्यात तो मंत्री झालाय. सत्ता आहे हाताशी. मंत्रिपदाचा जेवढा उपयोग करून घेता येईल, त्याचा दुरुपयोगच केलाय त्याने. त्याच्या पोराने परवा शाखाप्रमुखालाही दमबाजी केली. तक्रार करूनसुद्धा पोलिसांकडे काही कारवाई नाही. याचं कारण वसूलमंत्री. मंत्रिपदावर बसलेल्या माणसाला काहीही करता येतं. बलात्कारही करता येतो.

◗ चाळीस वर्षांपूर्वी तुम्ही शिवसेनेची स्थापना केलीत, त्यामागे एक विचार होता. तो विचार मराठी माणसाचा होता, अन्यायाविरुद्ध लढण्याचा होता आणि मधल्या काळात तो हिंदुत्वाचाही होता...

बरोबर आहे तुमचं. शेवटी विचार महत्त्वाचा; तरच तुमच्या आचाराला महत्त्व येतं.

◗ यापुढे कोणाच्या विचारानं ही संघटना पुढे जाईल?

मला २३ जानेवारीस षण्मुखानंद हॉलसाठी काही ठेवा ना विचार. तरीही

सांगतो, शिवसेना ही मराठी माणसासाठीच जन्मास आली आहे व मराठी माणसासाठीच मरेल; पण आजूबाजूचं वातावरणही पाहावं लागतं, हे विसरू नका तुम्ही. राजकीय व सामाजिक बदलांची दखल घ्यावीच लागते. हिटलरचा पराभव का झाला? तो नुसतं युद्ध एके युद्ध करत बसला. त्याची जी आर्थिक फळी होती, ती त्याने दुर्लक्षित केली आणि तीच ढासळली. जर्मनीमध्येच शेवटी उपासमार सुरू झाली. सेनापतीला सैन्याच्या पोटाचा विचार करावा लागतो. सैन्य जसं पोटांवर चालतं, तसंच सध्या राजकारणाचंही आहे. ज्यांच्या बळावर आणि ज्यांच्यासाठी आपण लढतो, त्यांच्या पोटापाण्याचा विचार करावा लागतो. मी तो केला; आजही करतोय. ती बाजू दुर्लक्षित करून चालणार नाही.

मी नोकऱ्या दिल्या– मोठ्या प्रमाणात दिल्या. काही लोकांनी टिकवल्या आणि काही लोक सोडूनही गेले. अशा वेळेला दोष आमच्याकडेच का? गिरगावातले लोक पूर्वी दोन खोल्यांमध्ये राहत होते; पण नंतर मुलांचं लग्न झालं. त्यांनाही मुलं झाली. काय दोन खोल्यांत कोण कुठे झोपणार? कसं काय करणार वाटप? आणि म्हातारा-म्हातारी असेल, तर त्यांनी काय गॅलरीत झोपायचं? त्यांना पागडी मिळाली चांगली. त्यात त्यांनी कल्याण, डोंबिवली, ठाण्यात मोठ्या जागा घेतल्या. गिरगाव सोडलं. मराठी माणूस असाच कमी झाला. त्याला आम्ही रोखू शकतो काय? खोल्या वाढवू शकतो काय आम्ही त्याच्या? कशाला जातोस सोडून; आम्ही तुला दोनच्या बदल्यात तीन देतो, असं काही आहे का? आम्ही नोकऱ्या देऊ शकलो, आजही देत आहोत; पण खोल्या नाही देऊ शकलो. जाऊन बघा त्या खोल्या कशा आहेत आणि त्यात मराठी माणसाने संसार कसा केला असता?

◗ पण मिलच्या जागांवर ज्या प्रचंड इमारती उभ्या राहाताहेत, त्यातही मराठी माणसाला स्थान नाही...

त्याच्यावर आमची आंदोलनं चालूच असतात.

◗ आज तुमचं वय ८० आहे. त्यातही चाळीस वर्षे तुम्ही शिवसेनेसाठी खर्च केलीत. म्हणजे तुमचं अर्धं आयुष्य हे शिवसेनेच्या उभारणीत, बांधणीत, महाराष्ट्राच्या उभारणीत गेलं... ही ८० वर्षं व ४० वर्षं आहेत, त्याकडे आज कोणत्या नजरेनं पाहता?

पहिली चाळीस वर्षं मला मिळाली, संसाराला मिळाली. त्यापुढची चाळीस वर्षं या दुसऱ्या संसाराला दिली– शिवसेनेच्या. आणि सगळे शिवसैनिक मला माझ्या मुलाबाळांसारखेच आहेत. मी त्यांच्यावर सारखंच प्रेम करतो.

मुलंही कधी कधी नाराज होतात...

स्वाभाविक आहे. मानवी स्वभाव आहे. राग, लोभ, मत्सर, द्वेष हे त्यात सगळं आलंच.

जी मुलं रागवून, नाराज होऊन गेली; त्यांनी परतावं, असं कधी तुम्हाला वाटतं का?

का वाटणार नाही? जरूर वाटतं. नक्कीच वाटतं. सर्व शिवसैनिक ही माझी मुलंच आहेत. त्यांच्यावर मी मुलांसारखं प्रेम केलं. त्यांनीही माझ्यावर केलंय. एक जिव्हाळ्याचं नातं इतक्या वर्षांत निर्माण झाल्यावर कुणी दूर केल्यावर वेदना होणारच. आंदोलनात, संघर्षात शिवसैनिकांना खरचटलं तरी मी अस्वस्थ होतो; पण असंख्य शिवसैनिकांनी माझ्यासाठी लाठ्या खाल्ल्या, रक्त सांडले, घाव झेलले आणि अनेकांनी तर प्राणांची आहुती दिली. शिवसेनाप्रमुख म्हणून मी हे कधी विसरू शकत नाही. हे एक नातं आहे व ते अतूट आहे. शिवसैनिकांचा हा त्याग मी कसा विसरू शकेन? आजही कोणत्याही त्यागास माझा शिवसैनिक तयार असतो व त्या शिवसैनिकाच्या पाठबळावरच मी शिवसेना इथपर्यंत आणली.

तरीही काही जण सोडून जातात...

माझा ४० वर्षांचा अनुभव आहे. शिवसैनिक म्हणून जो आहे, तो स्वत:हून कधीच काही मागत नाही. त्यांना माहीत असते– बाळासाहेबांचं आपल्यावर लक्ष आहे. त्या सामान्यातल्या सामान्य शिवसैनिकालाच मी नगरसेवक, महापौर, आमदार, खासदार, मंत्री, मुख्यमंत्री केले. अर्थात शिवसेना होती, म्हणूनच हे करू शकलो आणि जे काही 'नाराज' म्हणून सोडून गेले, त्यांचं सोडण्याचं कारण स्थानिक आहे. एकही शिवसैनिक माझ्यामुळे सोडून गेलेला नाही. तसा कुणी गेला असेल, तर त्याने माझ्यासमोर येऊन उभं राहावं आणि सांगावं की बाळासाहेब, मी तुमच्यामुळे शिवसेना सोडली. स्थानिक पातळीवर त्याची जी काही झकाझक असते, त्याकरिता ते सोडून जातात. आम्हाला हा शाखाप्रमुख नको, आम्हाला हा विभागप्रमुख नको. अरे बाबांनो, असं एकदम हा नको– तो नको म्हणून कसं चालेल? संघटना चालवायची म्हणजे उडदामाजी काळे-गोरे असायचेच. आता जवान असतात सैन्यामध्ये. काही जवानांनी सांगितलं की, हा जवान आम्हाला आमच्यामध्ये नको आहे. त्याच्याऐवजी दुसरा जवान देणं, ही इतकी साधी गोष्ट नाहीय. त्या जवानांनी उठाव करून सांगितलं उद्या की, आम्हाला हा कर्नल नकोय, तो कॅप्टन किंवा मेजर नकोय; त्याला बदला. तर, असं काही होईल का? ती शिस्त आहे आणि तीच मला माझ्या शिवसैनिकांमध्ये हवी आहे. अजूनपर्यंत होती, आजही आहे व राहणार! बरं,

मला असं सांगा की, जे काही 'नाराज' म्हणून इकडे-तिकडे सरकले; त्यांना तिकडे तरी काय मान, प्रतिष्ठा आहे? त्या काँग्रेसच्या किंवा राष्ट्रवादीच्या खालच्या पायरीवरच तुम्ही कायम 'वेटिंग'ला आहात. घरात प्रवेश नाही. उष्ट्या-खरकट्यावरच जगायला लागणार व तेच चित्र दिसतं आहे. तेव्हा काय तो तुमचा स्वाभिमान कोठे गेला– जो शिवसैनिक म्हणून मी तुमच्या अंगात भिनवला होता!

◗ त्या सगळ्यांनी मागे फिरावं, असं वाटतं का?

मी सांगितलं ना, का नाही वाटणार? राजकारण, समाजकारण कुणासाठी थांबत नाही; ते पुढे जातच असतं. चाळीस वर्षांत अनेक जण सोडून गेले, म्हणून शिवसेना कोठे थांबली नाही; ती पुढेच गेली. रिकाम्या जागा भरल्या जातात. बस रिकामी झाली तरी ती लगेच भरते. ही जगरहाटी आहे. दुसऱ्याच्या ओसरीवर आणि पायरीवर ताटकळत, लोंबकळत बसण्यापेक्षा स्वत:च्या घरी काय वाईट चालले होते? मराठीतल्या एक गाजलेल्या भावगीताच्या ओळी मला आठवतात. कुठल्या त्या? हं... या चिमण्यांनो परत फिरा रे... घराकडे आपुल्या... या ओळीतला अर्थ महत्त्वाचा आहे.

◗ एके काळी महाराष्ट्रात राजकीय उलथापालथ घडविण्याची, दिशा देण्याची शक्ती शिवसेनेत होती...

होती म्हणजे, आजही तेवढीच शक्ती आहे. पण शिवसनेने केले तरी काय, असा प्रश्न विचारून अग्रलेख लिहिणारे पोटावळे संपादक मराठी भाषेतच आहेत. शिवसेनेने काय केले, ते मराठी माणूसच विचारतोय. हा पूर्वीचा लालभाई– मार्क्सिस्ट! आता दिल्लीकडे डोळे लावून बसलाय. त्याला म्हणावं– शहाण्या, शिवसेना नसती तर मराठी माणसाची जी हालत झाली असती, ती तुझ्या अग्रलेखानं सांभाळली गेली नसती. शिवसेनेच्या लोकाधिकार समितीतर्फे बँका-बँकांमधून मराठी टक्का वाढला. रिझर्व्ह बँकेमध्येही ४० टक्क्यांवर घसरलेला आपला टक्का ८० टक्क्यांवर गेला. पंचतारांकित हॉटेल्स, विमानसेवेतही आणि एअर इंडियातही 'जय महाराष्ट्र'चा गजर घुमू लागला. विमानांमध्ये मराठी वृत्तपत्रं दिसू लागली. काही विमानांमध्ये तर मराठी अनाऊन्समेण्ट सुरू झाल्या. काही शिवसैनिकांनी उद्योगधंदे केले. त्यांतले बरेच जण चांगले उद्योगपतीही झाले. अमेरिकेतल्या सिलिकॉन व्हॅलीतही काही स्थायिक झालेत. काहींनी हॉटेलं काढली बारकी-बारकी. तुम्ही-आम्ही म्हणजे– बटाटेवडे विकत होते आमचे शिवसैनिक; त्याची टिंगल करणारे तुम्हीच नं? बटाटेवडे, पोहे वगैरे विकायची गाडीवर आमची मुलं. तुम्ही तिकडे उभे राहून खात होता नं? हे मोठे जे काही हॉटेलवाले झाले, ते रायबहाद्दर वगैरे त्यांचीही

सुरुवात अशीच झाली. मामा काणे असो, तांबे असो, पणशीकर असो; सुरुवात त्यांनी बारक्या धंद्यापासूनच केली. तुम्ही त्यांची थट्टा केलीत शेवटी. गणेश चतुर्थी, हरतालिकेला नारळ विकायचे फुटपाथवर. केरळी लोकांना आम्ही हाकलून लावलं. गेले ते. तिकडे शिवसैनिक बसू लागले. त्यांना कधी प्रोत्साहन दिलं नाही. प्रत्येक ठिकाणी तुम्ही शिवसेनेची उमेद मारली आणि आज बेशरमपणानं हा प्रश्न विचारताय की, शिवसेनेनं मराठी माणसासाठी काय केलं म्हणून?

◗ आजही तुमचा विचार मराठी माणसाच्या भल्याचाच दिसतोय...

दिसतोय काय, आहेच मुळी! हिंदुत्व हे मी आता नाही घेतलं; माझ्या वडिलांनी १९२२ पासून घेतलेलं आहे आणि मीच त्यांचा नाही म्हटलं तरी ढलपा आहे. मी ते हिंदुत्व पुढे नेलं. त्याचाही खुलासा मी षण्मुखानंद हॉलमध्ये करेन.

◗ गेल्या काही दिवसांमध्ये अनेक राजकीय पक्षांना आणि नेत्यांना– मग ते शरद पवार असतील, छगन भुजबळ असतील, त्या सगळ्यांनाच– चिंता शिवसेनेची वाटतेय की, शिवसेनेचे काय होणार?

दुसऱ्यांना शिवसेनेची चिंता करण्याचं कारण नाहीय. आतापर्यंत शिवसेनेचं काही झालं नाही, पुढेही काही होणार नाही. घाबरण्याचं कारण नाही. तुमच्या चिंतेचा नक्की काय अर्थ लावायचा, ते कळणं मुश्कील नाहीय. तो मी लावलाच आहे.

◗ शिवसैनिकांना तुम्ही काय संदेश द्याल?

मर्दासारखे लढलात, या हत्यारांना गंज चढू देऊ नका!

[१६ जानेवारी, २००६]

कुणाची हिम्मत आहे, मला नजरकैदेत ठेवण्याची?

‘ठाकरे इज न्यूज’ हे धोरण मीडियात सदैव राहिले. शिवसेना-प्रमुखांविषयीच्या बातम्या तिखट-मीठ लावून छापायच्या. पेपरवाल्यांनी खप वाढवायचा, चॅनलवाल्यांनी ‘टीआरपी’चे गणित मांडायचे. बाळासाहेबांना मातोश्रीवर ‘नजरकैद’ करून ठेवले आहे... ही बातमी पद्धतशीर पसरवली गेली. बाळासाहेब भडकून म्हणाले, ‘‘अत्यंत हलकटपणाचा हा आरोप आहे. पत्रकारितेत काही पोटावळे आहेत, त्यांची ही पोटदुखी आहे!’’ बाळासाहेब कडाडले, ‘‘कुणाची हिम्मत आहे मला नजरकैदेत ठेवण्याची?’’

◗ शिवसेनाप्रमुख सध्या काय करीत आहेत, त्यांचे काय चालले आहे, असा प्रश्न सगळ्यांनाच पडला आहे...

वय झाल्यावर जे इतर लोक करतात, तेच मी करतोय आणि जे करायला पाहिजे, ते करतोच आहे. त्यात तसा कुठेही खंड पडलेला नाही.

◗ 'वय झालंय' असं आपण म्हणणं, हे मराठी माणसाला आणि महाराष्ट्राला आवडणार नाही...

इथे आवडी-निवडीचा प्रश्न नाही. वय तर कुणी रोखू शकत नाही. तुमचं प्रेमही त्याला रोखू शकणार नाही. रिमोट कंट्रोल जरी हातात असला तरी तो

अमेरिकेचे राष्ट्राध्यक्ष जिमी कार्टर

रशियाचे निकिता क्रुश्चेव्ह

पाकिस्तानचे राष्ट्राध्यक्ष अयुब खान

मार्शल टिटो

ब्रिटनचे पंतप्रधान मॅकमिलन

इंग्लंडची राणी एलिझाबेथ

सेनापती बापट

स्वातंत्र्यवीर सावरकर

संयुक्त महाराष्ट्र लढ्यातील बिनीचे शिलेदार
प्रबोधनकार केशव सीताराम ठाकरे

राजकारणात मी वापरू शकतो; माझ्या वयासाठी मी तो रिमोट कंट्रोल वापरू शकत नाही.

◗ शिवसेनाप्रमुखांच्या वयाची सध्या सगळ्यांनाच चिंता पडलीय...

चिंता करण्यासारखं 'तसं' काही नाही. मी त्यासाठी समर्थ आहे. पुन्हा ही चिंता खरी किती आणि वरवरची किती, हादेखील प्रश्नच आहे.

◗ शिवसेनेचंही वय झालंय...

नाही हो, संघटनेला वय नसतं. जेवढं तिचं वय होईल तेवढी ती परिपक्व होत असते. वयाचं प्रमाण कोठे लावायचं आणि करायचं, तोच प्रश्न आहे. आपल्या माणसाच्या वयाच्या बाबतीत ते करता येत नाही अजून, त्यामुळे चिंता करण्याचं कारण नाही.

◗ 'ठाकरे इज न्यूज' असं जे म्हटलं जातं अनेकदा... त्याच्यामुळेच या चर्चा सुरू असाव्यात...

आमच्या चर्चेशिवाय यांचा खपच होत नाही. ते मीडियावाले आहेत ना– चॅनलवाले आहेतच आहेत आणि पत्रकारसुद्धा. एकतर्फी चाललंय सगळं, एकतर्फी. पाडायचं म्हणजे पाडायचं! शिवसेनेला पाडायला निघाला आहात आणि पुन्हा मराठी माणसाचं कसं होणार, हा प्रश्न आम्हालाच विचारता? पाडण्याचं तुम्ही पाप करताय हे तुम्हाला वाटत नसेल, तर हा प्रश्न विचारण्याचा तुम्हाला अधिकार नाही.

◗ बरेच दिवस ठाकरे 'न्यूज'मध्ये नाहीत...

नसू देत. मला नकोच आहे ते. मी स्वत: हे अंगावरती उजेड पाडून घेतलेच नाहीत. प्रकाशात आलोच नाही.

◗ पण 'ठाकरे' न्यूजमध्ये असल्यामुळेच अनेक जण प्रकाशात आले...

होय. मग?

◗ तुम्ही आता प्रकाशात का राहू इच्छित नाही?

काय गरज आहे? आणि कशासाठी? ठाकरे घराण्याने, वाटल्यास शिवसेनेने म्हणा– जी प्रतिष्ठा लोकांना दिली, त्यात मी फक्त निमित्तमात्र आहे. मी ते अंगावर घेतलं आणि माझ्या कुलदैवतांच्या कृपेने व आशीर्वादाने मी ते यशस्वी करून दाखवलं म्हणायला काही हरकत नाही.

◗ पण आपण 'न्यूज'मध्ये नसल्यामुळे वृत्तपत्रं बेचव झालेली आहेत आणि एकांगीही झालीत...

माझं सोडा हो; शिवसेना अजूनही न्यूजमध्ये आहे. उद्धवचं काम अत्यंत उत्तम रीतीने चाललेलं आहे. माझे शिवसेनेचे नेते, शिवसैनिक, सर्व जण जबाबदारीने काम करीत आहेत. मनोहर जोशी आहेत, सुभाष देसाई, संजय राऊत, लीलाधर डाके, दिवाकर रावते, रामदास कदम. फक्त आमचे मधुकर सरपोतदार, सुधीर जोशी आणि प्रमोद नवलकर यांची प्रकृती बरी नसते. पण हे नेते आजही एका धडाडीने काम करीत असतात. दत्ताजी नलावडे आजही जोरात आहेत. हे सर्व शिवसेनेचे नेते

आहेत. पण तरीही कुणाचे नाव अनवधानाने राहिलेच तर 'रुसू बाई रुसू' करून कोपऱ्यात जाऊन बसतात. मी कशाचीच पर्वा करीत नाही. इतके निर्ढावलेले झाल्याशिवाय राजकारणात टिकूच शकत नाही तुम्ही.

◗ **पण या मधल्या काळामध्ये तुमच्याविषयी आणि शिवसेनेविषयी सतत अफवा पसरविण्याचेच काम झाले...**

असेल. मला पर्वा नाही. अफवा ही शेवटी अफवाच असते. लोकांना कळलं पाहिजे ना, तेवढं त्यांना कळतं.

◗ **विशेषतः तुमच्या प्रकृतीविषयी सतत अफवा पसरवल्या जातात...**

त्यांच्याकडे काही 'टॉनिक' आहे काय, ज्यांना माझ्या प्रकृतीची चिंता वाटते? मग ते चॅनलवाले, टॅनलवाले, पत्रकार असोत– टीका कसली करताय? तुमच्या या टीकेने माझे वयही कमी होणार नाही आणि माझ्या तब्येतीवरती काही परिणाम होणार नाही. अफवा पसरवणे, एवढेच त्यांचे काम आहे. सध्याच्या पत्रकारितेवरती मी अनेक वेळा बोललोय, लिहिलेय. 'सामना'मधनंसुद्धा मार्गदर्शन केलंय.

◗ **८० वर्षं हे काय राजकारण किंवा समाजकारण करण्याचं वय नाही, असं तुम्हाला वाटतं काय?**

मोरारजी देसाई तर ८०व्या वर्षी पंतप्रधान झाला. इकडे वयाचा काय संबंध येतो? जोपर्यंत ताकद आहे, शक्ती आहे तोपर्यंत कार्य करीत राहायचं. मग दादांचं जे वाक्य आहे ना, ते फार महत्त्वाचं आहे. दोन वाक्ये महत्त्वाची आहेत. एक वाचनाच्या बाबतीत– जो वाचत नाही, तो वाचत नाही. दुसरं म्हणजे, माणूस हा वयानं म्हातारा होतो; पण ज्या दिवशी तो विचाराने म्हातारा होईल, त्या दिवशी त्यानं दूर व्हावं. हा त्यांचा विचार अत्यंत मौलिक आहे. तो मी पाळतो.

◗ **म्हणजे, तुमची शक्ती मजबूत आहे...**

होय, आहेच मुळी.

◗ **आणि विचारही...**

विचारानेच मी मजबूत आहे. ती मजबुती तशीच राहील.

◗ **तुम्हाला तुमच्याविषयी पसरणाऱ्या अफवांची कल्पना आहे काय?**

सांगा ना तुम्हीच.

◗ **तुम्हाला मातोश्रीवर 'नजरकैद' करून ठेवलं आहे, ही पहिली अफवा आहे...**

काही पोटदुखे जे आहेत, त्यांनीच हे पसरवलंय. त्यांचेच हे उपद्व्याप. ज्यांना आपण पोटावळे पत्रकार म्हणतो, त्यांच्याविषयी मी हे बोलतोय. माझी तब्येत ठीक नसेल, मी अमुक नसेन आणि तमुक नसेन; मग माझ्या मुलाखतीसाठी का धडपडता तुम्ही? मातोश्रीच्या बाहेर का उभे राहता तुम्ही? मी काही त्यांना भेटायला जात नाही; पण उद्धव असतो ना. जरा कुठे लग्नकार्याला गेलो तरी बाहेर चॅनलवाले उभेच असतात. पत्रकारही असतात. अरे, लग्नाला आलोय मी. आता मी स्वत:हूनच बाहेर जायचं बंद केलंय. मला या ज्या दोन व्याधी आहेत– विशेष करून लघवीची व्याधी– मला ती बेचैन करते. कारण आली की जावंच लागतं.

◗ **हा जो नजरकैदेत असल्याचा आरोप केला जातोय...**

छे हो, कसली नजरकैद? मला पाहिजे तेव्हा मी बाहेर जाऊ शकतो. कोण माझ्यावरती नजरकैद ठेवू शकतो? कोणाची हिंमत आहे? काय संबंध आहे त्यांचा? अत्यंत हलकटपणाचा हा आरोप आहे.

◗ **हा राजकीय आरोप आहे आणि तो स्वकीयांनीच केला आहे...**

सुरुवात त्यांनी केलीय आणि मला वाटतं, तेच जास्त करीत असतात.

◗ **का पसरवलं जातंय?**

लोक काही इतके भोळसट नाहीयेत. दूध काही बोळ्यानं पीत नाहीत. अनेक जण मला इथं भेटतात. चर्चा होते, सगळं काही चालतं. त्यांना काही एवढं कळत नाही काय?

◗ **तुम्ही दबावाखालीही आहात.. हा दुसरा आरोप.**

दबाव? कोणाचा?

◗ **उद्धव ठाकरेंचा!**

बिलकुल नाही. तो त्याच्या कामात, मी माझ्या कामात. गरज लागली तर उद्धव माझ्याकडे येतो खाली. आम्ही चर्चा करतो. त्याच्यातनं मी 'ओ.के.' केलं, हो म्हटलं की; पुढचं पाऊल टाकलं जातं. कोणी दबावाखाली नाही. जिथे मी उद्धववरतीच काही दबाव टाकले नाहीत, तर उद्धव काय माझ्यावरती दबाव टाकतो? उद्धव अत्यंत आदरपूर्वक वागतो.

▶ चाळीस वर्षांत तुम्ही कधीच कुणाच्या दबावाखाली आला नाहीत...

हे मानता ना तुम्ही; मग यापुढे तरी कसा येईन?

▶ मग अशा राजकीय अफवा पसरवून कुणाला काय मिळते?

जे बातम्या पसरवतात, ते पत्रकार असले तरी ते धंदेवाईक आहेत आणि धंदेवाइकांनी असल्या काही बातम्या पसरवणं, हा त्यांचा धंदाच आहे ना? मग सोनिया गांधींच्या दबावाखाली सगळेच काँग्रेसवाले आहेत, असं म्हटलं तर– अगदी पंतप्रधानांपासून?

▶ तुम्हाला तुमच्या मनाप्रमाणे वागू दिलं जात नाही...

असं काही नाही. एकदम सरासर झूट! म्हणून या लोकांना म्हणतो की, इथून फूट!

▶ असा प्रचार म्हणजे राजकारण किती खालच्या पातळीवर घसरलंय...

राजकारणच काय, सगळंच खालच्या पातळीवरून चाललेलं आहे. आताच्या या निवडणुका चालल्यात, त्या पाहा. इतकी घाणेरडी अवस्था निवडणुकीत नव्हती कधी. कसल्या मारामाऱ्या, खुनी हल्ले, घरी जाऊन दमदाट्या, पैशांचा व्यवहार किती घाणेरडा.

▶ का घसरलंय हे सगळं?

का घसरलंय म्हणजे? सगळंच घसरलंय ना! निवडणुकांपासून सुरुवात करायला पाहिजे. शेवटी निवडणुकांवरती हा देश उभारलेला आहे. या निवडणुकांमध्ये जो भ्रष्टाचार घुसलेला आहे, या भ्रष्टाचारामुळेच अनेक काही चटका लागलेल्या आहेत देशामधील आपल्या लोकांना. त्यामुळे ती चटकच देशाला भंगार करीत आहे.

▶ ही जी चटक आहे– मग ती सत्तेची चटक असो, नाही तर पैशाची...

अहो, सत्ता तरी कशाला? ते काय अगदी स्वच्छ झालेत? पैशासाठीच ना? बातम्या तरी कशा देतात ते पाहा ना. आमच्याबाबतच्या बातम्या अगदी 'बोल्ड' हेडिंगमध्ये, ठणठणीत मथळा आणि आमच्या सैन्याबद्दलच्या, त्यांच्या हौतात्म्याबद्दलच्या बातम्या कुठे तरी कोपऱ्यात पडलेल्या असतात. सैन्य हे देशाला किती महत्त्वाचे आहे हे ज्यांना कळत नाही, ते पत्रकारिता करीत आहेत. गवळी, दाऊद आणि कोण तो छोटा राजनचे लोक मारले गेले; तर मोठा मथळा. या बातम्यांना महत्त्व देणारे तुम्ही; तुम्ही काय मला शिकवता? ती पत्रकारिता आता राहिलीच नाही पूर्वीची. हे सर्व पोटावळे. या पोटावळ्यांनी गोंधळ केलाय

सगळा. करावाच लागतो तो त्यांना. कारण हाताला डाग पडलेले असतात; कशान् कशाचे तरी ते ओशाळे असतात. कुणाला राज्यसभेचं तिकीट पाहिजे असतं, कुणाला विधान परिषदेचं पाहिजे असतं, कुणाला आणखी काही हवं असतं. आमदारकी, खासदारकी या ज्या जागा आहेत, इथे एकदा निवडून आल्यानंतर भिक्कमभट जेवायला बसतात राजकारणातले आणि पोट फुटेपर्यंत शेवटी खाणं सुरू होतं त्यांचं.

◗ राजकारणाबरोबरच पत्रकारिताही समाजासाठी राहिलेली नाही...

नाही, नाही– अजिबात नाही, असं माझं अगदी परखड मत आहे. त्यांच्यावरती केवढी महत्त्वाची जबाबदारी आहे. चला, त्या मुंबई मराठी पत्रकार संघामध्ये. ज्या तसबिरी लटकल्या आहेत भिंतीवर, त्या पाहा. त्यांना सांगा– तुम्हीच वर मान करून बघा जरा, ते पूर्वीचे जुने पत्रकार-बित्रकार यांचे फोटो पाहा. त्यामध्ये कुठे तरी तुम्ही गेल्यावर तुमची तसबीर लागेल, अशी तुमची कारकीर्द आहे काय? लक्षण आहे काय काही? काही नाही.

◗ तुम्हीसुद्धा पत्रकारिता केलीय...

पत्रकारिता म्हणण्यापेक्षा मी व्यंगचित्रकार आहे. थोडा फरक आहे त्यात. ते लिहितात, मी काढतो.

◗ बरेच दिवस तुम्ही कुणाची काढलेली नाही...

नाही कशी? दुसऱ्या बाजूने चाललंय ना– काढत असतो एकेकाची. फक्त व्यंगचित्र काढणं जमत नाही. माझा हात थरथरायला लागलाय वयोमानाप्रमाणे, म्हणून मला जमत नाही. मधे थोडी सवयसुद्धा गेली. पूर्वी कसं होतं– मला एक एकाग्रता मिळायची. आता या शिवसेनेच्या वाढत्या व्यापामुळे ती एकाग्रता जी माझी गेली, ती गेलीच. म्हणजे कल्पना येतात, पण काढू शकत नाही.

◗ दुसऱ्याची काढण्यात किती आनंद मिळतो?

काय आनंद मिळणार? घाणच सगळी. आमचं गाडगेमहाराजांसारखं आहे, साफ करायचं. हे काही सूड किंवा बदला, असं काही नाहीय.

◗ राजकारणाची गरज म्हणा...

गरजसुद्धा नाही; हे लोकशिक्षण आहे, समाजशिक्षण आहे. एक व्यंगचित्र शंभर अग्रलेखांची बरोबरी करू शकतं.

◗ मुंबई-ठाण्यासह दहा महानगरपालिकांच्या निवडणुकांची रणधुमाळी सुरू झाली आहे...

या देशात निवडणुकांच्या धुमाळ्यांशिवाय दुसरं घडतंय काय? निवडणुका लढवण्यात आणि मतदानाच्या रांगा लावण्यात स्वातंत्र्याची साठ वर्षे निघून गेली; देश आहे तिथेच आहे.

◗ पालिका निवडणुकांकडे तुम्ही महाराष्ट्राच्या दृष्टीने कोणत्या नजरेने पाहाता?

याच्यात एक विचारायचं म्हणजे साधन की साध्य? साधन असलं तर कसलं साधन? साध्य असेल तर काय साधतात? या निवडणुकाच समाजाची जडण-घडण घडवून आणतात. ज्या अर्थी मी बोलतो, ती सगळी बिघडलीय सिस्टीम– मग ती कोणाचीही असो. त्यामधलं समाजशिक्षण वगैरे सगळं गेलं. समाज एका बाजूला, हे एका बाजूला. आता आमचे काही आमदार, खासदार, नगरसेवक वगैरे अप्रतिम काम करतात; पण एवढ्या गदारोळामध्ये कोण विचारतोय त्यांना?

◗ कोण विचारतोय म्हणजे?

नाही तर काय म्हणायचे? जाऊन बघा कामं. ठाण्याची सुधारणा जी झाली– महानगरपालिकेच्या माध्यमातून– ती प्रत्यक्ष जाऊन बघा. मग आंधळेपणाने बोला, लिहा आणि वागा.

◗ उडदामाजी काळे-गोरे असायचेच...

असतातच. अन्न हे परब्रह्म असले तरी तांदळात खडे मिळतातच आणि हे खडे सर्वच पक्षांच्या तांदळात आहेत.

◗ तुम्ही शिवसेना एका विचाराने घडवली आहे. तुमच्या तांदळातही खडे दिसतात काय?

असं आहे– सगळ्याच पक्षांत काही साधुसंतांचा भरणा नाहीय; तसेच शिवसेनेच्या बाबतीत पण आहे. साधू कोण, संत कोण– नंतर कळतंच ते. उघड होतं. वेळ निघून गेलेली असते. मग अशा वेळेला पुढे कुठे तरी त्याला थांबवून, त्याला तिकीट नाकारून नवी व्यक्ती नव्यानं खाण्यासाठी नेमायची परत. ही नवी व्यक्ती करणार नाही कदाचित. ती कडक असू शकते. पण हल्लीच्या काळामध्ये कडक इस्त्रीखेरीज कडक काहीच राहिलेले नाही.

कडक शिस्तीचा तुमचा बडगा असतानाही हे व्हावं?

परोक्ष काही झालं, तर कळणार कसं? श्रीमंतांची, धनाढ्य लोकांची पोरंसुद्धा बलात्कार करतात आणि सहीसलामत सुटतात; त्यातलाच हा प्रकार. तेलगी प्रकरणसुद्धा रखडलंय. अनेक अशी प्रकरणं रेंगाळताहेत. मुंबईत ९३ मध्ये झालेल्या बॉम्बस्फोटांचे खटले अजूनही रेंगाळताहेत. काही सुटलेत. कशामुळे, काय, कोणामुळे, तो शोध आपणच घ्या. काय आहे की, बडगा उगारतानासुद्धा त्या बडग्याच्या खाली कदाचित तो चांगल्या माणसाच्या डोक्यावर बसायचा. त्यामुळे त्याचीही काळजी घ्यावी लागते.

आपण मुंबई-ठाण्याच्या निवडणुकांविषयी बोलत होता. शिवसेनेच्या अस्तित्वाची ही लढाई आहे, असं म्हणतात...

शिवसेनेच्या अस्तित्वाचा आता का विचार करता? सगळ्याच पक्षांचं अस्तित्व त्यात आहे. मध्यंतरी सोनिया गांधीच्या हातून भाजपने केवढी राज्ये जिंकली. काँग्रेसकडे एक-दोनच राहिली. आता बघा अस्तित्वाचा प्रश्न. त्या वेळेला कोणी विचारलं नाही की, काँग्रेसचं अस्तित्व संपलं? मी सोनिया गांधीला याच्यामध्ये श्रेय द्यायला तयार नाही. हे काँग्रेसचे जे भडभुंजे आहेत, त्यांच्या कमकुवत प्रवृत्तीमुळे ती बाई पुन्हा जोरात आली. आणि बीजेपी कुठाय आता? किती राज्यांत आहे? आणि काँग्रेस होती कोठे आणि आता आहे कोठे? अस्तित्व हे सगळ्याच पक्षांच्या बाबतीत असतं.

पण मधल्या काळात शिवसेनेत बऱ्याच घडामोडी घडल्या. काही नेते सोडून गेले, त्यामुळे हा अस्तित्वाचा प्रश्न निर्माण झाला?...

नेहमीच होत असतात अशा गोष्टी. सगळ्या पक्षांच्या बाबतीत होतं, तसं शिवसेनेच्या बाबतीत झालं. हाव आहे ही. ती सर्वच पक्षांत दिसते. कोण नेते?

राणे गेले, पाठोपाठ राज ठाकरे गेले...

नारायणला मी दूर केला. फार मोठी कथा आहे ती. आणि मी ती जाहीरही केलीय. सत्तेच्या लालसेने हपापलाय तो. त्याला मुख्यमंत्रिपद हवं होतं. ते आता शिवसेनेत मिळणार नसल्याची खूणगाठ बांधली आणि शिवसेनेत असतानाच त्याने तिकडे संधान बांधलं. प्रभा राव यांनीच हे जाहीर केलंय.

राज ठाकरेही गेले?...

हो, गेले ते. राजनी राजीनामा दिला. आणि आता तोच त्याची सर्व गुपितं

फोडतोय. २० वर्षे म्हणे मी शिवसेनेत गुदमरलो होतो. म्हणजे, पहिल्यापासून तो विचार करतोय नेतृत्वाचा– पुढारीपणाचा. म्हणजे सभेला होणारी गर्दी वगैरे पाहून त्याने शिवसेना सोडण्याचा विचार वीस वर्षांपासूनच चालवला होता. आणि त्याच्या बाजूला माझ्यासारखे कुणी बडवे नसतील; पण हुजरे, पाणके आणि चमचे आहेतच ना? त्यांनी त्याच्या कानात हवा भरली आणि हे आमचं वासरू कानात हवा भरल्यानंतर उधळलं. म्हणजे, त्याला शिवसेनेचा विचार २० वर्षांपासूनच मान्य नव्हता. हे तोच बोललाय– २० वर्षांपासून मी गुदमरलोय. काय बोलला? तर, माझा विचार करा तुम्ही. किती मला त्रास होत होता, तरी मी तो सहन केला. आता मला सांगा– उद्धव आला कधी? आणि २० वर्षांचा तू आता हिशेब देतोस? कर हिशेब.

◗ म्हणजे, तुमच्या मांडीवर असतानाच त्यांनी हा विचार केला होता की काय?

मांडीवर काय हो– लहानपणापासून. मुतलाय काय... आणि काय काय सांगणार? माँ आणि माझ्याबरोबर तो दौऱ्यावरती यायचा. काय कमी केलं त्याला? गेला तो. जाऊ द्या. गेलास ना, मग माझ्या वयाची आणि प्रकृतीची चिंता कसली वाहाताय? मी समर्थ आहे. असंख्य निष्ठावंत शिवसैनिक हेच माझे 'टॉनिक' असून मी त्यांच्याबरोबर आनंदात आहे.

◗ तुम्हाला किती वेदना झाल्या?

काय त्या वेदनांचं वर्णन करायचं? सोडून द्या. त्या वेदना आणि यातना कशाबशा मी सावरत-सावरत विसरण्याचा प्रयत्न करून-करून तूर्त इतपत आलोय मी. आणि आता त्याला दुःख होतंय की, माझ्या अंगावरती प्रचाराचं ओझं उद्धवनं टाकलंय. म्हणून याला आणि त्या नाऱ्यालाही दुःख होतंय की, साहेबांना या वयात म्हणे त्रास होतोय. होय, या वयात आणि या वयातच तुम्ही शिवसेनेच्या बाबतीत घात केलाय. त्या वेळेला तुम्हाला नाही काही वाटलं? की, आपण साहेबांना या वयात काही त्रास द्यायचा नाही, दुःख द्यायचं नाही? खास करून राजने का शिवसेना सोडावी? या वयात माझ्या? ही शिवसेना ४० वर्षे मेहनत करून मी उभी केली. आणि नाऱ्याचा तर प्रश्न नाही. नाऱ्या, तुला लाज कशी वाटत नाही? खा-खा खाल्लंस ना? अरे, कशामुळे मी तुला शिवसेनेतून काढलं, त्याची कारणंही तुला माहीत आहेत. या माणसाचं एन्काऊंटर झालं असतं, असं तोच मला इथे बसून म्हणाला. त्याला मी महाराष्ट्राचा मुख्यमंत्री केला आणि आता अगदी मुळावरतीच... शिवसेनेला भगदाड पाडायला

निघालाय. अरे, शिवसेनेमुळेच तू साल्या गडगंज संपत्ती मिळवलीस, सगळं उपभोगलंस; आता शिवसेना तुमची शत्रू झाली? कोणाचं हे दुर्दैव समजायचं?

[१९ जानेवारी, २००७]

मराठी माणसा, वाघनखांचा वापर कर!

“मुंबई-ठाण्यावर शिवसेनाप्रमुखांचे अतोनात प्रेम. मुंबई-ठाण्यावर भगवा फडकत राहिलाच पाहिजे, याचाच ध्यास त्यांनी सदैव घेतला. मुंबईची वाट काँग्रेसने लावली. शिवसेनेमुळेच मुंबई वाचली व महाराष्ट्रात राहिली. काँग्रेसच्या धोरणांमुळेच मुंबईतून मराठी माणसांची पीछेहाट झाली. मराठी माणसाने काँग्रेजी अफझलखानांचे कोथळे बाहेर काढावेत, असा आदेश त्यांनी समस्त मराठी माणसांना दिला आणि एकच खळबळ उडाली!”

◗ राज्यांतील दहा महानगरपालिकांचे महत्त्व आहेच, पण मुंबई-ठाण्याकडे सगळ्यांचेच लक्ष आहे. तुम्ही या दोन महापालिकांना किती महत्त्व देता?

ठाण्यावरती माझे खास प्रेम आहे. पहिला मानाचा मुजरा ठाण्यानेच भगव्या झेंड्याला केला. पहिला नगराध्यक्ष, पहिला महापौर शिवसेनेचाच झाला. म्हणून मला ठाण्याविषयी फार मोठं आकर्षण आहे, प्रेम आहे, आपुलकी आहे. म्हणून मला ठाणं महत्त्वाचं आहे आणि तिथून नंतर आम्ही पसरतच गेलो.

◗ —आणि मुंबई?

मुंबई ही आमच्या महाराष्ट्राची राजधानी आहे. ती देशाची आर्थिक राजधानी असेलही; त्याची मला पर्वा नाही. ती आर्थिक का, तर मुंबईकडून त्यांना सगळा लगदा मिळतो; पण ती महाराष्ट्राची राजधानी आहे, हे कोणीही विसरू नये– मराठी माणसानेसुद्धा विसरू नये. या राजधानीत आम्हाला काही किंमत नसावी, याचं उत्तर कोणी देत नाही. नुसत्या निवडणुका लढवतात आणि शेवटी झाल्या की, अपानवायू सोडत बसतात.

◗ मुंबईत मराठी माणसाला किंमत नाही, म्हणून तर तुम्ही शिवसेना स्थापन केलीत...

असंच काही नाहीय. स्वत:हून ती किंमत घालवल्यानंतर कोणी कोणावरती हा आरोप करायचा? तुम्हीच त्याला जास्त कारणीभूत आहात. हे मराठी पत्रकारच त्याला जास्त कारणीभूत आहेत. महाराष्ट्रात मराठी माणसाचं महत्त्व कमी करण्याचे उद्योग शिवसेनेवरती हल्ले करून तुम्हीच केलेत. उद्या शिवसेना मी काढलीच नसती, तर काय झालं असतं या मराठी माणसाचं? उद्ध्वस्त झाला असता तो– पूर्ण उद्ध्वस्त! त्याच्याकरिता कोणी मायेचा टिपूसही गाळला नसता. ते शिवसेनेने केलं.

◗ महाराष्ट्राच्या राजधानीपेक्षा मुंबईकडे आर्थिक राजधानी म्हणूनच पाहिले जाते...

आर्थिक राजकारणच आहे ते. जास्तीत जास्त करवसुली केंद्राला या मुंबईतूनच मिळते. उद्धवने ते आकडे मागेच दिलेत, पण आम्ही आमचा मान किती राखला मुंबईत? मी 'मार्मिक'मधून लेखमाला सुरू केलीय माझ्या विचारांची. 'मराठीत बोला' म्हणून एक लेख लिहिला. आमची मायबोली आहे ती, तिचा मान ठेवावाच लागेल.

◗ मुंबईवर शिवसेनेची आज सत्ता आहे म्हणून महाराष्ट्राचा पगडा मुंबईवर आहे, हे विरोधक खासगीत मान्य करतात...

खासगीत तुम्ही किती खाजवत बसलात तरी उपयोग काय?

◗ मुंबईत शिवसेना पाहिजेच, असे तुमचे विरोधकही म्हणतात...

घरामध्ये एक बायको आणि बाहेर पुन्हा दोन-तीन बायकांचे संबंध करायचे; काय ते चाटायचेत? मुंबई शिवसेनाच वाचवू शकते; किंबहुना, शिवसेनेच्या दाबामुळेच अजून मुंबई महाराष्ट्रात आहे, हे पटतेय ना? मग बोला ना उघडपणे.

◗ तरीही तुम्हाला पराकोटीचा विरोध हा राजकीय आधारावरच केला जातोय...

मजा असते त्यात, मजा असते. मी शिवरायांच्या बाबतीत हे म्हणू शकत नाही. तुलना करू शकत नाही. कारण ती फारच जबरदस्त व्यक्ती होती, निखारा होता. पण महाराजांना शेवटी हेच भोगावं लागलं. मी तर काहीच भोगत नाहीय. महाराजांनी कसलं भोगलंय! स्वत:चे नातेवाईकच उलटले, हे त्यांनीही भोगलंय.

आमचं भोगणं काहीच नाही महाराजांपुढे. ते महाराजच होते, दिव्यशक्ती होते; पण इतिहासाचे आम्ही एक अभ्यासू आहोत. महाराष्ट्राचे बोलायचे झाले, अगदी हिंदुस्थानचे बोलायचे झाले, तरी शिवाजीमहाराजांना कोणी विसरू शकत नाही.

◗ म्हणजे महाराष्ट्राला दुहीचा शाप हा लाभलेलाच आहे. इतिहास हा तोच शाप घेऊन पुढे सरकतो?

होय ना. दुह्या घेऊन पुढे सरकतोय. शिवसेनाच काय, सर्व मराठ्यांच्या बाबतीत हे होतच राहणार. दुहीचा शाप ही जन्मत:च आमची शक्ती बनलीय. तुमच्या दुहीचे फायदे इतरांनी उकळले, हे विसरू नका.

◗ या शापाला उ:शाप काय?

संघटित व्हा! संघटित व्हा!! संघटित व्हा!!

◗ शिवसेनेकडून मुंबई महापालिका हिसकावून घ्यायचीच, असा विडा काँग्रेसने उचललाय...

होय, उचललाय ना– अफझलखानी विडा म्हणा! आता हा विडा म्हणजे महाराजांनी जसा अफझलखानाचा कोथळा बाहेर काढला, पोट फाडले; तशी ही अफझलखानाची भूमिका काँग्रेसने घेतली आहे. त्याचा कोथळा बाहेर काढणं, हे आता मराठी माणसाच्या हातात आहे आणि या महाराजांच्या इतिहासाची वाघनखं व बिचवा मराठी माणसाच्या हातात आहे. त्यांनी येत्या निवडणुकीत ही वाघनखं वापरावीत, कारण हे धडे शेवटी निवडणुकीत द्यायचे असतात. त्यांची जागा तिथेच त्यांना दाखवायची असते– ते कोणीही असोत. मराठी माणसाने या वेळेला अशा सर्व अफझलखानांचे कोथळे बाहेर काढावेत, असा मी सर्व शिवसैनिकांना आदेश देतोय... मराठी माणसांना आदेश देतोय. दाखवा तुमचं तेज.

◗ काँग्रेसचे तर शिवसेनेशी आणि महाराष्ट्राशी जुनेच वैर आहे...

तिकडे दिल्लीमध्ये ते मरहट्टे म्हणवून घेणारे आहेत ना, पाच-सहा जण आहेत ते एकूण. शरद पवार आहेत, शिवराज पाटील आहेत, शिंदे आहेत... आणखी कोण आहेत? मला वाटतं, पृथ्वीराज चव्हाण आहेत, सूर्यकांताबाई आहेत, मुत्तेमवार आहेत. हेच त्या बाईंच्या चरणी लोटांगणे घालतात, तिथे आपण काय करायचं? दिल्लीमध्ये तरी आपलं वर्चस्व वाढवताहात का तुम्ही?

काँग्रेसची शिवसेनेशी दुश्मनी समजू शकतो. काँग्रेसला तुम्ही अनेकदा गाडले आहे...

आणि परत गाडणारच! शिवसेनाच गाडेल काँग्रेसला.

काँग्रेस व शिवसेनेची दुश्मनी समजू शकतो; पण निवडणुकीनंतर शिवसेनेशी कोणत्याही प्रकारची युती करणार नाही, असे राज ठाकरे यांनी जाहीर केलेय...

करू द्यात. जाहीर करायला काय जातेय? भाजप हा आमचा मित्र आहे. मुंड्यांशी भेट होताच हे वाक्य त्यांच्या तोंडून बाहेर पडलं. आता काय बोलायचं या दुर्दैवाला? मुळात शिवसेना तुझी का शत्रू बनली? कशाकरिता? कुणामुळे? उद्धवमुळे? उद्धवने तुझं काय घोडं मारलं? हा विचार तुझा म्हणजे सध्याच्या पुढारीपणाचा– २० वर्षांपूर्वीचाच आहे, असं तूच आता म्हणाला आहेस. उद्धव कधी झाला होता कार्याध्यक्ष? तूच त्याचं नाव पुढे केलंस महाबळेश्वरच्या शिबिरात. मग आता काव काव काव का करतोस? शिवसेनेचा जोर होता ना? उद्धवला मी कार्याध्यक्ष बनवला, हा पायावर धोंडा पाडून घेतला. मग आता काय, धोंड्याची पूजा कर त्या. टाक त्याच्यावर शेंदूर आणि घाल लोटांगण.

आज तुम्ही कौटुंबिक नाती जपता, की राजकारण करता..

होय. घरामध्ये शांती असेल तरच बाहेर यश मिळते, असं माझं स्वतःचं मत आहे. घरात पहिली शांती.

शिवसेना हेसुद्धा कुटुंब आहे...

होय. ते तर निराळं कुटुंब आहेच मुळी. अत्यंत मोठं कुटुंब आहे; पण जिव्हाळा सर्वत्र असावा. तो घरीही असावा, बाहेरही असावा.

हा जिव्हाळा आहे काय?

नक्की आहे. मी आहे तोपर्यंत तरी टिकलाय; पुढचं मला माहीत नाही.

सध्या मुंबईसारख्या शहरात दोन समस्या गंभीर आहेत...

एक मोकाट कुत्र्यांची आणि दुसरी बांगलादेशी घुसखोरांची. खरं आहे तुमचं.

ती कोणती संस्था निघालीय– प्राणिमित्र...

त्यामुळे कुत्र्यांना पिसाळलेलं का असेना, पण त्यांना जीवनदान मिळालंय.

तसंच आमच्या केंद्र सरकारनेही बांगलादेशी घुसखोरांच्या बाबतीत कुठली तरी संघटना काढलेली दिसतेय. मनेका गांधींनी मोकाट कुत्र्यांना वाचविण्यासाठी प्राणिमित्र संघटना काढली आणि केंद्राने बांगलादेशींना दया दाखविण्यासाठी संघटना काढली. त्यामुळे तेदेखील पिसाळत चाललेत. पिसाळले नाहीत, चेकाळलेत म्हणा. कुत्री आपणहून किती पिसाळलीत आणि आपल्या इथूनच्या धोरणामुळे किती पिसाळलीत? बांगलादेशची कुत्री जी आहेत, ती सरकारी धोरणामुळे चेकाळली आहेत. या देशाचा ती कधी चावा घेतील व लचके तोडतील, ते सांगता येत नाही.

◗ ही अत्यंत धोक्याची घंटा आहे...

हे जे बहिरे असतात ना बहिरे, अर्थात दुर्दैव आहे ते त्यांचं– पण त्यांच्यापुढे लता मंगेशकरने गाणे म्हटलं काय, आशा भोसलेने म्हटलं काय किंवा पंडित जसराजने गायन केलं काय– त्यांना काय या आवाजाचं महत्त्व! ते घसे कोरडे करून गाताहेत आणि हे आपले नुसते बसले आहेत.

◗ या निवडणुका आपण विकासाच्या मुद्द्यावर लढू इच्छितो, की सुरक्षेच्या मुद्द्यावर?

विकास तर होतच असतो, पण सुरक्षा नसेल तर विकासाचे काय? रेल्वेत आणि रस्त्यांवर बॉम्बस्फोट होतात, निरपराध माणसं मारली जातात. याची जबाबदारी सर्वस्वी महाराष्ट्रातील आणि केंद्रातील सत्ताधाऱ्यांचीच आहे. मुंबईच्या सुरक्षेकडे गांभीर्याने पाहावेच लागेल.

◗ शिवसेनेची सत्ता असूनही मुंबई-ठाण्याचा विकास झाला नाही, असाही एक आरोप होतोय...

नाही, मी हे मुळीच मान्य करणार नाही. तुम्हा पत्रकारांना जसं मातोश्रीच्या आतलं कळतं, तसं बाकीचं कसं नाही कळत तुम्हाला? तुम्ही मुंबई महापालिकेच्या दालनात शिरून पाहा ना, माहिती घ्या ना. करा नं चौकशी. एमएमआरडीए जी आहे– तिच्या कामांची बिलंही तुम्ही मुंबई महापालिकेच्या अधिकाऱ्यांवर फाडता? म्हणजे रस्ते खोदून ठेवायचे त्या एमएमआरडीएने आणि खापर फोडायचे मुंबई महापालिकेवर. रस्ता खोदलाय, त्रास होतोय– हाण तिच्या आयला! करायचे काय?

◗ मुंबई महापालिकेची सत्ता १५ वर्षांहून जास्त शिवसेनेच्याच ताब्यात आहे. ठाण्यातही आहे. या शहरांचा विकास झालाय काय?

मी असं म्हणतो की, प्रत्यक्ष जाऊन बघूनसुद्धा तुम्ही शिवसेनेच्या बाबतीत

आंधळेपणानेच बोलणार, वागणार आहात काय? तुमच्या डोळ्यांत शिवसेनाद्वेषाचा पडदा वाढल्याप्रमाणे वागणार असाल, तर तुम्हाला विकास काय दिसणार? आणि काय दाखवणार आम्ही? दाखवलं तरी तुम्हाला दिसणारही नाही.

◗ **विशेषतः मुंबईच्या रस्त्यांबाबत सतत आरोप होत असतात...**

हो, हो– मला माहीत आहे, काय आरोप असतात ते. चला, मी तुम्हाला दाखवतो. माझी माणसं देतो बरोबर. महादेव देवळे घ्या बरोबर. दत्ता दळवी घ्या, आमचा सुनील प्रभू, रवींद्र वायकर घ्या; कोणीही घ्या. त्यांनी आपापल्या वॉर्डाची कशी एकंदरीत सुधारणा केली, ते पाहा आणि मग मुंबईचा विचार करा. वॉर्डा-वॉर्डाची सुधारणा, भागाभागाची सुधारणा हीच मुंबईची सुधारणा– टप्प्याटप्प्याची. पण हे दुष्टाव्यानं चाललंय सगळं. सूडवृत्ती, खुनशी वृत्ती.

◗ **मागच्या पुरात ज्या प्रकारे मुंबई वाहून गेली, त्याचं सगळं खापर मुंबई महापालिकेवर फुटतंय?**

आमच्यावर टाकूच शकत नाही तुम्ही. काय संबंध आहे आमचा? उलट आम्ही रस्त्यावर उतरलो, मदत केली म्हणून मुंबई वाचली, हे त्या पुरात सापडलेलेही मान्य करतील.

◗ **पण एमएमआरडीएने जी विकासकामे केली, त्यांचा वेग जास्त आहे...**

कसला आलाय वेग? जागतिक बँकेच्या पैशांचा वेग आहे तो. मुंबई महापालिकेला केंद्राने पैसा द्यावा तेवढा– म्हणजे जो हक्काचा आहे, तो तरी द्या. मग पाहा वेग. एक तर तुम्ही पैसा द्यायचा नाही आणि हातात सत्ता असल्यामुळे चांगली कामेही अडकवून ठेवायची. महाराष्ट्रात आमची सत्ता असताना मुंबईत जे ५४ उड्डाणपूल झाले आणि मुंबई-पुणे असा भव्य सहापदरी राजमार्ग केला, ती कामं आतापर्यंत कुणीच केली नाहीत. ते तुम्हाला दिसत नाही काय? हे उड्डाणपूल आम्ही बांधायला घेतले, तेव्हा टीका अशीच होत होती. श्रीमंतांचे चोचले आहेत म्हणे. हे कोण वापरणार? श्रीमंतांच्या गाड्या धावणार? आता कोणाच्या गाड्या धावताहेत? तुमच्या बसेस धावताहेत, तुमच्या रुग्णवाहिका धावताहेत, तुमच्या स्वतःच्या गाड्याही धावताहेत. ते आरोप करणारे गेले कुठे? ते जर उड्डाणपूल झाले नसते, तर लोक चिरडले गेले असते. गाड्या ठोकरा मारीतच पुढे गेल्या असत्या.

◗ **काँग्रेसचे पंतप्रधान मुंबईत येतात आणि कधी सिंगापूर तर कधी**

शांघाय बनविण्याची घोषणा करतात. त्यांना मुंबईचं अस्तित्व संपवायचं आहे काय?

नाही, मुंबईचं अस्तित्व नष्ट होऊ शकणार नाही. अजूनही मराठी माणूस काही मेलेला नाहीय; तो जिवंत आहे, तो पुन्हा एकदा उभा राहील. संयुक्त महाराष्ट्राच्या वेळेला उभा राहिला, आंदोलनाच्या वेळी उभा राहिला; तसाच तो उभा राहील. गरीब बिचारा आमचा गिरणबाबू मुंबई सोडून गेला असला, तरी मुंबई अजून शाबूत आहे. मराठी माणूस जागा आहे, पण त्याला डिवचावं लागतं.

◗ पण एकदा उतरल्यावर तो हटत नाही...

तेच सांगतोय ना मी! यशवंतराव चव्हाण मुख्यमंत्री असताना पंडित जवाहरलाल नेहरू प्रतापगडावर आले होते. गडावरील शिवाजीमहाराजांच्या पुतळ्याच्या उद्‌घाटनास ते चालले होते. संयुक्त महाराष्ट्र लढ्याचा काळ तो. त्या वेळी लोकांचं एकंदरीत तीव्र आणि उग्र स्वरूप पाहिल्यानंतर पंडित जवाहरलाल नेहरू यशवंतरावांना म्हणाले, 'क्या मऱ्हाटा है! एक तो पहला उठता नहीं. जब भी उठता है तो बैठता नहीं'– असं त्यांचं वाक्य होतं. असा हा मराठी माणूस. तूर्त आम्ही झोपलेलो वाटत असू; पण एकदा उभे राहिल्यानंतर कोणाच्याही बापाला मुंबईचं महत्त्व कमी करता येणार नाही आणि महाराष्ट्रापासून मुंबई कधी कधीही तोडता येणार नाही, हे त्यांनी विसरू नये.

◗ आपण मघाशी गिरणी कामगारांचा उल्लेख केलात. मला वाटतं, कालच १८ तारखेला गिरणी संपास २५ वर्षे पूर्ण झाली...

हो. सगळा बट्ट्याबोळ होऊनसुद्धा.

◗ तुम्ही गिरणी कामगारांच्या लढ्याला श्रद्धांजली वाहणार काय?

आपल्याकडेसुद्धा व्यक्ती गेल्यानंतर त्याची जयंती आणि मयंती करतोच ना आपण?

◗ अडीच लाख गिरणी कामगार नष्ट झाला, गिरण्या बंद झाल्या...

याचा अर्थ असा नव्हे की, गिरणी कामगार मेला म्हणून तो आज मुंबईत नाही. ती शक्ती होती आमची. संयुक्त महाराष्ट्राचे आंदोलन या गिरणी कामगारांमुळेच जिंकले. परळ-लालबागचा गिरणी कामगार रस्त्यावर उतरला नसता, तर मुंबई महाराष्ट्राला मिळाली नसती. गिरणी कामगारांनी तेव्हा जबरदस्त लढा दिला.

◗ गिरणी कामगार ही शिवसेनेचीही शक्ती होती...

आहेच मुळी. आजही आहे. गिरणी कामगार आजही आमच्याबरोबर आहे.

◗ गिरण्यांच्या जमिनीवर मॉल्स व मोठ्या इमारती उभ्या राहिल्यात. काय करणार?

आम्ही एक चांगली योजना आखली होती. गिरण्यांच्या जमिनीचं काय करायचं, कसं करायचं– त्याचा एक फार सुंदर आराखडा आखून दिला होता. तो गिरणीमालकांनाही पसंत पडला होता, पण हे कॉंग्रेस सरकार स्वतंत्रपणे त्या गिरणीमालकांकडून पैसे फावड्याने खाऊ लागले. तो प्लॅन फिसकटला. गिरणी तेथेच राहिली पाहिजे; ती महाराष्ट्रात व बाहेर इतरत्र कुठे हलवता कामा नये, ही पहिली अट. त्यामध्ये कामगारांचीच मुले लागली पाहिजेत. जे निवृत्त होताहेत कामगार– मग त्यांना व्हीआरएस द्या, आणखी काही द्या. त्यांच्या मुलांना शिकवा, ट्रेनिंग द्या. त्यासाठी ट्रेनिंग इन्स्टिट्युट निघाल्या पाहिजेत. कामगारांची पोरं तयार करा. नंतर काही मैदानांसाठी जागा सोडा. त्या गिरण्यांच्या एकूण जागेतनं काही जागा गिरणी कामगारांच्या घरांसाठी सोडा आणि उरलेली जागा गिरणीमालकांनी घेऊन त्यांनी तेथे काहीही करावं– ही आमची योजना होती.

◗ मुंबईतून ७० हजार कोटी केंद्राला जातात...

होय, मग? तरीही मुंबईला दिल्लीच्या दारात भिकेचा कटोरा घेऊन उभं राहावं लागतं आणि भीक घातल्यासारखं दान ते त्या कटोऱ्यात टाकतात.

◗ म्हणजे श्रीमंत मुंबईची अवस्था भिकाऱ्याहून भिकाऱ्यासारखी झाली आहे...

मुंबईतून कररूपाने जो भरभक्कम महसूल केंद्राला जातो, त्यातला २५ टक्के वाटा मुंबईला मिळायलाच पाहिजे, ही मागणी उद्धवने केली आहे आणि ती योग्यच आहे. आयजीच्या जिवावर बायजी उदार, असं होतंय ते. हे कशाकरिता करताय तुम्ही? पण धडा शिकवणार कोण? आहे कोण असा महाराष्ट्रात मजबूत पाठकण्याचा? दिल्लीच्या राजकारणात जे काही मराठी गेलेले आहेत खासदार, नेते सगळेच– त्यांचंही जे काय चाललंय आहे, सोनिया गांधींची आरती म्हणताहेत... घालीन लोटांगण वंदीन चरणी. एवढ्या या माणसांकडून काही मोठी अपेक्षा होती, मुंबईसाठी काय तरी करतील म्हणून; पण 'ब्र' काढीत नाहीत कुणी. मुंबईसाठी काय करायचे हे नेते?

[२० जानेवारी, २००७]

इस्लामच्या संकटावर एकच इलाज – हिंदू

"मराठी माणसांच्या कल्याणाचा विचार करीत असताना शिवसेना-प्रमुखांनी इस्लामचे संकट हेरले. मुसलमानांचे लांगूलचालन देशाला दुसऱ्या फाळणीकडे नेत असल्याचा धोका त्यांनी ओळखला. मुसलमानांत धर्मांधता वाढत असून, त्यामुळे पाकिस्तानला बळ मिळत असल्याची भीती त्यांना अस्वस्थ करू लागली. भाषा, प्रांतांच्या भिंती पाडून हिंदू म्हणून लोकांना एकत्र यावे लागेल. इस्लामच्या संकटांवर एकच इलाज— हिंदू! हिंदुत्व! हिंदुत्व हा नारा त्यांनी दिला."

मुंबईच्या बाबतीत केंद्राकडे तुमची काय मागणी आहे?

काय असणार? हे बघा, त्या पाकड्यांच्या अतिरेक्यांशी तुम्ही 'डायलॉग' साधायला निघालात; मग मुंबईतली आम्ही मराठी माणसं, मुंबई ही आमची राजधानी असताना आमच्यावर अन्याय का करता? मुंबईतील काही तज्ज्ञ, अधिकारी यांच्याशी तुम्ही डायलॉग का साधत नाही? लांड्यांशी डायलॉग साधणारे तुम्ही आमच्या खास तज्ज्ञांचे मत का विचारात घेत नाही? काही तरी यातून मार्ग निघालाच पाहिजे; पण पुढाकार घ्यायचा कोणी?

महाराष्ट्राच्या बाबतीत काँग्रेसचं धोरण असं का आहे?

गाडीची चार चाकं पंक्चर आहेत आणि स्टेपनीही पंक्चर आहे. अशा अवस्थेमध्ये गाडी जंगलात उभी आहे. मग ती गाडी तिथेच उभी ठेवणार, की जीव वाचविण्यासाठी त्या पंक्चर चाकांनीच पुढे नेऊन वस्तीत येणार– याचा कोणी विचारच करत नाही. जीव कसा वाचणार? कोण वाचवणार?

मुंबई शहर हे एके काळी जगातलं सगळ्यात सुरक्षित शहर होतं...

तसा हिंदुस्थानही होता. आता काहीच सुरक्षित नाही. हे सर्व भीतीचे वातावरण फाळणीनंतर झाले आणि हळूहळू एकेक-एकेक डरपोक आणखी कमकुवत नेते हिंदुस्थानात जन्मास येऊ लागले अन् पाकिस्तानची अरेरावी वाढू लागली. आताचा हा मुशर्रफ अत्यंत नीच आणि घाणेरडा. क्रिकेटीयर गिब्जने पाकिस्तानविषयी जे उद्गार काढले, ते योग्यच आहेत. असो. त्याच्यावर दोन सामन्यांसाठी बंदी केली असेल. 'पण जातंय कोण?' असे स्वाभिमानी उद्गार आपल्या एकाही माणसाने आतापर्यंत काढले नाहीत. उलट, शिवसेनेने पाकिस्तानी क्रिकेटपटूंना आम्ही इथे पाऊलही ठेवू देणार नाही, असे ठणकावताच एकच काहूर माजले.

मला वाटते, केंद्रात 'एनडीए'चे राज्य होते तेव्हा...

होय. गृहमंत्री अडवाणीही मला भेटायला आले, कारण तोपर्यंत पाकिस्तानी टीम हिंदुस्थानात येऊ घातली होती. मी अडवाणींना सांगितलं– हवंच असेल तर देशात तुम्ही कुठंही त्यांचे सामने खेळवा, पण मी महाराष्ट्रात त्यांना पाऊल ठेवू देणार नाही आणि त्याकरता मग आम्ही जे शक्य आहे ते करू. 'ठीक है बालासाब' म्हणून अडवाणी उठले. आम्हीही सगळे उठलो.

◗ पाकिस्तानमुळे मुंबईची सुरक्षितता धोक्यात आलीय, की येथील धर्मांध मुसलमानांमुळे?

मुंबईमध्ये सुरक्षितता नाही त्यास एकच मुख्य कारण आहे– ते म्हणजे पाकधार्जिणे धोरण आणि नपुंसकी कारभार– विशेषत: केंद्राचा कारभार म्हणतोय मी. त्यामुळे येथील धर्मांध मुसलमान कुणाला जुमानत नाहीत. त्यांचे पाकप्रेम उफाळून येते, त्याची फळे आपण भोगत आहोत.

◗ या सगळ्या परिस्थितीत तुम्ही हिंदू समाजालाही एक जाग आणलीय..

होय, आणली आहे ना. त्यामुळेच हे उठाव होतात की. क्रिकेटच्या बाबतीत फक्त वानखेडे स्टेडियमच नव्हे, तर दिल्लीतही कोटला मैदान खोदले. या वेळी ज़यपूरच्या स्टेडियममध्येही शिवसैनिक घुसले. तमिळनाडू, केरळ आणि पंजाबचे शिवसैनिकही उभे राहिले. पाकिस्तानबरोबर सामना घेऊन तर बघा– अजिबात होऊ देणार नाही, अशी भूमिकाच प्रांता-प्रांतांच्या शिवसैनिकांनी घेतली. असं सगळीकडेच झालं. एवढा हा हिंदू पसरलाय– अगदी जम्मू-कश्मीरपर्यंत पोहोचलाय.

◗ हिंदूंचं संघटित होणं देशाच्या सुरक्षेसाठी महत्त्वाचं आहे तर...

होय, निश्चित. मी काय म्हणतोय, हे लोक आमचा विचार नीट समजून घेत नाहीत. कारण आम्ही त्यांच्या विचारास नीट महत्त्व देत नाही, म्हणून. तुमचा विचार काय, तर वाटोळं! महाराष्ट्राचं वाटोळं, देशाचं वाटोळं! मी असं म्हणतो की झालं. आम्हाला आमची राज्यं मिळाली. मराठी माणसाला महाराष्ट्र मिळाला, गुजराती लोकांना गुजरात मिळाला, पंजाबी लोकांना पंजाब मिळाला, बंगाल्यांना बंगाल– सगळ्यांना सगळं मिळालं. त्या भाषावार प्रांतरचनेमुळे या आमच्या खासगी प्रॉपर्ट्या झाल्या. पण त्यामागेही देशहिताचा एक फार मोठा विचार होता, तो कोणी लक्षातच घेत नाही.

◗ कोणता तो विचार?

विचार म्हटलं तर साधा आहे. प्रत्येक प्रांताचं एक वैशिष्ट्य असतं, एक संस्कृती असते. ती जपली पाहिजे, टिकली पाहिजे. म्हणून भाषावार प्रांतरचनेची लोकसंख्येप्रमाणे वाटणी झाली; पण ते बाजूला सारून फक्त मी मराठी, मी गुजराती, मी बंगाली, मी बिहारी, मी कानडी– असं सुरूच झालं. हे गैर आहे. उद्धवनेसुद्धा 'मी मुंबईकर' हा एक आपुलकीचा विचार केला होता, कारण १९९५ पर्यंतच्या झोपडपट्ट्यांना संरक्षण मिळालं. असा कायदा खरं तर आपणच पास करून घेतलाय. हा कायदा जोपर्यंत तुम्हाला बाजूला करता येत नाही तोपर्यंत तुम्हाला २००० सालाचं वचन देता येणार नाही झोपडपट्टीवाल्यांना. तुम्ही त्यांना गंडवताहात.

तुम्ही त्यांना फसवत आहात. अर्थात तो काँग्रेसचा नेहमीचा धंदा आहे– लोकांना गंडवणं. सुशीलकुमार शिंदे मुख्यमंत्री असताना काय केलं? म्हणजे, शेतकऱ्यांना मोफत विजेची घोषणा आम्ही करताच त्यांनीही मुख्यमंत्री म्हणून जाहीर केलं की, पुढच्या वेळेला वीज माफ करू. निवडून आल्यानंतर तेच सुशीलकुमार शिंदे म्हणाले की, निवडणुकीच्या काळात अशी आश्वासने, वचने द्यायची असतात. म्हणजे हा निव्वळ निर्लज्जपणा! विलासरावांनीही तेच केलं. मग आता मला सांगा, तुम्ही काय प्रश्न विचारताय?

◗ मुंबईच्या झोपड्यांविषयी आपण सांगत होतात...

होय. १९९५ पर्यंत जे आले, ते 'मी मुंबईकर' म्हणून सामावले. ९५ पर्यंत जे आले, मग ते कुठूनही आले असतील– उत्तर प्रदेशातून आले असतील, बिहार-बंगालमधून आले असतील– ९५ सालापर्यंत जेवढे जेवढे आले, त्या सगळ्यांना आम्ही मान्यता दिली आहे. मग आम्ही त्यांना सांगतो की, शेवटी तुम्ही आता असं म्हणणार आहात की नाही की, ही मुंबई माझी आहे आणि ती स्वच्छ कशी राहील, तिचा डामडौल बिघडणार नाही याची काळजी मी घेईन; असं तुम्ही म्हणणार आहात की नाही? स्वत:ला 'मी मुंबईकर' म्हणवून घ्या. मुंबईची शान टिकवा. ही मुंबईची शान तुम्ही टिकवायलाच पाहिजे. पण सगळ्यांनी 'राडा' केला त्याचा. सगळे विषय उलटेपालटे करून टाकले. सध्या रिमिक्सचा जमाना असला तरी राजकारणातसुद्धा हे रिमिक्स असं घुसलेलं आहे. तुम्ही करा ना २००० पर्यंतचा विचार. करा की. आमचं काय जातंय? पण या सगळ्या लोंढ्यांमुळे मुंबईची काहीही योजना अमलात आणता येत नाही. अशी अक्कल नसलेले लोक काँग्रेसच्या सरकारात बसलेले आहेत. त्यांना काय सांगायचं आम्ही?

◗ देशभरात आज हिंदूंचं तसं खच्चीकरणच चाललं आहे...

हे कळतंय ना तुम्हाला; मग वळत का नाही? भाषावार प्रांतरचनेमुळे भाषेच्या भिंती जरी आपल्यादरम्यान उभ्या राहिल्या असल्या तरी... मी असा विचार केला की, इस्लामचा एक भयंकर धोका उभा राहिलाय आणि तो अत्यंत मजबूत आहे. आय.एस.आय.ने तर देशाला वाळवीच लावलीय. त्यांच्याशी मुकाबला करण्यासाठी ठोस असं आपल्याकडे काही नाही. आपण त्या संकटाला तोंड देऊ की नाही, हा प्रश्न आहे. मग मी असा विचार केला की– एकाकी महाराष्ट्र या इस्लामी संकटाला तोंड देऊ शकत नाही, गुजरातही तसा लढाया वगैरेच्या भानगडीत फारसा पडत नाही. तो तसा शांत आहे. बंगाल नाही, पंजाब नाही. ते लाल-बाल-पालचे दिवस विसरा. लाल म्हणजे लाला लजपतराय. बाल म्हणजे बाळ गंगाधर टिळक. पाल

म्हणजे बिपीनचंद्र पाल. लाल-बाल-पाल हा हिंदुस्थानी स्वातंत्र्यलढ्याचा त्रिशूल होता; तो आता गंजून वगैरे जाऊन भंगारामध्येसुद्धा टाकून दिलाय आजच्या राज्यकर्त्यांनी.

मग त्यावर उपाय काय?

तेच मी सांगतोय. आणि म्हणून याच्यावरती एकच इलाज की, या सगळ्या भाषावार प्रांतरचनेच्या भिंती पाडून आपण सगळे या देशातील, प्रांता-प्रांतांतील लोक फक्त हिंदू म्हणून एक होत नाही तोपर्यंत तरणोपाय नाही. इस्लामच्या संकटावर इलाज काय, तर 'हिंदू' हा शब्द. हिंदू हा जादूचा शब्द आहे. जादू आहे ही. सर्व भाषिक लोकांना एक हिंदू म्हणून एकत्र आणल्यावरच आपण इस्लामशी टक्कर मारू शकतो. हिंदू म्हणूनच आपण जिंकलो पाहिजे आणि आपण जिंकणारच. हा शब्द काही मी आज घेतलेला नाही. माझ्या वडिलांनी १९२२ पासून घेतलेला आहे– हिंदू. हिंदू मिशनच त्यांना स्थापन करायचं होतं. पण त्या वेळेला शक्ती नव्हती. आज जे माझ्यामागे शिवसैनिक उभे आहेत, तसे कुणीच नव्हते. शंभर कार्यकर्ते जेमतेम होते. त्यांनी त्या हुंडापद्धतीवर गाढवाचा मोर्चा काढला. बरंच काही केलं, पण त्यांच्याकडे संघटना नव्हती.

दलित समाजही तसा विखुरलेलाच आहे...

होय, दलित विखुरलेला आहे. त्याच्या आणखी चिरफळ्या पडताहेत. हे कसं काय करायचं? ही अवस्था तर बघा देशाची; मग आमच्यावरती आरोप करा, मग आमच्या विचारांच्या चिंधड्या उडवा. पण हे काय करताय तुम्ही? माझा उद्देश काय, तुम्ही करताय काय! सगळ्या सवलती तशा मुसलमानांनाच; हिंदूंना विचारतोय कोण या हिंदुस्थानात!

एकंदरीत हिंदूंची परिस्थिती देशात गंभीर आहे...

होय. हा काही आज आचारसंहितेचा प्रश्न होऊ शकत नाही; हा देशहिताचा प्रश्न आहे. पण देशहिताची चिंता करतोय कोण!

'सच्चर' समितीच्या शिफारशीही हिंदूंविरोधी आहेत...

'सबकुछ मुसलमानांसाठी' हेच धोरण ठरवल्यावर दुसरं काय व्हायचं? दुसऱ्या फाळणीचीच ही सुरुवात. मुसलमानांवर नसता सवलतींचा वर्षाव चालला आहे. स्वीकार करायचा असेल, तर करा. हाच तो मूर्खांचा कारभार– देशाच्या मुळावरती येणारा. याला कुठे तरी हिमतीने टक्कर मारून हे असले अहवाल हिंदूंनी उधळून लावले पाहिजेत.

असल्या अहवालांना किती महत्त्व द्यायचे?

मग काय डोळे मिटून 'इस्लामची बांग' द्यायची? झाला की महाजन अहवाल– बसला ना सीमाप्रश्नाच्या डोक्यावर? बसला ना? शिवसेनेनेच फक्त विरोध केला. एकाही राजकीय पक्षानं विरोध केला नाही. त्या वेळेला जवळजवळ आमचे ६९ शिवसैनिक मारले गेले. ते जे सीमाप्रश्नावरनं आंदोलन उभं राहिलं मुंबईत, ते विसरता येणार नाही.

मुंबई-ठाण्यासारख्या शहरांमध्ये गुजराती समाज हा कायम शिवसेनेच्या मागे आहे...

होय, आहेच मुळी. एक नातं निर्माण झालंय. नरेंद्र मोदींमुळे हे नातं अधिक घट्ट झालंय.

हिंदी भाषकही मोठ्या प्रमाणात आहेत. त्यांच्या मनात शिवसेनेविषयी कायम शंका असतात...

हे पाहा– शंका आणि कुशंका कशासाठी? त्यातले अनेक हिंदी भाषक सुरुवातीपासून शिवसेनेबरोबर आहेत. आमची हिंदुत्वाची भूमिका त्यांना पटली आहे. शिवसेनेचे शाखाप्रमुख, उपशाखाप्रमुखांतही अनेक हिंदी भाषक आहेत. शंका ते घेत नाहीत; त्यांचे जे पुढारी आहेत– विशेषत: काँग्रेस पक्षात हुजरेगिरी करणारे– यांची ही चिथवाचिथवी चालू असते. आसामात सध्या काय चालले आहे? हिंदी भाषकांना सरळ-सरळ गोळ्या घातल्या जात आहेत. आसामातून हिंदी भाषकांनी चालते व्हावे, असा आदेशच तेथील उल्फासारख्या संघटनांनी दिला आहे. आसामात व केंद्रात काँग्रेसचे सरकार असताना हे घडले आहे. मुंबईत असा प्रकार कधीच झालेला नाही.

गुजराती भाषक, हिंदी भाषकांना आता शिवसेनेचा कायम आधार वाटत आलाय...

नक्कीच. त्याचा त्यांना अनुभव आलाय. १९९२-९३ च्या दंगलीत आणि ९३ नंतरसुद्धा बॉम्बस्फोटांनंतर जी मदत शिवसेनेने केली, त्याचाही विसर त्यांना पडलेला नाही. गुजराती बांधव तर शिवसेनेचे हे उपकार मानतातच. तसेच आमचे उत्तर हिंदुस्थानी हिंदी भाषकही आहेत, जैन समाजही आहे. त्यांचा निवडणुकांशी संबंध लावत नाही. हे माझं भाष्य पूर्वीसुद्धा आलंय, त्याचा मी पुनरुच्चार करतोय.

[२१ जानेवारी, २००७]

मी एकदम ठीक आहे, मस्त आहे; वाटल्यास 'स्टिंग' ऑपरेशन करा!

"शिवसेनाप्रमुखांनी त्यांची मते परखडपणे मांडली. विचारांत भेसळ नाही. कुणाची पर्वा केली नाही. अफझल गुरूला फाशी द्यावी, ही मागणी त्यांनी सतत केली. मराठीच्या मुद्द्यावर राष्ट्रपतिपदासाठी त्यांनी प्रतिभाताई पाटील यांना पाठिंबा दिला; पण उद्या वेळ आलीच तर अफझल गुरूच्या मुद्द्यावरून मला प्रतिभाताई पाटलांना विरोध करावाच लागेल, असं ठणकावून सांगण्यालाही त्यांनी कमी केलं नाही! याच वेळी त्यांनी शिवसेना कार्याध्यक्ष उद्धव ठाकरे यांच्या कामाची प्रशंसा केली. पक्षात उद्धव ठाकरे यांनी शिस्त आणल्याचे त्यांनी मान्य केले..."

◗ साहेब, सध्या तुमचं एकंदरीत कसं काय चाललं आहे?

कसं काय चाललंय म्हणजे? तुम्ही काय मला बँकेत नोकरी करणारा एखादा कारकून वगैरे समजला काय? विचारताय, कसं काय चाललंय!

◗ हा प्रश्न सगळ्यांनाच पडलेला आहे. महाराष्ट्रातील आपल्या लाखो भक्तांना हा प्रश्न पडलेला आहे.

उत्तम चाललंय माझं, तुमच्या कृपेने. अफवांची लागण लागली होती तुम्हाला, तीसुद्धा कालच्या कार्यक्रमाने दूर झाली.

◗ पण हल्ली आपलं 'दर्शन' सोडाच, दूरदर्शनही कमी झालंय...

अरे, पण मी बाहेरच पडत नाही; तर दूरदर्शन होणार कसं? आता त्यांनी इकडे ते 'सीसी टीव्ही'सारखे गुप्त कॅमेरे बसवले, तर गोष्ट निराळी. म्हणजे घरबसल्या मी काय करतोय, माझं काय चाललंय आतमध्ये; ते कळेल सगळ्यांना. काय म्हणता तुम्ही ते– 'स्टिंग' ऑपरेशन करा एकदाचे.

◗ पण हे 'स्टिंग ऑपरेशन' कोणी करायचं?

कोणी म्हणजे, ज्याला खाज असेल त्यांनी.

◗ शिवसेनाप्रमुख बरेच दिवस काही बोलले नाहीत, भेटले नाहीत, मुलाखती दिल्या नाहीत की मग पत्रकारही असे प्रश्न विचारतात.

मलाही बऱ्याच दिवसांपासून पत्रकारांचं दर्शन झालं नाही, तर मी तरी काय बोलू? बऱ्याच वेळेला ते येतात, पण अलीकडे तो 'ख्रिस्टिंग'चा प्रकार चालू आहे ना– म्हणजे लहानपणी आम्ही तो एक खेळायचो. एका बोटावर थुंकी लावायची आणि मग ते बोट तिकडूनचं इकडे आणि इकडूनचं तिकडे. दुसऱ्या पोरांना आश्चर्य वाटायचं– हे कसं काय? तसला खेळ आहे तो.

◗ त्यात आपल्या प्रकृतीच्याही अफवा अधून-मधून पसरतात...

होय, पसरू द्या. मी आहे तसा आहे. इथंच बसलेला आहे. मस्त आहे. मला सध्या हा खोकला त्रास देतोय. एरवी काही वाटत नाही, पण आला की ऐकत नाही. मग ते खंकारे वगैरे टाकावे लागतात. मग ते माझं नळकुंडं मोकळं होतं.

◗ आपल्या प्रकृतीच्या अफवा अचानक कशा पसरतात?

अफवा म्हणजे काय? गाडीमध्ये बॉम्ब ठेवलाय, विमानात बॉम्ब ठेवलाय– या कशा पसरतात तशा माझ्या तब्येतीच्या काही बातम्या पसरतात. पसरू द्या.

◗ होय, कारण तुम्हीसुद्धा बॉम्बच आहात ना?

मी असेन हो तुम्ही म्हणताय त्याप्रमाणे बॉम्ब वगैरे, पण मी काही वाकडं-तिकडं करत नाही कुणाला घाबरवून टाकण्यासाठी. लोकांच्या इथे ठेवत नाही. ती पळापळ झाल्यामुळे मला काही मानसिक समाधान मिळतंय, असं काही नाहीय. हा अत्यंत घाणेरडा गेम आहे.

◗ पळापळ व्हावी, लोकांत टेन्शन निर्माण व्हावं, म्हणून तुमच्या बाबतीत अफवा पसरवताहेत?

असू शकतं. त्यांची एकंदरीत मानसिकता काय आहे, मला काय कल्पना असणार? पण असू शकतं. आताच्या 'बर्ड फ्ल्यू'सारखं आहे ते. आलाय की नाही, हे कुणालाच माहीत नाही; पण बिचाऱ्या कोंबड्यांचा बळी जातोय भीतीनं. तो अमेरिकेचाही डाव असू शकेल. आपलं मार्केट खल्लास व्हावं आणि त्यांचं जोरात यावं म्हणून. तसंच आहे हे.

◗ मग आपला वेळ तरी कसा जातो?

चांगला जातो. वेळ पुरत नाही, कमी पडतो. वाचन आहे. पुस्तकं आहेत, सकाळची वर्तमानपत्रं वगैरे वाचनात. नंतरचं जे वाचन आहे– मग त्यात शिवाजीराव भोसले, बाबासाहेब पुरंदरे, पु. ल. देशपांडे खासकरून. रात्रीच्या तर त्यांच्या कॅसेट लावतच असतो. असा वेळ जातो. रात्र निघून जाते.

◗ आपण जो दिनक्रम सांगताय, हे निवृत्तीचं लक्षण आहे...

असू शकेल ना. झालं की आता– ८२ व्या वर्षात पदार्पण करतोय. निवृत्ती केव्हा घेतात, तेही माहीत नाही. मग सध्या आम्ही आणि सोपान; याच्या खेरीज काही नाही.

◗ सोपान म्हणजे?

बिस्तरा!

◗ आपण आयुष्यभर राजकारण केलंत. बाळासाहेब ठाकरे आणि राजकारण हे समीकरणच आहे. मग इथे बसून राजकीय विचार करता की नाही?

विचारचक्र माझं जोरात सुरू असतं. माझ्या डोक्यात विचारांचे घोडे दौडत असतात. मी स्वार्थ असा कुठेच ठेवला नाही, ना सत्तेच्या खुर्च्यांवर बसण्याचा मोह आहे मला. आत्मचरित्राबाबत माझे विचार माहीत आहेत. माझं आत्मचरित्र लिहून मोकळे झालेत बरेच जण मला माहीत नसताना आणि कुठल्याही पदाची अभिलाषा नाही. त्या 'भारतरत्न'चं काय चाललंय, ते कळत नाही मला. इतकं स्वस्त झालंय ते? त्या पदाचीच शान घालवली आहे. मी तर कधीच स्वीकार करणार नाही. मला देतोय कोण, हा प्रश्न तर येणारच. मला मग कांशीराम करायचा नाही. मला काडीमात्र आकर्षण नाही त्या भारतरत्नाबद्दल. पण लोक का तळमळताहेत, तेच मला कळत नाही. भारतरत्न मिळालं म्हणजे काय होतं? पूर्वी ज्यांना मिळालं, त्यांचं काय झालं?

◗ ज्यांना मिळालं, त्यांपैकी अनेकांना तर 'मरणोत्तर'च मिळालं...

एक तर मृत्यूनंतर मिळालं किंवा मिळाल्यानंतर ते लवकर वारतात, हे मी अगदी बारकाईनं पाहिलंय. ज्यांना-ज्यांना मिळालं, ते फार लवकर स्वर्गवासी झाले. म्हणून मला नको रे बाबा.

◗ पण आता जी नावं येत आहेत ती पाहता, प्रत्येक राजकीय पक्ष आणि प्रत्येक जात आपापल्या नेत्यासाठी 'भारतरत्न' मागतोय– इतका तो स्वस्त झालेला आहे...

हा प्रकार अत्यंत चीप. पण मला कशाला त्या वादात पाडताय? मला मिळणार नाही, हेही मला माहीत आहे. इच्छाच नाही मला. शेवटी काय, तर एवढं सगळं गोल-गोल फिरून सोनिया गांधीवर येणार. कॉंग्रेसवाले दुसरं काय करू शकतात? तर, सोनिया गांधी.

◗ ज्यांना हा सर्वोच्च किताब दिला जाऊ शकतो, अशी व्यक्तिमत्त्वं आपल्या देशात शिल्लक आहेत काय?

नाही. आता सगळं खुज्यांचं राजकारण चाललंय. सगळेच खुजे आहेत. त्या-त्या क्षेत्रात तज्ज्ञ म्हणून नावाजलेले लोक असतीलही. त्यांची कमतरता नाही, पण 'भारतरत्न'च्या तोडीचे कोण?

◗ राजकारणापासून आपण तसे दूरच असता अलीकडे. तरीही 'ठाकरे म्हणजे न्यूज' हे समीकरण कायमच आहे. चाळीस वर्षं आपण ही किमया कशी साधलीत?

त्याला मी तरी काय करू? ही माझ्या पूर्वजांची कृपा आहे.

◗ कधी आपल्या अटकेची अफवा, तर कधी आपल्या प्रकृतीची अफवा. 'ठाकऱ्यां'विषयी काही तरी बातमी द्यावीच लागते...

म्हटलं ना– पूर्वजांची कृपा, वडिलांची कृपा; माझं काहीच नाही त्यामध्ये. मी विचार करतो की, मी शून्य आहे आणि यांचे आकडे लागल्यामुळे मी थोडा नावारूपास आलो.

◗ तुमच्याविषयी नेहमीच बातम्या उठतात, पण गेल्या काही दिवसांत दुसऱ्या कोणत्या बातमीने तुम्हाला आकर्षित केले?

तुम्ही ही अफवांमधली निवड करायला सांगताय, की आणखी कशातली?

◗ जी बातमी तुमच्या लक्षात राहिलीय...

असं काहीच नाही. विशेष काही नाही. पतंग उडवले जातात.

◗ रतन टाटांनी गरिबांसाठी 'कार' काढली, ही चांगली बातमी होते...

ठीक आहे. रतन टाटाच काढू शकतो, कारण पैसे आहेत त्यांच्याकडे. ज्या वाघ नावाच्या मराठी माणसाने या गाडीसाठी डोके खर्ची केले, त्याला काही किंमतच नाही. तो तसा बाजूलाच पडला. टाटांनी नाव कमावलं. हा अन्याय आहे तसं पाहिलं तर. मग वाघाला बरोबर घ्यायला पाहिजे.

◗ वाघांचा गौरव टाटांनी केलाय. त्यांच्याच कंपनीचा माणूस आहे तो...

त्यांनी फक्त नोकरीला घेऊन नाही उपयोग; नावारूपाला आणलं पाहिजे. वर्तमानपत्रांनीसुद्धा वाघांना फार महत्त्व दिलेलं नाही.

◗ पण 'टाटा'च्या एक लाखाच्या कारसाठी मोठी झुंबड उडाली आहे. गरिबी हटली, असे समजायचे काय?

एक लाख काय आता महाग नाही लोकांना. झोपडपट्टीवालेसुद्धा झोपड्यांतील जागा मिळविण्यासाठी दहा-दहा-पंधरा लाख रुपये मोजतात.

◗ म्हणजे गरिबी हटतेय, असं तुम्हाला वाटतंय का?

नाही. मुळात गरिबीचा फार डांगोरा पिटला जातोय. तुम्ही काही झोपडपट्ट्यांच्या इकडे फिरकाल, तर तिकडे काही फियाट गाड्या उभ्या असतात. ज्या अॅण्टीना दिसतात झोपड्यांमधनं; त्यांच्याकडे टीव्ही, गाड्या आहेत आणि हे जे बांगलादेशमधनं आलेले मुसलमान आहेत– त्यांना पैशांचा पुरवठा मजबूत होतोय. त्याच उद्देशाने ते इकडे आलेले आहेत, आपल्या देशाच्या मुळावर. त्यांच्याकडे दुर्लक्ष होतंय सगळ्यांचं. ना हे हटत, ना ते हटत.

◗ त्याला उपाय काय?

शिवशाहीखेरीज त्यांच्यावर इलाज नाही. लोकशाहीनं सुधारणारं हे काम नाही. राज्यकारभारामध्ये थोडा निर्दयपणा लागतोच आणि तो जोपर्यंत तुमच्या राजकारणात येत नाही तोपर्यंत हे असेच चालत राहणार. आता अफझल गुरूची फाशी सर्वोच्च न्यायालयानं निर्णय देऊनसुद्धा रोखून ठेवली आहे. वर्ष होऊन गेलं– ऑक्टोबर ते ऑक्टोबर. अजून अफझलला फाशी नाही. कुणी त्यावर बोलतच नाही. एका सोनिया गांधीवर सारा देश फिरतोय. सगळे होकार-नकार ती ठरवते.

◗ राष्ट्रपतिपदाच्या उमेदवारास तुम्हीच पाठिंबा दिलात...

हो, दिला. आम्ही एका भावनेनं राष्ट्रपतिपदासाठी प्रतिभाताई पाटलांना मतदान

केले– एक मराठी महिला म्हणून पाठिंबा दिला. कारण महाराष्ट्राला हा एवढा बहुमान साठ वर्षांत प्रथमच मिळतोय स्वातंत्र्यानंतर. मग हा बहुमान घालवायचा का? म्हणून मग त्याच उद्देशानं महाराष्ट्रहितासाठी प्रतिभाताईंना मतदान केलं. मग आता काय पाहिजे तुम्हाला?

◗ अफझलला फाशी पाहिजे. कारण अब्दुल कलाम यांना आपण जो विरोध केलात, तो अफझल गुरूच्या फाशीवरून केलात...

होय ना, अजूनही करीन. उद्या वेळ आलीच तर अफझल गुरूच्या मुद्द्यावरून मला प्रतिभाताई पाटलांना विरोध करावाच लागेल. संसदेवर हल्ला आणि सार्वभौम वगैरे म्हणता तुम्ही? पण त्या बाईचाही दोष नाहीय हो. सूत्रं हलविणारी ती दुसरीच बाई बसलीय– सोनिया गांधी. तिने होकार-नकार दिल्यानंतर सगळी सूत्रं हलतात. आता शिवराज पाटीलच बघा ना– काय उपयोग आहे? नुसता खुर्ची उबवतोय. सगळेच जण खुर्च्या उबवताहेत, सोनिया गांधी सोडून. एक परदेशी बाई तुमच्यावर इतकी हुकमत गाजवू शकते? तुम्हाला लाज वाटायला पाहिजे.

◗ प्रजासत्ताकदिन आलाय उद्याच्या २६ तारखेला...

होय. मग? झेंडावंदन करा सगळीकडे. झेंड्यांना एरवी किंमत नाहीच.

◗ स्वातंत्र्य व प्रजासत्ताक देशाला मिळालं, त्याला साठ वर्षं होऊन गेली. आपण खऱ्या अर्थी स्वतंत्र झालोय, असं वाटतं का?

मुळीच नाही. स्वातंत्र्याचा कुठे मागमूसही नाही. हिंदुस्थानी म्हणून जगत असताना, फाळणी होऊन हिंदुस्थान मिळवला असताना मुसलमानांवर सवलतींचा नुसता मारा चाललाय. कुठे आहे हिंदू? म्हणजे काय पाकिस्तानात राहताय का तुम्ही? का? का? सत्तेच्या मोहासाठी इतकी मुसलमानांची लाचारी? पाय चाटणं चाललंय नुसतं. हे असले राज्यकर्ते काय प्रजासत्ताकाच्या नावाखाली झेंडावंदन करताहेत!

◗ तुमची काय कल्पना आहे?

स्वातंत्र्याची आणि प्रजासत्ताकाची? काय म्हणजे? सरळ आहे. माझ्या हाती सत्ता असती, तर मी दाखवून दिलं असतं. सर्वोच्च न्यायालयाचा निकाल आला अफझलला फाशी देण्याबाबत. मी ताबडतोब ती अमलात आणली असती.

◗ तुम्ही अनेकदा निर्दयी राज्यकारभाराची, हिंसाचाराची भाषा केली आहे... तुम्ही त्याचं अजूनही समर्थन करता?

हिंसाचाराची म्हणजे?

◗ म्हणजे गोळीला गोळीनं उत्तर देण्याची म्हणा, राष्ट्रद्रोह्यांना गोळ्या घालण्याची म्हणा, धर्मांधांना चिरडण्याची म्हणा...

त्या कोणत्याही भूमिकेत बदल होणार नाही. ती भूमिका कायमच राहणार.

◗ अनेक देशांत असा निर्दयीपणे राज्यकारभार चाललेला आहे.

काही देशांत नक्कीच असा कडक कारभार आहे– खासकरून त्या मलेशियामध्ये. आपण कसं म्हणतो आता की, तुम्ही मुंबईत राहता म्हणजे मुंबईकर. उत्तर प्रदेश, गुजरात, पंजाब, कर्नाटक अशा त्या प्रॉपर्टीच्या वाटण्या झालेल्या आहेत; पण मिळून आपण हिंदू आहोत ना, हे विसरून कसं चालेल? आता मलेशियामध्ये जे हिंदू राहतात, अगदी पूर्वापार– ते इकडे येताना अगदी 'एन.आर.आय.' म्हणून येतात. त्यांनी तिकडे हिंदुस्थानी म्हणून आंदोलनं करायची, हे योग्य नव्हे. ते एक वाक्य आहे– 'इन रोम बी ए रोमन' ते सगळीकडेच लागू पडतं. हिंदुस्थानातच नव्हे, तर संपूर्ण जगाची भावना ही असली पाहिजे. जिथे राहता, तिथल्या मिठाला जागा.

◗ देशातल्या मुस्लिमांना तुम्ही हा संदेश देताय का?

सरसकट सगळ्या मुसलमानांना नाही; जे पाकधार्जिणे असतील, त्यांना हे लागू पडते. इथे तसा बाहेरून येण्याचा अधिकारच असता कामा नये. पण आपल्याकडे पद्धतच नाही– सिस्टीम म्हणता ज्याला तुम्ही.

◗ कोणती सिस्टीम?

सांगतो ना. १९६६ मध्ये शिवसेनेच्या पहिल्या मेळाव्यात मी घोषणा केली, तिथून ती लोंढ्यांची सुरुवात झालीच होती. मी म्हटलं, परमिट सिस्टीम सुरू करा– मुंबईला खासकरून. त्या वेळेला कम्युनिस्ट माझ्या अंगावर आले. लोकसभेत टीका, सर्वत्र टीका. वृत्तपत्रांतून टीका. माझ्यावर फार हल्ले झाले त्या वेळेला शिवसेनाप्रमुख म्हणून. मग आज काय मागताय तुम्ही?

◗ आज परमिट सिस्टीमची मागणी दिल्लीत झालीय...

होय. बघा नं– म्हणजे तुम्हाला जाणवायला लागलं नं? मला अजून आपल्या घटनेचं कळत नाही. कुणाला कुठेही जाण्याचा अधिकार असेलही, पण तुम्ही

घटनेचा वरचा मथळाच का पाहता? ते १९(१) पोटकलम काय सांगतेय, तेदेखील पाहा ना. कुणाला कुठेही जाण्याचा अधिकार असेल; पण जे इकडचे तिकडे जातील, त्यांनी स्थानिक लोकांना उपद्रव होईल असे काहीही करू नये– ते पोटकलम का नाही वाचत तुम्ही? ते का दुर्लक्षित करता? सोईचं नाही म्हणून?

◗ दिल्ली ही देशाची राजधानी आहे, तर मुंबई देशाची आर्थिक राजधानी आहे...

असेल, पण ती महाराष्ट्राची राजधानी आहे, हे विसरता येणारच नाही.

◗ पण दिल्ली व मुंबईचे प्रश्न सारखेच आहेत– खासकरून लोंढ्यांचे...

होय. मग तिकडे परमिटचा नियम लावलात ना तुम्ही; तोच नियम तुम्ही मुंबईत लावा नं.

◗ पण तिकडे 'परमिट' सिस्टीमची घोषणा होताच विरोध झाला. सरकारला माघार घ्यावी लागली...

हेच प्रजासत्ताक तुमचं? कोणत्या अभिमानानं, स्वाभिमानानं तिरंग्याला हात लावता आणि दोरी खेचता?

◗ परमिट सिस्टीमसंदर्भात आपली भूमिका अजूनही कायम आहे?

होय, कायमच आहे. मी बोलतो ते काही घूमजावसाठी बोलत नाही. माझ्याकडनं घूमजाव कधीच झालेलं नाही. काही लोकांनी वाकडं-तिकडं करून घूमजाव म्हणून छापलेलं आहे. ते घूमजाव नव्हतं, कधीच नाही. मी घूमजावची भूमिका आयुष्यात घेतली नव्हती, घेणारही नाही. बोललो ते बोललोच. चुकलो, तर क्षमा मागेन.

◗ महाराष्ट्राची अवस्थाही तितकीशी चांगली नाही...

देशात कुणाची आहे? खुद्द देशाचीही नाहीय.

◗ त्यातल्या त्यात महाराष्ट्र बरा होता...

होय. मग त्यातल्या त्यात सगळेच चांगले आहे.

◗ पण महाराष्ट्र आज कोसळताना, ढेपाळताना दिसतोय...

काँग्रेस पक्षाचा हा गांडूपणा. त्यानंतर त्यांना मदत करणारे आणि नुसते

सत्तेसाठी तडफडणारे हे जिवाणू असल्यानंतर काँग्रेस पक्षाकडून कसली अपेक्षा करता तुम्ही राज्यकारभाराची?

◗ शेतकऱ्यांच्या आत्महत्या थांबता थांबत नाहीत...

पण मुख्यमंत्री म्हणतात आमचे की, सरकारला मान खाली घालावी लागते. त्यांच्या माना फासावर लटकल्या तरी चालतील, पण तुमची मान खाली जायला नको.

◗ मराठी जनता अशी मरत असताना तुमच्या भावना काय आहेत?

भावना काय म्हणजे? तिकडे उद्धव काय करतोय– उद्धव जे करतोय, सर्वत्र मोर्चे काढतोय, निदर्शनं करतोय, भेटीगाठी चालवल्यात काही थोरामोठ्यांच्या. शिवसेना कुठेही थंड बसलेली नाही. तिकडे दिवाकर रावतेसुद्धा दिंड्या काढतोय. सगळं चाललंय.

◗ बेरोजगारी, विजेची टंचाई, कर्जाचा डोंगर...

भरपूर. यादी द्यावी तेवढी थोडीच आहे. ते 'सेझ' काय चाललंय?

◗ सामान्य माणसाला खतम करण्याचाच हा डाव दिसतोय...

तो चिदंबरमही बसलाय ना तिकडे. आता हवेवरतीच फक्त तो कर लावत नाही. तेवढं केलं, म्हणजे भरपूर उत्पन्न मिळेल.

◗ महाबळेश्वरच्या शिबिरात उद्धव ठाकरे यांची शिवसेनेच्या कार्याध्यक्षपदी निवड झाली. आपण तेव्हा महाबळेश्वरलाच होता...

होय. मी होतो, पण बंगल्यावर होतो. त्याच्या अगोदर यांनी सगळं संमत करून घेतलं. त्यानंतर मी बोललोही. माझ्या परोक्ष तुम्ही हे केलेलं आहात– मला न विचारता. म्हणून मी परत तुम्हाला सांगतो की, जर तुम्हाला उद्धव नको असेल, तर नाही म्हणून सांगा. कुठेही दबावाखाली वागू नका; नाही म्हणून सांगा. मी आत्ता दूर करतो. मग सगळेच ओरडले, आम्हाला उद्धवच हवाय. हे तितकंच सत्य आहे. माझ्यावर घराणेशाहीचा आरोपही कुणी करू शकणार नाही; मुळीच नाही.

◗ उद्धव ठाकरेंनी त्यांची निवड सार्थ ठरवली, असं वाटत नाही काय?

बिलकुल! शंभर टक्क्यांपेक्षाही जास्त. उद्धवनं जे काम केलंय– त्याला एक शिस्त आहे, पद्धत आहे. ढिसाळपणा नाही. आम्ही काय करत होतो? तर, फक्त शिवसेनाच वाढवत होतो. नेतेमंडळी, माझ्यासकट. पण नुसता पक्ष वाढवून चालत

नाही; त्याला शिस्त लागते, त्याला एक पद्धत लागते. ती उद्धवने आणली पक्षामध्ये. आज सर्व शिस्तबद्ध कारभार चाललाय. तो दुसरा कुणालाही झेपला नसता.

◗ तुम्ही वडील आहात तसे शिवसेनाप्रमुखही आहात. उद्धव ठाकरेंचे कोणते गुण तुम्हाला प्रकर्षाने नजरेत भरतात?

त्याचं काम तर अप्रतिम चाललंय. काही वेळेला तो माझाही सल्ला घेतो. मला काही पसंत नाही पडलं, तर मी त्याला सांगतो– यावर आता काही बोलू नको. विरोध केवढा झाला त्याला– बाप रे!

◗ ज्या प्रतिकूल परिस्थितीत उद्धव ठाकरे यांनी शिवसेना पुढे नेली, त्याविषयी काय वाटतं?

पूर्वी मी शिवसेनेच्या आंदोलनांत बोलायचो की, मी बाहेरच्या लोकांशी लढू शकतो; घरच्या लोकांशी नाही. तेच उद्धवचं चाललं होतं. जाऊ द्या आता. तो विषय मला आता काढायचा नाही.

◗ आपण जी शिवसेना स्थापन केलीत, वाढवलीत– ती उद्धव ठाकरेंनी पुढे नेली...

होय, निश्चित स्वरूपात. संघटनेला आकार-उकार आला. मातीचा गोळा... याचं नक्की काय होणार, ही काही लोकांना चिंता होती त्या वेळेला; पण उद्धवने त्याला आकार दिला.

◗ ही मुलाखत सुरू असताना म्हणजे २१ तारखेला शिवसेनेची राष्ट्रीय कार्यकारिणी होत आहे...

होऊ द्या. एक महत्त्वाचा टप्पा आहे.

◗ राष्ट्रीय कार्यकारिणी वगैरे शब्द ऐकायला कसे वाटतात?

काही तरी कप्पे-टप्पे असलेच पाहिजेत संघटनेला. कोण कार्यकर्ते, अध्यक्ष कोण– हे असले प्रश्न विचारले जाता कामा नयेत. जबाबदाऱ्या ठरल्या पाहिजेत. निर्णयाला जबाबदारही तेच.

◗ म्हणजे लोकशाहीच...

बिलकुल! आम्ही तेच– मऊ मेणाहून जरी असलो तरी मात्र 'देऊ कासेची

लंगोटी, नाठाळाच्या माथी हाणू काठी' असे वागायला कमी करणार नाही. याला हिंसाचार म्हणणार असाल, तर जरूर म्हणा. हे तुकारामांनी शिकवलं. आता तुकारामांच्या वेळेस काय होतं? तेव्हा काँग्रेजी सरकार होतं की काय होतं? त्या वेळेलासुद्धा त्यांना ते सुचलं. नाठाळाच्या माथी हाणू काठी म्हणत त्यांनी सांगितलं आणि इथे जरा काही झालं की 'हिंसाचार, हिंसाचार' म्हणून सुरू होतं.

◗ **शिवसेना अशा काठ्या हाणीतच मोठी झाली...**

होय. मग मला अभिमान आहे त्याच्याबद्दल!

◗ **शिवसेनेच्या राष्ट्रीय कार्यकारिणीत आज पुन्हा एकदा उद्धव ठाकरे यांची कार्याध्यक्षपदी निवड होईल...**

हा विषय स्वतंत्र आहे. महाराष्ट्राच्या सर्व भागांतले लोक येणार आहेत, ते ती निवड करणार आहेत. मी नंतर, निवड झाल्यानंतर जाणार आहे शिवसेना भवनला. तेथे मी त्या लोकांसमोर माझे विचार मांडणार आहे. बाकी काही नाही.

[२१ जानेवारी, २००८]

शरद पवार लायकीचा माणूस, पण फुकट गेला!!

"शरद पवार शिवसेनाप्रमुखांना भेटले, त्याचे राजकारण अनेकदा झाले. यावर शिवसेनाप्रमुख म्हणतात, ''राजकारण हे गटाराच्या पाण्यापेक्षा गलिच्छ झालेलं आहे. माणसं माणसालाही भेटू शकत नाहीत?'' शरद पवारांच्या बाबतीत ते म्हणतात, ''शरद पवार हा लायकीचा माणूस आहे. पण हा माणूस फुकट गेला की काय? जी सोनिया गांधी परदेशी बाई आहे, ती मान्य नाही म्हणून काँग्रेस सोडली आणि तिच्याच राजवटीत आज तुम्ही मंत्रिपद घेऊन बसलात? कुठे गेला तुमचा मराठी बाणा?''"

◗ मुंबई महानगरपालिका जिंकणे तर अत्यंत आवश्यक होते. या विजयाचे श्रेय तुम्ही कुणाला द्याल?

उद्धवलाच. आणि माझे अत्यंत कडवट असे निष्ठावंत शिवसैनिक आणि जुनेजाणते शिवसेना नेते यांनाच जाते हे विजयाचे श्रेय.

◗ मुंबईचा प्रश्न येताच आपण नेहमीच मराठी माणसाला आवाहन करता. महानगरपालिकेतही ते दिसले. आपण आजही 'मराठी व्होट बँक' मानता का?

हो, नक्कीच. जेथे मराठी आहे, तेथे मराठी व्होट बँक आपोआपच तयार होते की. मुसलमानांची व्होट बँक नाही काय? काँग्रेस कशाला मरते आहे, चाटते आहे? व्होट बँकेसाठीच. नाही तर कोण मुसलमानांवर प्रेम करतोय? मराठी माणूस हा नाही म्हटला तरी शिवसेनेचा ऑक्सिजन आहे. त्याच्याकरता मी निवडणूक लढवत नाही. अजिबात नाही. पण महाराष्ट्र हा महाराष्ट्र वाटला पाहिजे.

'महाराष्ट्र मेला तरी राष्ट्र मेले
मराठ्याविना राष्ट्रगाडा न चाले
खरा वीर वैरी पराधीनतेचा
महाराष्ट्र आधार या भारताचा'

सेनापती बापटांच्या ओळी विसरता नाही येणार. हे कोणी ओळखलंय? कोण देतंय महाराष्ट्राला आधार? महाराष्ट्राला मराठी माणसानेच जर आधार दिला नाही, तर काय उपयोग आहे सेनापती बापटांच्या ओळींचा?

◗ नरेंद्र मोदींना गुजराती माणसानेच तारले...

अगदी बरोबर आहे.

◗ अस्मितेचा विषय घेऊनच त्यांनी ही निवडणूक लढवली व जिंकली. मुळात प्रादेशिक अस्मिता ही संकल्पनाच तुम्ही आणलीत.

होय. तेथूनच हे रिजनल पक्ष सुरू झाले.

◗ मोदी हे दोन निवडणुका प्रादेशिक अस्मितेवर जिंकले... हा चमत्कार आपण महाराष्ट्रात का करू शकलो नाही?

याचे कारण, इथे 'शेठिये' लोकांचंसुद्धा राज्य आहे. सगळे उद्योगपती म्हणा– काही म्हणा, काही म्हणा. आता हे जे 'टॉवर्स' येताहेत, हेसुद्धा मुळावर येण्याची शक्यता आहे आपल्या. त्यांच्याबाबतसुद्धा स्वतंत्र विचार करतोच आहे. त्या टॉवर्समध्ये दहा-वीस पर्सेंट नव्हे, त्याहीपेक्षा जास्त जागा मराठी माणसाला

मिळायलाच हव्यात. अर्ध्यापर्यंत तरी गेलेच पाहिजेत; नाही तर वीट बसवूच द्यायची नाही, असं ते आंदोलन राहील आमचं कदाचित. जो कोणी असेल टॉवर्स उभा करणारा, त्याच्याकडून लेखी घ्या. करारमदार करा. इथे टॉवर उभा राहिला, तर मराठी माणसाला इतक्या जागा द्याव्या लागतील. ५०० फुटांच्या, ४०० फुटांच्या, ३०० फुटांच्या अशा काही अटी नाहीत. चांगली लांब-रुंद घरं मराठी माणसासाठी असू द्या. माणसांना राहण्याच्या लायकीची घरं हवीत; द्यायची म्हणून देऊ नका.

◗ शिवसेनेच्या स्थापनेच्या वेळी ८० टक्के नोकऱ्या मराठी माणसांसाठी– ही मागणी होतीच...

नोकऱ्याच नाही, सर्व काही.

◗ म्हणजे नोकऱ्यांनंतर आता घरांकडे शिवसेना वळतेय...

नोकऱ्यांत तर आपण आहोतच– बँकांत, विमान कंपन्यांत... सर्वत्र मराठी टक्का शिवसेनेमुळेच आहे. विमानामध्ये आता जय महाराष्ट्र आलाय, मराठी वर्तमानपत्रं आलीत.

◗ पण आता नोकऱ्यांची संख्या कमी झालीय, कारण कारखाने बंद पडलेत...

ते सरकारचं धोरण आडवं आलं. गिरण्या बंद पडल्या. आमचा गिरणबाबू उद्ध्वस्त झाला. मालकांना नवी मशिनरी बसवायची होती, त्या सबबीखाली त्यांनी गिरण्या बंद केल्या. आमची एक त्यावर योजना होती, ती गिरणीमालकांनी मान्य केली. त्या काँग्रेस सरकारनं ती पाडून टाकली. गिरणीमालकांशी काही गुफ्तगू करून त्यांच्या योजनेला मान्यता दिली. कामगारांची त्यामुळे वाट लागली.

◗ या कामगारवर्गानेच महाराष्ट्राचा लढा दिला...

होय. मुंबई महाराष्ट्राला मिळाली ती गिरणी कामगारांमुळेच. लालबाग आणि परळ– नाही म्हटलं तरी दादरलाही श्रेय द्यावंच लागेल. सीमाप्रश्नामध्ये दादर आघाडीवर राहिला.

◗ लढाऊ बाण्याचा कामगार जर राहिला नाही, तर पुढच्या लढाया कोणी लढायच्या?

लढाऊ बाणा माझ्या सर्व शिवसैनिकांच्या रक्तातच आहे; तो कुठेही कमी

झालेला नाही. अजूनही 'मुंबई बंद' म्हटल्यानंतर माझे शिवसैनिक आहेतच; ते मुंबई हलू देणार नाहीत इकडची तिकडे, काही झालं तरी. अटका करून घेतील, लाठ्या खातील, पोलिसांची निर्दय अशी मारहाण सहन करतील. एकदा लढायला उतरलेच, तर ते सोडणार नाहीत.

◗ अस्मितेच्या मुद्द्यावर दक्षिणेची राज्यं काँग्रेसला कायम दूर ठेवत आली. तमिळनाडूत द्रमुक किंवा अण्णा द्रमुक– काँग्रेस नाहीच!

कारण त्यांची जी जात आहे ना, ती जातच कडवट आहे आणि त्यांची ती भाषा– त्यांच्या भाषेमुळे बाकीचे परप्रांतीय तिकडे शिरूच शकत नाहीत. त्यांची भाषा बोलता-लिहिता आल्याशिवाय तिकडे वावरताच येणार नाही. त्यांच्या भाषेमुळेच तर सगळ्यांची अडवणूक झालीय. इकडे आमच्याकडे काय– म्हणजे 'वुई आम्ही मराठी माणसं!' आम्ही स्वत:च हिंदीत सुरुवात करतो. कधी इंग्लिशमध्ये बोलतो. माझीही नातवंडं स्कॉटिशमध्ये जातात. एक अंबानी स्कूलमध्ये आहे. एक त्या अमेरिकन स्कूलमध्ये आहे. एक मुंबई स्कॉटिशमध्ये आहे. पण मराठी कम्पल्सरी आहे. इथे घरामध्ये तर आहेच आहे. त्यांना रोज विचारतो, तू मराठी वाचन करतोस ना बाबा? वर्तमानपत्र घेऊन त्याला रोज माझ्यासमोर वाचायला सांगतो. फक्त काय, इंग्लिश हे इतकं विचित्र झालेलं आहे सध्या जगाच्या पाठीवर. ती फार मोठी विन्डो– खिडकी आहे जगाकडे पाहण्याची. आता तुम्ही इकडे सगळे विषय घ्याल मराठीमध्ये हो, पण जगात गेल्यावर इंग्रजी लागते. आता उद्धव चायनामध्ये जाऊन आला, तर चायनीज भाषेखेरीज दुसरी भाषा नाही. तुम्ही इंग्लिश बोललात, तरी त्याला ते समजत नाही. त्यांची ती जी सुरुवातीपासूनची पद्धत आहे, ती महाराष्ट्रात कधीच आली नाही. आणि आली ती अशी आली– 'पुणेरी मिसळ'सारखी.

◗ महाराष्ट्रात मराठी भाषेची सक्ती करण्याचं धाडस कार्यकर्ते का दाखवू शकले नाहीत?

सोनिया गांधींच्या हुकमाला ते दबतात. भाषेच्या काय गप्पा मारणार? बाई म्हणेल तेच होणार. विलासराव उठा, की विलासराव उठले. सुशीलकुमार बसा, की सुशीलकुमार बसले! सुशीलकुमार उठा की मग विलासराव बसले! हे जे काही चाललेले आहे; त्याच्यामध्ये काही डिग्निटी आहे की काय आहे? काही नाही. घरगड्यासारखे वागवताहेत.

◗ हिंदुस्थानच्या राष्ट्रपतिपदी मराठी महिला आली...

होय, आली. आम्ही पाठिंबा दिला.

◗ आज दिल्लीमध्ये अनेक मंत्री मराठी आहेत– अगदी गृहमंत्र्यांपासून... कृषिमंत्र्यांपर्यंत. अशा प्रकारे दिल्लीत मराठी राज्य आहे, असं आपल्याला वाटतं?

उपयोग काय? पुन्हा सोनिया गांधी आलीच तिथे. मराठीपणाला काही अर्थ आहे काय त्या? काही किंमत आहे काय? किंमत घालवली त्यांनी. कधी आपला मराठी बाणा दाखवलाच नाही त्यांनी.

◗ शरद पवारही आहेत...

आहेत ना! पवारही गेले आणि आले परत. परदेशी बाईच्या नावावरच त्यांनी बंड केलं होतं ना?

◗ देशाच्या पंतप्रधानपदी मराठी माणूस बसावा, असं तुम्हाला वाटतं का?

होय. पण त्याला बाकीची मोकळीक असेल तर. परत सोनिया गांधीचा टेकू तिथे नको. तसल्या पंतप्रधानकीला काही अर्थ आहे काय? तो काही मोकळ्या हातानं, मोकळ्या मनानं कारभार करू शकेल? ते स्वातंत्र्यच नाही त्याला. आणि स्वातंत्र्य नसलेल्या हातांनी झेंडावंदनं करायची २६ जानेवारीला– काय उपयोग आहे त्याचा?

◗ मध्यंतरी शरद पवार आपल्याला भेटले...

होय. मग?

◗ त्या भेटीनं फार खळबळ माजली...

राजकारण हे गटाराच्या पाण्यापेक्षा गलिच्छ झालेलं आहे. माणसं माणसालाही भेटू शकत नाहीत? माझे जुने मित्र आहेत ते. मित्रत्वाची नाती राजकारणामध्ये संपवू?

◗ आपण मित्र असालही, पण दोन वेगळ्या पक्षांचे प्रमुख आहात. असे दोन नेते जेव्हा अचानक भेटतात, तेव्हा राजकारणात खळबळ माजणारच. त्यांची व आपली भेट ही भावी राजकारणाची दिशा आहे काय?

तुम्हाला नक्की काय म्हणायचं आहे?

◗ आपण शरद पवारांच्या राजकारणावर सतत टीका करीत आलात, तरीही तुमच्या दोघांच्याही मनात एकमेकांविषयी जिव्हाळा दिसत आला...

हे बघा, पार्ल्याच्या बाजूला एक नाला आहे, नाला! महापालिकेचे कामगार तो

साफ करीत असतात. आमच्या महापौरबाई तिकडे जाऊन आल्या. त्यांनी तो नाला प्रत्यक्ष पाहिला. तो नाला पावसाळ्यात तुडुंब भरतो. पाणी बाहेर वाहू लागतं. त्याचा त्रास लोकांना होतो. भयंकर उपद्रव होतो. त्या बाईंनी शेवटी बघितलं की, का असं होतं? पाणी का तुंबतं? शेवटच्या टोकाला गेल्यानंतर तिला दिसलं, तिकडे मुस्लिम वस्ती पण बरीच आहे. त्या नाल्यातून पाणी बाहेर पडायला पाहिजे, ते तोंडच त्यांनी प्लॅस्टिकच्या बॅग्ज टाकून-टाकून बंद केलेलं आहे. आता करायचं काय याला? तोंड तर साफ झालंच पाहिजे; मोकळं तर केलंच पाहिजे. पण मोकळं केलं; तर आजूबाजूला झोपड्या वसल्यात, त्यांना उद्या त्रास होईल. ती मुसलमानांचीच वस्ती आहे जास्त. त्यामुळे सारे खासदार उतरले विरोधात. त्या नाल्याचं तोंड मोकळं करायचं नाही म्हणून. त्या खासदारांची तोंडं आधी बंद करायला पाहिजेत. शेवटी आमचा नाला चांगला वाहत असला तरी हे दळभद्री जे लोक आहेत, ते पिशव्या टाकतात, त्याला काय करायचं? कुठे तरी नाला चोक होतो मग. तसं आमचं राजकारणातही असतं. नाला वाहतोय चांगला, पण भिकार लोकांनी प्लॅस्टिकच्या पिशव्या टाकून त्या नाल्याचं तोंडच बंद केलं. असंही होऊ शकतं राजकारणात. तेव्हा पाहू. आमचा आणि शरदरावांचा नाला वाहू लागला आहे, असं म्हणतात. वाहता-वाहता तो कुठे परत तोंडावरती चोक होईल, ते सांगता येत नाही.

◗ आपण मागे अनेकदा जाहीर सभांतून शरदरावांना पाठिंबा दिलेला आहे पंतप्रधानपदासाठी...

होय. मग? अजूनही देतो नं. त्या माणसाकडे गुणही आहेत. लायकीचा माणूस आहे. तो काँग्रेसमध्ये असल्यामुळे आणि त्यांची घाण सगळी त्यांच्या अंगावर उडाल्यामुळे कैक वेळा असं वाटतं की, हा माणूस फुकट गेला की काय? कुठे तुमचं मराठीपण गेलं? मराठी बाणा गेला? स्वाभिमान... ती जी सोनिया गांधी परदेशी बाई आहे, ती मला मान्य नाही म्हणून काँग्रेस सोडली; आणि तिच्याच राजवटीत आज तुम्ही बसलात मंत्रिपद घेऊन? काय हे? मन धस्स होतं हे राजकारण पाहून. आणि म्हणून या घाणीत कधी मी उतरत नाही. कधीच नाही आणि केव्हाही नाही.

◗ महाराष्ट्रातसुद्धा कमालीची अस्थिरता आहे. विलासराव देशमुखांचे राज्य सुरू असतानाच नारोबांनी बंड केलं...

तो करणारच! तो माणूस इथे नाही टिकला, तिथे काय टिकणार? पण त्याच्या त्या चार-पाच जागांमुळे काँग्रेसचा आकडा थोडा वाढला. नाही तर महाराष्ट्रात शरद पवारांचा आकडा पुढे होता. पण नारोबाने जे ते केलं, त्याचा त्याला 'डिव्हिडंड' आता मिळतोय.

◗ भारतीय जनता पक्षाबरोबरचे संबंधही मधल्या काळात ताणले होते...

होय. ही जी नवीन पिढी आली आहे ना... त्यांच्याविषयी काय बोलायचं? अडवाणी, मी आणि वाजपेयी इथपर्यंत छान चाललं होतं. त्या राजकारणाला, दोस्तीला एक परिपक्वता होती. नंतर ती नाहीशी होत गेली. मग सगळेच पुढारी झाले तिकडे. आहे, ठीक आहे.

◗ तुटेपर्यंत ताणलं. शेवटी अडवाणींना 'मातोश्री'वर येऊन बोलावं लागलं...

नाही– नाही. अडवाणी हा एका निराळ्याच पठडीतला माणूस आहे. मी त्यांना मानतो. मध्यंतरी बातम्या उठत होत्या की, वाजपेयी आणि अडवाणींचं फाटलं. त्यात कुणाला काय समाधान मिळणार आहे? पण राजकीय स्वार्थ आहे सगळीकडेच. इथे आपल्याला घुसखोरी करता येईल का? आपण अडवाणींच्या जागेवर जाऊन बसू शकतो का; वाजपेयींच्या जागेवर जाऊ शकतो का– असे अनेक स्वार्थही असतात त्यांच्या पक्षात. पण त्याची चर्चा मला आता करण्याची गरज नाही.

◗ लालकृष्ण अडवाणी हे भावी पंतप्रधान म्हणून भाजपने त्यांची उमेदवारी घोषित केली आहे...

होऊ द्या की. काय हरकत आहे? पण परत मी तेच म्हणतो, सोनिया गांधी तेथे नको. ते राज्य श्रींचे व्हावे असे आपण म्हणत असाल, तर ती बाई तेथे बसून चालणार नाही.

◗ आपण आयुष्यभर हिंदुत्वाचा विचार केलात...

हो. माझ्या वडिलांनी केला १९२२ पासून.

◗ हिंदुत्वासाठी आपण अनेक घाव सोसलेत... आज आपल्या देशामध्ये हिंदुत्वाची अवस्था काय आहे?

मी पण म्हणतोय आणि उद्धव पण तेच म्हणतोय. देशावर संकट आलं की, सगळे आम्ही हिंदू आहोत. संकट दूर झालं की आम्ही मराठी, आम्ही गुजराती, बंगाली, पंजाबी वगैरे वगैरे अशी भागम्भाग करतो– हे असं आमचं हिंदुत्व आहे सध्या शिल्लक. वारा आला की, आम्ही हिंदू.

◗ देशात साधारण ८० कोटी हिंदू असले, तरी आपले सत्ताधारी हिंदूंचा विचार कधीच करीत नाहीत...

ते निधर्मीवादी आहेत.

◗ म्हणजे हिंदूंना लाथ! यालाच निधर्मीवाद समजायचा काय?

निधर्मीवाद म्हणजे काय? तर, बेवारशी पोर. ना बापाचा पत्ता, ना आईचा पत्ता. जन्माला आलंय हे निधर्मी राज्य.

◗ म्हणजे या देशातला हिंदू बेवारस आहे?

सरकारबद्दल बोलतोय मी. निधर्मीवाद्यांबद्दल बोललोय. निधर्मी म्हणजे काय, त्याची व्याख्या केलीय मी. आता गोंधळ करू नका.

◗ होय, बरोबर आहे. पण हिंदूंनाही कुणीच वाली नाही का, असा माझा प्रश्न आहे...

जोपर्यंत असले नपुंसक, पिचक्या पाठकण्याचे राज्यकर्ते असतील केंद्रात आणि राज्यातही; तोपर्यंत असंच घडणार. मुसलमानांना इकडे सर्व काही मिळतंय!

◗ मुसलमानांसाठी खास सच्चर कमिशन नेमले गेले, सवलतीची नुसती खैरात केली; हा काय प्रकार आहे?

वाचलंय मी ते सगळं.

◗ हा अन्याय नाही का हिंदूंवर?

त्या अन्यायाचीही फोड करावी लागते. उघड-उघड दिसत असताना काय– त्यांनी कशा सवलती दिल्यात ते पाहा.

◗ त्यांनी लष्कर आणि पोलिसांतील मुस्लिमांचीही संख्या मोजली...

कृपा करून सैन्याला आणि पोलीस खात्याला ही लागण लावू नका. नेव्ही, एअरफोर्स, आर्मी यांना ही लागण लागू देऊ नका– अशी मी हात जोडून नम्र प्रार्थना करतो. वाटल्यास साष्टांग दंडवत घालतो. त्यांच्याकडे तरी ही घाण जाऊ देऊ नका. या तुमच्या घाणीचा स्पर्श त्यांना होऊ देऊ नका. म्हणून सच्चर कमिटी जाळून खाक केली पाहिजे.

◗ पण या देशातील हिंदू उसळून का उठत नाही?

हिजड्याला 'तुला पोरं का होत नाही?' असं विचारण्यासारखं हे आहे.

◗ आपण वारंवार त्यांना पेटविण्याचा, चेतविण्याचा, स्वाभिमानाची दिशा दाखविण्याचा प्रयत्न केलात...

सांगितलं ना– ज्या वेळेला घाला येतो आपल्या देशावर, त्या वेळेला आम्ही हिंदू म्हणून एकत्र येतो; एरवी पांगापांग आमची. म्हणजे ते कसं– अगदी जातीय तत्त्वावर. जातीतही पोटफोडी. सगळं त्यात आलं. कसलं चाललंय तुमचं हे?

◗ मदरशांवर तिरंगा लावण्यासाठीही आता मुसलमानांना सरकार अनुदान देणार आहे...

मी म्हटलेय ते 'मार्मिक'च्या टपल्या-टिचक्यांमध्ये. आता मंत्र्यांनीसुद्धा आपली मुले मदरशांमध्ये टाकावीत, म्हणजे शिक्षण फुकट!

◗ राष्ट्रध्वज लावण्यासाठी पैसे दिले जातात. जगाच्या पाठीवर हा प्रकार कुठेच घडला नसेल...

होय. पण मुसलमानांमध्ये ही हिंमत कुणी आणली, कशी आली– याचा शोध घ्या, म्हणजे उत्तर मिळेल. सच्चरपर्यंत तुमची मजल गेलीय. सवलतींची वाढ होतेय. ही रग त्यांच्यामध्ये निर्माण झालीय. माजलेत, माजलेत ते! म्हणून ते धाडस होतेय. माझं सरकार असायला हवं. शिवशाही असायला हवी. कायदा मोडणाऱ्यांना आतमध्ये टाकायला पाहिजे. सिंगापूरमध्ये पाहा. भयंकर कडक कायदे आहेत तिकडे. आपसूक दरवाजे बंद होणाऱ्या बसेस आहेत तिकडे. आमच्याकडे म्हणजे दांडा पकडून प्रवास करायचा. दांडा मिळाला तर ठीक, सुटला तर गेला. एकदा कुणी तरी च्युइंगम चघळून ते च्युइंगम दरवाजाला लावले. दरवाजा बऱ्याच वेळाने उघडला, तर त्या च्युइंगमच्या तारा सगळ्या आडव्या आल्या. हे जेव्हा कळलं, तेव्हा सिंगापूर सरकारने च्युइंगम बंद केलं देशात. उद्या तुम्ही जरी परदेशी असाल आणि च्युइंगम असेल तुमच्या तोंडात, तर तुम्हाला पहिल्यांदा आतमध्ये– म्हणजे कोठडीच. मागून तुमची चौकशी. असे आहेत का तुमच्याकडे कायदे?

◗ देशाचे गृहमंत्री शिवराज पाटील यांनी कालच एक विधान केलंय की, अल्पसंख्याकांच्या मागण्या मान्य केल्या नाहीत तर देश अखंड राहणार नाही.

बरोबर. पण ही परिस्थिती कोणी आणली– तुम्हीच ना? सरकार कोणाचे आहे– काँग्रेसचेच ना? अरे गांडूंनो, तुम्हाला अजून अफझलला फाशी देता येत नाही; तुम्ही कशाला ही भाषा करता? तुमच्याचमुळे या देशावर ही आपत्ती आलेली आहे. तुमच्याचमुळे!

◗ याचा अर्थ, ते आपल्याला फाळणीची भीती दाखवताहेत का?

नाही, नाही– फाळणीची भीती हे काय दाखवताहेत? यांच्या हातात काय आहे? सोनिया गांधी देशाचं वाटोळं करून इटलीला निघून जाईल. तुम्हाला कुठचा देश आहे दुसरा– सांगा नं?

◗ नेपाळ एकमेव हिंदू राष्ट्र होतं, तेही गेलं...

होय. आता राहिलोय आम्ही. हिंदू राष्ट्र म्हणून ते तरी किती टिकवताहेत, कोणास ठाऊक? नाही तरी नक्षलवाद्यांचा सुळसुळाट सुरू झालाच आहे. संपूर्ण देशाला कुठला विषारी अजगर विळखा मारून बसलेला आहे, ते शोधा जरा; म्हणजे कळेल.

[२२ जानेवारी, २००८]

मायावती उत्तरेत, मोदी गुजरातेत;
हा महाराष्ट्र आहे!!

"शिवसेनाप्रमुखांनी राजकारण केले ते मर्दांचे. जागतिक, राष्ट्रीय व भूमिपुत्रांचा विचार त्यांनी आपल्या पद्धतीने मांडला. कोणत्याही लाटेत ते वाहून गेले नाहीत. आपल्या देशातील राज्यकर्ते हे नाकर्ते आहेत, त्यामुळे इकडे लोकशाही नांदू शकत नसल्याची भूमिका त्यांनी मांडली. मायावती-मुलायमसिंहांचे जातीय राजकारण महाराष्ट्रात चालणार नाही, असे ठणकावून सांगणारे फक्त शिवसेनाप्रमुखच!"

◗ आपण अराजकाचं भाकीत नेहमीच करीत असता. आपला देश त्याच दिशेने चाललाय...

हे नुसतं भाकीत समजू नका. अराजक येणारच. रक्तपात होतील देशात. हिंदू-मुसलमानांचे दंगे अपेक्षित आहेत आणि मग काही इतर राष्ट्रांचे उठाव मला दिसताहेत. हे फार आपल्याला भोवणारं आहे.

◗ अशा वेळेला आपली तयारी काय असायला हवी?

कसली तयारी? साधं आपल्याकडे गावठी पिस्तूल मिळालं तरी अटक. सडवता आतमध्ये. तुम्ही शौर्यच चेचून, ठेचून टाकताहात. जे चांगलं 'एन्काऊंटर स्क्वाड' होतं, ते तुम्ही फोडून टाकलंत– ज्यामध्ये एक दबदबा होता. त्यांनी पुष्कळ नष्टही केलं होतं. असे सगळे छान प्रयोग या नपुंसकांनी नष्टच केले. आता काय करायचं?

◗ पोलिसांतील 'एन्काऊंटर स्क्वाड'ला तुमचा पाठिंबा होता?

होय, पूर्ण! आजही आहे!! उद्या आमचं सरकार आल्यानंतर– आणि ते येणारच– आम्ही एन्काऊंटरचं काम सुरू करणार.

◗ आपण मघाशी इतर राष्ट्रांचा उल्लेख केलात. आज पाकिस्तानची अवस्था पाहता, आपल्याला काय वाटते? पाकिस्तान देश म्हणून राहील काय?

प्रथम मी माझ्या देशाची काळजी घेतो; पाकिस्तान नंतर. आपण म्हणतो ना की, चिंती परा ते येई घरा– तशी परिस्थिती आज पाकिस्तानात आहे. हिंदुस्थानात दहशत माजवून तोडण्याच्या अपेक्षेत होते. ते तूर्त त्यांना त्यांच्याच घरामध्ये सोसावं लागतंय. समजलं? आणि मुशर्रफचा तर नक्कीच खून होणार. त्यांच्यातलाच कोणी तरी करणार, हे तितकंच खरं आहे. भाकीत म्हणा हे हवं तर माझं. पण दिवस चांगले नाहीत. केवळ पाकिस्तानच नाही, तर सगळ्याच राष्ट्रांना. अमेरिका डॉलरमुळे, श्रीमंतीमुळे वाचली. त्यामुळे बाकीचे सगळे भिकारी त्यांच्या दारात रांग लावून असतात. चीनची परिस्थिती बरी आहे. रशिया अजून टिकून आहे.

◗ आपल्या देशात लोकशाही आहे, पण रोज नवे राजकीय पक्ष निर्माण होत आहेत...

अहो, या सरकारचा विचार केलात, तर देशाला लोकशाहीची बिरुदावली लावू नये. लोकशाही नांदूच शकत नाही असल्या भेकड राज्यकर्त्यांमुळे. हे कसले राज्यकर्ते? नाकर्ते आहेत हे.

◗ मायावतींची ताकद वाढताना दिसतेय... ती स्वतः वाढताना दिसते आहे. जे फुले, आंबेडकर, शाहू महाराष्ट्रात निर्माण झाले; त्यांच्या नावानं मायावती उत्तर प्रदेशचे राज्य जिंकते व देशाचे पंतप्रधान होण्याचे स्वप्न पाहते...

मायावतीने शाहू, फुले, आंबेडकरांचा थोडा-फार वापर केला असेल. पण तिने जी आखणी केली होती राजकीय स्वरूपाची, त्यात तिला यश मिळालं. ब्राह्मणांना चुचकारलं. त्यांना पक्षात स्थान दिलं. एकत्र आणलं. ३८ ब्राह्मण तिच्या मंत्रिमंडळात आहेत. हे जातीय राजकारण तिनं लढवलं. सतीश मिश्र हा माणूस तिच्याकडे आहे. त्याचं हे डोकं. बाकी शाहू, फुले, आंबेडकर ही नावं आहेत. फक्त वापरायची नाणी आहेत ती.

◗ पण हा मायावतींचा फॉर्म्युला आता महाराष्ट्रातही धडका मारतोय...

नाही, नाही. महाराष्ट्राच्या भिंती इतक्या मजबूत आहेत की, मायावतीच्या धडकेनं एकही वीट पडायची नाही. कारण आम्ही स्वत: इतके जातीय आहोत की, मायावतीची डाळ इथे शिजणार नाही.

◗ नरेंद्र मोदी मुंबईत आले. त्यांच्या स्वागताची तयारी मोठी झाली. आपलं मोदींविषयी काय मत आहे?

गोध्राचा त्यांना नक्कीच फायदा झाला. ते गोध्राला विसरूच शकत नाहीत. गोध्रात जे बळी गेले व गुजरातमध्ये जी दंगल उसळली, त्याचा उपयोग झालाच त्यांना. त्याच्या जोरावर गुजराती लोकांना मोदी आपला आधार आहे, असं वाटू लागलं. मुसलमान तर चळचळ कापतात. हे त्यांचं सूत्र आहे राजकारणातलं. बाकी सत्ता डोक्यात गेल्यानंतर माणूस कसा वागेल, काय करेल, ते सांगू शकणार नाही.

◗ हिंदूंचे नेते म्हणून मोदींना महाराष्ट्रात 'प्रोजेक्ट' करण्याचे प्रयत्न सुरू आहेत ....

महाराष्ट्रसुद्धा हुशार आहे तसा. बेरकी आहे. वाकडे-तिकडे कोणी नाही स्वीकारणार.

◗ पुन्हा एकदा या देशामध्ये राज्य पुनर्रचना आयोगाची स्थापना होते आहे. लहान राज्यांची निर्मिती करावी काय, यावर ते अभ्यास करतात. विदर्भ महाराष्ट्रापासून वेगळा करण्याची भीती त्यामुळे वाटतेय. मुंबईवरही संकट आहेच!

नाही तरी काँग्रेसमुळेच या देशाची फाळणी झाली; आता जर देशामध्येच

देशाची फाळणी होणार असेल तर काय? आम्हाला काय, सवयच झालेली आहे फाळणीची. देशाचे बारीक-बारीक तुकडे पाडायचे. एकदा वरवंट्याखाली घाला त्याला आणि चेचून टाका सर्व. अनुभवाने कोणी शहाणे होणार नसतील, तर काय करावे? उत्तर प्रदेश, मध्य प्रदेशात तुकडे पाडले. छत्तीसगड, उत्तराखंड, झारखंड हे जे तुकडे पाडलेत; त्याचे अनुभव काय आहेत तुम्हाला? हे जर अनुभव पुरे नसतील, तर आणखीन तुकडे पाडून बघा. विदर्भ महाराष्ट्रापासून वेगळा होऊ शकणार नाही, कारण तिथल्याच जनतेला ते नकोय. उद्धवची आता विदर्भातच मीटिंग होती. उद्धवने एक प्रश्न केला की, 'तुम्हाला वेगळा विदर्भ हवा की विकास हवा?' तर 'आम्हाला विकास हवा, विकास हवा!' असा लोकांनी जल्लोष केला. तर हा जो एक प्रवाह आहे, त्या प्रवाहाला तुम्ही कसं रोखू शकणार?

◗ वेगळ्या विदर्भाला आपला विरोध राहील?

नक्कीच! संयुक्त महाराष्ट्राच्या लढ्यात विदर्भाचाही सहभाग होताच. काही 'शेठिया' लोकांना वेगळा विदर्भ हवाय; तेथील जनतेला नकोय. एका बाजूला तुम्ही बेळगाव, कारवारसह सीमाभाग महाराष्ट्रात यावा म्हणून भांडता आणि इकडे विदर्भ कापता? ही गणितं कोणी जमवायची?

◗ आज आपण ८१वं वर्ष संपवून ८२ व्या वर्षात पदार्पण करताय...

होय. माझ्याकडे रिमोट कंट्रोल नाहीय– वयाच्या बाबतीत म्हणतोय मी. नाही तर माझं वय मी कमी केलं असतं.

◗ वय वाढल्याचा परिणाम आपल्याला काय जाणवतोय?

काहीही नाही. जे वाढतच राहणार आहे, त्याबद्दल मी काय बोलायचं? मला फार दुःख होतंय, माझं वय वाढतंय– हे बोलून काय उपयोग आहे काय? मी कोणी साहित्यिक नाहीय.

◗ वयाबरोबर आपली दाढीही वाढताना दिसतेय...

ज्या गोष्टी आपणहून वाढतच असतात, त्यांना मी तरी का रोखू?

◗ वयाच्या ८२ व्या वर्षी आपली उमेद कायम आहे. आजही आपल्याला मैदानात उतरून 'मैदान' मारावे, असे वाटते काय?

जुने दिवस आठवण्यातच मजा असते. दुःखही होतं. करू काय? हतबलता याखेरीज दुसरी सोबत कोणाचीच नाही माझ्याबरोबर.

◗ अनेक नेत्यांशी आपली साथसंगत सुटली...

कोण म्हणतं? कोणी सांगितलं? अनेकजण येऊन भेटतात मला मातोश्रीत. तुम्ही वाचता.

◗ शिवसेनेतले अनेक ज्येष्ठ नेते– ज्यांनी आपल्या खांद्याला खांदा लावून काम केलं– दत्ताजी साळवी, वामनराव महाडिक, शरद आचार्य, प्रमोद नवलकर...

होय, होय. हे नक्कीच माझ्याबरोबर होते. माझ्या शिवसेनेच्या बांधणीपासून हे होते. त्यांच्यामुळेच शिवसेना उभी राहिली. त्याग केलेली ही माणसं.

◗ त्याचबरोबर इतर पक्षांतील नेतेही आपले मित्र होते– वसंतराव नाईक, वसंतदादा वगैरे...

त्या वेळेला शिवसेना निवडणुकीच्या भानगडीत नव्हती. तेथेच माझी मैत्री जमली. मग वसंतराव नाईक असोत, वसंतदादा असोत– कोणी असोत; दोस्ती होतीच.

◗ मराठी माणसांच्या संघटनेला या सगळ्यांनीच शुभेच्छा दिल्या. ते मित्र तुम्हाला आठवताहेत काय?

सगळा म्हणजे सगळा इतिहास मला आठवतोय– अगदी पूर्ण इतिहास. भेटी-गाठी कशा झाल्या, चर्चा कशा होत असत; एरवीसुद्धा मी कसा जात होतो. मी एकमेव त्यांचा लाडका माणूस होतो. मित्र होतो. त्या वेळेला मी निवडणुकीच्या भानगडीत पडलो नव्हतो, तेव्हा दोस्ती होती आमची. शिवसेना एके शिवसेना होती. त्याच्यामध्ये गल्लत नव्हती.

◗ कालच अमिताभ बच्चन म्हणाले की, बाळासाहेब सगळ्यांसाठीच प्रेरणादायी आहेत. या प्रेरणेचा उगम कसा होतो?

प्रेरणेमुळेच! आमच्या पूर्वजांचा– खास करून वडिलांचा– माझ्या डोक्यावरचा वरदहस्त आहे. त्या सगळ्यांची, आई जगदंबेची शक्ती माझ्या पाठीशी आहे. त्यामुळेच मी उभा आहे.

◗ २३ जानेवारीला आपला वाढदिवस साजरा होतोय. शिवसैनिक व महाराष्ट्रातील जनतेच्या सद्भावना कायमच आपल्याला लाभलेल्या आहेत. आपण त्यांना यानिमित्ताने काय संदेश द्याल?

आपण मला आजपर्यंत प्रेम दिलंत, निष्ठा दिल्यात; जे-जे द्यायचं तेवढं सगळं

दिलंत. ते तर मी कधीच विसरणार नाही. तेवढीच माझी पुंजी आहे. असेच प्रेम, निष्ठा आपण शिवसेनेवर ठेवा आणि उद्धवच्या पाठीशी मजबुतीने उभे राहा.

जय हिंद ! जय महाराष्ट्र !! वंदे मातरम् !!!

[२३ जानेवारी, २००८]

आणीबाणी पुकारा;
नपुंसक आणि भडवे काय देश वाचवणार?

"ज्वलंत विचारांचे जबरदस्त स्फोट शिवसेनाप्रमुखांनी सतत घडविले. देशातील अराजक व राजकीय इच्छाशक्तीचा अभाव यामुळे ते चिंताग्रस्त झाले. षंढांच्या हाती देश सुरक्षित नाही; तत्काळ आणीबाणी पुकारा, अशी मागणी त्यांनी याच काळात केली. सगळ्या घाणेरड्या गोष्टींपासून अलिप्त राहण्याचा विचार त्यांनी बोलून दाखवला. प्रत्येक वेळेला घूमजाव मान्य नसल्याचा एल्गार शिवसेनाप्रमुखांनी केला. ''इतकी पापं आणि भ्रष्टाचार करूनही पुनः पुन्हा काँग्रेस सत्तेवर का येते?'' हा त्यांचा संतप्त सवाल सगळ्यांनाच विचार करायला लावणारा आहे. याच काळात इराकमध्ये जॉर्ज बुशवर बूट फेकून मारला. ''हाच देशाभिमान आहे, संताप आहे!'' असे शिवसेनाप्रमुख म्हणाले."

साहेब, सध्या आपलं काय चाललंय? प्रश्न नेहमीचाच आहे.

माझं काय चालणार आहे? बरं. आता ८२वं संपवून ८३ व्या वर्षात पदार्पण करतोय; त्यापेक्षा आणखी काय चालणार!

आपणच म्हणता की, वय हे वाढतच असतं...

होय, होय. खरं आहे ते. माझ्या वडिलांनी, दादांनी मला एक कानमंत्र दिलाय की– शेवटी एक लक्षात घे बाळ– वय हे म्हातारं झालं तरी विचार म्हातारा होत नाही. ज्याचा विचार म्हातारा होतो, त्यानं त्वरित बाजूला व्हावं– असं त्यांचं मला नेहमीच सांगणं होतं.

◗ तुम्ही तसे बाजूला वगैरे झाला नाहीत ना?

नाही, नाही. तसं काही असतं, तर तू आज 'शिवसेनाप्रमुख' म्हणून मुलाखत घ्यायला आला नसतास.

◗ तुमच्याविषयी बातम्या येत असतात, पण तुम्ही कुठे दिसत नाही...

एक निळूभाऊंचं वाक्य आहे– बातमी ही बातमीसारखी असावी. त्यात बात असावी, पण मी नसावा.

◗ पण तुम्ही सध्या कुठेच दिसत नाहीत....

पण तुम्हाला माझ्यामुळे बातम्या मिळतात ना? ठीक आहे.

◗ तुमचं कुठे दूर'दर्शन'ही घडत नाही...

चॅनलवाल्यांना बंद केलंय मी. हे जे काही चाललंय सध्या, त्यामुळे चॅनल्सवरतीसुद्धा बंधनं आलेली आहेत. त्यांच्यावरती काही निर्बंध आलेत.

◗ पण त्यामुळे 'अफवा'ही फार पसरतात....

पसरू द्या. मला कुठे आहे त्याची पर्वा! अफवाच आहेत ना त्या, त्यामुळे मी बिनधास्त आहे. एकदम बिनधास्त!

◗ 'साहेब' कुठे दिसत नाहीत... त्यामुळे तुमच्या प्रकृतीविषयी जास्त अफवा पसरतात...

काही नाही हो, प्रकृती माझी एकदम ठणठणीत आहे आई जगदंबेच्या कृपेने.

◗ पण अफवांना उत्तर देण्यासाठी तरी समोर यावं, असं तुमच्यावर प्रेम करणाऱ्या लाखो लोकांना वाटतं...

कशाला? म्हणजे ही जुगलबंदी तहहयात चालूच राहील नं. मला त्या मुलाखती वगैरे नकोच आता. कारण ते चॅनल्सवाले अतिरेक करतात. त्यांना काही बोलायचं– मग खुलासे, त्यावर पुन्हा उत्तरे देत बसा. कशासाठी? त्यांची चूक त्यांच्यापाशी. त्यांची अफवा त्यांच्यापाशी.

◗ म्हणजे? कशी आहे तुमची प्रकृती?

उत्तम. मघाशी सांगितलं ना, ठणठणीत! थोडे पाय लटपटतात. काठीचा आधार घेतो अधून-मधून, पण एरवी मस्त आहे.

◗ **प्रकृती बरी नसतानाही तुम्ही शिवतीर्थावर दसरा मेळाव्यासाठी आलात....**

होय, मी येणारच! माझ्या लोकांना, शिवसैनिकांना भेटण्यासाठी मी आलो. त्यात काय मोठं! प्रकृतीची कसली पर्वा करायची शिवसैनिकांच्या प्रेमापुढे? शिवसैनिक हेच माझे टॉनिक आहे.

◗ **पण 'दसरा मेळाव्यातही तुमच्या हाती काठी होती...'**

होय.

◗ **पण हातात काठी घेतलेल्या शिवसेनाप्रमुखांना पाहून महाराष्ट्रच नव्हे, तर देश हळहळला...**

हेच प्रेम मिळविण्यासाठी मी ४२ वर्षे झगडतोय. शिवसेना स्थापन करून ४२ वर्षे झाली. प्रेम मिळतच आलं व ते चालूच राहणार आहे; त्यात कुठे खंड पडणार नाही. आणि माझ्या शिवसैनिकांना हळहळ वाटणं ठीक आहे. एक नातं आहे आमच्यात आणि राजकारणात. आता बरेच लोक बोलत असतात, तेही वाचत असतात. त्यात माझी भर कशाला?

◗ **तुमची भर कशाला म्हणजे? तुम्हीच ही पिढी घडवलीत; त्यांना मार्गदर्शन कोण करणार?**

होय, आहे ना. ही पिढीच आता महत्त्वाची आहे व शिवसेनेचा सगळा कारभार आता उद्धव पाहत आहे कार्यकारी प्रमुख म्हणून. त्याने शिवसेनेची प्रगतीही चांगली केलेली आहे. माझा बराचसा भार त्याने कमी केलेला आहे.

◗ **पण तुम्ही हाती काठी घेऊन शिवतीर्थावर आलात, तेव्हा टीका झाली उद्धव ठाकरे यांच्यावर...**

म्हणजे? टीका करायला काय जातं हो!

◗ **टीका अशी की, प्रकृती बरी नसतानाही ते बाळासाहेबांना दसरा मेळाव्यास घेऊन आले...**

उद्धवचा काय संबंध इकडे? माझी जिद्दच मला स्वस्थ बसू देईना. आणि दुसरं काठी घेण्याचा हेतू असा की, स्टेजवर जे कार्पेट वगैरे टाकलेलं असतं, ते अनेकदा असंच टाकलेलं असतं. त्याला मधे मधे उंचवटेपणा येतो. त्यामुळे अडथळे येतात. त्यामुळेच मला आधार घ्यावा लागतो. बाकी काही नाही. रोज संध्याकाळी पाच राऊंड मारतो काठी घेऊनच. शतपावल्या मारतो.

◗ आधारासाठी हातात काठी घेऊन चालत असलात तरी तुम्ही महाराष्ट्राचे आधार आहात, हे कसे विसरता?

होय, मग मला तुम्ही महाराष्ट्राची काठी म्हणा.

◗ आपण महाराष्ट्राचे आधार आहात, मराठी माणसाचे आधार आहात...

होय, पण पुष्कळ होऊन गेलेत माझ्या अगोदर. त्यांनी महाराष्ट्राचं नाव फार मोठं केलेलं आहे, पुढे नेलेलं आहे.

◗ जेव्हा तुम्ही अज्ञातवासात असता, लोकांना दिसत नाही; तेव्हा आणखी एक आरोप होतो. तो म्हणजे, उद्धव ठाकरे यांनी तुम्हाला 'मातोश्री'त बंदिवान करून ठेवले आहे...

होय? (मिश्कील हसून) होय, खरंच आहे ते. मला तो फक्त दसऱ्याला परवानगी देतो. एरवी कधी, कोठे बाहेर पडू देत नाही मला तो. मीच पडत नाही बाहेर, त्याला उद्धव काय करणार? नजरकैद वगैरे काही नाही. कशासाठी? कोण करणार? कुणाची हिंमत आहे?

◗ अलीकडे तुम्ही राजकीय घडामोडींपासून लांबच आहात. संन्यस्तपणे वागताय...

दाढी वाढविल्यामुळे तसं वागावं लागतं.

◗ हा संन्यास म्हणायचा, की फक्त राजकीय संन्यास?

तसा तो राजकीय संन्यास या अर्थाने घ्यायचा नाही. माझा जो संन्यास आहे, तो संन्यास आहे– सगळ्या घाणेरड्या गोष्टींपासून अलिप्त राहण्यासाठी तो स्वीकारलेला आहे. आजचं जे राजकारण आहे, ते मला मुळीच पसंत नाहीय. कोणाची भूमिका काय आहे, पक्की तरी आहे काय? प्रत्येक वेळेला घूमजाव, घूमजाव, घूमजाव. मला ते घूमजाव जमत नाही. आतापर्यंत मी तुला एवढ्या मुलाखती दिल्या, अनेक विषयांवर माझी मतं मांडली; त्यातलं एक-एक वाक्य तरी मला दाखव. मी कुठे विचार बदलला की, शिवसेनाप्रमुखांनी घूमजाव केलं? नाही, अजिबात नाही. शब्द गेला, गेला! म्हणून मी नेहमी सांगतो की, माझे शब्द हे बंदुकीच्या गोळीसारखे आहेत. एकदा ते गेले, म्हणजे गेले. परत ती गोळी कुठे गेली, म्हणून मी शोधीत बसत नाही.

◗ पण तुमच्यासारख्या नेत्याला राजकारणातून 'निवृत्त' होता येतं काय?

हा निर्णय कोणी घ्यायचा, तो कोणासाठी आहे? लोकांसाठी तसं नाही करता

येणार मला. मला राजकारणाची किळस आलेली आहे. फार वाईट प्रकार चाललेत. चीड आलेली आहे. कळस आणि किळस हे दोन प्रकार लक्षात घ्या.

◗ **तुम्हाला किळस आलीय; पण तुम्ही जी पिढी घडवलीय राजकारणात, त्यांनी काय करायचं?**

ती पिढीच नेतृत्व करील. ती पिढीच नेते आहे शिवसेना पुढे. त्यांनी उद्धवच्या पाठीशी मजबुतीने उभं राहायचं. मी म्हणजेच उद्धव आणि उद्धव म्हणजेच मी– ही माझी भूमिका असल्यानंतर प्रश्न येतो कुठे! त्यातून गरज भासलीच, तर उद्धव माझ्याशी सल्ला-मसलत करतो. त्यातून आम्ही निर्णय घेतो.

◗ **सध्या आपल्या मनात काय खळबळ चाललीय?**

काही नाही.

◗ **महाराष्ट्र देशात असंख्य घटना घडत आहेत. मुंबईवर पाकिस्तानी अतिरेक्यांनी दहशतवादी हल्ला केला...**

हा का झाला हल्ला, कोणी केला, कसा केला, त्यांचं धारिष्ट्य कसं झालं हल्ला करण्यासाठी? आपल्या संरक्षणामध्ये काही उणिवा, त्रुटी आहेत काय, हे आपल्याला समजावं– एवढ्यासाठी त्या पाकड्यांना हल्ला करावा लागतो आपल्यावरती? आता जो हल्ला झाला; जे शहीद व्हायचे ते बिचारे झाले, असं असताना त्यात माझी लुडबुड कशासाठी? त्यामुळे काही गेलेली माणसं परत येणार नाहीत. ते करकरे काय, कामठे काय, आमचा विजय साळसकर काय, या तिघांना तर आम्हाला कधीच विसरता येणार नाही. एक चांगलं पथक गेलं हो! साळसकर व त्यांच्या सहकाऱ्यांचं काम मोठं आहे. मुंबईतील गुन्हेगारीचा बीमोड झाला असेल, तर त्याचं श्रेय साळसकर व त्यांच्या सहकाऱ्यांनाच द्यावं लागेल.

◗ **फक्त १० अतिरेकी मुंबईत शिरले...**

होय. त्यांनी आपली परीक्षा घेतली. आपण किती कमकुवत आहोत, किती मजबूत आहोत, हे त्यांनी पाहिलं. आता त्याच्यावरती त्यांची पुढची सैन्याची हालचाल राहील, हे विसरू नका. त्या अतिरेक्यांना खतम करण्यासाठी आपल्याला सैन्याचे कमांडोज बोलवावे लागले.

◗ **हे सर्व 'टी.व्ही.'वर पाहत असताना आपल्याला काय वाटलं?**

काय वाटणार? नुसतंच रक्त सळसळून काय उपयोग आहे? अरे भेकडांनो,

कसं झालं हे? का झालं, कुणी केलं? गलथानपणा कोणाचा आहे? एकमेकांवरती आता दोषारोप चाललेले आहेत. मुळात हा इशारा अगोदरच दिलेला होता. प्रत्येक जण म्हणतो, हा आमच्यापर्यंत पोहोचलाच नाही. मग आता तरी पोहोचला का– इतके लोक शहीद झाल्यानंतर?

◗ देश संकटात आहे, देश कोसळतोय, असं आपल्याला त्या क्षणी वाटलं काय?

जोपर्यंत काँग्रेसचं सरकार आहे तोपर्यंत हा देश संकटातच राहणार आहे.

◗ पण सातत्याने काँग्रेसचंच सरकार देशावरती आहे...

मग काय करायचं? ही सगळी माणसं महाराष्ट्रातली– हा खरा घूमजाव! सभांना गर्दी होते आमच्या, पण ती गर्दी होऊनसुद्धा परत काँग्रेसचंच सरकार येतं महाराष्ट्राच्या बोडक्यावरती? एवढ्या शेतकऱ्यांच्या आत्महत्या झाल्या, भारनियमन आहेच. लोक काळोखात बसतील, चिडतील; पण नंतर काही नाही. पुन्हा काँग्रेस. त्याला आम्ही काय करणार?

◗ म्हणजे जनताच देशाला संकटात ढकलतेय...

नाही. इतका मी सरळ आरोप नाही करू शकत लोकांवर. पण लोकांना मार्गदर्शन नीट होत नाही. ते आम्ही आमच्या शिवसेनेच्या सभेतून करीत असतो.

◗ देशाला आणि जनतेला मार्गदर्शन व्हावं, असं नेतृत्व तरी आहे काय? विरोधी पक्षाविषयी मी खासकरून म्हणतोय...

छे हो! विरोधी पक्षच नाही मुळी. चुंबाचुंबी कोणाशी कधी होईल, ते काही सांगता येत नाही आणि आघाड्यांशिवाय देशात सरकार येणं अशक्य. एकछत्री राजवट आता आपल्या देशात अशक्य आहे.

◗ अशा परिस्थितीमध्ये देशाचं भवितव्य आपण काय पाहता?

जोपर्यंत काँग्रेसचं सरकार या देशात राहील तोपर्यंत असंच राहणार. मजबूत आणि निश्चित निर्णय घेणार कोण? इंदिरा गांधींविषयी आमचेही मतभेद आहेत, पण इंदिरा गांधींमध्ये धमक होती. तिने पाकिस्तानवर हल्ला केला. आजचा जो बांगलादेश आहे, त्याला इंदिराजींनी स्वातंत्र्य मिळवून दिलं. त्या मुजीबूर रहेमान यांची नंतर दुर्दैवाने हत्या झाली.

◗ ज्या प्रकारे आपल्यावर दहशतवादी हल्ले होत आहेत, तो सर्व प्रकार म्हणजे पाकिस्तानने युद्ध पुकारल्यासारखाच आहे...

होय, आहेच. आपले गांडू सरकार असल्यामुळेच पाकिस्तान शेफारले. आव्हानं देऊन चालत नाही, नुसते इशारे देऊन चालत नाही; हल्ला करून बघा, हिंमत दाखवा. अहो, पाकड्यांनी लाटलेला आपला अर्धा काश्मीर– त्याला ते आज आझाद काश्मीर म्हणतात– तो तरी त्यांच्याकडून हिसकावून घ्या. पंडित जवाहरलाल नेहरू यांच्या घोडचुकीमुळे हे झालेलं आहे. तेव्हा तुम्ही जर आपल्या सैन्याला अडवलं नसतं, तर सैन्यानं तोही प्रदेश हस्तगत केला असता. पण युनोमध्ये हा प्रश्न नेला व ढेकूण त्यांच्या अंगावर टाकला. असे राजकारणी असल्याने आपला देश प्रगतिपथावर जाऊ शकत नाही. 'हम भी कुछ कम नहीं' ही हिंमत दाखविली पाहिजे आमच्या देशाने. तसं पाहिलं तर पाकिस्तान सरकारमध्ये काही दम नाहीय; पण त्या बुशने मेलेल्या पाकिस्तानला जो घाणेरडा पाठिंबा दिला, त्यामुळे ते शेफारलं आणि तो जो जोडा मारला बुशला, त्याचा उद्देश लक्षात घ्या. सद्दामला जी वागणूक दिली, त्याचा हा संताप होता. एका देशाचा तो राष्ट्रपती होता. त्या महत्त्वाच्या माणसाला पकडण्याचा तुम्हाला अधिकार काय? उद्या बुशला कोणी उचलून नेला, तर त्या 'युनो' वगैरे संस्था काय करतील? तुमच्या त्या 'कोड ऑफ कंडक्ट'मध्ये बसतील काय? त्या बुशचीच ही कारवाई. अगदी हाल-हाल करून मारला त्या सद्दामला, त्याबद्दल काहीही नाही. थंड– सगळं थंड! बुश परत मोकळाच. इराक गिळण्याचे त्याचे इरादे होते, म्हणून त्याला तो जोडा मिळाला!

◗ तुम्ही त्या बुशला मारलेल्या जोड्याला फार महत्त्व देताय...

होय, नक्कीच. हा राग त्यांच्या मनात खदखदत होता. बुशला मारलेला तो जोडा म्हणजे इराकी जनतेचा संताप आहे. सद्दामला ज्या प्रकारे बुशने वागवला, त्याची चीड आहे. त्याची परतफेड या जोड्यातून केली.

◗ बुशला मारलेल्या जोड्यातून आपण काही प्रेरणा घ्यावी, असे वाटते?

त्यांनी फेकलेला जोडा आपण कशाला झेला!

◗ त्या जोड्यातून इराकचा अभिमान दिसला नाही काय?

इकडे आमच्या देशाबद्दल आम्हालाच अभिमान नाही, तिथे परकीय देशाबद्दल कसला अभिमान बोडक्याचा बाळगताय! नपुंसक लोक!

नपुंसक का म्हणता?

मग काय म्हणू?

या देशाची शंभर कोटी जनता आहे...

शंभर कोटी ही एकंदर लोकसंख्या पाहिल्यानंतर आपण तसे नपुंसक आहोत, असं वाटत नाही. (खळखळून हसत) त्याबाबत तसे आम्ही फार मोठे खंबीर आहोत. त्याबाबतीत मात्र आता कुटुंबनियोजन करा, असं सांगण्याची वेळ आली आहे.

नपुंसकता नक्की कुठल्या प्रकारची आहे?

जी हिंमत असते ना देशाचं नेतृत्व करण्याची, ती दिसत नाहीय. नाही तर पाकिस्तान एवढा चेकाळला नसता. टोल्यास टोला भिडला असता. काय खुमखुमी आहे– किती खुमखुमी आहे या लांड्यांना!

हिंदुस्थानात जे मिनी पाकिस्तान वाढलंय, त्याच्यामुळे तिकडलं पाकिस्तान शेफारलं काय?

तेच मी म्हणतोय. नपुंसकता का वाढू दिली? का वाढली? मालेगाव, भिवंडी, बेहरामपाडा, भेंडीबाजार– अन्य काही देशभरात जी असतील ती. आसाम तर हातचं गेलंय. पाकिस्तानचे अड्डे इकडे तयार झालेत. मुंबईमध्येही जोर आहे. काय, कोण हे?

हे सर्व कसं थांबेल, असं वाटतं तुम्हाला?

पहिली आणीबाणी पुकारा! पहिली आणीबाणी आणा! कुणालाही सोडू नका. देशहितासाठी सांगतोय मी हे. हे जे कोणी पाकडे असतील; त्यांचे राजकारणातले समर्थक असतील, त्यांचे जे चोचले पुरवले जात आहेत, सवलती दिल्या जात आहेत; त्या बंद करा. कसला हो तुमचा तो भिकारचोट 'सच्चर' समितीचा अहवाल? का म्हणून? कशासाठी? नुसत्या सवलती, सवलती आणि सवलती देत बसला आहात. त्या सवलतींमुळेच मुसलमान धर्मांध आणि निर्ढावलेले झालेत. मागेल ते मिळतेय. शेफारलेत ते.

म्हणजे धार्मिक सवलती बंद कराव्यात काय?

ताबडतोब! सरकारनेसुद्धा हल्लाबोल करायला पाहिजे. त्या जातीय धार्मिक संस्था कशासाठी? काय ते त्यांचे मदरसे. ते मदरसे– सगळे बंद करा. त्या पोरांना

आपल्या शाळांतून सामावून घ्या आणि त्यांना आपली दीक्षा द्या; हिंदुस्थानची दीक्षा द्या. ते मुसलमान असल्याबद्दल आक्षेप नाही; आक्षेप धर्मांधता व व्होट बँकेबद्दल आहे.

◗ जातीय व धार्मिक आधारांवर नुसता सवलतींचा पाऊसच पडतोय...

आमच्या देशात प्रकार नेहमी उलटाच होतो. त्यांच्या धार्मिक भावनांना भरपूर भाव; आमच्या धार्मिक भावनांवरती बंद्या.

◗ अमेरिकेवरती फक्त एकदाच दहशतवादी हल्ला झाला, नंतर नाही...

अमेरिकेत फक्त एकदा आणि लंडनमध्येही एकदा रेल्वे स्टेशनांवर बॉम्ब फुटले– एकदा आणि शेवटचेच! नंतर कुणाचीच तिकडे असे हल्ले करण्याची हिंमतच झाली नाही. पहिल्यांदा तुम्ही हा देश सार्वभौम आहे, ही भावना लक्षात घेतली पाहिजे. आमच्यात ती भावना मुळात आहे काय? कारण सार्वभौम देशाच्या संसदेवर हल्ला करणाऱ्या अफझल गुरूला आपण अद्याप फाशी देऊ शकलो नाही. सर्वोच्च न्यायालयाने फाशीची शिक्षा ठोठावल्यावर जर त्या अफझलला ताबडतोब फाशी दिली असती, तर तुमची हिंमत कळली असती. आणि म्हणूनच मी हे गांडू आणि नपुंसक शब्द वापरीत असतो. काय तुम्हाला कसली अडचण आहे अफझल गुरूला फाशी देण्याची? कसला दबाव आहे तुमच्यावर? मुसलमानांच्या मतांच्या लाचारीसाठी भडव्यांनो तुम्ही करताहात, त्याचीच चीड आहे मला.

[१२ डिसेंबर, २००८]

‘मेणबत्त्या हे शस्त्र आहे काय?’

मुंबईवरील २६/११ चा भीषण दहशतवादी हल्ला सगळ्यांनाच धक्का देऊन गेला. पाकिस्तानातून अतिरेकी मुंबईत घुसले. ताज हॉटेल, कामा इस्पितळ व छत्रपती शिवाजी टर्मिनसवर त्यांनी रक्ताचे पाट वाहिले. इतके होऊनही सगळे शांतच होते. काही उच्चभ्रूंनी ‘मेणबत्त्या पेटवून’ दहशतवादाचा निषेध केला, तेव्हा शिवसेनाप्रमुख संतापले. ‘‘मेणबत्त्या लावून निषेध करणारे नालायक आहेत. हे सर्व पंचतारांकित हॉटेलांतील पार्टीबाज लोक आहेत. इस्लामच्या दहशतवादास हिंदूंच्या दहशतवादाने उत्तर मिळाले असते, तर मला बरे वाटले असते,’’ असा ‘बॉम्ब’ शिवसेनाप्रमुखांनी टाकला!

◗ मुस्लिमांची वाढती लोकसंख्या हीच या देशाच्या राजकारणातील खरी डोकेदुखी आहे काय?

मतदान, मतदान, मतदान! या मतांच्या लाचारीपायी सुरू आहे हे सगळं. मुस्लिम संस्था काय उभ्या राहिल्यात बघा. ठीक आहे. पाकड्यांनी जेव्हा हल्ला केला मुंबईवर– त्याच्यावरती त्यांपैकी काही संस्थांनी आगपाखड केली आहे, निषेध केलेला आहे. दहशतवादाच्या विरोधात मिरवणुका काढलेल्या आहेत. त्यांना आम्ही मानतो. अजून तरी घूमजाव केलेले नाही त्यांनी.

◗ देशात मुस्लिमांचे अड्डे वाढले आहेत...

होय. त्यांना पाठिंबा देणारे आज सरकारमध्ये बसले आहेत ना! बांगलादेशचे मुसलमान का म्हणून आम्ही सहन करायचे? जा साल्यांनो, तुम्हाला आम्ही दिलाय नं स्वतंत्र बांगलादेश? मरा नं तिकडे. तुम्हाला आम्हीच पोसायचं? आमच्याच अन्न-पाण्यावरती तुम्ही आमच्याच देशात आमच्या अंगावर यायचं?

◗ आपलं सैन्यही त्यांच्यापुढे हतबल झाल्यासारखं दिसतंय.

मी त्याच्यावरती जाऊन बोलत नाही, कारण हा नाजूक विषय आहे. सैन्यामध्ये वरचे जे लोक आहेत, 'टॉप'चे– ते निष्कलंक लोक आहेत. अत्यंत कडक

शिस्तीची माणसं आहेत. त्यांनासुद्धा हे पसंत असेल, असं वाटत नाही. पण भ्रष्टाचार वाढतोय– खास करून बॉर्डरवर. कसे हे भुसू-भुसू-भुसू मुसलमान येताहेत बांगलादेशातून; कोण सोडतोय त्यांना? कशासाठी सोडताहेत त्यांना? सरहद्दीवर जे काय चौकी-पहारे आहेत, ते काय चाटायचे आहेत?

◗ सीमेला भगदाडं पडलीत म्हणजे...

चांगलीच! भगदाडं हा शब्दही कमी पडेल. आम्हीच आमचे हात बाटवले आहेत.

◗ पण या बाटवलेल्या हातांना शिक्षा मिळत नाही.

तेच तर दुर्दैव आहे या देशाचे. काही त्यांच्यावरती निरीक्षक बसवलेत? काही घडलं की, हागल्या-पादल्याला कमिटी. कमिट्या आणि फक्त कमिट्या. त्या कमिट्यांचे अहवाल येतात व रद्दीत जाऊन पडतात. कसल्या तुमच्या कमिट्या, बोडक्याच्या? सरळ दिसतेय ना– एक व्यक्ती बलात्कार करतेय; त्याला अहवाल कशाला पाहिजे? समिती कशाला नेमायला पाहिजे?

◗ मुंबईवर हल्ला करणाऱ्या १० अतिरेक्यांपैकी एक अतिरेकी जिवंत पकडलाय– त्याचं नाव कसाब.

मी तर बोललोच आहे, त्याला ताबडतोब फासावर चढवा.

◗ त्याला वकीलही मिळू नये, अशी आपली भूमिका आहे...

आपल्या वकिलांमध्ये स्वाभिमान, देशाभिमान किती– तेही लोकांना कळू द्या.

◗ कसाबला वकील मिळू नये, या आपल्या भूमिकेवरूनही वाद झाला.

आहेच मुळी. का होणार नाही? जिवंत लक्षण हेच ते. याच लोकांनी आता ठरवलं पाहिजे की, यापुढे काँग्रेसचं सरकार येऊ देणार नाही. हा निर्धार याच लोकांनी केला पाहिजे.

◗ इंग्रजी वर्तमानपत्रांनी तुमच्या भूमिकेला विरोध केलाय...

इंग्रजी वर्तमानपत्रं आम्हाला विरोध करणारच! त्यात नवीन काहीच नाही. हा मीडिया आमच्या विरोधातच असतो नेहमी. आमच्या घराण्यामध्येही ते आगलावेपणा करीत असतात.

◗ अफझल गुरूला डॉ. कलाम यांच्या काळात फाशी झाली नाही...

होय. मग?

◗ आता देशाच्या राष्ट्रपतिपदी महाराष्ट्राच्या प्रतिभाताई पाटील आहेत... त्यांना तुम्ही अफझल गुरूबाबत काही आवाहन करणार का?

आवाहन करणार म्हणजे काय करणार? राष्ट्रपती हे फार मोठं पद असलं तरी त्यांना अधिकार काय आहेत? सगळेच अधिकार आमच्या सोनियाबाईंनी आपल्या हातात ठेवलेले आहेत. अफझल गुरूचासुद्धा निर्णय राष्ट्रपतींना घेता येणारच नाही; घेताच येणार नाही. त्यांना तिकडे नुसतं बुजगावणं म्हणून ठेवलं आहे.

◗ आपण ज्याला रबर स्टॅम्प म्हणतो...

बरोबर! रबर स्टॅम्प! पहिल्यापासून त्याची जाणीव राष्ट्रपतींना आता हळूहळू झालीही असावी. पण करणार काय त्या? मी एवढंच बघितलं की– एवढं महान पद– राष्ट्रपती हे महान पद आहेच मुळी; या लोकांनी त्याला कमीपणा आणला. महाराष्ट्राला हा मान प्रथमच मिळाला, हिंदुस्थानला स्वातंत्र्य मिळून ६० वर्षे झाल्यानंतर. नाही तर आपलं उत्तर प्रदेश आणि उत्तर प्रदेश. तिकडेही जायला हरकत नाही. पण कुठे पंडित जवाहरलाल नेहरू, डॉ. राजेंद्र प्रसादसारखी माणसं आणि आताचे हे खुजे लोक. त्यामुळेच महाराष्ट्राचा अभिमान म्हणून मी प्रतिभाताईंना राष्ट्रपतिपदासाठी पाठिंबा दिला. मला माहीतही नव्हतं, प्रतिभाताई येणार आहेत म्हणून. मग तसं पाहिलं तर ते लातूरकर कोण तुमचे?... शिवराज पाटील. त्यांना मी नकार दिला. म्हटलं, मराठी आहेत. पण नाही. अफ़झल गुरूबद्दल बोल, सीमाप्रश्नाबद्दल सांग; मग निर्णय घेतो.

◗ हे सर्व चित्र पाहता, देशामध्ये हिंदू समाजाची पीछेहाट होतेय, असं वाटत नाही काय?

नक्कीच! कोण करून घेतंय ही पीछेहाट? हिंदूच करून घेतोय नं? हिंदू उठाव करीत नाही. काहीच करीत नाही. नुसते निषेध आणि मोर्चे. नशीब, त्यांनी अद्याप मेणबत्त्या वगैरे लावण्याची नाटकं केली नाहीत. हे जे ताज आणि ओबेरॉयमध्ये पार्ट्या ॲरेंज करणारे, त्यांचे ते अड्डे गेले तात्पुरते. त्यामुळे त्यांचा जळफळाट झाला. बाकी काही नाही. मग लावतात मेणबत्त्या ताजसमोर. पण ते लावणारे कोण आहेत? किती लायक आहेत? नाही म्हटले तरी नालायकच जास्त आहेत. इतके हल्ले झाले, तेव्हा कुठे होता रे भडव्यांनो?

मेणबत्त्या पेटवून 'आंदोलन' हे तुम्ही जिवंतपणाचे लक्षण मानता?

हे कसलं लक्षण? मेणबत्त्या जाळणाऱ्या महिला त्या. त्यांनी कधी कसली आंदोलनं केलीत? देशाच्या स्वातंत्र्यलढ्यातील महिला, संयुक्त महाराष्ट्र लढ्यातील महिलांनी केलेली आंदोलनं या महिलांनी पाहिलेली नाहीत. आमच्या शिवसेनेच्या रणरागिणीही महागाईविरुद्ध, अन्यायाविरुद्ध रस्त्यावर उतरतात; त्याला म्हणतात आंदोलन. मेणबत्त्या कसल्या पेटवता?

मेणबत्त्या हे शस्त्र होऊ शकतं का?

छी! हां, आग लावायची असेल तर लावता येईल. पण ते शोभलं पाहिजे हातात, आग लावताना. नाही तर त्या मेणबत्त्यांसारखे विरघळून जाल.

'मालेगाव' स्फोटाच्या निमित्ताने हिंदूंना अतिरेकी आणि दहशतवादी ठरविण्याचा प्रयत्न झाला.

ते तसे असतील आणि झालेच तर मला आनंदच होईल. हिंदूंमध्येसुद्धा दहशतवादी निर्माण व्हायलाच पाहिजेत, असं वाटायला लागलंय मला. नाही तर हे अत्याचार झाले नसते. हिंमत झाली नसती पोलिसांची.

तुम्ही साध्वी प्रज्ञा, कर्नल पुरोहितविषयी सांगताय?

होय, होय. तेच म्हणतोय मी. हकनाक बळी चाललेत ते– हकनाक. त्यांचा दोष काय? धर्मांध मुसलमानांना टक्कर मारण्यासाठी– म्हणजे अतिरेकी– त्यांना टक्कर मारण्यासाठी काही झालं असेल. पण आम्हाला आमच्याच हिंदुस्थानात, स्वातंत्र्यात छुपेपणानं करावं लागतं आणि हे धर्मांध मुस्लिम अगदी उघड-उघड करताहेत– उघड-उघड.

साध्वी प्रज्ञा, कर्नल पुरोहित, मेजर उपाध्याय यांच्या पोलिसी छळाच्या कहाण्या प्रसिद्ध झाल्यात...

काहीही होऊ शकतं. आपले पोलीस त्याच लायकीचे आहेत. राजकीय दाब-दबाव हे असतातच– खास करून हिंदूंना चिरडण्यासाठी. असा छळ केल्यावर त्यांचे बाहेर परिणाम काय होतील, त्याचा दाब नाही. असा दाब हिंदूंनी निर्माण केला पाहिजे. पण आम्ही त्या साध्वी प्रज्ञासाठी, पुरोहितांसाठी फक्त मोर्चे काढले, 'एटीएस'चे म्हणजे सरकारचे पुतळे फक्त जाळले; बाकी काय आम्ही करू शकतो? पुतळे जाळून काय त्यांना चटका बसत नाही.

◗ या प्रश्नी आपण महाराष्ट्र बंदही करणार होता.

होय. पण फक्त त्याच्यासाठीच नव्हता तो. शेतकऱ्यांच्या आत्महत्या, भारनियमन, महिलांवरील अत्याचार आणि मग तो एटीएसने चालवलेला घृणास्पद प्रकार. हे सगळे एकत्रित करून सरकारच्या नालायक कारभाराविरुद्ध आम्ही 'महाराष्ट्र बंद' पुकारला होता. पण दुर्दैवाने मुंबईत हा सगळा प्रकार घडला. त्यामुळे तो बंद शोभून दिसला नसता. मग आम्ही थांबलो. पण तो घूमजाव नव्हता. पुढे-मागे आम्ही तो बंद करणारच आहोत. पण हे जे हकनाक मेले, शहीद झाले; त्यांची भरपाई आम्ही कशी करायची?

◗ महाराष्ट्राच्या राजकारणात मोठी उलथापालथ मधल्या काळात झाली...

कसली ही उलथापालथ? तीच ती प्यादी मागेपुढे-मागेपुढे करीत बसलेत ते. ही काही उलथापालथ नव्हे. सत्ता बदलणं, ताकदीच्या जोरावर– याला म्हणतात उलथापालथ!

◗ ही उलथापालथ जनतेने करायची...

अर्थात. पण ती कशी करणार? आमच्यासारखे मागे सारता आणि काँग्रेसला निवडून देता; मग ती उलथापालथ कशी होणार? प्रथम जनतेनं ही उलथापालथ निवडून आणली पाहिजे. काँग्रेस हटाव! हटाव म्हणजे हटाव!! महाराष्ट्रात काँग्रेसचं सरकार आम्हाला नको आणि तिथे आपलं सरकार आलं पाहिजे. हे जर झालं, तर त्याला म्हणतात उलथापालथ.

◗ ही उलथापालथ फक्त एकदाच केलीत आपल्या महाराष्ट्रात...

होय, केली. पुन्हा करू. जिद्द आहे आमच्यामध्ये ती. शिवसैनिकांमध्ये आहे. ही उलथापालथ आम्ही केव्हाही घडवून आणू शकतो. लोकांचं साह्य पाहिजे त्याला.

◗ सध्या तरी आतंकवाद्यांच्या हल्ल्याने देशाचे गृहमंत्री, राज्याचे मुख्यमंत्री आणि उपमुख्यमंत्रीही बळी गेले.

छे हो– बळी कसले गेले? त्याला बळी नाही म्हणत मी. आपल्या सोईची मांडणी केली काँग्रेस व राष्ट्रवादीने. हल्ला हे त्यांना निमित्त मिळाले.

◗ विलासराव गेले, अशोक चव्हाण आले...

आले. काय उपयोग आहे? ही काही उलथापालथही नाही आणि महत्त्वाची घडामोडही नाही. कपड्यांची घडी मोडल्यानंतर इस्त्री करून ताठ करतो आपण, तसं झालंय ते.

◗ शंकररावांचे पुत्र आहेत अशोक चव्हाण...

असतील. शंकरराव चव्हाण म्हणजे क्वालिफिकेशन नव्हे. पुत्र सगळ्यांनाच होतात; आम्हालाही आहेत.

◗ मग काय क्वालिफिकेशन असायला हवे महाराष्ट्राच्या मुख्यमंत्र्यांकडे?

या प्रश्नाला काय अर्थ आहे? किती महान माणसं बसली होती त्या खुर्चीवर. यशवंतराव चव्हाण विचारवंत होते. वसंतदादा पाटील खमक्या होते. वसंतराव नाईक तसा धीमा माणूस. आपण बरं आणि आपला पाईप बरा. ते 'नो कॉमेण्ट्स' कधी बोलत नसत. तोंडात पाईप घ्यायचे ते अशा वेळेला. म्हणजे आपोआपच नो कॉमेन्ट व्हायचे. शंकरराव चव्हाण एकदम रुक्ष! हेडमास्तर म्हणत त्यांना.

◗ शरद पवारही होते...

होय. शरदबाबूंमध्ये एक धमक होती, ती त्यांनी घालविली. मराठ्यांच्याच चक्रव्यूहामध्ये सापडले आणि आता ते तग धरून आहेत. पूर्वीचे शरद पवार आता राहिलेले नाहीत.

◗ 'युती'च्या काळात तुम्ही दोन मुख्यमंत्री दिलेत...

होय, दिले ना. जोशीसुद्धा मला नाइलाजाने दूर करावे लागले. ठीक आहे. आता का ते विषय उगाळायचे?

◗ विलासराव मुख्यमंत्रिपदावरून अचानक गेले... तसे नारायण राणेही आता 'अकाली' गेले...

त्याच्या कर्माने गेले. कुठच्या गोष्टीचा किती हव्यास असावा, याला काही मर्यादा आहेत. हा मर्यादा सोडून वागू लागला– म्हणजे 'खाल्ल्या घरचे वासे मोजणार!'

◗ पण २५ वर्षे झाल्यावर त्यांनी शिवसेनेचे वासे मोजले... काँग्रेस पक्षात फारच लवकर मोजले...

होय. कारण त्याला मी तशी चटक लावली नाही ना, मुख्यमंत्रिपदाची. त्या वेळेला ती माझी घोडचूक झाली की, मी त्याला उगीच मुख्यमंत्रिपदावर बसवला. एकदा तो माझ्या घरी आला असताना मीच त्याला विचारलं की, 'काय रे नारायण, शिवसेना नसती तर तू काय केले असते?' तर म्हणाला, 'नाही साहेब, आज शिवसेना आहे म्हणूनच मी इथपर्यंत आलो; नाही तर माझा एन्काऊंटर झाला

असता.' हे त्यांनी माझ्यासमोर काढलेले उद्‌गार आहेत. हे असं आहे. त्याला मी मुख्यमंत्रिपद एका जाणिवेने दिलं. त्याच्यामध्ये कर्तृत्व होतं. नाही असं नाही. पण त्याला पचलं नाही ते नीट. पचलं नाही. तो अधाशीपणानं 'खा-खा' करायला लागला.

◗ **म्हणजे काय?**

काय सांगू आता? भस्म्या रोग होतो ना कधी कधी माणसाला; तसा भस्म्या रोग झाला होता त्याला– मुख्यमंत्रिपदाचा.

◗ **माणसाला का पचत नाही?**

सांगितलं ना मगाशी? त्याला भस्म्या रोग झालेला आहे. हव्यास, हव्यास, हव्यास! दिले तेवढ्यामध्ये समाधान नाही.

◗ **राणे यांना काँग्रेस पक्षातूनही काढलं, त्याबद्दल काय वाटतं?**

मला काय वाटणार? माझा संबंध काय त्याच्याशी? काँग्रेसनं कोणाला काढावं आणि कोणाला ठेवावं, हा त्यांचा प्रश्न आहे; माझा नाही. माझी ती डोकेदुखी नाहीच मुळी.

◗ **समजा, राणे पुन्हा मुख्यमंत्री झाले असते तर?**

कोणाचे?

◗ **अर्थात काँग्रेस पक्षाचे. त्यांचे प्रयत्न सुरू होते.**

त्यांनी तो मूर्खपणा करायला हवा होता. काँग्रेस पक्षानं मग बघितलं असतं. समजलं? हा त्यांनाच भारी पडला असता. आम्ही मजबूत आहेत हो. असे किती आले आणि गेले.

◗ **थोडक्यात, राणे यांचा पोपट झाला...**

पोपट म्हणा, कावळा म्हणा– काही म्हणा. बरं, मुळात पोपट हा सुंदरच असतो. तसा हा नव्हता.

◗ **पण हा 'पोपट' परत शिवसेनेच्या झाडावर येण्याचा प्रयत्न करतोय...**

आमच्या झाडावर कोणी बसायचं आणि कोणी नाही, त्याचा रखवालदार उद्धव आहे. मी त्याच्या पाठीशी आहेच आहे. आणि आमचे सारे तमाम शिवसैनिक

आहेत. आमच्या झाडावर वाकडे-तिकडे पक्षी बसू देणार नाही. शिवसेनेच्या झाडावर म्हणतोय मी, समजलं?

◗ पण तो पोपट तशी इच्छा व्यक्त करतो आहे...

सोडा हो. उद्या घुबडही असंच काही तरी करेल. अपेक्षा करेल. म्हणून काय त्या घुबडाला पाळायचा काय आम्ही? उलट आहे ते. शिवसैनिक निघून जायचे– काहीही वेडंवाकडं केलं तरी अभय आहे म्हणून. त्यापेक्षा या घुबडापासून भय आहे. भय आहे. हा अपशकुनी आहे, अपशकुनी.

◗ छगन भुजबळसुद्धा आपल्या प्रेमात पुन्हा पडलेत...

सगळ्यात शेवटी पश्चात्ताप हा पश्चात्ताप. नाऱ्यापेक्षा, नारोबापेक्षा छगन भुजबळ पुष्कळ परवडला. आतल्याच, निराळ्या एका राजकारणामुळे त्याला शिवसेना सोडणं भाग पडलं. त्याने राजीनामा देण्याच्या अगोदर फोनवर त्याच्याशी बोलणं झालं माझं. मी सांगितलं– छगनराव, पहिल्यांदा येऊन भेटा मला. नसत्या फंदात पडू नका. नाही आला आणि आमचे आमदार फोडून तो काँग्रेसमध्ये गेला.

◗ अलीकडेच त्यांनी तुम्हाला फोन केला होता...

नाही. वाढदिवसाला त्यांचे पुत्र आणि पुतणे आले होते. मिठाई आणली होती त्यांनी, तेव्हा मीहून त्याला फोन केला– छगनरावाला. बोललो की, या आपल्या मिठाईबद्दल धन्यवाद. बोलणं नाही. अजिबात नाही. त्याला काही सांगायचं असेल, तर तो उद्धवला फोन करतो. माझ्याशी बोलणं नाही.

◗ जे नेते शिवसेनेत वाढले आणि शिवसेना सोडून गेले... त्यांच्याविषयी आज आपल्या काय भावना आहेत...?

फार थोडे गेले. अशी काही गळती नव्हती लागली. फार थोडे गेले. बाकीच्यांनी माझी जाण ठेवली. शिवसेनेमुळे मी मोठा झालो, मी तिथेच राहीन... मी कधीही प्रतारणा करणार नाही. त्यामुळे ते सगळे माझ्याबरोबर निष्ठेने आहेत. अजून कुणीही असू द्या; शिवसैनिक तर माझा कधीच जाणार नाही.

◗ अलीकडचे म्हणाल, तर भुजबळ व राणे...

नाऱ्याला मी हाकलला. हकालपट्टी केली त्याची; तो गेला नाही. इकडे तेच धंदे करीत होता तो, जे काँग्रेसमध्येही करणारच होता. शिवसेनेच्या विरोधात त्यानं जे चालवलं होतं, शिवसेनेच्या विरोधात शिवसेनेचा नेता असताना, विरोधी पक्षनेता

असताना. तो प्रकार मी कधीच सहन केला नसता. तो इथून गोव्यात विमानतळावर उतरला आणि सावंतवाडीला येऊन त्याने जी मिरवणूक काढली, त्याच्या अगोदरच तेथे मोटारींचा ताफा उभा होता. मिरवणूक काढीत-काढीत तो कणकवलीला पोहोचला. तिथेही ताफा होताच गाड्यांचा आणि माणसांचा. 'नारायण राणे अंगार है, बाकी सब भंगार है' हे फलक तिथे एकाएकी कसे आले? आणि मग एका हॉलमध्ये त्याने मीटिंग घेतली. तेथे तो बोलला. त्यामध्ये स्वच्छ भूमिका मांडली, 'मी असं असं करण्याचा निर्णय घेतला आहे. तुम्ही माझ्याबरोबर येणार काय?' त्यावर 'येणार! येणार!' म्हणून घोषणा. सगळे पढवलेले पोपट. पण त्यातूनही चार-पाच जण निघून गेले. म्हणाले, आम्हाला हे पसंत नाही. आणि तिथून जो निघाला, मुंबईला आला. मुंबईच्या विमानतळावरही तेच. रात्री त्याने आठ-सव्वाआठच्या सुमारास आमच्या सुहास सामंतला फोन केला. गेलाच तो त्याच्या हॉटेलवर. 'क्षणभर विश्रांतीवर'. सुहासला भेटला. 'शिवसेना सोडण्याचा विचार करतोय. तू येणार काय माझ्याबरोबर?' सुहास ताड्‌कन म्हणाला, 'नाही. मी कट्टर शिवसैनिक आहे; मी शिवसेना सोडणार नाही.' तर म्हणाला, 'बघ, विचार कर. गरम पडेल. बघून घेईन.' तर सुहासही म्हणाला, 'मी पण बघून घेईन.' त्यानंतर सुहासने लगेच उद्धवला फोन करून ही घडामोड सांगितली. तेव्हा मला जरा कळलं की– अरे, हा हीरो होऊन जाणार आहे. आणि मग रंगशारदामध्ये मीटिंग बोलावली होती. पण मी काय करणार याची कुणालाच कल्पना नव्हती. उद्धवलाही नाही, मनोहर जोशींना नाही... आणि मी तिकडे निर्णय जाहीर केला की, या क्षणापासून मी नारायण राणेंची शिवसेनेतून हकालपट्टी केली. लगेच तिकडे जल्लोष, घोषणा, टाळ्यांचा कडकडाट. मी हकालपट्टी केलीय त्याची. काँग्रेसने फक्त त्याला निलंबित केलंय. ही सत्यकथा आहे. होय, सत्यकथा.

[२३ डिसेंबर, २००८]

भाजपशी नाते उत्तम!

"सकाळी झोडपायचे; संध्याकाळी भेळपुरी खायला न्यायचे!

दि. २३ जानेवारी हा शिवसेनेचा वाढदिवस. मुंबईवरील हल्ल्यांमुळे व्यथित झालेल्या शिवसेनाप्रमुखांनी जाहीर केले, ''मुंबईवरील दहशतवादी हल्ल्यात अतिरेक्यांशी मुकाबला करताना इतके लोक शहीद झाले; आता वाढदिवस कसले साजरे करू?'' शिवसेनाप्रमुखांच्या बाबतीत सांगायचे, तर त्यांचा संघर्षाचा काळ कधीच संपला नाही. सतत संघर्ष झाला तरी त्यांच्याकडचा दारूगोळा कधीच संपला नाही. ''मी प्रथम मराठी, मग देशहितासाठी हिंदुत्व!'' हा त्यांचा नारा याचीच साक्ष देतो! भारतीय जनता पक्षाशी नक्की नाते काय, याचे मार्मिक विश्लेषण केले, तो हा काळ."

◗ शिवसेनेत तुम्ही वाढवलेल्या, मोठ्या झालेल्या अनेक व्यक्ती सोडून जातात; तेव्हा तुम्ही निराश होता का?

नाही, अजिबात नाही. ते व्यक्तींवरती अवलंबून आहे. चांगल्या व्यक्तींनी स्वत:चा घात करून घेतला, एवढ्यापुरतंच ते वाईट असतं. बाकी काही नाही. आता बाकी कोण आहे? भुजबळ असायला पाहिजे होता. पण त्याला ती हाव सुटली आणि आता त्याचं ते जातीय तत्त्वावर चाललंय. नाऱ्याचं मी तुम्हाला आताच सांगितलं. त्याला काढला मी. हकालपट्टी केली.

◗ राज ठाकरेही शिवसेना सोडून गेले...

राजचंसुद्धा काय? त्याच्या मागे जी काही उडाणटप्पू लोकं आहेत, त्यांनी राजच्या कानात ती हवा भरली. राज हा एखाद्या वासराप्रमाणे कानात हवा भरल्यानंतर वाकड्या-तिकड्या उड्या मारू लागला. पण त्याच्या त्या 'मनसे' या विषयावर मला बोलायचंच नाही. मुळीच नाही. त्याचं ते त्याच्यापाशी. राजला मी राजकीय दृष्टिकोनातून पाहतच नाही. बालपणापासून माझ्या आणि माँच्या अंगा-खांद्यांवर खेळलेला पोर. माँने तर त्याला जेवू-खाऊ घातलंय. या 'मातोश्री'वरच तो मोठा झाला. हा असा अवलक्षणी का झाला, त्याचा विचार मी करतो.

त्याने माझ्यावर जे चरित्र लिहिलंय– फोटोबायोग्राफी. ते अप्रतिम असं पुस्तक काढलंय त्यानं. बस, बाकी काही नाही.

◗ तुम्ही 'मनसे'कडे राजकीय दृष्ट्या पाहत नाही...

अजिबात नाही. शिवसेना ही शिवसेना! अभेद्य, कडवट, मजबूत– निष्ठावंतांची शिवसेना आहे ही. त्याला हे असले तडे वगैरे जात नाहीत. शिवसैनिक पर्वा करीत नाही.

◗ मराठीच्या मुद्द्यावर ते बोंब मारीत आहेत....

तेच सांगितलं नं. माझा जो काही पूर्वीच्या विचारांचा अजेंडा होता, तोच आता तो वापरतोय. आता कृपा करून मला 'मनसे'बद्दल प्रश्न विचारू नका.

◗ तरीही एक प्रश्न विचारतो. काँग्रेस व राष्ट्रवादी वेगळे झाले; पुन्हा एकत्र आले...

ती त्यांची गरज. गरजवंतांना अक्कल नसते. तेवढ्यापुरतीच ती मर्यादित आहे. बाकी प्रसंगानुसार ते दूरही जातात आणि जवळही येतात. ते आहे ना रांगणेकरांचं गाणं.... 'तुझं माझं जमेना, तुझ्यावाचून करमेना'– तसं आहे ते. तो त्यांचा प्रश्न आहे.

◗ मराठी माणूस आपल्यापासून तुटतोय का?

मग माझ्या बरोबर आहेत, ते कोण आहेत...?

◗ 'मीडिया' तशी हवा करतेय...

'मीडिया' तशी हवा करतेय, म्हणूनच मी मीडियाला हल्ली भेटत नाही; मुलाखत देत नाही. त्याची कारणं ही आहेत. हवा केली, हवा केली. त्यांच्या त्या हवेवरती मी जगत नाही. माझा श्वास माझ्यापाशी.

◗ आजही तुमचं पहिलं प्रेम 'मराठी' आहे काय?

अर्थात! मराठीला मी कधीच विसरू शकणार नाही. शक्यच नाही. प्रथम मराठीच! हिंदूंची, हिंदुत्वाची गरज का भासली– याची कारणंही महत्त्वाची आहेत. देशहिताची आहेत. समजा– काही उद्या हिंदुस्थानात गडबड झाली, महाराष्ट्रात झाली– असं समजू; तर एकाकी महाराष्ट्र लढू शकणार नाही. इस्लामच्या विरोधात एकाकी लढू शकणार नाही महाराष्ट्र! गुजरातचा तर प्रश्नच नाही. तिकडे मोदी चांगली बाजू लढवताहेत. पंजाब, बंगाल कोणाचा आम्हाला उपयोग? जो-तो आपल्यापुरतंच बघतो. हिंदू माणूस आपण एकवटू शकतो. आमच्या हिंदुस्थानात आणि हिंदू म्हणून एकवटण्याची आता नितांत गरज आहे, कारण इस्लामचा धोका मोठा होत चाललेला आहे. आणि म्हणूनच मी जरा हिंदुत्वावर जोर मारला. याचा अर्थ असा नाही की, मी मराठीला साफ विसरलो! विसरूच शकत नाही. स्वत:च्या आईला कोण विसरणार?

◗ 'मराठी'चा वाद चाललाय सध्या...

त्यामुळे संपूर्ण देशात महाराष्ट्राविरुद्ध वातावरण निर्माण झालंय. तिकडे लालू जे काही करतोय, त्यामुळे बिहाऱ्यांच्या विरुद्ध वातावरण निर्माण होत नाही, असं तुम्हाला वाटतं काय? ही जी त्यांची प्रांतीय भावना आहे, तीही अजून महाराष्ट्रात निर्माण होत नाही; ते माझं दु:ख आहे. आम्ही म्हणे कडवट मराठे! कशाला शिवरायांचा अभिमान सांगता आणि जयंत्या अन् मयंत्या साजऱ्या करता? तुम्हाला अधिकार काय शिवरायांचं नाव घेण्याचा? अहो, त्या 'व्ही.टी.' स्टेशनला छत्रपती शिवाजीमहाराजांचं नाव दिलं. त्याला तुम्ही अद्याप 'सी.एस.टी.' म्हणता? लोकमान्य टिळक पोलीस स्टेशन. पाटी काय लावली? तर 'लो. टि. पोलीस स्टेशन', तिकडे मी आंदोलन केलं व त्यांना सांगितलं 'लो. टि.' काढा. 'लोकमान्य टिळक पोलीस स्टेशन' हे नाव असलेली पाटी त्यांनी लावली. आम्हीही आंदोलनं केली आहेत ना. इंग्रजी नावाच्या पाट्यांवरती डांबर फासणं, हे शिवसेनेला पहिलं आंदोलन करायला लावलंय. मी स्वत: उतरलो होतो रस्त्यावर. काही ठिकाणी तर डांबर मी लावलंय.

◗ 'हिंदी' भाषकांच्या प्रश्नांवर सर्व उत्तर भारतीय खासदार, तर 'तमिळ' प्रश्नांवर सगळे दक्षिणेचे खासदार एकत्र आले....

होय. तुम्हीच बघा.

◗ 'मराठी'च्या प्रश्नावर आपले खासदार कधीच एकत्र येत नाहीत...

होय. हेच तर दुर्दैव आहे महाराष्ट्राचं! सगळ्यांनीच मराठीचा अभिमान बाळगायचा. शिवाजीमहाराजांच्या जयंत्या आणि मयंत्या साजऱ्या करायच्या. बाजीप्रभू देशपांड्यांचे पवाडे गायचे. थोडी तरी लाज? थोडी तरी शरम? इतिहास घडला म्हणून तुम्हाला महत्त्व आहे– महाराष्ट्राचे मराठी म्हणून. जरा तपासा तो इतिहास.

◗ शरद पवारांविषयी 'आता' आपलं काय मत आहे?

आता? सध्या कशाला फाटाफुटी करताय? चाललंय ते ठीक चाललंय.

◗ मध्यंतरी ते 'मातोश्री'वर येऊन तुम्हाला भेटूनही गेले...

होय. बरेच माहिने झाले त्यांना. शरदबाबू माझ्या तब्येतीची विचारपूस करतो कधी कधी. जमेल तशी. फार काही रस गळतोय, अशातला काही प्रश्न नाहीय.

◗ भविष्यातल्या महाराष्ट्राच्या, देशाच्या राजकारणात प्रेमाचा रस गळेल, असं वाटतंय काय?

त्यांची पावलं काय पडताहेत, ते पाहावं लागेल. मीच काय फरफटत जाऊ शकत नाही.

◗ आजही तुम्हाला शरद पवारांमध्ये देशाच्या पंतप्रधानांचे गुण दिसताहेत?

देशाचे पंतप्रधानपद इतकं स्वस्त झालेलं आहे की, कोण त्याच्यावरती 'टपक... टपक' बसेल, ते सांगता येत नाही. म्हणून मी काही याच्यावरती भाकीत करीत नाही. विचारही करीत नाहीय. जो बसेल, तो बसेल.

◗ देशाच्या राष्ट्रपतिपदी एक मराठी व्यक्ती आपण बसवलीत...

होय, तो मराठीचा अभिमान जो आहे ना, तो मी बाळगलाय. बाकी कोणी नाही.

◗ हाच मराठीचा अभिमान देशाच्या पंतप्रधानपदी मराठी नेता बसावा, म्हणून बाळगणार का?

तो मराठी आहे यापेक्षा तो कोण आहे, यालाही महत्त्व आहे. तो कोण आहे,

तेही पाहिलं पाहिजे.

◗ आज महाराष्ट्रात कोण नेता आहे, जो त्या पदावर बसू शकेल?

अहो, आता आबा पाटील मोकळे आहेत. त्यांना पंतप्रधानपदावर बसवायचे म्हटल्यावर कसे वाटेल? विनोद करू नका याच्यावरती आता. गंभीरपणाने बघा देशाच्या पंतप्रधानपदाकडे. तोलामोलाची पदं आहेत ही. तो अंदाज घ्या नं आधी. मग बाकीच्या गप्पा आहेतच.

◗ शरद पवार होतील, असं वाटतं का?

तूर्त यावर काहीही भाष्य करू इच्छित नाही.

◗ उद्धव ठाकरे यांचं नेतृत्व दिवसेंदिवस सक्षम होतंय...

बरं, मग?

◗ शिवसेनेबरोबरच महाराष्ट्राचे नेतृत्व करण्याच्या दिशेने उद्धव ठाकरे यांची वाटचाल सुरू आहे...

उद्धवची वाटचाल काही तरी व्हावं म्हणून नाही. शेतकऱ्यांच्या प्रश्नांवर तो तीव्रतेने भाग घेतोय. शेतकऱ्यांसाठी कोण रडणार? कोण लढणार? हजारो शेतकरी फासावर लटकून, विष खाऊन मरताहेत. त्यांची जाण कुणाला नाही. पुन्हा ते भारनियमन. पोरं अंधारात अभ्यास करून कंदिलावर परीक्षा देत आहेत. आमचे मित्र एके काळचे सुशीलकुमार शिंदे हे ऊर्जामंत्री असताना तर त्यांनी सांगितलं होतं, सत्ता हाती येताच शेतकऱ्यांची वीजबिलं माफ! आणि सत्ता हाती आल्यानंतर घूमजाव! त्यांनी स्वत:हूनच जाहीर केलं की, निवडणुकीच्या तोंडावर असं बोलावं लागतं. हे सर्व त्यांनी निर्लज्जपणानं सांगितलेलं आहे. हा छापील वर्तमानपत्रामध्ये आलेला मजकूर आहे.

◗ भारतीय जनता पक्ष आपला अनेक वर्षांपासूनचा मित्र पक्ष आहे. तुमचं दोघांचं कसं चाललंय? नक्की नातं कसं आहे?

चांगलंच चाललंय म्हणायचं. दादा असताना आम्ही दादरला मिरांड्याच्या चाळीत राहायचो. तिथे भंडाऱ्यांची संख्या मोठी होती. अत्यंत लढवय्या असा हा आमचा भंडारी समाज. हा दिलदार भंडारी माणूस आता कुठे दिसतो? आता तो भंडारी कुठे गायब झाला, त्याचा पत्ता नाही. त्यातलं एक जोडपं होतं. नवरा रोज सकाळी बायकोला मारहाण करायचा आणि संध्याकाळी तिला चौपाटीवरती फिरायला

नेऊन भेळ खायला घालायचा, नारळपाणी पाजायचा. हे आमचं नातं असं असण्याची शक्यता आहे.

◗ नातं तसं भक्कम आहे म्हटलं तर...

हो. होय, आहे ना– आहेच मुळी. एकत्रच राहतो. पण कधी कधी असंही होतं नं. सकाळी मारहाण, संध्याकाळी एकत्र फिरायचं. तिला घेऊन भेळ खायला घालायची. नारळपाणी पिऊन घरी यायचं, तीच बायको घेऊन.

◗ यालाच प्रेमाचा संसार म्हणतात...

काही म्हणा. अरे संसार संसार..

◗ कधी कधी संसारात 'वाढ' होते. नवे कुणी तरी प्रवेश करतात संसारामध्ये. तशी काही शक्यता वाटते काय?

तसं काही आम्ही कुटुंबनियोजन केलेलं नाही त्याबाबतीत. येणारे कसे आहेत, कोण आहेत, काय म्हणून येताहेत; तपास करावा लागतो त्याचा. येताहेत, शपथपूर्वक येताहेत. योग्य वेळी कळेलच!

◗ वर्ष मावळतंय. मागच्या वर्षात शिवसेनेच्या वाट्याला संघर्षच आला. संघर्षाचा काळ आता संपलाय काय?

संघर्षाचा काळ कधी संपत नसतो. प्रसंगानुसार त्याकडे पाहावं लागतं. किती झालं तरी, दारूगोळाही उगीच फुकट कशाला घालवायचा याचाही विचार करावा लागतो. मी तर सतत संघर्षच केला. संघर्षातूनही आज दिसतेय ती शिवसेना उभी राहिली. संघर्षातूनच ती आणखी पुढे जाईल.

◗ पुढच्या महिन्यात तुमचा वाढदिवस...

होय, २३ जानेवारी हा माझा वाढदिवस आहे. त्या दिवशी मी कुणालाही भेटणार नाही. हे इतके लोक शहीद झाले माझ्या महाराष्ट्रात; वाढदिवस कसले साजरे करू? मी कुणालाही भेटणार नाही; हारफुले स्वीकारणार नाही, असा मी ठाम निर्णय घेतलेला आहे. हेच कसं निस्तरायचं, ते पाहायचं. माझ्या तमाम शिवसैनिकांना आणि शिवसेनेच्या हितचिंतकांना माझी हीच एक नम्र प्रार्थना आहे.

◗ नवीन वर्षासाठी तुमचा काय 'संकल्प' आहे?

संकल्प वगैरे मी काही करीत नसतो. गरज काय आता त्या उद्‌भवणाऱ्या

प्रसंगांची. माझा त्यामध्ये किती वाटा असू शकतो, त्यात मी किती भाग घेऊ शकतो; ते मी पाहतो. गरज नसेल तर कशाला मी उगीच लुडबूड करायची माळ्यावरच्या उंदरासारखी...?

◗ **येणारं वर्ष लोकसभा निवडणुकांचं आहे...**
होय.

◗ **देश घडवणारं वर्ष आहे...**
असेल.

◗ **तुमचा विचार काय आहे?**
पाहू. उद्या काय प्रसंग उद्भवताहेत, कसल्या युत्या व आघाड्या होताहेत, कोणाचे आत-बाहेर होतेय... मग आम्ही आमचा विचार करू. तोपर्यंत शांतता. आता विचार देण्यासारखं काही नाही.

◗ **म्हणजे सगळे पर्याय खुले आहेत?**
पर्याय मी म्हणणार नाही. पर्याय कसले?

◗ **शिवसैनिकांना काय संदेश द्याल? अन् महाराष्ट्रालाही...**
आपल्या शिवसेनेवर निष्ठा आहेत, जिद्द आहे; ती महाराष्ट्रात शिवसेनेची सत्ता आणण्यासाठी हिमतीने वापरा, कडवटपणाने वापरा. त्यात तुम्ही कुठेही कमी पडणार नाही, याची मला स्वत:ला खात्री आहे. महाराष्ट्रामध्ये शिवसेनेची सत्ता आणायची म्हणजे आणायचीच. त्या निष्ठेने आजपासूनच कामाला लागा, अशी मी आपणास नम्र विनंती करीत आहे.

जय हिंद! जय महाराष्ट्र! वंदे मातरम्!

[२४ डिसेंबर, २००८]

कॉंग्रेसला गाडले, तरच देश वाचेल!

“शिवसेनाप्रमुखांची प्रकृती थोडी बिघडली. लीलावती इस्पितळातून बरे होऊन ते ‘मातोश्री’वर परतले. यानंतर त्यांनी बऱ्याच गोष्टींचा त्याग केला– सिगार, वाईन, गुडगुडी वगैरे वगैरे. पण विचार आणि आवाजात तोच खणखणीतपणा राहिला. ‘लोकशाही’ची काँग्रेसवाल्यांनी ‘लाचशाही’ केल्याचा हल्लाबोल त्यांनी केला. महाराष्ट्रात व देशात निवडणुका म्हणजे पैशांचा धुमाकूळ. दारू, पैसा, मटणवड्याचे जेवण घालायचे. अमेरिकेत त्या ओबामाने मटणवड्याचे जेवण नाही घातलं जिंकण्यासाठी, असा बिनतोड युक्तिवाद फक्त शिवसेनाप्रमुखांनाच शक्य आहे!”

◗ साहेब, कसं चाललंय?
कशाचं?

◗ आपलं– आपलं म्हणजेच महाराष्ट्राचं आणि शिवसेनेचं...
होय. आताच एका दुखण्यातनं उठलोय. उद्धवमुळे मी वाचलो. उद्धवनेच सगळी धावपळ केली. इकडेच भयानक मला थंडी भरून आली. उद्धवला माझा हा सर्व प्रकार बरा वाटला नाही. त्याने मला तातडीने लीलावतीमध्ये दाखल केलं. त्याने सगळे डॉक्टरी उपचार करून आता हा ठाकठीक होऊन मी इथपर्यंत आलो. तरीही आता मात्र वय वाढतंय आणि शरीर थकतंय, असं झालंय. थोडा दम लागतो. मग मध्येच नेब्युलाइझर घ्यावा लागतो. बाकी मी एकदम ठीक आहे.

◗ आपण आधी होता त्यापेक्षा अधिक तंदुरुस्त आणि फ्रेश वाटताय...
होय, बरोबर ना. त्याग केलाय. सिगार ओढत नाही, गुडगुडी ओढत नाही आणि वाइन पीत नाही. नाही म्हणजे नाही. आठवणही येत नाही.

◗ म्हणजे तुम्ही सर्व जिवलग मित्र-मैत्रिणींना सोडलंत...
मैत्रिणी अशा माझ्या फारशा नव्हत्याच. मित्र येतातही, जातातही. मैत्रिणी कोण म्हणताय माझ्या?

◗ सिगार व गुडगुडी हे तुमचे मित्र आणि 'वाइन' तर तुमची मैत्रीणच होती ना?
होय, होय. ठीक आहे ना. सोडली मी तिला. आणि मला तिची आठवणही येत नाही. आता डॉक्टरी म्हणण्याप्रमाणे सुरू आहे. आमचे जे डॉ. पारकर आहेत, त्यांनी घरातनं चाळण आणली व मला दाखविली. म्हणाले, 'साहेब, हे खड्डे पाहिलेत? असे खड्डे म्हणे तुमच्या फुप्फुसाला पडलेले आहेत'. मी म्हटलं, 'मग हे अगोदर का नाही सांगितलंत? मुंबई महानगरपालिका माझ्याच ताब्यात आहे. रस्त्यावरचे खड्डे ते बुजवतात, मग हे खड्डे बुजवता आले नसते त्यांना?' असं सांगितलं मी त्यांना. बघू आता– काय व्हायचं ते होईल.

◗ म्हणजे डॉक्टरांच्या मदतीनं खड्डे बुजवायचं काम सुरू आहे...
होय, तेच सुरू आहे.

▶ तुमच्या प्रकृतीमुळे महाराष्ट्र आणि देशही चिंतेत पडला...

आता मी उद्धव दिलाय ना त्यांना? संपूर्ण शिवसेनेचा कारभार बघतोय आणि अप्रतिमरीत्या त्याने बांधणी केलीय संघटनेत. आमच्या दोघांची सल्लामसलत मात्र चालूच असते. उद्धव ज्या-ज्या वेळेला नेमणुका, याद्या तयार करतो; त्या-त्या वेळेला ते तो मला दाखवतो. त्यावर आमचा विचारविनिमयही होतो. मी एकदा होकार दिला की, मग उद्धव जाहीर करतो.

▶ इस्पितळातला अनुभव कसा होता?

काय असणार अनुभव! अनेक डॉक्टर यायचे आणि तपासायचे. छाती आणि पाठ. म्हटलं, आता काय करायचं? आलिया भोगासी... इंजेक्शन काही फार दिली नाहीत. एकच होता गुठडा नळ्यांचा. म्हणजे औषध आलंच तर प्रत्येक वेळेला इंजेक्शन द्यायला नको. त्या नळकुंड्यातून जातं ते. मी म्हटलं, हा माझा नळबाजार कधी काढणार तुम्ही? नळबाजार म्हणजे किती नळ्या, किती नळ्या–

▶ तुम्ही 'आय.सी.यू.'मध्ये होता. तुम्ही तिथे राहणं त्रासदायकच असतं...

ते तर आहेच. फार माणसांना भेटायला देतच नव्हते ते. इन्फेक्शन, जंतू झाले तर आणखी आमचा आजार बळावण्याची शक्यता आहे. बाकी वातावरण निराळंच असतं आतलं. त्या वेळेला मी एका तंद्रीतच होतो. मला काही कळायचं नाही. त्यांचं प्रोग्रामिंग झालेलं माझ्याबद्दल. अमुक वाजता जेवायचं, तमुक वाजता हे करायचं. गोळ्या घ्यायच्या. गोळीबार तर माझ्यावर इतका झाला की, विचारता सोय नाही. अजूनही होतोय.

▶ आपण 'आय.सी.यू.'तून बाहेर आलात...

होय, आलो बाबा.

▶ पण आज आपला देश 'आय.सी.यू.'मध्ये आहे...

खरं आहे. हे तुम्ही म्हणताय, ते बरोबर आहे. पण शेवटी डॉक्टरांना ते आत प्रवेशही करू देत नाहीत उपचार करण्यासाठी. डॉक्टरांनाही ते व्हिजिटर्ससारखे समजतात, त्याचं काय? मग त्या 'आयसीयू'तल्या देशाला कोणी ट्रीटमेंट द्यायची? 'डॉ.' लावलं की डॉक्टर झाला? मनमोहनसिंग आहेत, त्यांना अधिकार काय आहे? देशाला फादर ऑफ दि नेशन असतो. आमच्या देशाला मदर ऑफ दि नेशन आहे– सोनिया गांधी. मदर कुछ कामाची नाही. आमचा नि तिचा 'क्रॉस' आहे. का? ती ख्रिश्चन आहे म्हणून.

या परिस्थितीला कोण जबाबदार आहे?

कोण? आमच्या देशातील हे हुजरेच. आता निवडणुका आलेल्या आहेत. एक मोका आलेला आहे यांना उचकटून फेकून देण्याचा; तो मतदारांनी पाळला पाहिजे. मराठीच्या नावावर मतं मागणारेही इतर उपटलेत. पण मराठीचा आवाज फक्त मी उभा केलाय, हे विसरू नका. शिवसेनेचा जन्मच झालेला आहे मराठी माणसासाठी. म्हणून मी नेहमी म्हणतो, मराठी हा आमचा श्वास आहे आणि हिंदुत्व हा आमचा प्राण आहे. आता बाकीच्यांनीही उचलेगिरी केली आणि स्वत:चं म्हणूनच मांडताहेत. असं चाललंय.

देशाला जो आजार जडलाय, त्याला लोकशाही जबाबदार आहे काय?

याला लोकच जबाबदार आहेत. तुम्हाला काँग्रेस सरकारचे एवढे अनुभव येऊनसुद्धा तुम्ही काँग्रेसचं सरकार का बसवता सत्तेवर, हा प्रश्न आहे. लोकशाहीने देशाचे बारा वाजवले आहेत. मतांचा व्हायरसही तितकाच कारणीभूत आहे. जुनेच विचार घेऊन नवे पक्ष उभे राहताहेत, स्वत:ला नवा समजणारे; पण अजेंडा आमचाच. पण उभे राहताहेत. म्हणजे यात फाटाफूट झाली. हेदेखील लोकशाहीला मारक आहे. काही तरी चांगलं घडतंय, त्यामध्ये अपशकुन करायचा. आहे त्यांची ताकद कमी करायची आणि आपल्यालाही ती ताकद नाही. अशा तऱ्हेने ही सगळी लोकशाही चालली आहे. शरद पवार यांचंच उदाहरण घ्या. इकडे महाराष्ट्रात काँग्रेसशी संगनमत आणि तिकडे त्या तिसऱ्या आघाडीशी गुफ्तगू चालू. मग कसं काय होणार? हाच एक महत्त्वाचा धोका लोकशाहीत आहे– कमकुवतपणा, कमकुवतपणा. आणि मग मात होते अशा लोकांची, बाजारबुणग्यांची. तुम्ही का वापरता लोकशाही हा शब्द?

म्हणजे?

बरोबर आहे. या देशात लोकशाही रुजलीच नाही कधी. लोकशाही आहे कुठे? सगळा मनमानी कारभार आहे. कोण जबाबदार आहे त्याला? दिल्लीतला इतमाम पाहिला सगळा, त्या मंत्रिमंडळाचा आणि आपल्याही मंत्रिमंडळाचा. अहो, तब्येती साफ सुधारतात त्यांच्या. असे हाडकुळे लोक मंत्रिमंडळात खातं मिळालं की सुजतात लगेच. ते सुजतात आणि कारभारही सुस्त होतो. असं चाललंय सध्या.

तुम्ही कुठे मंत्रिपदं वगैरे घेतलीत? तरीही उत्तम चाललं...

मी सत्तेशिवाय करतोय नं इतकी वर्षं. ही जी हाव आहे ना– मला पंतप्रधान व्हायचंय, मला मुख्यमंत्री व्हायचंय– कशासाठी? तुला जेवढी पोरं व्हायचीत, तेवढी झालीयत ना आता? आणखी काय पाहिजे तुला?

◗ या देशात पोरांची लटांबरं आणि राजकीय पक्षांची लटांबरं वाढतच आहेत...

दोन्हीकडे फॅमिली प्लॅनिंग करायला पाहिजे. आता बघा– अमेरिकेत निवडणुका होतात, इंग्लंडमध्ये होतात. तुम्हाला पिक्चर प्रचाराचं दिसतं. त्यानंतर सगळं सुरळीत ते पार पडतं. आमच्याकडे कसले धुमाकूळ चाललेत. गुंडांना तिकिटं, गुन्हेगारांना तिकिटं, पैशांची अफरातफर, दारू पाजायची, पैसे वाटायचे, मटणवड्याचं जेवण घालायचं. काय आहे काय? ओबामानं मटणवड्याचं जेवण नाही घातलं. इंग्लंडमध्ये जो कोणी आला असेल पंतप्रधान, त्यानं असं काही जेवण घालून, बाटल्या देऊन निवडणुका जिंकल्या नाहीत. मुळात तिकडे हे दळभद्री प्रकार चालतच नाहीत.

◗ म्हणजे आपल्याकडे हे प्रकार चालतात...

होय, मग मी काय सांगतोय! आमच्याकडे तो निरुपम होता. पहिल्यांदा त्याला उभा केला होता. पडला तो, ते सोडून द्या. त्याने एक जागा मला अशी उघडून दाखवली की, त्यात 'व्हॅट'च्या बाटल्या होत्या. मी म्हटलं, नाही. हा प्रकार नाही करायचा. आणि माझ्या शिवसेनेमध्ये हे लोण आणू नकोस तू. ताबडतोब त्याला तिकडे चापला मी.

◗ अनेक राजकीय पक्षांनी 'श्रीमंत व छत्रपतीं'ना उमेदवाऱ्या दिल्यात...

काय करायचं काय? आणि त्या छत्रपतींना मान्यता तरी किती द्यायची, हा प्रश्न आहेच. कोल्हापूरमध्ये शाहूमहाराज घराणं तर आहेच. घराण्यातला दगड जरी उभा केला तरी हे कोल्हापूरवाले शाहूंवरची श्रद्धा इथे का दाखवतात? शाहूंच्या पायापाशी तरी बसण्याची लायकी आहे का त्यांची? ही लोकशाही आहे? ही घराणेशाहीच देशाच्या मुळावर येते आहे. तिकडे दुसरा कुठचाही विद्वान चालायचा नाही.

◗ म्हणजे निवडणुका हा लोकशाहीतला एक जुगारच आहे...

तो तर आहेच मुळी– खासकरून आपल्या देशात. परदेशात असं होत नाही. खासकरून इंग्लंड आणि अमेरिकेत. मधु दंडवत्यांनी एक उदाहरण दिलं होतं इंग्लंडचं. तिथे दोनच पक्ष. तिकडे अपक्ष वगैरे तर वाऱ्यासारखे उडून जातात. तुल्यबळ म्हणजे कॉन्झर्व्हेटिव्ह पार्टी आणि लेबर पार्टी. मजूर पक्ष आणि हुजूर पक्ष. हुजूर पक्षाचा एक कोणी तरी आजारी पडला. त्या वेळेला जर एखाद्याची मदत घेऊन मजूर पक्षाने प्रयत्न केला असता, तर मजूर पक्षाचं सरकार आलं असतं. पण तुल्यबळ होऊनसुद्धा मजूर पक्षानं त्यांना निरोप दिला. आमच्यातला एक माणूस

आम्ही कमी करतोय; त्याला रजेवर पाठवतोय तुमच्यातला माणूस येईपर्यंत. तुमच्या सरकारला आम्ही धोका देणार नाही– ही लोकशाही आहे.

◗ आपल्याकडे काय झालं असतं?

आपल्याकडे? बरंच झालं म्हटलं असतं. दत्ताजी साळवी एक उदाहरण द्यायचे की, शेजाऱ्याकडे कपाट होतं. त्याच्या बाजूचे जे होते ते म्हणायचे, हा मरतोय कधी आणि हे कपाट माझ्या घरी येतंय कधी याचीच वाट पाहायचे. दत्ताजी साळवींनी दिलेलं हे उदाहरण आहे.

◗ अर्थात या जुगारात आपल्यालाही उतरावं लागतेय...

पण मी जुगार खेळत नाही, खेळणार नाही. मी शिवसैनिकांना जो तयार केलाय, तो वेगळ्या विचारानं तयार केलाय. अत्यंत निष्ठावंत, कडवट आणि कठोर असा मी त्याला तयार केला. तो असल्या गोष्टी करणारच नाहीय, याबद्दल मला आत्मविश्वास आहे.

◗ पैसा, जात व धर्मास फार महत्त्व आलंय...

जातीचं म्हणजे काय? तुम्ही आता तसे कायदेच करताय. आरक्षण... आरक्षणाच्या नावाखाली. जे रामटेक आम्ही जिंकलं होतं, ते आता आरक्षित झालं. झालं? लागला तिकडे झगडा– बौद्ध आणि हिंदूंत? काय गरज होती का याची?

◗ जातीचं राजकारण देशाला कुठे घेऊन चाललंय?

काही नाही– देशाला खड्ड्यात घालणार आहे एके दिवशी.

◗ तुम्ही जातीला किती महत्त्व देता?

मी? छे! अजिबात नाही. मी जातपात कधीच मानत नाही. शिवसेनेचं पहिल्यापासूनचं हे धोरण आहे. माझ्याकडे जे नगरसेवक आहेत, आमदार आहेत, खासदार आहेत; त्यांना मी कधी त्यांची जात विचारली नाही. जाऊन विचारा त्यांना की, बाळासाहेबांनी कधी तुम्हाला तुमची जात विचारली काय? माणूस चांगला आहे, कडवट शिवसैनिक आहे– ही आमची जात असेल म्हणा, वाटल्यास कडवट शिवसैनिक. मी काय करू त्याला? जातीपातीच्या मी भयानक विरोधात आहे. माझे वडील होते, मी पण आहे.

◗ तरीही हा महाराष्ट्र जातीपातीनं नासवलाय...

काँग्रेसवाल्यांचे पाप हे. काँग्रेसवाल्यांनी नुसती सुरुवात नाही केली, तर त्याचे त्यांनी कायदे बनवले. जातीनुसार राखीव जागा व मतदारसंघाचे कायदे बनविल्यावर ते मानावेच लागतात.

◗ लोकसभा निवडणुकीची घोषणा झालीय. तुम्ही त्या निवडणुकीकडे कोणत्या दृष्टीनं पाहताय?

काय पाहणार? लोकांनी ठरवायचं– निवडणुका म्हणजे काय? लोकांनी मतदान करून ठरवायचं. माझं एकच मत आहे की, एक असा कायदा पास करा की– जो कोणी निवडून दिलेला नगरसेवक, आमदार, खासदार असेल; तो कुचकामी ठरला तर त्याला परत बोलावण्याचा अधिकार परत मतदारांकडे हवा. म्हणजे पुन्हा मतदान नाही घ्यायचं. म्हणजे मतदारांनी तक्रार केली, सिद्ध केलं की, हा असा असा आहे, हा कामचुकार आहे; तर त्याला मागे बोलावण्याचा अधिकार जनतेला मिळाला पाहिजे. करता का कायदा? काय तुमचे मंत्री-संत्री? कधी हिंडतात? कामं करतात? निवडणुकीच्या तोंडावरती चाललंय सगळं हे.

◗ म्हणजे नुसती आश्वासनं...

होय. आश्वासनांची नुसती खैरात. काँग्रेसचा जाहीरनामा पाहिलात ना तुम्ही? गहू स्वस्त, तांदूळ स्वस्त, रॉकेल स्वस्त, साखर स्वस्त. मग स्वस्थ बसा नं घरी. ही लाच आहे, लाच. यालाच म्हणतात लाच.

◗ म्हणजे लोकशाहीची काँग्रेसवाल्यांनी 'लाचशाही' केलीय...

बरोबर! आणि या शेंदाड्यांना शरम नाही. कोण आहे ती सोनिया गांधी? आम्हाला चटकच लागलीय मोगलांपासून. पहिलं मुसलमानांनी राज्य केलं, नंतर ब्रिटिशांनी केलं, आता इटालियन करतेय. गुलामीची चटक आहे ही.

◗ आपण जनतेत जागृती करीत असता, पण समाज पेटतोही आणि तसाच लवकर खालीही बसतो...

समाज म्हणजे काय? कोणता समाज तुम्ही धरून चाललाय? माझ्याकडे जे शिवसेनेचं मोहोळ आहे, जे मराठी माणसांचं मोहोळ आहे; ते कायम आहे. ते कधीच कुठच्याही राजकीय पक्षाच्या दबावाखाली वागणार नाहीत.

गेल्या अनेक वर्षांपासून तेच ते प्रश्न आहेत आणि त्याच त्या प्रश्नांवर निवडणुका लढवल्या जात आहेत...

मग तेच ते 'गव्हर्नमेंट' निवडून देताय तुम्ही, त्याला काय करणार? काँग्रेस एके काँग्रेस. त्यामुळे प्रश्नही तेच.

हे प्रश्न संपणार कसे?

मी तोच विचार सध्या करतोय. महाराष्ट्रात शिवसेनेची सत्ता आणायची म्हणजे आणायची! सत्ता येणारच! काँग्रेसने जी घाण करून ठेवलीय, ती आम्हाला निस्तरावी लागणार आहे. समजलं? याचाही विचार आताच करून ठेवा. त्या कुठच्या उणिवा आहेत, कोणते प्रश्न आहेत– जे तुम्हाला निस्तरावे लागणार आहेत, याचा विचार आताच करून ठेवा व त्याप्रमाणे त्वरित कामाला लागा. कोणाही आमदाराने वगैरे फालतूपणा करायचा नाही, करता कामा नये.

गरिबी आणि भ्रष्टाचार फोफावतच चाललाय...

त्यासाठी मुळावरच घाव घातला पाहिजे. मुळं अशी असतात की, जरा जरी बारीकसं राहिलं तरी ते फुटतं. बागेत काम करणारा मी माणूस आहे. शेतकरी नाही मी, ते बरं आहे. नाही तर आतापर्यंत मी आत्महत्याच केली असती. हे काही तसं नाही. मला एक आवड आहे काही गोष्टींची. मला फुलांनी सजवलेले फ्लॉवर पॉट्स आवडतात. बागेत मी पूर्वी काम करीत होतो. गच्चीत माझी बाग आहे. झाडांचं ट्रिमिंग, कटिंग, छाटणी मी स्वत: करीत होतो. आता गेलं सगळं ते. काही राहिलंच नाही. बाहेर फिरणंही कठीण होऊन बसलंय. काही लोक म्हणतात, बाळासाहेब 'वॉक' घ्या, 'वॉक'! म्हणजे, चाला! चालायचं झालं तर मागे फौजफाटा इतका असतो पोलिसांचा की, दुसऱ्या दिवशी हे मीडियावाले छापायचे की– शिवसेनाप्रमुखांना अटक म्हणून! त्यामुळे तेही जाणं बोंबललं माझं. बाहेर फिरताच येत नाही मला.

क्रिकेटही खेळत होता...

होय, मागच्या अंगणामध्ये आम्ही क्रिकेट खेळत होतो. तेही आता राहिलं नाही– आमची ती सिक्युरिटीची स्पेशल कॅटॅगिरी असल्यामुळे. त्यामुळे आता मी या खोलीतल्या खोलीत फिरतो. काय करणार!

गरिबी, भ्रष्टाचार आहेच. नवीन मुद्दा आहे तो दहशतवादाचा...

दहशतवाद का वाढला? कोणी वाढवला? काय जबाबदारी आहे काय यांची कोणाची? मला अजून एक कोडं कळत नाही– ही जी काय मंडळी आहेत आपल्या

सुरक्षा किंवा पोलिसी ताफ्यात; हे लोक नेहमीच किती अतिरेकी आले, किती मानवी बॉम्ब घुसले आपल्याकडे– याचा आकडा देतात. तुम्हाला तरी हा आकडा कोणी सांगितला बरोबर? जर तुम्हाला आकडा कळतो, तर माणसं पकडू शकत नाही तुम्ही? मला अजून काही कळतच नाही. कोडंच सुटत नाही. दहा आले; पण तुम्हाला कळलं कसं? दहा कुठे गेले, ते सांगू शकत नाही तुम्ही? सगळं विचित्रंच चाललंय. एक स्फोट जेव्हा लंडनमध्ये होतो किंवा अमेरिकेमध्ये होतो; पुन्हा होण्याची ताकद नाही, हिंमत नाही. नाही तर तुमच्याकडे पाहा. एक दरारा असला पाहिजे, दरारा. दहशत नाही. हा दराराच मुळी आमच्या सरकारकडे नाही. काय करणार तुम्ही?

[५ एप्रिल, २००९]

जमीन भुसभुशीत म्हणून पाकडे, बांगलादेशी घुसतात!

“मुंबईवर हल्ला करणाऱ्या ‘कसाब’चे वकीलपत्र कोणी घेऊ नये, अशी शिवसेनाप्रमुखांची भूमिका होती. ‘मुंबईवर हल्ला करणारा कसाब तुमचा कोण लागतो?’ हा त्यांचा जळजळीत सवाल होता. सरकार अफझल गुरूला फाशी देत नाही. कसाब जिवंत आहे. बिर्याणीवर ताव मारतोय. हे हिजड्यांचे राज्य असल्याचा भीमटोला शिवसेनाप्रमुखांनी मारला. मानवी हक्कवाले म्हणजे देशातला फार मोठा विनोद झाल्याचे मतही त्यांनी व्यक्त केले.”

दहा अतिरेकी फक्त समुद्रामार्गे मुंबईत घुसले. त्यांनी तीन दिवस संपूर्ण देशाला वेठीस धरलं...

सैन्य बोलवावं लागलं. दिल्लीहून कमांडोज आले. नुसता त्यांचा हैदोस चालला होता. फायरिंग काय, हॅण्डग्रेनेड्स काय, त्यांना रोखणारे कोणीच नाही? जोपर्यंत या देशातील पोलिसांना अत्याधुनिक शस्त्रे देऊन मजबूत बनवत नाही, तोपर्यंत हे असेच घडत राहणार. पोलिसांच्या शंभर पावलं पुढे हे अतिरेकी आहेत. आमच्या पोलिसांकडे कोण आहे? मुळात पोलिसांना स्वाभिमान शिकवा पहिला, कारण तेही आता लाचार झालेले आहेत; भ्रष्टाचारी झालेले आहेत. त्याला नेतृत्व व पोलिसांत शिरलेले राजकारण कारणीभूत आहे. सैन्यामध्येसुद्धा भ्रष्टाचार शिरलेला आहे. हे जे काही एकंदर जंतू आहेत सगळे, ते तिथल्या तिथे लवकर चिरडून टाकले पाहिजेत. आमचे सैन्य आणि पोलीस अजून तसे मजबूत आहेत. अधिकारी जबरदस्त आहेत. कडक आणि कडवट आहेत. पण हे गुपचूप कारभार आहेत ना– उजळ माथ्याने तर काही कोणी करू शकत नाही. करणाऱ्यांचं कोर्टमार्शल तिथल्या तिथे झालं पाहिजे– मार्शल लॉखाली.

प्रत्येक वेळी अतिरेकी घुसले की सैन्याला बोलवायचं, हे योग्य आहे?

नाहीच मुळी. का तुम्ही स्वत:चे 'स्क्वाड' तयार करीत नाही? पोलीस तरी काय करताहेत? पोलिसांच्या बाबतीत घोषणा भरपूर होतात; पण पुढे काय? बारा-

बारा तासांची, कधी सलग तीन-तीन दिवसांची ड्युटी त्यांना करावी लागते. बारा तासांची ड्युटी जरा कमी करून त्यांच्यामधली इफिशन्सी किंवा त्यांच्यामध्ये जी एक रग आहे, ती जरा जिवंत करा.

◗ **पोलिसांवरसुद्धा भिवंडीत धर्मांधांनी, अतिरेक्यांनी हल्ले केले...**

होय. काँग्रेसच्या राज्यात पोलिसांना मार खावाच लागणार. का मारले जातात ते? कारण त्यांनी उलटे प्रतिकारासाठी शस्त्र चालवलेच, तर पोलिसांवरच कारवाई होते. सगळा उलटा कारभार आहे. आपल्याकडे शिक्षा कोणाला करायची, तेच त्यांना कळत नाही. त्यामुळे पोलीसही म्हणतात– बा झवलं! च्या आयला, आपण तरी त्या भानगडीत कशाला पडा? अशा प्रवृत्ती वाढत चालल्या आहेत.

◗ **पोलिसांना पाठबळ द्यायला हवं...**

होय, द्यायलाच हवं. पोलिसांकडून मारला गेला एखादा ठार किंवा दोघे-तिघे मारले गेले, तर काय झालं काय? तिकडे कर्तव्य आणि निष्ठा याला किंमत द्या; मारले याला महत्त्व देऊ नका. पण तुम्हाला मुसलमानांचा पुळका. ही मतांची जी लाचारी आली आहे ना आमच्या रक्तात, तीच महाग पडतेय देशाला. भयंकर महाग पडतेय. मुस्लिम मी म्हणतोय ते पाकडे अतिरेकी. पाकड्यांसाठी माझे हे शब्द आहेत.

◗ **मानवी हक्कांचेही सध्या फार अवडंबर माजवलं जातंय... अतिरेक्यांच्या बाबतीत.**

मानवी हक्क म्हणजे आपल्या देशात मोठाच विनोद झाला आहे. मानवी हक्काचा तराजू एकाच बाजूला झुकतो. हे असं का, तोही एक प्रश्न आहे.

◗ **कोर्टही मानवी हक्कांबाबत जरा जास्तच संवेदनशील होतात...**

कोर्टाविषयी जरा जपूनच बोलावं लागतं. कोर्ट आपल्याकडे आहे की नाही, मला माहीत नाही. मी कधी पाहिलं नाही. कोर्टाची पायरी चढलो असलो तरी न्यायदेवता हातात तराजू घेऊन उभी आहे आणि डोळ्यांवरती काळी पट्टी बांधलेली आहे. का? तर मी माझे डोळे झाकून घेतेय, न्याय देतेय. कारण माणसं बघून मी न्याय द्यायला लागले, तर पंचाईत होईल. म्हणून मी डोळ्यांना पट्टी बांधून हाती हा तराजू ठेवलेला आहे. आणि तराजू न्याय देईल तुम्हाला. पण आता त्या पट्टीचा अर्थ बदलला. जे चाललंय, ते मला पाहवत नाही; म्हणून मी माझ्या डोळ्यांवरती पट्टीच बांधून ठेवलीय. मग काय तराजूत न्यायनिवाडा व्हायचा, तो होईल.

◗ अशा प्रकारच्या हल्ल्यात जेव्हा पोलीस मरतात, तेव्हा त्यांची स्मारकं उभारण्याशिवाय काय होतं?

काहीच नाही. शहीद म्हणून फक्त त्यांची पूजा करायची. दुसरा हल्ला झाला की, आधीच्या शहीदांना विसरून जातात. काय तर म्हणे, हे व्यर्थ न हो बलिदान! शहिदांची स्मारकं उभी करायची, नंतर मेणबत्त्या पेटवायच्या.

◗ मेणबत्त्यांची लढाई...?

व्यर्थ न हो बलिदान म्हणून मेणबत्त्या पेटवायच्या. दुःख प्रगटित करायचं. काय यांचं शौर्य! हेमंत करकरेंची बायको कोकलतेय बिचारी. न्याय– न्याय तिला हवाय. अशोक कामटे मारले गेले. आमचे विजय साळसकर मारले गेले.

◗ पोलीस शहीद होतात आणि दहशतवादी हल्लेखोरांच्या बाजूने वकील उभे राहतात...

दुर्दैव या देशाचं; दुसरं काय? आमच्या राष्ट्रपतींना तरी काय अधिकार आहेत, सांगा पाहू? सर्वोच्च पद, पण अधिकार नाही. अफझल गुरूला फाशी द्या सांगण्याचा अधिकार राष्ट्रपतींना नाही. तो अधिकार देशाच्या गृहमंत्र्यांचा. पण सुप्रीम कोर्टाचा अधिकार असताना तुम्ही तो धुडकावताय? हा लोकशाहीचा गळा घोटला जातोय. संसदेवरती हल्ला– आमच्या सार्वभौमत्वावरती हल्ला? लाज नाही तुम्हाला? चीड नाही तुम्हाला? शरम नाही वाटत तुम्हाला? ते बुजगावणं फक्त शिवराज पाटलाचं इकडनं उचललं आणि तिकडे टाकलं. हे महाशय निवडूनही आले नाहीत. मागच्या दारानं आत आणून त्यांना गृहमंत्री बनवलं.

◗ तुम्हाला नक्की काय म्हणायचं आहे?

सांगतो ना. एक बाई ती सोनिया गांधी– तुम्हाला पुरून उरली. कारण तुम्ही हिजडे आहात... तुम्ही हिजडे आहात!

◗ 'हिजडे' हा शब्द सध्या फार गाजतोय. उद्धव ठाकरे यांच्यावर तर या शब्दावरून गुन्हा दाखल झाला.

मी राज्यकर्त्यांना, सरकारला हिजडे म्हणतोय. उद्धववर कसले आरोप करताय? पुण्याच्या एका मीटिंगमध्ये हा प्रकार घडलाय, तो छापा नं. सभेतनं एक जण ओरडला 'हिजडे आहेत हे हिजडे'! मग उद्धवने उलट प्रश्न विचारला की, तर तुम्ही कोण आहात? तर म्हणे मर्द. मग मर्द असल्यानंतर हे नामर्दांचं सरकार तुम्ही निवडून देता? असे ते एकंदर सभेत सवाल-जबाब झाले. उद्धव असले शब्द कधीच

वापरणार नाही. अजून तसा तो 'ठाकरी' भाषेत बोलत नाही. त्याने स्वत:चा एक आब राखून ठेवलाय.

अफझल गुरूची फाशी लटकलेलीच आहे आणि आता 'कसाब'च्या न्याय्य हक्कांसाठी लढा उभारला जात आहे...

मागे कुठे तरी एक इन्सिडन्ट झाल्याचं मला आठवतं. मला वाटतं, एक कोणी तरी असाच पाकड्या हिंदुस्थानात तो आला होता. मुलींना तो फितवायचा. पोलीस त्याच्या मागे लागले, तेव्हा तो कोलकत्याला पळाला. तेथे तो पकडला गेला. यावर कोलकत्यातील पोलिसांनी एकजुटीने ठरवलं की, याचे वकीलपत्र कोलकत्यातील एकही वकील घेणार नाही. आमच्यापैकी कोणीही त्याची केस चालवणार नाही. अशी एकजूट कसाबच्या बाबतीत इथे मुंबईत का दिसली नाही? वकील का उभे राहताहेत? मुंबईमध्ये इतका दहा जणांनी हैदोस घालून, त्यामध्ये तीन कर्तृत्ववान अधिकाऱ्यांसह १६ पोलीस मेले. इतरही २०० निरपराध मेले. निरपराध्यांना गोळ्या घातल्या. त्यातलाच तो एक कसाब पकडला गेला आणि त्याच्या वकिलीसाठी तुम्ही उभे राहता? मोठी शरमेची गोष्ट आहे. सर्व वकिलांनी उलट अभिमानानं, स्वाभिमानानं, देशाभिमानानं पूर्णपणे कटाक्षानं त्याच्यावरती कटाक्ष टाकायला पाहिजे. पण या 'बाईसाहेब' आता उभ्या राहताहेत. सरकारने म्हणे त्यांची नियुक्ती केलीय. आणि आता तर काय, बाईसाहेबांना खास बंदोबस्त दिलाय– झेड सिक्युरिटी. त्यामुळे आता आम्ही मरणालाही भीत नाही. भिण्याचं कारणही नाही तुला, एवढा सगळा तुला फौजफाटा मिळाल्यानंतर. हे जे आहे या देशातलं, तेच तुमच्या देशाचा घात करतंय. देशाचा अभिमान नाही. अजिबात नाही. कसाबसाठी उभे राहतात. न्यायमूर्तींनीसुद्धा विचार करायला पाहिजे या वेळेला.

कसाबला जोपर्यंत वकील मिळत नाही तोपर्यंत कसाबला कायद्याने शिक्षा होणार नाही, असा एक प्रचार केला जातोय?

त्यामुळे कोण धोक्यात आहे? आमचे सार्वभौमत्व धोक्यात आहे. मग झक् मारायला १५ ऑगस्ट आणि २६ जानेवारीला तो तिरंगा फडकवता? रक्ताने माखलेले तुमचे हात... निरपराध लोकांचे असंख्य बळी गेलेत. त्यांची बायका-मुले उघड्यावर पडली. त्याच हातांनी तुम्ही तिरंगा वरती चढवताय? पण लाज आहे कुणाला या देशात? चीड अशी नाहीय. मेलेले मुडदे आहेत सगळे.

पाकिस्तानमुळे या देशाचा तिरंगा पुन्हा धोक्यात आला.

तो तर केव्हापासूनच आहे. पंडित जवाहरलाल नेहरूंची खुळं सगळी ही. कोण

तो आला होता माऊंटबॅटन आणि एडविना. त्या एडविना आणि जवाहरलाल नेहरूंचं जे पागलपण चाललं होतं– लव्ह अफेअर म्हणा– तिथेच देशाचा घात झाला. लॉर्ड माऊंटबॅटनने बरोबर त्याचा फायदा उठवला. माझ्याकडे फिल्म होती त्याची. इंग्लंडमध्ये त्या फिल्मवर बॅन टाकलं. ही जर फिल्म सर्वत्र गेली, तर आपल्या देशाची अब्रू जाईल. त्या देशाने बंदी टाकली. देशाभिमान म्हणतात, तो हा. त्यातली एक कॅसेट मनमोहन देसाईने मला दिली होती. मनमोहन वारला बिचारा.

◗ तालिबानचा खतरा देशाकडे सरकतोय...

सैन्याला पूर्णपणे अधिकार द्या– शूट टू किल. बस, नथिंग. पाहा ना आपले लोक मारले जाताहेत, पण ते पाकडे सुटताहेत आणि हल्लेखोर किती असतात? तर दोघे-चौघे जण. आमच्या देवळांवरती हल्ले. त्यामुळे देवांना, देवळांना संरक्षण द्यायची वेळ आली आहे. देवाला कसलं संरक्षण? देवानं आम्हाला संरक्षण द्यायचं की आम्ही देवाचं रक्षण करायचं– हा प्रश्न उभा राहिलेला आहे. विद्वानांनो, करा चर्चा. गाजू द्या तुमची साहित्य संमेलनं.

◗ गृहमंत्र्यांनी 'ऐलान' केलाय की, देशातील व्हीआयपींना पाक अतिरेक्यांपासून धोका आहे...

तो धोका निवडणुकीपुरताच आहे काय, हा प्रश्न येतो ना! संपूर्ण देशालाच धोका आहे हो त्या पाकड्या अतिरेक्यांपासून. फक्त 'व्हीआयपी'चेच काय घेऊन बसलात? तुम्हाला धोका आहे म्हणून तुम्ही हा 'ऐलान' करताय का? आता मी माझ्या 'ठाकरी' भाषेतला शब्द मागे घेतलाय; नाही तर त्या ऐलानवरती बोललो असतो.

◗ या देशाची सुरक्षा व कायदा-व्यवस्था फक्त काही व्हीआयपींपुरतीच मर्यादित आहे?

साफ गडगडली आहे ना! आहे कुठे तुमची ती कायदा आणि सुव्यवस्था? मला तीव्र संताप आहे त्या गोष्टींबद्दल. खासकरून हे पाकडे मुसलमान, पाकिस्तान.

◗ त्यांच्याशी कसा सामना करणार? बांगलादेशीही घुसलेत?

घुसलेत म्हणजे काय? जमीन भुसभुशीत असल्याशिवाय काय उंदीर भोक पाडतो? सिमेंट काँक्रीटची जमीन असेल, तर तिकडे उंदीर गडबड करीत नाही. भोक पाडू शकत नाही. पण आमची मुळातच जमीन भुसभुशीत करून ठेवली आहे

काँग्रेसवाल्यांनी. कारभार भुसभुशीत असला तर बांगलादेशी, तालिबानचे काय– तर कुठचेही उंदीर बिळं पाडणारच. घुसणारच. ही बिळं बुजवायला पाहिजेत. कडक सुरक्षा जी इंग्लंड-अमेरिकेची आहे ती–

हिंदुस्थानात जी 'मिनी पाकिस्तानं' निर्माण झालीत, त्याचा हा परिणाम...

कोणामुळे निर्माण झाली ती? त्यांना का दोष देताय? त्यांच्यातली ती प्रवृत्तीच आहे. त्यामध्ये आता देशद्रोही कोण, देशाभिमानी कोण– हे हुडकणं कठीण आहे. पण घुसखोरी आज इतकी झाली आहे की, त्यामध्ये आज आमचे चांगले मुसलमानसुद्धा दोषाला कारणीभूत होताहेत; त्यांचा काही कसलाच दोष नसताना.

काय करायचं? उपाय काय?

कोम्बिंग करा. घुसा त्या बिळांत. काढा त्यांना हुडकून. सैन्यातली फौज वगैरे पाठवून केलं कोम्बिंग, तर काय माय व्यायली आहे त्यांची– उलटा प्रकार करण्याची, हल्ला करण्याची?

कोबिंग केलं की भावना दुखावतात...

आता आम्ही काय करायचं? भावना त्यांना आहेत आणि आम्हाला नाहीत काय? आमच्या भावनांचा 'घावना' कशाला बनवताय?

[६ एप्रिल, २००९]

लोक म्हणतात... आता काँग्रेसचं काही खरं नाही!

"शिवसेनाप्रमुखांच्या ताज्या खणखणीत मुलाखतीने खळबळ

मुंबई, दि. २९ (प्रतिनिधी) हिंदुहृदयसम्राट शिवसेनाप्रमुख श्री. बाळासाहेब ठाकरे यांच्या ताज्या खणखणीत मुलाखतीने महाराष्ट्रातच नव्हे, तर देशभरात खळबळ उडाली आहे. तब्बल वर्ष-दोन वर्षांनंतर आपल्या लाडक्या नेत्याला पुन्हा त्याच बेदरकार ढंगात बोलताना, मिश्किल विनोद करताना पाहून आणि ऐकून महाराष्ट्राच्या कोनाकोपऱ्यातील जनता सुखावली असून, 'माझ्या तमाम हिंदू बंधू-भगिनी आणि मातांनो' ही परवलीची साद ऐकण्यासाठी जनता आतुर झाली आहे. शिवसेनाप्रमुखांच्या या दणदणीत मुलाखतीमुळे विरोधकही धास्तावले असून, आता काँग्रेसचं काही खरं नाही, अशी उत्स्फूर्त प्रतिक्रिया चांद्यापासून बांद्यापर्यंत ऐकायला मिळत आहे.

'मार्मिक'च्या सुवर्णमहोत्सवी वर्षानिमित्त प्रसिद्ध मुलाखतकार सुधीर गाडगीळ यांनी नुकतीच शिवसेनाप्रमुखांची दणदणीत मुलाखत घेतली. मराठी वृत्तवाहिन्यांनी ही ताजी मुलाखत प्रक्षेपित केली आणि एकच खळबळ उडाली. प्रश्नकर्त्याला प्रतिप्रश्न करून निरुत्तर करणे, शाब्दिक कोट्या करून मुलाखतकर्त्यावरील ताण दूर करणे, मिश्किल शैलीत प्रश्नकर्त्याची फिरकी घेणे आणि हजरजबाबीपणे कोणताही आडपडदा

न ठेवता परखडपणे आपली भूमिका मांडणे, ही प्रत्येक खुबी कालच्या मुलाखतीत जनतेला पाहायला मिळाली. मध्यंतरी कातर झालेला आवाज पुन्हा 'कॉन्फिडंट' झाला, हे जनतेने प्रत्यक्ष पाहिले आणि ऐकलेही. खुर्चीवर त्याच ऐटदारपणे बसलेले साहेब... आश्वासक हातवारे करत साभिनय बोलणारे साहेब... जुने संदर्भ आठवून त्याचा उल्लेख करणारे साहेब... तेच जुने साहेब पाहून अनेकांच्या डोळ्यांत आनंदाश्रूही तरळले.

मुलाखत खरंच ताजी आहे का हो? विरोधकांचे सुधीर गाडगीळांना फोन...

शिवसेनाप्रमुखांच्या या मुलाखतीनंतर मुलाखतकार सुधीर गाडगीळ यांचा फोन सतत खणखणत आहे. या मुलाखतीचा सर्वाधिक धसका काँग्रेस-राष्ट्रवादीच्या नेत्यांनी घेतला आहे. 'खरंच ही मुलाखत ताजी आहे का हो?' अशी विचारणा करणारे अनेक फोन गाडगीळांना आले. यांतील अनेक कॉल विरोधकांचे म्हणजे काँग्रेस, राष्ट्रवादीच्या नेत्यांचे होते... सुधीर गाडगीळ सांगत होते. मुलाखतीदरम्यान असलेली शिवसेनाप्रमुखांची बॉडी-लँग्वेज आणि एकूणच मुलाखतीविषयी विचारले असता गाडगीळ म्हणाले– "तीच आक्रमकता, तोच आत्मविश्वास, कुंचल्यांतून व्यक्त होणाऱ्या व्यंगांप्रमाणेच शब्दांमधून उमटणाऱ्या मिश्किल छटा... या सगळ्यांसह तेच शिवसेनाप्रमुख पुन्हा मैदानात उतरल्यासारखं वाटलं. जूनअखेरीस मी शिवसेनाप्रमुखांना 'लीलावती'मध्ये भेटायला गेलो होतो, तेव्हाचे साहेब आणि आता मुलाखतीच्या वेळी भेटलेले साहेब यात जमीन-अस्मानचं अंतर आहे. अलीकडेच म्हणजे ५ ऑगस्ट रोजी रात्री ८ वाजता मी ही मुलाखत घेतली. मुलाखतीला सुरुवात करण्याआधीच बाळासाहेब मला म्हणाले, 'मध्येच मला खोकल्याची उबळ आली तर १५ मिनिटं थांबू आणि परत सुरू करू.' पण साहेब थांबले नाहीत. सलग ५५ मिनिटं नॉनस्टॉप ही मुलाखत सुरू होती. आमच्या दोघांशिवाय कुणीही नव्हतं. थापा होता; पण दूर."

[२९ ऑगस्ट, २००९]

'मराठी' अभिमानी म्हणून मतदानास बाहेर पडा!

"पन्नास जाहीर सभांची किमया शिवसेनाप्रमुखांच्या एका भाषणात किंवा मुलाखतीत असते. २००९ मध्ये विधानसभा निवडणुकांची घोषणा होताच शिवसेनाप्रमुखांनी रणशिंग फुंकले. शिवरायांच्या महाराष्ट्रात मराठी माणूस म्हणून अभिमान पाहिजेच. मुंबई कुणाच्या बापाची नाही; ती मराठी माणसाचीच असल्याचा तडाखा शिवसेनाप्रमुखांनी दिला. जोपर्यंत शिवसेनाप्रमुख रणशिंग फुंकीत नाहीत तोपर्यंत महाराष्ट्र तापत नाही. शिवसेनाप्रमुखांनी महाराष्ट्र कधीच थंड, लोळा-गोळा होऊ दिला नाही."

◗ साहेब, आपण मस्त दिसताय...

हां. मी मस्त दिसतो, मस्त बोलतो. मस्त आहे, पण मी मस्तवाल नाहीय. मस्त असेन मी, पण इतरांसारखा मस्तवाल नाहीय.

◗ मधल्या काळामध्ये आपण जवळजवळ गायबच झाला होतात...

हे आजारपणच मला असं आलं होतं विचित्र. काय करणार? जवळजवळ तीन वेळा मी लीलावती हॉस्पिटलमध्ये गेलो. आधी दहा दिवस होतो. नंतर पाच दिवस. मग पाच दिवस. शेवटी एकदाची अँजिओप्लास्टी करून टाकली. तरी पण आता मला श्वास लागतो बोलताना. ठीक आहे, तरीही मी मस्तच आहे.

◗ आता आपलं जे अधून-मधून दूरदर्शन होतंय, अनेक वाहिन्यांवरून...

होय. दूरदर्शनच्या नियमाप्रमाणे बोलायचं तर माझा जो श्वास होतो वर-खाली अधून-मधून, तेवढाच व्यत्यय असला तर; बाकी ठीकच चाललंय सगळं.

◗ पण आपल्याला पाहून जनता मात्र खूश आहे...

खूश आहे. पण उद्या मतदानास उतराल, तेव्हा मराठी म्हणून अभिमान वाटू द्या. हिंदुत्वाकरिता आहेच आहे, पण मराठी म्हणून अभिमान महत्त्वाचा. शिवरायांचा हा महाराष्ट्र आहे. त्यामुळे तेवढा अभिमान मराठी म्हणून पाहिजेच. बाहेर जे काय चाललंय, वातावरणनिर्मिती चाललीय; त्यांना आपल्यावरती मात करू देता कामा नये. आपणच त्यांच्यावरती मात करायला पाहिजे; केलीच पाहिजे आणि करणारच!

◗ म्हणजे?

म्हणजे... मुंबई ही काही कुणाच्या बापाची नाही; ती मराठी माणसाचीच आहे आणि ती राहणारच! जर कुणी तोडण्याचे प्रयत्न केले, तर नरडीचे घोट घेऊ आम्ही. सोडणार नाही.

◗ इतकं मस्त राहण्यासाठी कोणतं च्यवनप्राश घेता आपण?

माझं हे जे काही बोलणं आहे, विचार आहेत, ते काही च्यवनप्राशावरती अवलंबून नाहीत. काहीच घेत नाही. सध्या फक्त गोळ्या खातोय डॉक्टर्सनी दिलेल्या. ॲलोपॅथी.

◗ तुमचे केसही जरा काळे झालेले दिसताहेत...

नाही. माझे खालचे केस पांढरे आहेत. वरचे केस काळे आहेत. ते का आहेत; मला माहीत नाही. कुणामुळे आहेत, त्याची मला कल्पना नाही.

◗ आवाजाची धारही वाढलीय...

ठाकरी आवाज आहे. माझे वडील प्रबोधनकार ठाकरे. त्यांना आम्ही 'दादा' म्हणत असू. त्यांचा जो आवाज आहे, त्याच आवाजाची देन आहे आमच्या घराण्यामध्ये, असंच मी म्हणेन. आमचे जे पूर्वज होऊन गेले, महापुरुष होऊन गेले घराण्यामध्ये 'तात्या'– त्यांचीच ही कृपा. बरं!

◗ गेल्या काही दिवसांपासून आपल्या प्रकृतीविषयी अफवाही थांबल्यात...

म्हणजे, माझ्याबद्दल जे अफवा पसरवत होते ते मेले; मी जिवंत आहे.

◗ इस्पितळातला अनुभव– म्हणजे 'आयसीयू'तला आपला अनुभव काय होता?

आयसीयू? म्हणजे त्यांची जी आय.सी.यू. होती, ती काही मला परवडण्यासारखी नव्हती; पण माझ्याकरिता ते मेकॅनिक पाठवून थंडगारपणा कमी करीत होते, एवढं नक्की.

◗ 'पेशंट' म्हणून अशा वातावरणात राहणं, हे आपल्या प्रकृतीला मानवणारं नव्हतं...

नाहीच. पण शेवटी त्यांचे काही नियम आहेत. तुमच्या नियमाप्रमाणे हॉस्पिटल्स चालत नाहीत; त्यांच्याप्रमाणेच आपल्याला वागावं लागतं. पण नाही म्हटलं तरी आपल्याला थोडी मेकॅनिकी ॲडजस्टमेंट करावी लागते आणि त्यांनी ती माझ्यासाठी केलीही.

◗ शहाण्याने कोर्टाची पायरी चढू नये, असं म्हणतात...

बरोबर आहे.

◗ तसंच इस्पितळाची पायरीही चढू नये...

प्रकृती ठणठणीत असेल तर ती पायरी चढण्याचाही प्रश्न नाही. आणि कोर्टाची पायरी जर न्याय मिळत असेल, तर तीही चढायला हरकत नाही.

यामुळे 'डॉक्टर्स' आपले मित्र झालेत. सध्या आपण डॉक्टरांतच जास्त रमता...

नाही. काही लोकांनी माझ्यावरती खरं सांगायचं तर उपकारच केले. त्यामध्ये डॉ. पारकर, डॉ. अन्सारी, रमणानी, जयप्रकाश इंडिदिनी ही सगळीच मंडळी होती. आणि डॉक्टर मॅथ्यू, त्यांचा शिष्य कुणाल, अजित मेनन. माझाही स्वभाव त्यांना आवडला. तिकडे आमचा क्लबच भरायचा. विनोद वगैरे मस्त चालायचे. शेवटी असे पेशंट त्यांना कमी मिळतात.

म्हणजे इस्पितळातसुद्धा व्यंगचित्रकार बाळासाहेब ठाकरे आपलं अधिराज्य गाजवत होते...

होय. विनोद खूप चालायचे. विनोद तर माझ्या रक्तातच भिनलेला आहे. माणसं खूश असायची. सगळे गोळा व्हायचे. आणि मधे-मधे विजयभाई मेहतासुद्धा येऊन जायचे, बसायचे. बोलायचे. अशी एक आपुलकी निर्माण झाली होती. त्या हॉस्पिटलपेक्षाही एका कौटुंबिक वातावरणात मी तिथे होतो.

आता आपण घरी आहात... लोकांशी बोलताहात...

होय. पण मी सध्या फारसं कुणाला भेटत नाही. थोडीशी धाप जी मला लागते, ती मार्गावर आल्यावर मी भेटेन. तोपर्यंत मला भेटता येणार नाही.

साहेब, आपण आयुष्यभर राजकारणात वावरलात. राजकारण हेच तुमचं 'टॉनिक'. महाराष्ट्रात विधानसभा निवडणुकीचं रणशिंग फुंकलं गेलंय... आपल्याला त्याच्यामुळे स्फूर्ती आली की नाही?

निवडणुका येतात आणि जातात. किती तरी निवडणुका मी पाहिल्यात. दौरेही चिक्कार केले. ज्या वेळेला मी दौरे करीत होतो; त्या वेळेला हेलिकॉप्टर्स नव्हती, विमाने नव्हती. सगळ्या गाड्या बाहेर काढायचो– मोटारगाड्या. अगदी गडचिरोली, भंडाऱ्यापर्यंत जाऊन आलो मी. बरं, कधी पाऊस पडायचा, कधी ऊन लागायचं. वेळेवरती जेवण नाही. कधी रात्रीचं जेवण पहाटे साडेतीन वाजता, साडेपाच वाजता घेत होतो. असं सगळं चालायचं. पण ते जमून गेलं. जवानी होती.

बरोबर आहे. निवडणुका आल्या की अद्याप आपल्याला स्फूर्ती येते की नाही?

असं आहे– शेवटी आज ज्या पद्धतीत देशात निवडणुका लढवल्या जातात, तो अत्यंत घाणेरडा प्रकार झालाय. विश्वास उडालाय माझा तरी! इतरांचं मला

माहीत नाही. हे जे आता मशीन तंत्र निघालंय, इलेक्ट्रॉनिक– काय वाट्टेल ते करू शकतात. आणि केलंय. असा माझा फक्त आरोपच नाहीय, तर सिद्ध करून दाखवलंय ते एका इलेक्ट्रॉनिक इंजिनिअरने. निवडणूक आयुक्तांकडेही ते प्रात्यक्षिक करून दाखवलंय. मला जर दहा मतं मिळाली व तुम्हाला पाच मिळाली, तर माझे दहा तुम्हाला मिळतात व तुमची पाच मला मिळतात, हे सिद्ध करून दाखवलंय.

◗ मागे तुम्ही एकदा इंदिरा गांधींच्या विजयानंतर म्हणाला होतात– हा विजय बाईचा, गाईचा की शाईचा? तुम्ही आता म्हणाल काय– की हा विजय 'ई.व्ही.एम.' मशीनचा...?

मी असं म्हणेन की, जसं त्या वेळेला म्हणालो होतो– त्या वेळेला काँग्रेसची निशाणी गाय आणि वासरू होतं. म्हणून मी म्हणालो होतो– हा विजय बाईचा नसून, गाईचा नसून, शाईचा आहे. तसं मी आता म्हणेन– ही पेट्यांची गडबड पाहिल्यानंतर 'हा विजय इटालियन बेटीचा नसून निवडणूक पेटीचा आहे.'

◗ जोपर्यंत शिवसेनाप्रमुख रणशिंग फुंकीत नाहीत तोपर्यंत महाराष्ट्र तापत नाही...

अनेक विषयांवरती, सतत रणशिंग फक्त शिवसेनेनेच फुंकायचे काय? बाकीचे ताकही फुंकून पितात. आम्ही रणशिंग फुंकतो, एवढाच फरक.

◗ पण गेली चाळीस वर्षं महाराष्ट्राला सवय लागलीय– शिवसेनाप्रमुखांनीच सवय लावलीय, वातावरण तापविण्याची...

आम्हाला तापवायचं म्हणून आम्ही तापत नाही. आम्ही केव्हा तापतो? की, ज्या वेळेला लोक थंड बसतात तेव्हाच आम्ही तापतो. पण लोक तापलेले आहेत, त्या वेळेला आपण थंड बसायचं असतं.

◗ पण निवडणुका आल्या की, अनेकांच्या अंगात देव घुमू लागतात...

होय.

◗ आताही देव घुमू लागलेत...

काय आहे, हे देव आहेत की गवंडी आहेत, ते काही मी सांगू शकत नाही. हे यांनीच सगळं वातावरण नासवलंय. आता तर नवीनच एक लफडं निघालंय. मी हे लफडं शिवसेनेत कधीच ठेवलं नव्हतं, पोसलं नव्हतं.

कोणतं लफडं?

इच्छुक! ही तमाम गर्दी. म्हणे, इच्छुकांची गर्दी. काय चाललंय काय तुमचं? ही शिवसेना नव्हे. कसले इच्छुक? आणि गोतावळे आणतात आपले. मी तर एक कडक नियम केला होता– जो तिकिटासाठी लॉबिंग करेल, जो आपले पाठरक्षक घेऊन येईल– अंगरक्षक असतात तसे पाठीचे रक्षण करणारे, पाठिंबा देणारे त्यांना मी पाठरक्षक म्हणतो– हे पाठरक्षक घेऊन जो माझ्याकडे येईल, त्याला तिकीट नाही. हाच माझा नियम!

मग हा नियम, ही परंपरा का तुटली?

इथे जरा निराळ्या मार्गाने जाण्याचं ठरवलंय की, विचार काय आहे त्यांचा? मला कुणाची मुस्कटदाबी करायची नाही. पण त्याचबरोबर याचा गैरफायदा जर कुणी घेत असेल, तर नाही चालणार. मी ते बंद करून टाकीन. लोकशाहीचा अर्थ तुम्हाला कळला पाहिजे पहिल्यांदा. म्हणजे सुभाषचंद्र बोस म्हणाले होते. ज्या वेळेला आपल्या देशाला स्वातंत्र्य मिळालं, त्याच्या सुरुवातीला त्यांनी एक वाक्य म्हटलंय की– देशाला स्वातंत्र्य मिळाल्यानंतर कमीत कमी दहा वर्षे तरी या देशाला लोकशाही लावू नका. ती पद्धत अमलात आणू नका. लोकांना अगोदर कळू द्या, लोकशाही म्हणजे काय आणि मग ती अमलात आणा. काय चाललंय आज, जरा बघा.

शिवसेनेत लोकशाही तर कधीच नव्हती... तुमचाच आदेश होता...

होय. माझ्याकडे फक्त शिवशाही होती, अजूनही आहे.

इच्छुकांच्या जत्रा... इच्छुकांचे मेळावे आपल्याला मान्य आहेत काय?

छी, छी! मला हे बिलकुल मान्य नाही. हा घाणेरडा, भयंकर प्रकार आहे. विषारी गॅस आहे. हा पसरला, तर इच्छुकही मरतील आणि दुसऱ्यांनाही मारतील. बरं, एखाद्या माणसानं किती पदं भूषवायची, किती वर्षं भूषवायची, किती वेळ भूषवायची– याला काही मर्यादा आहेत. काही मर्यादा तुम्ही ओळखाल की नाही आपली? जुनेजाणते तुम्ही मानीत नाहीत. जे आज नवे आहेत, तेही जुने होणारच आहेत. त्यांच्याबद्दल कुणी काही बोललं, तर चालेल– पुढे जे नवीन येणार आहेत.

शिवसेनेलाही जी लागण लागलेली आहे, त्याच्यासाठी काय उपाय आहे?

काय? कसली लागण? उपाय आहेत ना. ते करावेच लागतात. माझ्याकडे

होमिओपॅथी आहे. घरामध्ये आहेच. माझा अनुभव चांगला आहे. होमिओपॅथी ही स्लो प्रोसेस आहे, असे म्हणतात. तसं नाहीय ते. पण लवकर तुम्हाला रिझल्ट हवा असेल तिथल्या तिथे तर मात्र ॲलोपॅथी. हे जे म्हटलं जातं की Allopathy is a Preventive and Homoeopathy is a cure त्याला लाँग रेंज आहे. ॲलोपेथीला म्हणजे ॲक्शनला रिॲक्शन. होमिओपॅथीला रिॲक्शन नाहीच. लहान पोरंसुद्धा घेऊ शकतात.

[२ ऑक्टोबर, २००९]

महाराष्ट्रात नपुंसक राज्यकर्ते!

“अक्कल वापरा; चीड वगैरे आहे की नाही?

विधानसभा निवडणुकीत नेहमीप्रमाणेच पैसे घेऊन तिकिटे दिली जात असल्याचा आरोप-प्रत्यारोप झाले. शिवसेनाप्रमुख कडाडले... कोणी विकली? कोणावर आरोप होताहेत? शिवसेनेत तिकिटांचा काळाबाजार चालत नाही. जमाल गोटा माझ्या हाती आहे. हे फालतू धंदे शिवसेनेत चालत नाहीत! कडवट शिवसैनिक हाच त्यांच्या श्रद्धेचा विषय राहिला! आयाराम-गयाराम कधीच कडवट नव्हते; त्यांच्यावर शिवसेना कधीच अवलंबून नव्हती, हाच शिवसेनाप्रमुखांचा विचार शेवटपर्यंत राहिला.”

◗ तिकिटांचे वाटप झाल्यावर लगेच बंडखोरीच्या ठिणग्या उडू लागतात...

तेच चाललंय ना– तेच वाईट आहे. एक माणूससुद्धा तिकीट नाही मिळालं, तर पक्ष काढतो आणि त्याचा जो काही गोतावळा आहे, त्याची मते पडतात त्याला. आणि हे आपल्या देशातच आहे हं फक्त. मला नाही वाटत जगाच्या पाठीवर कुठे असेल; कुठे नाही. तिथे एवढे पक्षही नाहीत. अपक्ष तर राहूनच द्या.

◗ पैसे घेऊन तिकिटे दिली जात असल्याचे आरोप-प्रत्यारोप सुरूच आहेत...

'मी शिवाजीराजे भोसले बोलतोय' हा सिनेमा मी तीन-वेळा पाहिला. आजही पुन्हा पाहिला. अप्रतिम चित्रपट आहे– अप्रतिम. प्रत्येक अभिमानी मराठी माणसाने तो पाहावा आणि पाहायलाच पाहिजे, असा माझा आग्रह आहे. आणि शेवट त्याचा फार छान आहे की, मी आयुष्यभर तुमच्याबरोबर राहिलो, प्रामाणिक राहिलो; हा माझा गुन्हा आहे. मला ते व्हायचं नव्हतं. मला तिकीट मागायचं नव्हतं, निवडणुकीला उभं राहायचं नव्हतं. पण तुम्ही काय करता, याचा विचार करा. माझ्यासारख्या प्रामाणिक माणसाला तुम्ही धोंडा मारताय? तुम्ही गुंड, स्मगलर्स, रास्कल्स सगळे हे त्यांना मतदान करून निवडून देता? आणि माहिती असून परत-परत निवडून देताय हे सरकार. यात दोष कुणाचा? कुणाला दोष द्यायचा? अर्थात तुम्हाला! लोकांना.

◗ का म्हणून? कशासाठी?

नाही तर काय? अरे, काँग्रेस वाईट आहे कळलं ना; मग तिला मतदान का करता? का करता? कुणी तरी मराठी माणसांमध्ये फूट पाडलीय ना? तसे प्रयत्न कुणाला तरी हाताशी धरून काँग्रेसवाले करताहेत ना; मग का त्यांच्यावर विश्वास ठेवता? मूळ कल्पना कुणाची? १९६६ मध्ये मी हा विचार दिलेला आहे. त्या वेळेला सुरू झाले होते लोंढे. तेव्हा या मुंबईला परमिट सिस्टीम लावण्याची माझी मागणी होती. माझ्या पहिल्या दसरा मेळाव्यात मी हे सांगितलं होतं. माझ्यावरती कमिशनरने तेव्हा चिक्कार टीका केली. आज रशियामध्ये परमिट सिस्टीमच आहे. समजलं?

◗ साहेब, विधानसभेची तिकिटे विकली. शिवसेनेतही असा आरोप काही जणांनी केलाय...

कोणी विकली? कोणावर आरोप होताहेत? इकडे जमालगोटा माझ्या हातात आहे. हे पाहा, रंगशारदेत एक शिवसेना पदाधिकाऱ्यांचा मेळावा झाला होता. तेव्हा

नारोबा पक्षात होता. त्याने एक भाषण केले की, शिवसेनेत पदे विकली जातात, तिकिटे विकली जातात. तसे आरोप त्याने केले. मी संध्याकाळी पोहोचलो तिथे. सगळेच होते व्यासपीठावर. उद्धव, राज, मनोहर जोशी, नारोबा. सगळे नेते होते. मी सगळ्यांसमोर विचारलं मनोहर जोशींना– काय हो पंत, आतापर्यंत तुम्हाला इतकी पदं दिली, महाराष्ट्राच्या मुख्यमंत्रिपदापासून ते लोकसभेच्या अध्यक्षपदापर्यंत; किती पैसे तुम्ही दिलेत? मनोहर जोशी म्हणाले, काहीच नाही. नारोबालाही विचारलं, तर तोही नाही म्हणाला. मग हे आरोप कशाला? शिवसेनेत हे असले धंदे चालत नाहीत. कोणी असे म्हणत असेल व सिद्ध झालं, तर मी त्याला क्षणभरही पदावर ठेवणार नाही– अगदी उद्धव व राजलाही नाही. आणि माझ्यावर हा आरोप सिद्ध झाला, तर मीदेखील शिवसेनाप्रमुख राहणार नाही, असं मी रंगशारदेत ठणकावून सांगितलं आहे. माझे हात स्वच्छ होते, स्वच्छ आहेत व राहतील.

◗ तरीही आरोप होतच असतात...

शिवसेनेत म्हणाल, तर असं कधीच कोणी करणार नाही. आणि उलट लोकांना समजलं की, याने तिकीट विकत घेतलंय; तर लोकच त्याला पाडतील, विकत घेतलेल्या तिकिटावर उभा राहिला तर.

◗ हे सर्व जरी वातावरण तापलं असलं तरी... महाराष्ट्र मात्र आज थंड लोळा-गोळा होऊन पडलेला आहे...

त्याला कोण जबाबदार आहे? मी 'मार्मिक'मधनं सदर चालू केलं होतं. जेव्हा माझ्या हातात 'सामना' नव्हता, त्या वेळेला. की, टेलिफोन डिरेक्टरी आताची पण बघा. पानं कशी वाढलेली आहेत. हे माझ्या 'गजाआडील दिवस'मध्ये लिहिलेले आहे. की, एकाच आडनावाची किती माणसं आहेत? दाक्षिणात्य फार होते. त्यांचे एक्झिक्युटिव्ह अधिकारी होते आणि भरतीची वेळ आली की, ती माणसं आपल्या गावावरून बोलवायचे व इकडे भरती करायचे. हे जेव्हा मला दिसलं, तेव्हा मी काय केलं? याद्या छापल्या आणि वरती एक कॅप्शन दिली. मथळा दिला चांगला. 'वाचा आणि थंड बसा.' दोन-तीन महिने सहन केलं मी ते. नंतर म्हटलं मी की, घोळ झालाय हा. खरोखरच थंड गोळा झालाय– बर्फालाही लाज वाटेल! आणि मग? पद्धत तीच. याद्या छापायच्या. फक्त वरचा मथळा बदलला. 'वाचा आणि उठा!' आणि मग सुरुवात झाली ती!

◗ आज का उठत नाही महाराष्ट्र?

आहे ना. शिवसेनेमध्ये शिवसैनिक म्हणून जेवढे आहेत– तापलेल्या रक्ताचे तरुण, तरणेबांड आणि आता वय झालेली माणसं आजही कडक आहेत, कडवट आहेत. हे जे एकंदरीत चाललंय नं आयाराम-गयाराम, ते कडवट नव्हतेच तसे कधी. शिवसेनेत राहून भोग-भोग भोगले, खा-खा खाल्लं आणि जास्त गरम झाले म्हणून उठून दुसरीकडे गेले– गारवा मिळावा म्हणून! पण तिकडेही टिकायचे नाहीत.

◗ महाराष्ट्रनिर्मितीचं हे सुवर्णमहोत्सवी वर्ष आहे...

होय!

◗ ५० वर्षे झाली. काय चित्रं आहे महाराष्ट्राचं आपल्यासमोर?

चित्र जर पाहायचं असेल खरं शहराचं आणि ग्रामीण भागाचं– विशेषतः ग्रामीण भागाचं– तर एक अत्यंत अप्रतिम असा चित्रपट आलेला आहे, 'गोष्ट छोटी डोंगराएवढी'. फार सुंदर चित्रपट आहे. शेतकरी सध्या कोणत्या हालातून चाललेत, तेच चित्रपटात दाखवलंय. साधी-साधी माणसं आहेत. त्यांनीच भूमिका व शेतकऱ्यांचं दुःख जिवंत केलेलं आहे. ही अवस्था पाहिल्यावर वाटतं की, ग्रामीण भाग सडवलाय या लोकांनी. निवडून येण्याकरिता म्हणून वापर-वापर वापरले; वापरून फेकून दिले त्यांना.

◗ आपण अनेक वर्षे ग्रामीण भागात गेलेला नाहीत...

अनेक वर्षे... म्हणजे मी थकतच चाललोय.

◗ एके काळी तुम्ही महाराष्ट्र पालथा घातलाय...

होय. सांगितलं ना तुम्हाला– गडचिरोली, चंद्रपूरपर्यंत मोटारीचा प्रवास केलेला आहे. संभाजीनगर, सांगली, कराड वगैरे– सगळा पट्टा. कोकणपट्टा केलाय अगदी सावंतवाडी-खेडपर्यंत. प्रत्येक टप्प्याला सभा घेत-घेत मी धुळ्यापर्यंत पोहोचत होतो.

◗ आज आपण 'मातोश्री'त बसून महाराष्ट्राकडे पाहताय. तुम्ही पालथा घातलेला महाराष्ट्र अद्यापि आठवतोय का?

महाराष्ट्र म्हणजे अशी काही वस्तू नाहीय की, इथे बसूनही मी पाहू शकतो. एक जबरदस्त असे 'महा'राष्ट्र आहे ते. कुठं काय चाललंय, काय चाललंय, ते कळतं

मला. मुसलमानही आता मस्तीत आलेले आहेत. मिरजेला आता दंगल झाली. मिरजेला आम्ही अरबांची जिरवली होती. पूर्वी तिथे अरब फार यायचे. त्यांना तिकडे जमीन पाहिजे होती, दफनभूमीसाठी. नाही देऊ दिली आम्ही आणि अरबांना पळवून लावलं तिकडच्या शिवसैनिकांनी. हॉटेलं त्यांनी भरलेली सगळी. हॉटेलात जागा नाही म्हणून ते हॉस्पिटलात राहायला लागले. जेवण वगैरे फुकट सगळं. आम्हीच हाकलवलं सगळ्यांना. आता अरब नाहीत तिकडे. आहेत ते इथलेच मुसलमान आहेत सगळे. त्यात पाकिस्तानी-बांगलादेशी किती आहेत, ते माहीत नाही. त्यातही ते सिमी वगैरेंसारखे घुसलेत.

◗ म्हणजे महाराष्ट्राला विळखाच घातलेला आहे...

महाराष्ट्राला सगळ्यांनीच विळखा घातलेला आहे. नपुंसक राज्यकर्ते हे त्या बाईच्या नादी लागलेत. हुकूम देते ती बाई आणि आपण शिवरायांचं नाव घेतो; मराठा जातीचे म्हणून मिरवतो. वाकतात तिच्यासमोर लाचारीने. कधी कधी मोडूनही पडतो. परदेशी बाई आहे ना? मग ढुंगणाला ढुंगणं लावून कशाला बसता तिच्या? एवढा तुमच्यामध्ये अभिमान नाहीय? ताठा पाहिजे एक प्रकारचा! तोच नाहीय. मी बोललो ते बोललो. मी माझा शब्द कधी मागे घेतला नाही. माझा शब्द हा बंदुकीच्या गोळीसारखा आहे. गेला, तो गेला. परत शोधून तो बंदुकीत घालीत नाही मी. कारण काडतूस पडलेलं असतं.

◗ म्हणजे सध्याचा महाराष्ट्र हा शिवरायांचा राहिलेला नाही...

सारा इतिहासच बदलतोय. अहो, बाबासाहेब भोसले मराठा. भोसले नावाचा. शिवाजीराजे भोसले बोलतोय, त्यातलाच भोसला. अरे, मुख्यमंत्री महाराष्ट्र राज्याचा. शिवरायांनी अफझलखानाचा कोथळा बाहेर काढला, हा धडाच पाठ्यपुस्तकातून काढून टाकला बाबासाहेब भोसल्यांनी. वारले आता. परत आणखी आमचा दुसरा धडा काढला असता. तुम्ही मुख्यमंत्री असताना काढताय? हा आपला महाराष्ट्र?

◗ आजही अनेक भोसले राजकारणात आहेत, जे शिवरायांचे नाव सांगतात...

त्यांच्याविषयी काय सांगणार? पु. ल. देशपांडे म्हणालेच आहेत– नाव शिवाजी भोसले, चालवायची पिठाची गिरणी. तेच भोसले ना, हे पिठाची गिरणीवाले. आता पिठाच्या गिरण्याही उडायला लागल्यात. यांत्रिकीकरण झालंय. प्लग लावा, बटण चालू करा; तुमची गिरणी घरातच चालू. पीठ झालं.

◗ विधानसभा निवडणूक म्हणजे दुसरा स्वातंत्र्यलढा अशी घोषणा उद्धव ठाकरे यांनी आता केली आहे...

होय, बरोबर आहे. लोक असं का वागतात, तेच कळत नाही. दहा वर्षे काँग्रेस या महाराष्ट्रात राज्य करतेय. आम्हाला तसा वेळ फार कमी मिळाला. साडेचार वर्षेच मिळाली. मिळाली ती मिळाली; त्यात आचारसंहिता सुरू झाली. त्यात सहा महिने फुकट गेले. शेवटी दहा वर्षांचा हिशेब काय? भारनियमन, पाण्याची टंचाई, वर्षभर पाणीकपात, महागाईचा उद्रेक... तूरडाळ नाही मिळत, कधी कोथिंबिरीची जुडी ५० रुपयांच्या वर जाते. एवढं सगळं करणारी काँग्रेस तुमच्यासमोर असताना, याच काँग्रेसमुळे तुम्हाला हाल-अपेष्टा भोगाव्या लागतात; तेच काँग्रेस सरकार पुन्हा निवडून येतं कसं? थोडी तरी अक्कल वापरणार आहेत की नाहीत हे लोक? चीड वगैरे काही आहे की नाही?

◗ सरकार काँग्रेसचं, परत-परत कसं येतं, ते तुम्हीच सांगा...

एक तर त्यांच्याकडे ग्रामीण भागातल्या सर्व सहकारी सोसायट्या व आर्थिक संस्था आहेत. बँका आहेत. कर्जे दिलीत. त्यामुळे शेतकऱ्यास गुलामच करून ठेवलं. कर्जाच्या बदल्यात घर व जमिनी गहाण राहिल्यावर करणार काय? तो गुलामच झाला ना? या गुलामांना गाड्यांत भरून मतदानास आणायचे. एवढी ताकद त्यांनी कमवून ठेवली आहे. साखर कारखाने हे वेगळेच प्रकरण आहे. तो तर फार मोठा काळा बाजारच आहे एक प्रकारचा. सरकारकडून कर्ज घेऊन दमडीची परतफेड न करता त्यांना फक्त बुडवण्यासाठीच परत कर्ज मिळतं. हे काय चाललंय? हे कोण जावई महाराष्ट्राचे?

◗ आपण व शिवसेना इतकी वर्षे राजकारणात आहात; मग हे आपण का तोडू शकला नाहीत?

याचं कारण गडगंज पैसा त्या काँग्रेसकडे आहे; तेवढा शिवसेनेकडे नाहीय आणि या पैशांचा वापर मी वेडावाकडा करून दिला नसता, हेही तितकंच खरं. ही चटक काँग्रेसवाल्यांनी लावलीय. सगळे झोपडपट्टी-दादा जे आहेत, ते ताब्यात घ्यायचे. त्यानंतर दारूच्या बाटल्या. कुठच्या एका पक्षाची माणसं म्हणे साड्याच वाटते बाई. एरवी आयुष्यभर कोणी नागवं राहिलं तरी चालतं– ती बाई असो नाही तर बुवा असो– पण मात्र निवडणुकीच्या वेळेला साड्या आणि इतर काही कपडे असले-नसले तर. पण साड्या वाटल्याची बातमी नुकतीच वाचली मी.

◗ पण शिवसेनेतही अनेक 'दादा' आहेत. दादागिरी हीच शिवसेनेची खरी ओळख आहे...

दादागिरीचा अर्थ समजून घ्या. गैरसमज करून घेऊ नका. माझ्या वडिलांनाही दादा म्हणत. त्यांची त्या दादांशी तुलना करू नका. समजलं? मी म्हणतोय ते झोपडपट्टीवाले दादा. त्यामध्ये संपूर्ण झोपडपट्टी त्यांच्या कह्यात असते. त्याने ठरवलं की, या सर्व झोपडपट्टीचं मतदान तुम्हाला करायचं; तर त्याचे तो पैसे घेतो.

◗ या मुंबईतले गुंड, दादा, हातभट्टीवाले हेसुद्धा मराठीच पाहिजेत; असे आपण शिवसेना स्थापनेच्या पहिल्या भाषणात म्हणाला होता...

मराठी असले तरी हरकत नाही. पण त्यांनी निवडणुकीत ढवळाढवळ नाही करायची. राहा. दुसरे घुसण्यापेक्षा आमचेच राहिलेले काय वाईट?– हा त्यातला महत्त्वाचा विचार होता. पण आज ते निवडणुकीत ढवळाढवळ करताहेत आणि त्यांच्यावरती तुमच्या लोकशाहीची निवडणूक अवलंबून आहे. हे चित्र मी नाही उभं राहू देणार. तुम्ही जगताय ना तुमच्या पद्धतीनं, जगा; पण इकडे नाही ढवळाढवळ करू देणार. बिलकुल नाही. होऊनच देणार नाही. तेवढा मी दरारा ठेवीन. दहशत नाही, दरारा. माझं सरकार दरारा ठेवील, दहशत नाही ठेवणार.

◗ सहकारक्षेत्रातले अनेक दादा राजकारणात शिरून निवडणूक लढवताहेत...

कोणामुळे शिरले? कोणी चटक लावली त्यांना? कोणी त्यांचा सन्मान केला? शिवसेनेनं? शिवसेनेत कोणी असेल तर सांगा. या क्षणाला; तिकीट दिलं तरी कापून टाकीन.

[३ ऑक्टोबर, २००९]

जागे राहा; हिजड्यांचे राज्य पुन्हा आणू नका!

“काँग्रेसचे राज्य म्हणजे हिजड्यांचे राज्य, या भूमिकेशी शिवसेनाप्रमुख ठाम राहिले. महाराष्ट्राला व मराठी माणसाला दुहीचा शाप आहे. दिल्लीतील तेव्हाचे मोगल व आताचे काँग्रेसवाले वेगळे नाहीत. दोघांनीही मराठी माणसांत नेहमीच फूट पाडून स्वार्थ साधला. तेव्हा मराठी माणसा जागा राहा; रात्र वैऱ्याची आहे, असे आवाहन शिवसेनाप्रमुखांनी केले. अफझलखानाचा कोथळा तेव्हा महाराजांनी काढला; आज महाराजांचा कोथळा काढणारे अफझलखान काँग्रेसच्या सत्तेत आहेत, याची चीड येणार आहे की नाही? शिवसेनाप्रमुखांनी टाकलेल्या अशा ठिणग्यांनी महाराष्ट्रात सतत लाव्हा उसळत राहिला.”

मराठी माणसानेच संयुक्त महाराष्ट्राच्या लढ्यात मोठी कामगिरी बजावली. मुंबई मिळवली. आज तो मराठी माणूस तुम्हाला कोठे दिसतोय?

संयुक्त महाराष्ट्र लढ्याचा प्रसंगच निराळा होता. विचित्र होता आणि चीड आणणाराही होता. अनेकांनी महाराष्ट्राच्या विरोधात कारस्थाने केली. पंडित नेहरूंपासून ते सदोबा पाटलांपर्यंत. मुंबई महाराष्ट्राला देण्याच्या विरोधातच ते होते. सदोबा पाटील तर म्हणायचे, यावश्चंद्र दिवाकरौ मुंबई महाराष्ट्राला मिळणार नाही. पंडित जवाहरलाल नेहरूंचा बाप मोतीलाल नेहरू. त्यांनी तर चक्क म्हटलेलंच आहे, त्यांच्या चरित्रामध्ये की कुठल्या तरी याच्यात की, Maharashtra is a rotten part of India. It should be apeated. म्हणजे महाराष्ट्र हा हिंदुस्थानचा सडका भाग आहे, तो तोडून टाकला पाहिजे– हे विचार असणारे घराणे. त्यांची ही सडकी अवलाद. गांधी घराणे म्हणून बसलंय. काय करणार तुम्ही?

पण याच अवलादीशी मराठी माणसाने दोन हात केलेले आहेत.

पण आता जसे करायला पाहिजेत, तसे करत नाहीत. शरद पवारच घेऊ ना

आपण. काय करताहेत शरद पवार? ही विदेशी बाई आहे; तिला पंतप्रधान होऊ देणार नाही, अशा प्रकारचा त्यांचा इरादा होता. स्वत:ला पंतप्रधान होता येत नाही, म्हणून त्यांनी तेव्हा 'विदेशी'चा मुद्दा उठवला. पण याच इराद्यामुळे त्यांच्या पार्श्वभागावर लाथ बसली. इकडे शिवसेनेत त्या नाऱ्याला बसली, तशी. मी त्याला हाकलून दिलं– नाऱ्याला त्या. कारस्थानालाच उभा राहिला होता, शिवसेनेच्या विरोधात. मारली ढुंगणावर लाथ. पवारांचे तेच चाललंय. लाथ मारून काँग्रेसमधून काढून टाकलेला माणूस पुन्हा काँग्रेसमध्ये जाऊन बसतोय. कारण मंत्री म्हणून त्यांना ज्या सुविधा मिळताहेत, त्या हव्यात. विमान, मोटारगाडी, बंगले, खानसामा, पोलीस बंदोबस्त– हे बाहेर पडल्यानंतर मिळणार नाही ना! सगळ्यांविषयीच म्हणतोय मी हे. स्वार्थासाठी राहिलेली माणसं आहेत ही. चाटताहेत परदेशी पाय.

◗ **आज दिल्लीच्या सरकारमध्ये सर्वाधिक महत्त्वाची खाती ही महाराष्ट्राच्या मंत्र्यांकडे आहेत.**

होय, असतील. पण उपयोग काय महाराष्ट्राला?

◗ **जवळजवळ अर्धा महाराष्ट्र केंद्रीय मंत्रिमंडळात आहे.**

जे मराठी म्हणून तुम्ही बोलताय आणि दिल्लीतली खाती ज्यांच्याकडे आहेत, त्यांच्या अंगामध्येच मराठी रक्त नाहीय. मुळात रक्त असावं लागतं तसं. तेच नसलं, तर तुम्ही काय करणार?

◗ **अगदी विलासराव देशमुख, सुशीलकुमार शिंदे, पृथ्वीराज चव्हाण, मुरली देवरा...**

देवरा वगैरे सोडून द्या. कामत मूळचा कर्नाटकातला. त्याचा इकडचा संबंध नाही. प्रफुल्ल पटेलचेही काही वेगळे नाही.

◗ **काँग्रेसमधील उत्तर भारतीय नेत्यांनी त्यांच्या वाढत्या लोकसंख्येच्या आधारावर विधानसभेच्या जागा मागितल्या. त्यावरही 'रान' उठलेले आहे.**

रान उठलेले आहे, म्हणजे उठू शकते. पण तसं होऊ शकत नाही. काँग्रेस पक्षाची तसं करण्याची हिम्मत नाही होणार. केलं, तर आम्ही काय करायचं ते करू. करणारच!

◗ **काय करणार?**

बघा. आम्हाला काय करायचे ते करू. पण म्हणूनच मराठी माणसाला मला

एक सांगायचंय की, यांची हिम्मत होऊ लागली आहे ना; त्याची काळजी तुम्ही नाही घ्यायची, मग कोणी घ्यायची? मराठी माणसाने तडकून उठले पाहिजे! भडव्या, खबरदार! जीभ छाटीन तुझी. ही असलीच भाषा यांना समजते; हात जोडून नव्हे. पहिल्यांदा हात जोडू. पण त्या नमस्काराचा, हात जोडण्याचा काही अर्थ समजत नसेल; तर हात मोकळे करावे लागतील. आता हात मोकळे झाल्यावर काय करू शकतो, ते माहीत आहे तुम्हाला. हे मी कुणाचं चोरलं नाही हं. माझंच वाक्य चोरलंय कुणी तरी. नाही तर माझ्यावरती परत उलटाच आरोप व्हायचा की– पाहिलंत? मी बोललो तेच बोलले!

◗ मराठी माणसाच्या मुळावर येणाऱ्यांचे हात आणि जिभा छाटण्याची हिम्मत शिवसेना दाखवू शकेल काय?

का नाही? मराठी माणूस, महाराष्ट्रासाठी कोणताही त्याग करण्याची तयारी शिवसेनेकडे आहे. फक्त मतांसाठी आम्ही 'मराठी-मराठी'च्या चिपळ्या वाजवीत नाही. जिव्हा छाटणं, हा एक वाक्प्रचार आहे. खऱ्या अर्थाने ते होऊ शकत नाही. हात, जीभ आणि कोणताच अवयव तसा छाटता येणार नाही. पण शिवसेनेचा दरारा अजून आहे, याबद्दल काहीच वाद नाही; तो मान्य करावाच लागेल. आजही तरणेबांड शिवसैनिक आहेत. ती सुभद्रा कदमच बघा ना– पोलिसांची लाठी बसली आंदोलनात. डोळा गेला. डॉ. तात्याराव लहाने यांनी तो डोळा बराचसा मार्गावर आणलाय. एवढा फटका खाल्ल्यावर बाई स्वस्थ घरात बसायला हवी होती किंवा निवडणुकीचं तिकीट तरी मागायला हवं होतं. नाही काही केलं. उलट, तिचं वाक्य असं आहे की, प्राण गेला तरी चालेल; शिवसेना सोडणार तर नाहीच, पण पुन्हा आंदोलनात उतरेन. अशी जिद्दीची माणसंसुद्धा आहेत.

◗ शिवसेनेच्या भगव्या झेंड्याखाली जो मराठी माणूस एकवटला...

आजही आहेच.

◗ होय. पण कालच्या लोकसभा निकालातलं चित्रं वेगळं दिसलं. का?

तुम्हाला सांगितलं ना की, इटालियन बेटीची ही किमया नसून मतपेटीची किमया आहे. तेच खरं आहे. नाही तर काल-परवाकडे जन्मास आलेल्या पक्षाला एक-एक लाख मतं कशी मिळू शकतात? आम्हीही घासलीय ना? आणि त्या वेळी तर मराठी टक्का जास्त होता. आता कमी होऊनसुद्धा मराठी टक्का, एवढं मतदान तुम्हाला झालं कसं?

◗ **शेवटी मराठी माणूस व शिवसेना हे जे नातं होतं...**

होतं कशाला; आजही कायम आहे, ते तुटलं नाही. कोणाची तोडण्याची हिम्मत नाही बरं!

◗ **मुंबई, ठाणे, नाशिक या बालेकिल्ल्यांना तडे गेले. मराठी माणूस विखुरला.**

आज सकाळीच उद्धव आला होता. बोलता-बोलता एक वाक्य बोलला तो. त्याच्यावरती जो आरोप केला गेला– इन्कमिंग आणि आऊटगोइंग संदर्भात. दुसरं त्याचं एक वाक्य आहे. इन्कमिंग ते इन्कमिंग. याचा अर्थ काय? आम्ही माणसं जोडतो आणि आऊटगोइंग म्हणजे काय, तुम्ही माणसं तोडता. हा त्या इन्कमिंग-आऊटगोइंगचा अर्थ आहे. आम्ही जोडतो, तुम्ही तोडता; यामध्ये आलं सगळं! तोडल्यानंतर काय होतं? ना या शक्तींना उपयोग होत, ना त्या शक्तीला उपयोग होत. फायदा कुणाचा? ना तुला ना मला, घाल कुत्र्याला! म्हणजे घाल काँग्रेसला! आता तुमची आतली काही तरी एक मांडणीच असेल, तर काय बोलू शकत नाही या विषयावर. की, काँग्रेसचा विजय झाला तरी चालेल, पण शिवसेनेचा होता कामा नये; ही दुष्ट प्रवृत्ती तुमची असेल, तर आम्ही काहीच करू शकत नाही.

◗ **ही काँग्रेसची सुपारी आहे, असं तुम्ही म्हणता काय?**

काय असतं– मी सुपारी हा शब्द वापरत नाही. कारण एके काळी मी सुपारी खात होतो. पण मी काही सुपारीबाज माणूस नाही. सुपारी हा शब्द गुंड प्रवृत्तीच्या लोकांकडनं आलेला आहे. त्याचा राजकारणात आता उपयोग करतात. लोकमान्य टिळकही सुपारी खात होते. म्हणजे सुपारी त्या वेळी चांगलीच होता, पवित्र होती. सुपारीचा अर्थ या काँग्रेसवाल्यांनी बिघडवला! ते खात नाहीत, पण देतात. असं झालंय!

◗ **फोडा, झोडा आणि राज्य करा– ही नीती ब्रिटिशांची होती.**

ती नीती आता काँग्रेसवाले वापरीत आहेत. आमच्या दादांचे एक वाक्य आहे. ते लेखामधनं नेहमी वापरायचे. 'अंग्रेजी गेली आणि काँग्रेजी आली!' हेच ते– तोडा, फोडा, राज्य करा.

◗ **महाराष्ट्राला हा शाप शिवकालापासून आहे.**

आहेच. काय करायचं? कारण शेवटी हे जे काही महाराष्ट्राचं एकंदर भौगोलिक स्थान आहे, ते अत्यंत महत्त्वाचं आहे. हा एवढा जरी भाग काबीज झाला तरी दुनिया

काबीज करू शकतो, असं ते महत्त्वाचं ठिकाण आहे. आणि सगळे उत्तरेचे हल्ले दक्षिणेवरती म्हणजे महाराष्ट्रावरती झाले. म्हणून महाराजांच्या सर्व तोफांची तोंडं उत्तरेकडे असायची. तिकडून नेहमी आपल्यावरती हल्ले झाले मोगलांचे.

◗ आजही महाराष्ट्रावरती मोगलांचे हल्ले सुरूच आहेत.

ते मोगल आणि हे मोगल याच्यामध्ये फार फरक आहे. त्यांच्याकडे जे सैन्य होतं तसं सैन्य आज यांच्याकडे नाही; पण यांच्याकडे एकंदरीत जी नवी शस्त्रसामग्री आलेली, ती आपल्याकडे नाही. आपल्या पोलिसांकडे नाही. पोलिसांची अवस्था आज बिकट आहे. केलं तरी, नाही केलं तरी. केलं तरी, निलंबन; नाही केलं तरी निलंबन. पोलीस म्हणतो, करू काय मी? बारा-बारा तास ड्युटी त्यांची.

◗ पोलिसांवरही हल्ले झाले. भिवंडीत तर पोलिसांचे कोथळे काढले.

काढलेत ना. पण निर्णय काय झाला? पोलीस चौकी बांधली? मेले ते गेले; पोलीस चौकीचा पत्ता नाही. हे आम्ही चिरडून टाकू. शिवसेना-भारतीय जनता पक्षाचं सरकार जेव्हा होतं, तेव्हा हिम्मत झाली नाही या लांड्यांची दंगे करण्याची. कारण ९२-९३ मध्ये आम्ही त्यांना चेपून काढलं होतं. पुन्हा सत्ता आली तर आम्ही दंगल होऊ देणार नाही. बिलकुल नाही, शक्यच नाही.

◗ गेल्या काही वर्षांमध्ये महाराष्ट्राला कणखर गृहमंत्री मिळाला नाही; त्याचा हा परिणाम?

कणखर म्हणजे काय? सगळेच कणखर असतात. फिल्डिंग लावणारे कणखर आहेत, अशातला काही प्रश्न नाही. पण फिल्डिंग लावण्याचे तंत्र त्यांना उपजत आहे. आता गृहमंत्र्यांचा तरी काय अर्थ आहे? काही अर्थ नाहीय. शिक्षणमंत्री तरी काय आहे? मी शिवाजीराजे भोसले बोलतोय त्यात आहे. डॉक्टरचं ज्ञान असणारा वैद्यकीय मंत्री झाला पाहिजे. शिक्षणात जो मोठा, तो शिक्षणमंत्री झाला पाहिजे. अशी मंत्रिपदं दिली गेली पाहिजेत. इथे ज्यांना काहीच माहीत नाही, त्यांना अवजड खातं. समजलं? ते काय करतात? बांधकाममंत्री. मग तो स्वत:ची बांधकामं करतो. मग पिढ्यान्‌पिढ्या त्याला ददात नाही. असे किती तरी मंत्री आहेत. मी दाखवून देतो.

◗ तुम्ही हे चित्रं बदलाल– महाराष्ट्रात तुमची सत्ता आल्यावर?

खाण्याचे मार्ग बंद होतील. कडकपणा आणि कडवटपणा त्यामध्ये असेल. हिम्मत होणार नाही कोणाची वाकडं-तिकडं करण्याची.

◗ मिरजेतला दंगा हा अफझलखानाच्या कोथळ्यावरून भडकला.

होय. विसर्जनाचे दोन दिवस असताना भडकला. बाकीचे जे जातात, त्यांना काय तो अफझलखानाचा कोथळा दिसला नाही? आताच शिवाजीमहाराजांचा बिचवा दिसतोय? याचं कारण काय? शासनाचा जो दरारा पाहिजे, तो त्यांच्यावर नाहीच आणि दुसरं, मतांचे हे लाचार झालेले आहेत. ही लाचारीच महाराष्ट्राच्या शौर्याची व मर्दानगीची वाट लावते आहे. वाट लावली आहे काँग्रेसवाल्यांनी.

◗ गेल्या दहा वर्षांपासून महाराष्ट्रात काँग्रेस-राष्ट्रवादीचं सरकार आहे. तुम्हाला सरकारचं अस्तित्व कुठे जाणवलंय काय?

मला हा प्रश्न विचारण्यापेक्षा लोकांना विचारा, कारण ते निवडून देतात; मी नाही निवडून देत. समजलं? लोकांना विचारा– तुम्हाला सरकारचं अस्तित्व जाणवतं का? विचारा.

◗ दुष्काळ आहेच.

होय.

◗ महागाई वाढलीय.

होय.

◗ शेतकऱ्यांच्या आत्महत्या थांबलेल्या नाहीत.

होय. हे समजतं नं; मग झक् मारायला सरकार आणता कशाला?

◗ आणि मुंबईवरती परत कधी हल्ला होईल, ते सांगता येत नाही.

हो, बरोबर आहे ना. पण सगळा हिजड्यांचा कारभार, गांडूंचा कारभार सर्वत्र चालू आहे. त्यामुळे इकडे हल्ला कोणीही करू शकतो ना!

◗ सध्या काटकसरीचे प्रयोग बरेच गाजताहेत.

बरोबर!

◗ काटकसरीचे प्रयोग करण्याची स्पर्धाच लागलीय.

स्पर्धा... काय या विषयावरती बोलायचं? कारण मग ठाकरी भाषेला इथे मर्यादा पडतात. ही काही काटकसर नव्हे. खरं सांगायचं म्हणजे, हे नाटक आहे. लोकांना भुलवायचं; गंडवायचं, मतदान घ्यायचं. एकदा निवडून आल्यावरती

आपलं पुन्हा सुरू. म्हणजे ती 'कसर' भरून काढायची. नंतर त्याला म्हणतात काटकसर.

◗ आपण कधी काटकसर केली आहे का?

नाही– नाही. काही संबंधच नाही. करण्याचाही प्रश्न नाही. मी कुठलंही सरकारी पद भूषवीत नाही. त्यामुळे जनतेचा पैसा उधळण्याचा प्रश्नच येत नाही. मी महापौर झालो असतो, मुख्यमंत्री झालो असतो, दिल्ली दरबारात जाऊन बसलो असतो; तर हा प्रश्न विचारणे ठीक आहे. पण नकोच आहे ती खुर्ची– मला नको. मला खुर्चीचा मोह नाहीय.

◗ महाराष्ट्रात शिवसेनेचे तुफान आलेलं आहे. स्वतः उद्धव ठाकरे फिरताहेत.

त्याने सांभाळलंय, चांगलं सांभाळलंय. एका मजबुतीनं सांभाळलंय. एक चांगला आकार दिला.

◗ 'युती'चं सरकार स्थापन होईल, असं चित्र आहे.

जरूर. होणारच!

◗ राज ठाकरे यांच्या मनसेने जाहीर केलेलं आहे की, आमच्या टेकूशिवाय कोणतंही सरकार स्थापन होणार नाही किंवा मुख्यमंत्री बसणार नाही.

काय असतं... मुंडा बिघडल्यानंतर हे असंच असतं. अशीच भाषा बोलतो. मग त्याच्यावरती अवलंबून राहता येत नाही. अशी काय तुमची ताकद आहे? आणि कशाच्या जोरावरती तुम्ही बोलताहात? कोणी तरी एखादा जयंत भेटल्यानंतर त्याच्या जोरावर तुम्ही हे बोलताय? या अशा गोष्टी काय, तर ते तुमचे शालेय मित्र होते म्हणून? शेवटी या निवडणुका आहेत. हा एक जुगार आहे. खेळायचं असेल तर खेळा; नाही तर खेळू नका. पण आम्ही खेळणार; खेळावाच लागतोय. महाराष्ट्राच्या हितासाठी आम्ही तो कमीपणा जुगाराचा घ्यायला तयार आहोत. आम्ही तुमच्यासाठी जुगारी होऊ. तुम्ही होऊ नका.

◗ म्हणजे जनतेसाठी?

होय, जनतेसाठी. अर्थात!

◗ राज ठाकरेंचं जे वक्तव्य आहे...

हा विषय नकोय रे मला. एखाद्या आमच्या जुन्या-जाणत्या माणसाने काही वक्तव्य केलं, तर ते निस्तरावं आम्हाला लागतं.

◗ सध्या 'बीजेपी'शी आपलं कसं नातं आहे?

छान आहे, उत्तम आहे.

◗ मुंडे-गडकरी...

हे बघा, त्यांच्या नात्याबद्दल मला विचारू नका. आमचं कसं आहे, त्याच्याबद्दल बोला. शेजाऱ्याच्या बायकोची मला चौकशी करायला लावू नका. तुमच्याशी कसे संबंध आहेत, म्हणूनही बोलू नका. माझी बायको माझ्यापाशी.

◗ नुकतेच मोहनराव भागवत तुम्हाला भेटून गेले.

होय. भला माणूस आहे. त्यांच्यामुळेच मला अपेक्षा आहे. आज जो राष्ट्रीय स्वयंसेवक संघ खिळखिळा झालेला आहे, तो ते मजबुतीने उभा करतील. दमदार वाटला गृहस्थ.

◗ आपली काय चर्चा झाली?

ती चर्चा सांगायची नसते रे.

◗ शिवसेनेच्या स्थापनेपासून ४४ वर्षं आपण ज्या ध्येयासाठी संघर्ष करताय, ते ध्येय पूर्ण होतंय, असं आपल्याला वाटतं का?

ध्येय हे असं असतं की, ध्येय हे कधीच पूर्ण होत नसतं. एक जरी पूर्ण झालं तरी दुसरं तयार असतं; उभं राहतं. प्रसंगानुसार ध्येय असतं. हा महाराष्ट्र जो एके काळचा शिवरायांचा होता, तोच महाराष्ट्र पाहिजे मला आणि म्हणून मी ज्याला महाराष्ट्र म्हणतो, तो शिवरायाला अभिमान वाटावा असाच तो महाराष्ट्र मला हवा. म्हणून मी शिवशाहीचा पूजक आहे.

◗ अरबी समुद्रात शिवरायांचा पुतळा उभा राहतोय.

मूर्खपणा आहे तो, मूर्खपणा! काय गरज आहे? देशाच्या महाद्वाराजवळ म्हणजे गेटवे ऑफ इंडियाजवळ एक आहेत शिवाजीमहाराज. समुद्र किती लांब आहे? पण हे आता परत-परत का काढताय? निवडणुकीच्या तोंडावर?

◗ म्हणजे हे निवडणुकीचे प्रताप आहेत?

होय, नक्कीच! शेवटी ते सुशीलकुमार शिंदे. ऊर्जामंत्री आजही आहेत. काँग्रेसचं सरकार पुन्हा आल्याबरोबर वीजबिलमाफीची घोषणा केली त्यांनी मागच्या वेळेला. शेवटी सरकार आलं त्यांचं. वीजबिले नाही माफ केली. विचारलं, काय

हो? तर म्हणाले, निवडणुकीच्या तोंडावर अशी आश्वासने द्यावी लागतात. हे सुशीलकुमार शिंद्यांचं वाक्य आहे. नाव घेऊन बोलतोय. शिवरायांच्या पुतळ्याचंसुद्धा तसंच! निवडणुकीच्या तोंडावर पुतळा!

◗ प्रचारात उतरणार का?

उद्धवची अशी इच्छा आहे की, विनाकारण हे करण्यापेक्षा विजयाच्या सभेलाच मी आलं पाहिजे. मला त्याचं म्हणणं पटतं. विजयाचीच सभा महत्त्वाची. लोकांना शिवशाहीचं सरकार हवं असेल आणि मी हवा असेन, तर त्यांनी द्यावं आम्हाला निवडून! विजय द्यावा आम्हाला मिळवून. मी येतो दर्शन त्यांचं घ्यायला!

◗ मुख्यमंत्री कोण होणार?

हे आता नाही सांगता येणार. पहिल्यांदा निवडून तर येऊ द्या. पोराचा पत्ता नाही आणि पाळणा आणताय?

◗ सरकारचा 'रिमोट' पुन्हा तुम्ही चालवणार का?

अर्थात, तो माझ्याकडेच राहणार. तो कोणाला देणार नाही आणि उद्या तो गेलाच तर, माझ्यानंतर तो उद्धवच्या हातात येईल. पण रिमोट नाही जाणार.

◗ म्हणजे आपला अजून रिमोटवरती विश्वास आहे.

ऑफकोर्स! कारण त्याच्यावरती विश्वास आहे म्हणजे माझ्या रिमोटमध्ये काही मतदानपेटीप्रमाणे गडबड नाहीये. व्यवस्थित चालतो, न्याय देतो.

◗ आपण महाराष्ट्राला काय संदेश द्याल?

काही नाही. शिवरायांचे फक्त गुणगान गाऊ नका. महाराजांनी काय सुख-दुःखं भोगलीत, त्याची जाणीव ठेवा कुठे तरी. नाही तर उलटा प्रकार व्हायचा. अफझलखानाच्या कोथळ्यापेक्षा महाराजांचा कोथळा अफझलखान काढण्याची शक्यता आहे– मॉडर्न अफझलखान! तेव्हा जागे राहा. वैऱ्याची रात्र आहे आणि रायगडाला जागताच ठेवा. अरे, जाग असती तर रायगडाच्या पायथ्याशी असलेला जिजामातेचा पुतळाच चोरीला गेला नसता. रायगड झोपलाय, असं वाटतं आता. तो रायगड जागाच राहिला पाहिजे आणि ते महाराष्ट्रानं केलं पाहिजे. नुसतं त्या टकमक टेकडीलाही अर्थ नाहीच. ती टकमक बघतेय, पण कोणीच नाहीय. टकमक टेकडीला कुणी मर्दच दिसत नाहीय.

[४ ऑक्टोबर, २००९]

असं झालं महाराष्ट्रनिर्मितीचं बाळंतपण!

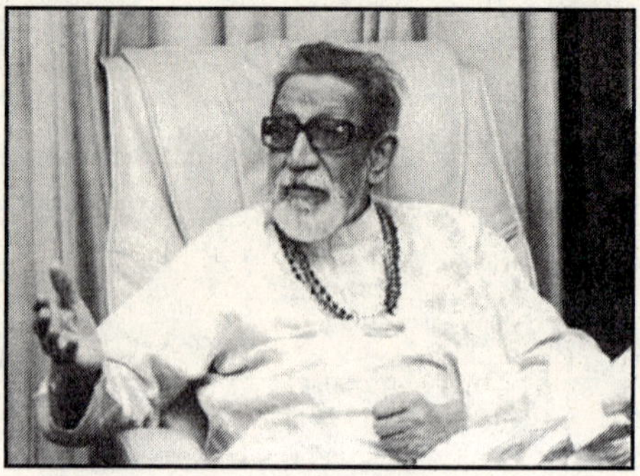

“महाराष्ट्र राज्याचा सुवर्णमहोत्सव साजरा होत असताना शिवसेनाप्रमुखांच्या शब्दांना तेज चढले. महाराष्ट्र राज्याचा सुवर्णमहोत्सव एका दिमाखात आणि मस्तीत साजरा व्हावा, अशी भूमिका त्यांनी मांडली. १०५ हुतात्म्यांच्या बलिदानातून, असंख्य वीरांच्या रक्तसिंचनातून मुंबईसह महाराष्ट्र राज्य निर्माण झाले. या ऐतिहासिक लढ्याचे सक्रिय साक्षीदार होते शिवसेनाप्रमुख! महाराष्ट्र लढ्याच्या अनेक स्मृतींचा युद्धपट शिवसेनाप्रमुखांनी सहज उलगडला.”

काय चाललंय? आपण संतापलेले दिसताय...?

माझा संताप का आहे, ते जरा समजून घ्या.

मुंबईसह संयुक्त महाराष्ट्राची निर्मिती झाली. महाराष्ट्र राज्याचा आपण सुवर्णमहोत्सव साजरा करतोय... आपला मूड कसा आहे?

आता महाराष्ट्राचा सुवर्णमहोत्सव म्हटल्यानंतर मूडचा इथे प्रश्न येतो कुठे? चांगला असायलाच पाहिजे. जर तुम्ही अस्सल मराठी असाल, तर तुमच्या मूडला इथे किंमत नाहीय; त्या दिवसाला महत्त्व आहे. मुंबईसह संयुक्त महाराष्ट्र असा सुखासुखी मिळाला नाही. मुंबईसाठी रक्ताचं सिंचन झालेलं आहे. नुसतं हुतात्मा चौक, हुतात्मा चौक म्हणायचं आणि तिथे जाऊन फुलांचे चौकोनी, त्रिकोणी, गोल हार वाहायचे... हे व्यर्थ न हो बलिदान– ही नित्याची बुरसटलेली वाक्यं बोलू नका. काय चाललंय या सुवर्णमहोत्सवी महाराष्ट्रात? मराठी... मराठी... मराठी हे तरी काय चाललंय संयुक्त महाराष्ट्रात? मराठी भाषा जगवण्याचे प्रयत्न होताहेत तेही सुवर्णमहोत्सव साजरा होत असताना! लाज वाटली पाहिजे, लाज... सर्वांनाच!! हा माझा मूड आहे, समजलं? माझ्या मूडमध्ये तिरस्कार आहे, संताप आहे, राग आहे, आग आहे– सर्व काही आहे. हे कोण नतद्रष्ट असले प्रश्न उभे करताहेत? हा महाराष्ट्राचा सुवर्णमहोत्सव आहे– तो एका दिमाखात, मस्तीत आणि गर्वात साजरा व्हायला हवा.

◗ या महाराष्ट्रात सध्याच्या परिस्थितीत माणूस पन्नास वर्षं जगण्याची खात्री नाही, तिथे हे राज्य पन्नास वर्षांचे झाले...

हो. प्रश्न वयाचा आहे की राज्यकारभाराचा? माणूस राज्यकारभारामुळे पन्नास वर्षे जगू शकतो, असं काही आहे का, याचा आधी खुलासा होऊ द्या. मला असं वाटतं की, या असल्या राज्यकारभारामुळे माणसाचं वय कमी-कमीच होत चाललं आहे. कसला हा दळभद्री कारभार? मी तर असं म्हणेन– कारभार बदला, वय वाढवा!

◗ म्हणजे राज्य मोठं झालं, पण माणसाचं वय कमी झालंय...

खरं आहे. माणसांचं म्हणाल, तर कसली कद्रू वृत्तीची निघाली माणसं... स्वतंत्र विदर्भ काय मागताहेत? महाराष्ट्र तोडायची भाषा काय करताहेत...? तिकडे सीमाप्रश्न लोंबकळतच पडला आहे. मुंबई राहणार की जाणार, हे असले दळभद्री प्रश्न उभे राहताहेत. हे काय चालले आहे? मुंबई हातची जाणार म्हणतात; अरे, पण कशी? ...तुम्ही नपुंसक आहात का? असाल तर सांगा आणि तुम्ही नपुंसक असाल, तर मग जाऊ द्या. त्याला काय करणार? ... खबरदार, मुंबई तोडण्याची भाषा कुणी करेल तर! मुंबई महाराष्ट्राची आहे, ती महाराष्ट्राचीच राहणार! समजलं?

◗ महाराष्ट्रनिर्मितीचं बाळंतपण फार यातनादायी झालं होतं; आपण पाहिलंत ते?

पाहिलं म्हणजे? अनुभव घेतलाय. रक्त सांडताना पाहिलंय.

◗ संयुक्त महाराष्ट्र निर्माण होतानाचा तो लढा, त्या यातना...

तेच सांगतोय. त्या वेळी आम्ही वॉर्डबॉय म्हणून काम करीत होतो, जिथे हे बाळंतपण झालं ना– तिथे!

◗ वॉर्डबॉय कुठल्या अर्थानं म्हणताय तुम्ही?

शुश्रूषा करायची. संयुक्त महाराष्ट्र व्हावा यासाठी ती धडपड होती. सगळं नीट पार पडावं, वेदनारहित व्हावं, यातना व्हायला नकोत, सगळं सुलभतेनं व्हावं– यासाठीच प्रयत्न होते. पण तसं झालं नाही, ही गोष्ट निराळी. मात्र आम्ही सेवा करीत होतो. मी व्यंगचित्र काढून... म्हणजे त्या वेळी संयुक्त महाराष्ट्र लढ्याच्या वेळची जी परिस्थिती होती, त्यावर मी व्यंगचित्रं काढायचो. आठ साप्ताहिकांना मी व्यंगचित्रं पुरवायचो. 'फ्री प्रेस'मध्ये नोकरीला असतानाही निरनिराळ्या नावानं! तर अशा तऱ्हेने व्यंगचित्रांच्या माध्यमातून आमची सेवा सुरूच होती.

महाराष्ट्र आणि मराठी माणसाला कधीच कोणती गोष्ट सहज मिळाली नाही...

नाहीच. काय करणार?

असं का?

त्याचा संदर्भ तुम्हाला देतो, पण मला ते पुस्तक अजून मिळत नाहीय. माझ्या आठवणींप्रमाणे माझ्या वडिलांनी एक पुस्तक लिहिलं होतं, त्यात तुम्हाला याचं उत्तर सापडेल. पंडित जवाहरलाल नेहरू यांनी शिवाजीमहाराजांबद्दल गैर उद्‌गार काढले होते– मिसगाईडेड पेट्रिऑट. त्याच्यावर माझ्या वडिलांनी एक पुस्तक लिहिलं. शिवाजीमहाराजांना बदमाश कोण म्हणतं? तर त्या पुस्तकात तो उल्लेख असावा, असं मला वाटतं. तो उल्लेख असा होता– या जवाहरलालचा बाप... बाप हा शब्द मुद्दाम वापरतो. वडील, पितामह, पिताश्री हे पवित्र शब्द वापरण्याच्या लायकीचं ते घराणं नव्हतं. तर, त्यांचे वडील म्हणजे बाप मोतीलाल नेहरू यांनी असे उद्‌गार काढले आहेत की, महाराष्ट्र हा हिंदुस्थानचा सडका-कुजका भाग आहे; तो छाटूनच टाकला पाहिजे. हे विचार ज्या घराण्यामध्ये खदखदले आहेत, त्यांच्यापासूनच्या या सगळ्या अवलादी निघाल्या आहेत. त्यांच्याकडून तुम्ही काय अपेक्षा करता? म्हणून महाराष्ट्राबद्दल तुम्ही म्हणालात ना मघाशी की, सगळं सहज मिळालं नाही... कसं मिळणार? इतकी घाण त्या मनामध्ये गटारासारखी तुंबली असताना कुणी बांबू घालून ते साफ करीत नाही.

महाराष्ट्रासाठी जो जबरदस्त लढा झाला, त्या लढ्याचे आपण साक्षीदार आहात...

हो, होतोच. आहेच. आणि अभिमान वाटतो. हे आंदोलन पाहण्याचे दुर्दैवाने म्हणा, सुदैवाने म्हणा– मला भाग्य लाभलं याचा अभिमान वाटतो. मी स्वत: कर्फ्यू लागलेला असताना प्रेसचा पास असल्याने शुकशुकाट झालेल्या रस्त्याने चालत यायचो दादरच्या घरी. भयानक परिस्थिती वाटत होती. एक वेगळीच स्मशानशांतता होती. कर्फ्यू लागलेला.

आपला जन्म स्वातंत्र्यपूर्व काळातला. म्हणजे आपण स्वातंत्र्याचा लढाही पाहिलात आणि संयुक्त महाराष्ट्राचा संग्रामही अनुभवलात. या दोन लढ्यांत काय साम्य दिसतं?

जालियनवाला बागेचं जे हत्याकांड झालं, त्या वेळी गोऱ्या साहेबांनी जी क्रूरता दाखविली, जी निर्घृणता दाखविली; तशीच त्यानंतर संयुक्त महाराष्ट्र लढ्याच्या आंदोलकांना चिरडण्यासाठी मोरारजीनेच दाखविली. पण तो लढा निराळ्या पद्धतीने

चालू होता. ब्रिटिशांचं म्हणणं काय होतं की, तुम्ही स्वातंत्र्य मागू नका; तुम्हाला बाकीचं जे पाहिजे, ते द्यायला आम्ही तयार आहोत. पण महाराष्ट्राच्या लढ्याचं चित्र वेगळं होतं. इथे जे पाहिजे ते मिळणारच नाही; उलट चेपून काढू, चेचून काढू, ठार मारू– ही प्रवृत्ती इथे होती आणि तीही स्वकीयांकडून! ब्रिटिश म्हणजे, गोरा माणूस हा परकीयच होता. त्यांचा हल्ला मी समजू शकतो. ते कसे स्वतःहून राज्य सोडून जातील? आपल्याला स्वातंत्र्य देतील? पण स्वकीयांचं काय? त्यांनी आपल्या लोकांबद्दल क्रूर भूमिका का घ्यावी? मोरारजीचा हुकूम काय होता? एकही गोळी फुकट जाता कामा नये. इतक्या निर्घृणपणाने संयुक्त महाराष्ट्राच्या आंदोलकांवर गोळ्या घातल्या. हा डायरचा बापच म्हणायला पाहिजे.

◗ **पण मोरारजी गांधीवादी होते.**

कसला गांधीवादी– ह्यॅ!

◗ **ते कट्टर गांधीवादी होते. त्यांनी गांधींच्या चळवळीत भाग घेतला होता. ते अहिंसावादी होते, असं म्हणतात...**

नशीब त्या गांधींचं की, ही असली अवलाद त्यांना पाहायला मिळाली नाही मोरारजी देसाईसारखी... नाही तर गांधींनीच आत्महत्या केली असती गोडशांनी मारण्याच्या अगोदर!

◗ **या लढ्याची नेमकी ठिणगी कुठे पडली, असं आपल्याला वाटतं?**

केंद्र सरकारने भिकार कमिशन, समित्या नेमायला सुरुवात केली. मला वाटतं, पहिलं ते दार कमिशन होतं. तिथे ते दार उघडलं गेलं आणि तिथून ही घाण आत आली, ती अगदी महाजन कमिशनपर्यंत. त्या महाजनने वाट लावली. संयुक्त महाराष्ट्राच्या लढ्यात मुंबई मिळाली, पण सीमाभाग गेला.

◗ **भाषावार प्रांतरचनेचे पडसाद उमटले...**

हे अत्यंत घाणेरडे प्रकार होऊन बसले आहेत या देशात. भाषावार प्रांतरचनेची कल्पना काय होती आणि आता आपण तिचा वापर कसा करतो? भाषावार प्रांतरचनेचा एक उद्देश होता की, प्रत्येक राज्याची एक संस्कृती आहे, संस्कार आहे; तो टिकावा, तो वाढावा... आणि ही संस्कृती, हा संस्कार मिळून एक हिंदुस्थान उभा राहावा. पण झालं भलतंच! महाराष्ट्र, गुजरात, बंगाल, तमिळनाडू, केरळ, पंजाब या खासगी प्रॉपर्टर्या झाल्यात सगळ्या. नको त्याचे अभिमान नको तिकडे वाढू लागले. आता कळसच होत चालला आहे, तो आरक्षणाचा.

◗ आधी आंध्र प्रदेश पेटला...

हो. सी. जी. रामलू? या रामलूने स्वतःला जाळून घेतलं, तिथून सुरुवात झाली.

◗ आणि त्यानंतर त्या ठिणग्या मुंबईत पडायला लागल्या...

त्यानंतर असं नव्हे, एक ईर्षा निर्माण झाली. अरे, मिळू शकतं; मग आपण का मागू नये? बरं, भडभुंजे बसलेच होते तिकडे दिल्लीमध्ये, भडका उडवून द्यायला!

◗ वाद मुंबईचा होता का?

मुंबईचा का असू नये? मुंबईमध्ये पहिलं राज्य होतं, ते कोळी आणि भंडारी समाजाचं. हाच होता आमचा मराठी ठसा! नाना शंकरशेठ वगैरे अशी जबरदस्त मंडळी होऊन गेली या महाराष्ट्रात. त्यामुळे ठसा मुंबईचाच, मराठी माणसाचाच होता. मुंबई आमचीच होती. घाटी असतील, कोणी कोकणी असतील. मी मघाशी म्हणालो तसे भंडारी आणि कोळी तर होतेच. या समाजाचे हक्क होतेच. बघा ना भाऊचा धक्का... हा भाऊ कोण? गुजराती की पंजाबी?... दिल्लीचा की बंगाली? भाऊ म्हणजे आमचे भाऊ दाजी! त्याच्या नावाचा, म्हणून तो भाऊचा धक्का! नाना शंकरशेठ यांनी जिजामाता उद्यानाच्या उभारणीत मोठा वाटा उचलला. आज तुम्ही त्याला राणीची बाग म्हणता.. राणीचा बाग काय? कोण ही राणी? मला त्याची तीव्र चीड आहे. तिडीक उठते. मी त्या उद्यानाला जिजामाता उद्यान हे नाव दिलंय आणि दिलंच पाहिजे. कोणी आमच्यावर मेहेरबानी करीत नाही.

◗ आपल्याकडे नावांचे घोळच घातले जातात....

खरं आहे. त्या व्ही. टी. स्टेशनला छत्रपती शिवाजीमहाराजांचं नाव दिलं. ते तुमचे कोण होते भिकार कलमाडी, तडमाडी, लडमाडी. त्यांना इतिहास माहीत नाही. कुठून साले आले– येडझवे! त्यांनी बोरिबंदर म्हणजे व्हीटीला नाव देऊन टाकलं शिवाजीमहाराजांचं. अरे, बोरिबंदरला म्हणजे त्या वेळच्या व्हीटी स्टेशनला नाना शंकरशेठ यांचं नाव द्यायला हवं होतं. पहिली रेल्वे ही नाना शंकरशेठ यांनी हिंदुस्थानात आणली. पण हे राहिलं बाजूलाच, कारण यांना इतिहासच माहीत नाही ना!

◗ त्याला आता लोक सीएसटी म्हणतात...

होय. त्याची तर मला भयंकर चीड आहे. छत्रपती शिवाजीमहाराजांचं नाव

दिलंत, तर मग सीएसटी असे उल्लेख का करता? हे कोण साले भडवे आहेत ते मला माहीत नाही, हे सीएसटी म्हणणारे. कुठची अवलाद आहे ही? कुठून पडली, मला माहीत नाही. सीएसटी हा उल्लेख बिलकुल चालणार नाही; निदान मराठी माणसाने तरी सीएसटी सहन करता कामा नये. छत्रपती शिवाजी टर्मिनस! टर्मिनसऐवजी तुम्हाला आणखी काही मराठी हवं तर म्हणा, पण छत्रपतींचं नाव आलंच पाहिजे; यायलाच पाहिजे.

◗ नावांबद्दल लोकांमध्येही उदासीनता दिसते...

खरं आहे. अहो, मागे त्या गिरगावात लोकमान्य टिळक पोलीस ठाणे आहे तिथे. मला कळलं की, लोकमान्य टिळकऐवजी म्हणे लो. टि. मार्ग पोलीस ठाणे असं लिहिलं आहे. मला कळल्यावर मी स्वत: गेलो पोलीस ठाण्यात. म्हटलं, हे काय चाललंय? चांगलं लोकमान्यांचं नाव असताना हे लोटि मार्ग काय आहे? कुणाला डायरिया झालाय? कुणाला हवी आहे लोटी? ही लोटी काढा; लोकमान्य टिळकांचं नाव लिहा. नाही तर मी डांबर आणलं आहे, ते लावून टाकेन. तेव्हा पळापळ झाली. 'नाही, तसं करू नका, आम्ही लोकमान्यांचं पूर्ण नाव लिहितो' वगैरे आश्वासन दिलं गेलं... लोटी काय? हे असं घडतं, याला कारण तुम्ही. तुम्ही शेंदाड आहात मराठी माणसं. थंड रक्ताचे आहात. अलीकडे मॅरेथॉन झाली मुंबईत. त्यात कुणी तरी आले होते, शिवाजीमहाराज आणि अफझलखानाच्या गेटअपमध्ये. शिवाजीमहाराज आणि अफझलखान हातात हात घालून मॅरेथॉनमध्ये! इतकी नादान अवलाद पाहायला मिळावी या महाराष्ट्रात? शिवाजीमहाराजांनी काय दिलं होतं आपल्याला आणि आपण काय करून बसलो आहोत! कसले मराठे? चीड येते स्वत:ची... आज मस्त्या करताहेत हे. अहो, तुम्हा कुणालाच संताप कसा येत नाही? काय सांगताय तुम्ही?

◗ मुंबईच्या निमित्ताने जो लढा झाला, तो गुजराती बांधवांच्या विरोधी होता का?

नाही, कधीच नाही! केव्हाही होऊ शकत नाही; होता कामा नये. कारण गुजरात्यांनी झोपड्या नाही उभारल्या; धंदे केले, रोजीरोटी मिळवली. काही का असेना, पण आज बांगलादेशचे मुसलमान आणि पाकडे येताहेत पाकिस्तानातून, बिहारमधून येताहेत, उत्तर प्रदेशातून येताहेत. त्यांचा हेतू या महाराष्ट्राबद्दल काय आहे? त्यांनी काय दिलंय या महाराष्ट्राला, ते बघा. काय त्यांचा सहभाग आहे? चांगल्या सहभागाबद्दल बोलतोय मी! फक्त झोपडपट्ट्या फदफदल्या आहेत. रोगराई

वाढली आहे. खरं तर मुंबईला काय धाड भरलेली नाही. मुंबई छान, सुंदर आहे; पण जे प्रदूषण वाढतंय ते या लोकांमुळे वाढलेलं आहे, हे मी केव्हापासून सांगतोय. आता आणखीही काही निघालेत... काल-परवाकडे. साले तेव्हा पाळण्यात मुततसुद्धा नव्हते, कारण त्या वेळी त्यांचा जन्मच झाला नव्हता; पण आता हेच लोक म्हणताहेत, मुंबईत परप्रांतीयांचे लोंढे थांबविण्यासाठी परमिट सिस्टीम आणली पाहिजे. कुठचे लोक आहेत रे हे?... कळत नाही. शिवसेनेचा पहिला मेळावा ज्या वेळी शिवतीर्थावर झाला होता... २२ ऑक्टोबर १९६६... त्या मेळाव्यात... माझ्याकडे टेप आहे, कॅसेट आहे, सीडी आहे– ती ऐका. त्या वेळी वसंतराव नाईक मुख्यमंत्री होते. तेव्हा मी भाष्य केलेलं आहे की, लोंढे येण्यास सुरुवात झालेली आहे; आताच हे आवरले गेले पाहिजेत, नाही तर पुढे जड जातील, म्हणून परमिट सिस्टीम सुरू करा. आता सही रे सहीवाले आलेत बरेच जन्मास– आमच्याच आशीर्वादाने म्हणा, कृपेनं म्हणा. जे मी बोलतोय, तेच चाललंय त्यांचं... तोच त्यांचा मुद्दा आहे. म्हणजे शिवसेनेची कार्बन कॉपी ते वाटताहेत लोकांपुढे. शिवसेनेची कार्बन कॉपीच.

◗ मुंबई हे स्वतंत्र राज्य व्हावं, असं तेव्हाच्या भांडवलदारांना वाटत होतं...

अहो, भांडवलदार म्हणजे काय? भुसभुशीत जमिनींचे उंदीर. जमीन भुसभुशीत सगळी, पाडलं भोक आणि राहिले आतमध्ये जाऊन. काँक्रीट सिमेंट असेल, तर पाडतील का भोक?

◗ पण तेव्हाही मराठी माणसं मुंबईत बहुसंख्येने होती...

होती ना! लोंढे वाढल्यामुळेच आज टक्का कमी वाटतोय. म्हणूनच मी आता झालेल्या निवडणुकीबद्दल हाच प्रश्न प्रत्येकाला विचारतोय की– काय रे, मराठी माणसाचा टक्का जास्त होता, त्या वेळेला आम्हाला एवढी का रे आघाडी नाही मिळाली– एक-एक लाखाची. हां. का, तर मराठी टक्का कमी झालाय, परप्रांतीय वाढलेत– असा प्रचार करून तुम्हाला एक-एक लाखाच्या आघाड्या. हे जे मतदान झाले, हे मतदान कुठून आलं तुम्हाला? काय जादू आहे तुमच्याकडे? मतपेटीमध्ये जादू आहे, की काही गुफ्तगू आहे? कुणाच्या आतमध्ये हात घालून काही केलंय? स्टॉक मार्केटमध्ये भैया धोतरात हात घालून ठरवतात ना बाजारभाव, ते केलंत का तुम्ही? कशात हात घातलात तुम्ही?

◗ मुंबईसह संयुक्त महाराष्ट्राचा लढा झाला, त्यामध्ये पंचक होतं. त्या पंचकाने नेतृत्व स्वीकारलं. त्यात डांगे होते, प्रबोधनकार होते, एसएम जोशी, आचार्य अत्रे, वालचंद कोठारी होते...

नाही. डांगेबिंगे पंचकात नव्हते. पहिल्यांदा शंकरराव देवांनी सुरुवात केली. संयुक्त महाराष्ट्र परिषद उभी राहिली. पण ऐन मोक्यावर रंगत येत असतानाच शंकरराव देवांनी राजीनामा दिला. देवगिरीकर होते. त्यांनी केव्हाच तिकीट काढून पलायन केलं त्यांच्या गावी. शंकरराव देवांनी शेवटी राजीनामा दिला. त्यावर आचार्य अत्र्यांनी टीकाही केली होती. शंकररावांकडे लुंगी असल्यामुळे ते राजीनामा कुठे ठेवणार? त्यांच्या लुंगीला खिसाच नाही. अशा पद्धतीने आचार्य अत्र्यांनी आपल्या भाषेत उत्तर दिलं होतं. त्यानंतर गडबड सुरू झाली. मग दादांनी म्हणजे प्रबोधनकारांनी आणि अप्पा पेंडसे वगैरे या लोकांनी पुढाकार घेतला. आचार्य अत्रे होतेच. तिथे मग ती पाच नेत्यांची समिती नेमली. दादा होतेच होते; आचार्य अत्रे, अप्पा पेंडसे पण होते. वा. रा. कोठारी हे 'प्रभात'चे संपादक त्यात होते. पुन्हा कोल्हापूरचे माधवराव बागल होते. ही माणसं होती. त्यांनी ही परिषद सावरून धरली. भाऊसाहेब राऊत म्हणून होते शेका पक्षाचे. त्यांच्या बंगल्यावर ही पहिली मीटिंग झाली.

◗ पण त्या लढ्यात मुंबईतल्या कम्युनिस्टांचाही मोठा वाटा होता...

तो गिरणी कामगारांमुळे होता. त्यांच्या ताब्यात गिरण्या होत्या. सगळे कामगारही त्यांच्याच ताब्यात होते– डांगेंच्या, पण डांगे नेतृत्वाच्या पंचकात नव्हते.

◗ गिरणी कामगारांनी मोठा लढा दिला...

होय. गिरणी कामगारांमुळेच मुंबई महाराष्ट्राला मिळाली. त्यांचा त्याग विसरता येणार नाही.

◗ मुंबई सर्वांत जास्त कुठे पेटली?

कुठे पेटली म्हणजे?

◗ मुंबईच्या कुठल्या भागात लढा पेटला... जास्त पेटलेली बघितली आपण...?

नंतर सगळीच मुंबई पेटली होती ना! पहिला जो हुतात्मा झाला तो गोखले, गिरगावचा. त्याला गोळी लागली. त्यात तो गेला आणि तिथून मग सुरुवातच झाली. पहिला हुतात्मा. त्याच रस्त्याला नावही दिलेलं आहे.

◗ असे अनेक हुतात्मे त्या लढ्यात झाले...

हो!

◗ गोळीबार झाला, अश्रुधुराच्या नळकांड्या फुटल्या; महिला रणरागिणी बनून रस्त्यावर उतरल्या...

त्या वेळेला या रणरागिणींनी पोलिसांना जेरीस आणलं होतं. म्हणजे ती अहिल्या रांगणेकर, मृणाल गोरे, देसाई नावाच्या महिला होत्या. तारा रेड्डी होत्या. भुसूभुसू कुठून निघायच्या, हे पोलिसांनाही कळायचं नाही. बरं, पोलिसांनी पडकून लांब कुठे तरी गाडी उभी केली ना की, तिकडून दुसऱ्या रस्त्याने पुन्हा येऊन परत सत्याग्रह! पोलिसांना हैराणच केलं होतं अगदी.

◗ आपल्याला त्या लढ्यातल्या काही आठवणी...

खूप आहेत हो, खूप आहेत.

◗ विशेषतः मोरारजी देसाईंनी ज्या प्रकारचा अत्याचार केला...

मोरारजीने मला अटक करण्याचं वॉरंट काढलं होतं, हे मला डॉ. नरवणेनं सांगितलं. ते म्हणाले– बाळासाहेब, तुमचं नाव आलंय काळ्या यादीत. मी म्हटलं, काय केलंय? त्यावर ते म्हणाले, ते काय माहीत नाही. तुम्हाला रात्री उचलणार. मी म्हटलं– ठीक आहे, बघू या. माझी पंचाईत अशी झाली... हा जवळजवळ १९५४ की ५६च्या दरम्यानचा काळ. दादांना अटक झालेली. घरामध्ये कुणीच नाही. बिंदा लहान. बिंदाला दादांचा लळा जास्त. रोज संध्याकाळी दादा त्याला बाबागाडीतून घेऊन जायचे. त्याला फिरवून आणायचे. दादा तुरुंगात आणि मलाही पकडलं असतं तर मग माँवर जबाबदारी पडली असती, तर भयंकर असती. कारण माँ काय एवढी मोठी वयानं होती, अशातला प्रश्न नव्हता. त्या वेळेला उद्धवचा जन्म झाला नव्हता. पण बिंदा आणि जयदेव होते– अगदी लहान.

◗ पण मग मोरारजींनी वॉरंट का काढलं होतं?

सांगतो ना. मी त्या वेळी एक व्यंगचित्र काढलं होतं. मला वाटतं, यशवंत देसाई होते. मुंबई हे साप्ताहिकाचं नाव. पहिल्या पानावरच ते व्यंगचित्र छापलं होतं. असंख्य कवट्या आणि त्यांच्यावर मोरारजी देसाई बंदूक घेऊन बसलाय आणि नरभक्षक मोरारजी हे टायटल. ते त्या मोरारजीला फार झोंबलं आणि त्याने अटकेचा हुकूम काढला. आता पूर्वी स्वातंत्र्यपूर्व काळात भूमिगत म्हणून जो प्रकार होता– क्रांतिकारक भूमिगत व्हायचे– हा खरोखर भयंकर प्रकार होता. आता काय आम्ही

माळ्यावर लपलो तरी भूमिगत. अरे, आता भूमिगत कसे? वरती लपतात ना, मग भूमिगत कसे?– हा प्रश्न कोणी कधी मनाला विचारला नाही. आम्ही आपले बहिणीकडे जाऊन राहिलो रात्री. जेवायला सकाळी घरी. झोपायला रात्री तिकडे. दोन बंगले सोडल्यास शेजारीच तिचं घर होतं. पण काही अटकबिटक झाली नाही.

◗ **आपण कधी मोरारजींना भेटलात का?**

एकदाच. त्यांच्या त्या ओशियाना का आशियाना निवासस्थानी.

◗ **शिवसेना स्थापन झाल्यावर भेटलात..**

हो. त्या वेळेला मोरारजींनी मला १५ मिनिटांची भेट दिली. तेव्हा त्यांचा पोरगा होता, तो कांती. बनेल पोरगं सालं.

◗ **भेटण्याचं प्रयोजन काय होतं?**

काही नाही. त्यांनी सांगितलं, बोलवा त्यांना. आम्ही गेलो. गेलो वरती आणि भेटलो. ताबडतोब घड्याळ लावून बसायचा हा साला. येडझवा होता माणूस. घड्याळ लावूनच बसायचा. १५ मिनिटांची भेट. १० मिनिटांची भेट. टर्रर वाजलं की उठा. माझ्या वेळी १५ मिनिटांनी टर्रर वाजलं. मी जय महाराष्ट्र केला. पण त्याने मला विचारलं की, ही शिवसेना-शिवसेना काय आहे? ही 'सेना' काय आहे? त्याचा सेनेशी काय संबंध आहे? म्हटले, सेनेशी काही संबंध नाही; पण त्यात एक फोर्स असतो, जोर असतो म्हणून सेना म्हणतो. तो म्हणाला, पण सेना कशाला पाहिजे? मग मीही विचारलं, म्हटलं, साल्व्हेशन आर्मी म्हणजे काय? What salvation has to do with Army? त्यावर मोरारजी गप्प. तेवढ्यात आमची घंटा वाजली. मग कांती आला लगेच दुसरं घड्याळ घेऊन आणि आधीचं घड्याळ घेऊन गेला. मग आम्ही उठून म्हटलं, 'जय महाराष्ट्र!' पण तो काही जय महाराष्ट्र बोलला नाही; त्यानं नुसता नमस्कार केला. तो भडवा कोणत्या तोंडाने बोलेल जय महाराष्ट्र?

[२८ एप्रिल, २०१०]

महाराष्ट्राचा मंगल कलश काँग्रेसवाल्यांनी भंगारात टाकला; वाट लावली

“संयुक्त महाराष्ट्राचा लढा हा शिवसेनाप्रमुखांचा जिव्हाळ्याचा विषय. हा लढा प्रामुख्याने काँग्रेसविरोधातला लढा होता. पण त्याच महाराष्ट्राच्या सत्तेची सूत्रे पुढे काँग्रेसच्या हाती गेली, ही शिवसेनाप्रमुखांची खंत होती. चिंतामणराव देशमुख याच एकमेव माणसाने दिल्लीत स्वाभिमानी मराठी बाणा दाखवला; बाकी सगळे मराठे पळपुटे व लाचार निघाले. महाराष्ट्रापेक्षा नेहरू मोठे, असे यशवंतराव चव्हाण म्हणाले होते– आणि त्याच यशवंतरावांच्या हातात मंगल कलश? लोक सगळं विसरले; पण शिवसेनाप्रमुख काहीच विसरत नसतात, हे वारंवार त्यांनी दाखवून दिले.”

◗ संयुक्त महाराष्ट्राचा लढा सुरू असताना स. का. पाटील नावाचं व्यक्तिमत्त्व आडवं आलं...

हो. यावत्चंद्र दिवाकरौ मुंबई महाराष्ट्राला मिळणार नाही, अशा वल्गना करणारे तेच ते पाटील. म्हणे सूर्य-चंद्र असेपर्यंत मुंबई महाराष्ट्राला मिळणार नाही. काय झाले? मुंबई जिंकली मराठी माणसाने.

◗ मुंबईचे अनभिषिक्त सम्राट म्हणून त्यांचा उल्लेख व्हायचा...

कसला सम्राट? बाकीचे सगळे गांडूळ असले की, एक कुणी तरी सम्राट निघतो त्यात. ही काँग्रेसची परिस्थिती होती त्या वेळेला. बीपीसीसी त्याच्या हातात होती. तसे शरद पवारांनीसुद्धा सगळे भांडवलदार त्यांच्या ताब्यात ठेवलेत पुण्यामधले–अगदी कल्याणीपासून. केवळ पुण्यातलेच कशाला, इतरही मुंबईचे भांडवलदार पवारांच्या ताब्यात आहेत.

◗ स. का. पाटलांबद्दल आपलं काय मत होतं?

गेलेल्यांबद्दल वाईट बोलू नये, असे म्हणतात; पण आमच्या वडिलांचे काही दुर्गुण आमच्या अंगात आहेत, ते उसळून बाहेर पडतात. 'केरळ कोकिळ' म्हणून एक पाक्षिक निघायचं काही तरी. आठल्येगुरुजी ते काढायचे. दादा त्यांचे फार भक्त होते. त्यांची भाषा दादांना आवडायची. त्यांचे अग्रलेख वाचायचे. हे असं असताना एकदा आठल्येगुरुजी खुर्चीवर बसलेले. त्यांची मैफलच जमलेली. बाकी सगळे खाली जाजमावर. मध्येच आठल्येगुरुजी दादांना म्हणाले, 'केशव, माझ्याबद्दल तुमचं काय मत आहे ते यांना सांगा. सगळ्यांना कळू दे.' दादा त्यांचे भक्त आहेत वगैरे त्यांच्या कानावर त्या वेळी गेले होते. दादा आधी नाही-नको असे म्हणाले. पण आठल्येगुरुजी ऐकेनात. त्यांचा आग्रह सुरूच होता अरे, सांग. मी सांगतोय ना, तू बोल... शेवटी दादांनी धाडस करून सांगितलं. म्हणाले, "गुरुजी, आपण ज्या वेळेला खुर्चीवर बसता, त्या वेळेला तुमच्या पायाचं तीर्थ घ्यावंसं वाटतं; पण ज्या वेळेला आपण खुर्चीवरून उठता, त्या वेळी आपल्याला जोड्यानं मारावं, असं वाटतं." सगळ्यांच्या समोर दादा बोलून गेले. तर तुम्ही जे स. का. वगैरेंचं सांगताय, त्यावर काय बोलणार? अशा काही व्यक्ती आहेत आपल्या राजकारणात.

◗ पण या सगळ्या लोकांनी नेतृत्व केलं काँग्रेस पक्षाचं आणि त्यांनी काँग्रेसची भूमिकाच पुढे चालवली...

नाही, आता पूर्वीची काँग्रेस कुठे राहिली नाहीच. आता काँग्रेसच शिल्लक नाही, हे माझं स्पष्ट मत आहे.

◗ पूर्वी चिंतामणराव देशमुख होते, ते एक स्वाभिमानी निघाले...

हो, अर्थातच! दिल्लीतला एकमेव स्वाभिमानी मराठी माणूस. त्या वेळेला मी 'फ्री प्रेस'मध्ये होतो. महाराष्ट्राबद्दल तुमच्या मनात आकस आहे, असं ठणकावून सांगून या तडफदार माणसाने राजीनामा नेहरूंच्या तोंडावर फेकला आणि नेहरूंनी तो लगेच स्वीकारला. स्वीकारला तर स्वीकारला, पण देशमुखांना विमानतळापर्यंत पोहोचवायलासुद्धा नेहरू गेले नाहीत. कृष्णाम्माचारीने राजीनामा दिला होता. त्याच्या पोरानं फ्रॉड केला. सगळं ते एक्सपोज झालं. पण ते अर्थमंत्री होते ना! त्यांनी राजीनामा दिल्यावर हेच नेहरू त्यांना सोडायला, पोहोचवायला, टाटा करायला दिल्लीच्या एअरपोर्टपर्यंत गेले. हा आकस मराठी माणसाबद्दलचा.

◗ चिंतामणराव देशमुखांच्या राजीनाम्याने या लढ्याला एक बळ प्राप्त झालं...

धार आली लढ्याला, नक्कीच धार आली!

◗ पण हेच देशमुख नंतर राजकारणातून नाहीसेच झाले...

हो. नंतर विलासराव देशमुख आले ना! लाथ मारली की ते उठतात; बाजूला जाऊन परत बसायला सांगतात. हे आमचे देशमुख.

◗ आपण कधी चिंतामणराव देशमुखांना भेटलात का?

नाही. पाहिलंय फक्त, भेट नाही झाली.

◗ या अशा असंख्य लोकांच्या त्यागातून आणि लढ्यातून १ मे १९६० रोजी महाराष्ट्राचा मंगल कलश आला, तेव्हा आपल्या भावना काय होत्या?

भावना म्हणजे काय– आनंदासारखी दुसरी गोष्ट कोणती असू शकते? मला एक वाक्य आठवतं. शिवतीर्थावर नेहरूंची सभा होती. त्या वेळी आपले ते महर्षी कर्वे आले होते– धोंडोपंत कर्वे. एकशेएक वर्षांचे. त्यांनी भाषण केलं. शेवटचे शब्द त्यांचे एवढेच होते की, माझे डोळे मिटण्यापूर्वी मुंबई महाराष्ट्राला मिळण्याचं भाग्य लाभो, अशी मी आपल्या चरणी प्रार्थना करतो. हे त्यांचे वाक्य होते. नंतर कर्वे गेले. अशी भयंकर तेजस्वी वाक्यं उच्चारणारी, बोलणारी माणसं होती महाराष्ट्रात. आज काय आहे? मुसलमानांना घरांची आरक्षणं द्या– असं बोलणारी मराठी माणसं? पाहा काय दुर्दैव आहे.

◗ जो मंगल कलश १९६० मध्ये आला; त्या लढ्यात सामान्य माणूस, कामगार, शेतकरी मारला गेला– त्या मंगल कलशाची मालकी आज कुणाकडे आहे?

त्या मंगल कलशाची कोणी कुठे काँग्रेसवाल्यांनी भंगारात वाट लावली आहे, त्याची काही कल्पना नाही मला. आपल्याला सगळे भंगार शोधावे लागतील की– आमचा मंगल कलश तुमच्याकडे आहे का हो... अशी भंगारवाल्यांची दारं ठोठवावी लागतील. त्यात सापडला, तर सापडला. पण नैराश्य येण्याचं कारण नाहीय.

◗ ही वेळ आपल्यावर का आली?

कारण आपला मतदार जो आहे ना... लोकशाहीतला मतदार– तो विचारानं पक्का असायला हवा होता की– नको हे सरकार; पुन्हा नाही आणायचं राज्यात. नाही म्हणजे, नाही. शिवसेना-भाजप युतीची सत्ता गेल्यावर तुम्ही पुन्हा पाच वर्षे काँग्रेसला दिलीत. त्यानंतर पुन्हा पाच आणि आता पुन्हा पाच देता...? अरे, काय मिळवलंत काय तुम्ही, याचा विचार करणार आहात की नाही? काँग्रेसने दिलं काय तुम्हाला, हा विचारही तुमच्या मनात येऊ शकत नाही? बरं, मतपेटीमध्ये गडबड असेल तर ठीक आहे; मी तुमच्यावर आरोप करणार नाही, तुम्ही दोषी नाही. पैशांचे काही कारभार झाले असतील का? तर, ते झालेत हे नक्कीच. एक व्यक्ती तुमच्यासमोर आणून उभी करतो मी– त्यांनी चक्क सांगितले की, मी कोणत्याही पक्षाचा नाही, पण पैसे वाटपामध्ये मी होतो. पाचशे, हजार, दहा हजार– काही ठिकाणी स्लमलॉर्ड्सना तर पंचवीस लाख दिले आहेत. आम्हीही वाटलेत पैसे– सांगणारी एक व्यक्ती आहे माझ्याकडे. अशा पद्धतीने तुम्ही निवडणुका जिंकणार असाल, तर काही अर्थच नाही आणि लोकशाहीलाही काही किंमत नाही; तिथे मंगल कलशाचा कसला विचार करताय तुम्ही?

◗ संयुक्त महाराष्ट्राचा लढा हा प्रामुख्याने काँग्रेसच्या विरोधातला लढा होता...

हो. त्या वेळी ती परिस्थिती तशीच होती ना! नेहरू हा कुणाचा पुत्र? मोतीलालचा. मोतीलालचे महाराष्ट्राविषयी काय विचार होते, ते मी मघाशीच तुम्हाला सांगितलंय, त्या नेहरूंकडून तुम्ही काय अपेक्षा करता?

◗ ज्या काँग्रेसच्या पुढाऱ्यांनी मुंबईसह महाराष्ट्राला विरोध केला...

तेच तर सांगतोय! अहो, यशवंतरावांनी मंगल कलश आणला, त्याचं लोकांनी स्वागत केलं आणि लोक आधीचं सगळं विसरले. महाराष्ट्रापेक्षा नेहरू मोठे, असे यशवंतरावच म्हणाले होते आणि त्याच यशवंतरावांच्या हातात मंगल कलश!

एवढंच नव्हे, तर आणखी भयानक वाक्य म्हणजे– संयुक्त महाराष्ट्राची चळवळ हा देशी वसाहतवाद आहे, असे यशवंतराव म्हणाले होते. पण लोक सगळं विसरले. बरं, संयुक्त महाराष्ट्राची चळवळ म्हणजे जर देशी वसाहतवाद असेल; तर मग आंध्रला तुम्ही भाषावार प्रांत दिलात, तेव्हा तुमचा हा वसाहतवाद कुठे गेला होता? हे आमचं नेतृत्व दुर्दैवानं आहे. उदो-उदो आम्ही करतो; ठीक आहे, पण एकदा का आमचा देव घुमायला लागला की ऐकत नाही... मग काय तुम्ही धूप टाका, अमुक टाका– सगळ्यातनं जातो आतमध्ये आणि घुमायला लागतो.

◗ मुंबई जिंकली विरोधी पक्षाने आणि पुन्हा सत्तेवर बसली काँग्रेसच...

पक्ष असं मी म्हणणार नाही; मराठी माणसाच्या एकजुटीनं, वज्रमुठीनं जिंकली. हीच एकजूट, वज्रमूठ मला आजही महाराष्ट्रात हवी आहे... म्हणून मी नेहमी म्हणत असतो– मराठा-मराठेतर, ब्राह्मण-ब्राह्मणेतर, स्पृश्य-अस्पृश्य, घाटी-कोकणी हे वाद गाडा आणि मराठ्यांची मजबूत एकजूट उभी राहू द्या.

◗ संयुक्त महाराष्ट्राची लढाई ही मराठी माणसाची एकजूट होती, ती एकजूट का टिकली नाही?

कारण आम्ही विद्वान माणसं आहोत, फार विद्वान! आणि त्यामुळे साहित्यिक, अमुक-तमुक– प्रत्येकाचं स्वतंत्र दालन, व्यक्तिपूजा. अशा सगळ्या गोष्टी. आणि या देशात आता सध्या सत्ता अन् निवडणुका एवढेच लोकांना कळते. निवडणुका हा तर ऑक्सिजन बनला आहे. प्राणवायू ठरलेला आहे. पूर्वी हा प्राणवायू असा नव्हता. पाच वर्षांनी निवडणुका लढवल्या जायच्या. वेळेत व्हायच्या. पण नंतर मतपेट्या पळवण्याचे धंदे सुरू झाले गुंडांकडून. हे काँग्रेसने सुरू केलं. मतदान झालं की पेट्या पळवायच्या आणि उरलेल्या पेट्यांतलं मतदान मोजून आपला उमेदवार विजयी करायचा. आता गुंडसुद्धा निवडणुका लढवताहेत आणि निवडून येताहेत– तुरुंगात असताना. ही तुमची लोकशाही!

◗ पन्नास वर्षांत विकासाच्या दृष्टीने महाराष्ट्र किती पुढे गेलाय, असं वाटतं?

तो नक्की कुठे आहे, तेच कळत नाही आम्हाला– पुढे की मागे, की मध्येच लटकतोय?

◗ एक राज्य घडवायला पन्नास वर्षांचा काळ?

अहो, तुम्ही बघताय ना सगळं, काय चाललंय ते? टॉवर्स काय उभे राहाताहेत, झोपड्याही उभ्या राहताहेत; तरीही लोक बेघरच आहेत. मग टॉवर्समध्ये राहणारे

कोण? त्यांच्या किमती किती? कोण उद्ध्वस्त होतं? कोणाचं आपण भलं करतोय आणि आपण कोणासाठी राज्य करतोय, कोणासाठी राज्यावर बसलो आहोत? हे राज्य कोणाचे? महाराष्ट्र आहे की आणखी काही? काही नाही– फक्त पैसे द्या आणि पैसे घ्या, हा असला प्रकार चालला आहे.

◗ **मराठी माणसाच्या चाळी तुटल्या, गिरण्या गेल्या...**

हो, पण सौदे कुणाचे झाले? एक मजबूत जर आपला पक्ष असता... शिवसेनेला जर लोकांनी एका मजबुतीने सत्तेवर बसवलं असतं, तर आम्ही हे होऊ दिलं नसतं. युतीची सत्ता असताना सत्तेतल्या लोकांनी जेव्हा चुका केल्या, तेव्हा त्यांनाही मी क्षमा केली नाही. मंत्री उडवले मी युतीच्या काळात. दोन मंत्र्यांना खुर्चीवरून खाली उतरवलंय– दोन. आता नावं नाही घेत. नाही तर पुन्हा ते उजेडात येतील.

◗ **कलेचा संबंध असेल, संस्कृतीचा असेल आणि उद्योग– ही तीन क्षेत्रं अत्यंत महत्त्वाची. त्यात आपण महाराष्ट्राला कुठे पाहता?**

कलेचा विचार करण्याअगोदर अकलेचा आधी करा; मग पुढे जाऊ आपण.

◗ **अकलेत महाराष्ट्र पुढे गेलाय का?**

केव्हाही. आमचा तो जन्मसिद्ध हक्कच आहे.

◗ **अशी अक्कलवंत माणसे आपण सांगू शकाल का?**

मी याविषयी बोलू शकणार नाही. मी जर माझं नाव घातलं, तर तुम्ही बोंब माराल. बरं, या विषयाची मोडतोड होईल... आहेत हो, चिक्कार अक्कलवंत माणसे आहेत.

◗ **या महाराष्ट्राने लोकमान्य टिळकांपासून अनेक...**

अहो, किती जुनी नावं वापरणार?

◗ **पन्नास वर्षांतला जरी विषय घेतला...**

हे बघा– सहाणेवर आपण चंदन घासतो. चंदन घासल्यावर ते झिजत जाते. मग पुन्हा नवं चंदन घेतो. पण चंदन हे नाव राहतंच. तुम्ही या नावाचा चंदनासारखा वापर करताय; मग ते टिळक असोत वा शिवाजीमहाराज. ही सगळी चंदनं आपापली कार्ये करून झिजली.

नवीन चंदन निर्माण नाही झालं?

नाही.

महाराष्ट्र याबाबतीत इतका वांझ आहे?

नाही ना. वांझ नसताना लोकसंख्या वाढतेय, हे विशेष!

उद्योगात महाराष्ट्र पुढे गेलाय का?

ह्यॅ!

'आयपीएल'चं म्हणत नाही मी, खऱ्या उद्योगांविषयी म्हणतोय मी...

होय. त्याचा विचार केला तर खरोखर जरा धस्स होतं. या महाराष्ट्राने देशाला काय दिलं नाही? किर्लोस्कर दिले, गरवारे दिले, वसंतराव वैद्य दिले. आमची सगळी मराठी माणसं ही. आज त्यांची नावं राहिलीत, पण धंदे कुठे आहेत? बाहेरून इतर आले आणि त्यांच्यावर मात करून ते पुढे चालले आहेत. मराठी माणसाचा नवा उद्योग आहे कुठे? तसे काही आहेत, नाही असं नाही. आता दुबईला कुणी तरी मराठी साहित्य संमेलन भरवले होते. दातार– धनंजय दातार. त्यांनी संमेलनाला मोठी मदत केली होती. पण या मंडळींचा तिकडे जाऊन उत्कर्ष होतो, तर इथे का होत नाही?

अंबानी मुंबईत येऊन मोठे झाले. महाराष्ट्रात येऊन अनेक उद्योगपती मोठे झाले...

हो ना! पण मग मराठी माणूस का मोठा होऊ शकत नाही?

का असं वाटतं तुम्हाला की, आपले लोक नोकऱ्या करण्यातच धन्यता मानतात...

नाही, तसं नाही. शिवसेनेची सुरुवात झाल्यानंतर मी शिवसैनिकांना लिम्का स्टॉल्स दिले. नाक्यानाक्यावर हे स्टॉल्स दिसत होते, पण काही ठिकाणी नंतर त्या पानाच्या गाद्या बनल्या. तंबाखू, पानं, चुना, पोस्टाची कार्डं, कोका-कोला, अमुक-तमुक. शेवटी ते लिम्कावाले माझ्याकडे तक्रार करायला लागले की, आमचं सॉफ्ट ड्रिंक ठेवल्यानंतर लिम्काच्या विरोधात कोका-कोला आहे व पेप्सी आहे– ते कसं ठेवू शकता? आणि ते खरंच होतं. पण त्यामध्येही काही लोकांनी आणखी कमाल केली. दीडशे-दोनशे रुपये घेऊन घरी बसायचे आणि दाक्षिणात्य अन् भय्यांना स्टॉल्स चालवायला द्यायचे. घरबसल्या हप्ता घ्यायचा. काय करायचं या दुर्दैवाला?

किती मरायचं, कोणी मरायचं आणि का मरायचं– हा प्रश्नही येतो. तुमच्यासाठी दिले होते ते स्टॉल्स आणि तुम्ही ते विकता दुसऱ्यांना?

◗ **या अशा अनुभवानंतरही...**

ऐका, आणखी सांगतो. तिकडे वरळीला बाळकृष्ण गावडे होते, आमचे नगरसेवक. त्यांनी झोपडपट्टीवाल्यांना जिजामाता हाऊसिंग सोसायटी बांधून दिली. सगळी मराठी माणसं होती. पण काही दिवसांनी पाहतो तर त्या मराठी माणसांनी आपल्या जागा भय्यांना दिल्या, पैसे घेऊन. जाऊन बघू शकता तुम्ही.

◗ **कलेच्या विषयी म्हणाल, तर लता मंगेशकरांचे नाव आपण अनेक वर्षे घेतोय...**

हो. आहेच मुळी.

◗ **सचिन तेंडुलकर आहे...**

हो. जरूर.

◗ **सुनील गावसकर...**

तो तर सुरुवातीचा जबरदस्त माणूस.

◗ **क्रीडा आणि कलाक्षेत्रात महाराष्ट्राने मोठं योगदान दिले आहे, पण राजकारणात महाराष्ट्र का पुढे जाऊ शकला नाही?**

कारण लता मंगेशकर असो, सचिन तेंडुलकर असो वा गावसकर असोत; त्यांना जी देणगी लाभली, तशी माणसं राजकारणात कुठे आहेत? राजकारणात देणगी लाभलेली नव्हे, तर देणग्या घेणारी माणसं आहेत, म्हणून हा घोळ आहे! लता मंगेशकर यांना आवाजाची देणगी आहे, पण राजकारणात जे आहेत त्यांना देणग्या मिळतात. देणगी-देणगीमध्ये हा फरक आहे. राजकारणात आहेत ते देणगी घेणारे लोक आहेत. हे घेणारे सामान्य लोकांसाठी काय करू शकतात, याचा विचार करा ना. देणगी या शब्दाचा फरक लक्षात घ्या.

[२९ एप्रिल, २०१०]

मुंबईला कुणी हात लावला,
तर सूड घेतल्याशिवाय राहणार नाही!

“महाराष्ट्राच्या सुवर्णमहोत्सवात सोहळे खूप साजरे झाले, पण ‘सेनापती’ म्हणून मराठी माणसांना प्रखर संदेश दिला तो फक्त शिवसेनाप्रमुखांनी. ''या आमच्या महाराष्ट्रात आम्ही मराठी आहोत, या स्वाभिमानाने पुढे जात राहा; कुठेही कमी पडू नका.'' शिवसेनाप्रमुखांचा विचार सडेतोड होता. ''अरे, कसला मागताय वेगळा विदर्भ? बेळगावचा सीमाप्रश्न आधी सोडवा. जे गेलं, ते मिळवण्याचे प्रयत्न सुरू आहेत आणि तुम्ही आहे ते काय सोडताय? महाराष्ट्र हा कारकुनांचा देश नाहीये, शूरांचा देश आहे. शिवाजीमहाराजांपासून हे शौर्य जगाने अनुभवले आहे, म्हणूनच तुम्ही आज मराठी म्हणून जगू शकता.''

शिवसेनाप्रमुखांनी जे परखडपणे सांगितले, तेच ब्रह्मवाक्य ठरत गेले.

दि. १ मेच्या पूर्वसंध्येस त्यांनी मांडलेले हेच विचार.”

महाराष्ट्रात सतत देशाचं राजकारण केलं गेलं.

असं म्हणतात. वाक्यं चांगलं आहे.

पण तोच महाराष्ट्र कधीही दिल्लीवर राज्य करू शकला नाही.

काय करणार? कारण तुमच्या हातात असलेली किल्लीच तुम्ही गमावून बसलेले आहात.

अधून-मधून शरद पवार प्रयत्न करतात.

नाही, शरद पवार यांचं राजकारण तसं कधीच मला मान्य झालं नाही. ते शब्दाचे पक्के नसतात. माझे फार फार म्हणजे ते कोणीच नसताना, काँग्रेसमध्येही कुणीच नसताना माझे मित्र होते. याच 'मातोश्री'मध्ये यायचे. प्रतिभाताई यायच्या. सुप्रियाही. एवढसं जळू आणलं होतं कापडात गुंडाळून. आता मोठी झाली. इतका जुना संबंध असतानासुद्धा... आमचे वैयक्तिक संबंध जरूर आहेत. आहेत आणि मी

' इंदिराबाईंचे घड्याळ '

तरी ठेवतोच. तेही ठेवतात, असं मला वाटतं. पण राजकारणात नाही. राजकारणात दिलेला शब्द पाळतील, अशी खात्री नाही.

◗ आजही महाराष्ट्र दिल्लीत हुजरेगिरी करताना दिसतोय?

गुडघे टेकलेत काय! विलासराव काय, हे काय.. आता मध्यंतरी शाहरुख खानच्या त्या चित्रपटाबद्दल मी आवाज उठवला होता. काय पोलीस बंदोबस्त त्या चित्रपटाला, 'माय नेम इज खान'ला– पोलिसांचं कडं थेटरात. पोलीस 'भरती' नुसती. पोलीस भरती बाहेर होत नाही, पण शाहरुखसाठी थेटरात पोलीस 'भरती'. कुणाची अब्रू वाचवताय? कशासाठी वापरताय पोलीस? कुणाला वाचवताय? दुसरे ते राहुल गांधी. कोण हे राहुल गांधी? राजीव गांधींचा मुलगा...

◗ काँग्रेसचे युवराज आहेत ते...

युवराज. इटालियन पुत्र. केवढा बंदोबस्त आणि काय तो शो! रेल्वेतून प्रवास. लोकलने प्रवास– केला म्हणे. तिकिटाच्या रांगेत उभे राहिले. अरे, एवढी तुझी परिस्थिती आली असेल, तर आम्ही तुला तिकिटाचे पैसे दिले असते ना! आणि मग तिथेसुद्धा 'लोकसत्ता'सारखी वृत्तपत्रं आहेतच उदो-उदो करायला. आमच्यावर बऱ्याचदा टीकाच करत असतात. अलीकडे जरा बरं आहे. पण त्यांच्याच फोटोग्राफरने सांगितले, शिवाय मी 'टीव्ही'वर पाहिलं– राहुल गांधी एका डब्यात शिरला. सगळे डबे रिकामे होते. नाही तर लटकलेली माणसं दिसली नसती का? रोज लोक लटकतात. दांडा धरून प्रवास करणारी किती तरी माणसं आहेत. कसेबसे जीव वाचवून घरी पोहोचले तर पोहोचले. बायकोचं कुंकू टिकलं तर टिकलं, अशी त्यांची अवस्था असते. असं असताना राहुल गांधीसाठी लोकल मोकळी कशी? तर आतमध्ये जवान ठेवले होते हत्यारी! हे कुठे समजलं? तर फोटोग्राफर 'लोकसत्ते'चा– त्याने सांगितले. त्याला राहुल गांधीचा एक फोटो काढायचा होता. खूप त्याने प्रयत्न केला, पण कमांडोजनी राहुल गांधीला घेरावच घातला होता. म्हणून डब्याची थोडी उंची घेऊन फोटो मिळाला तर बघू, या उद्देशाने तो एका डब्यात शिरला. तिकडे जवान होते, ते अंगावर खेकसले, 'एऽ नीचे उतरो, नीच उतरो...' तो म्हणाला, मला 'एकच' फोटो काढायचा आहे. तेवढ्यात राहुल गांधी आले आणि त्याने क्लिक मारला, तेवढाच फोटो छापून आलाय, तोही लोकसत्तेत. मी व्यंगचित्रकार असल्याने माझी एक हलकट नजर आहे, ती फिरत असते.

◗ दक्षिणेची जी राज्यं आहेत, ती त्यांच्या भाषेच्या बाबतीत, अस्मितेबाबतीत जास्त जागरूक आहेत.

ते तर मी केव्हापासून बोलतोय. आता कंटाळा आला त्याचा. या दाक्षिणात्यांचा एक गुण घेण्यासारखा आहे. तो म्हणजे, त्यांचा कडवा अभिमान भाषेबद्दलचा... प्रांताबद्दलचा. आम्ही कोण? मराठी माणसं, आई-बापाच्या पोटी जन्माला येणारी! कुणी आलं की आम्ही विचारतो– कैसे हो आप? तबियत कैसी है?... काय रे भडव्या, आईला विसरलास का? मराठी बोल ना! माझ्याकडे कोणी आला आणि मुंबईऐवजी बॉम्बे बोलला की, त्याला ताबडतोब थांबवतो. बॉम्बे नाही, मुंबई बोल; नाही तर पुन्हा इथे यायचं नाही. पाऊल ठेवू देणार नाही. तिथल्या तिथे फटकावतो. छगन भुजबळ आता राष्ट्रवादीत जाऊन बसलेत. त्यांना विचारा– गेटवे ऑफ इंडियाला जो मुंबईचा बोर्ड आहे, त्याचं उद्‌घाटन मी केलेलं आहे– भुजबळ महापौर असताना. जा, विचारा त्याला. किती साली, ते आता आठवत नाही; पण हा महापौर केव्हा होता ते बघा. वर्ष काढा. त्या वेळेला मी केलेलं आहे.

◗ महाराष्ट्र इंग्रजीत मागे पडला का?

डॅडी-मम्मीपुरता पुढे आहे. इंग्लिश बोलायला लावू नका आम्हाला. पण आम्ही असे अगदी डॅडी म्हणतो, मम्मी म्हणतो; आई-बाबा नाही म्हणत.

◗ का ही सवय लागली महाराष्ट्राला?

सवय कसली लागलीय? कुठे तरी विद्वत्ता दाखवायला पाहिजे ना आपण? दिखाऊपणा हा आता आपल्या रक्तात भिनलाय की काय, कळत नाही.

◗ पन्नास वर्षांनंतरसुद्धा आपल्याला मराठीचा लढा द्यावा लागतो का?

शिवसेनेमुळे हा लढा देण्याची ताकद मराठी माणसात निर्माण झाली आहे, शिवसेनेमुळेच!

◗ तुम्हाला त्यासाठी शिवसेना स्थापन करावी लागली?

हो, त्यासाठीच स्थापन करावी लागली. त्या वेळेस परिस्थितीच तशी होती. या आधीच्या भागात मी परमिट सिस्टीमबद्दल सांगितलंय. ही कल्पना मी दिली होती. शिवसेना नसती, तर आणखी अधोगती झाली असती. कच्चं खाल्लं असतं तुम्हाला या लोकांनी– कच्चं! आणि मुंबईही हातची जाण्याच्या मार्गावर आहे; पण मी तशी ती जाऊ देणार नाही. कोणीही प्रयत्न करून बघा. मी स्वत: त्या युद्धात उतरेन. प्राण गेला तरी मला पर्वा नाही, पण मी उतरेन आणि मुंबईला कोणी हात लावला, तर सूड उगवल्याशिवाय राहणार नाही.

मराठीचा लढा किती काळ लढणार?

आपले लोक फार विद्वत्ता दाखवायला जातात– आम्ही विद्वान आहोत. साहित्यिकांचा एक विचार, याचा एक विचार, त्याचा एक विचार. एक गोष्ट सांगतो तुम्हाला की– एकदा काही मराठी माणसं, सिंधी माणसं, गुजराती माणसं, मारवाडी हे एकत्र एका जहाजातून प्रवासाला चालले होते. वाटेत जहाज खडकावर आपटून फुटलं. शोध सुरू झाला प्रवाशांचा. हेलिकॉप्टर भिरभिरायला लागली. त्यांनी पाहिलं तो– एका ठिकाणी हालचाल होती. म्हणून खाली येऊन पाहिलं, तर तिथे एका सिंधी माणसाने धंदा सुरू केलेला. काही तरी उद्योग सुरू केला त्याने. दुसरीकडे बघितलं, तर मारवाड्याने पेढी उभी केली होती. उडप्याने हॉटेल काढलं होतं. प्रत्येकानं काही ना काही उद्योगधंदा सुरू केला. सगळ्यांचा शोध लागला. कोणी ना कोणी कुठल्या ना कुठल्या धंद्यात अडकला. मराठी माणसं कुठे सापडेनात. शेवटी एका खडकावर दोन मराठी माणसं दिसली. बरगड्या निघाल्या आहेत, दाढी वाढलेली, चर्चा करताहेत... रंगभूमीने चित्रपटाला मारलं की चित्रपटाने रंगभूमीला मारलं– यावर चर्चा... आता बोला! आम्ही चर्चेत पटाईत. साहित्य संमेलनात दर वेळेला वादच का व्हावेत, सांगा ना? एक मला असं साहित्य संमेलन दाखवा की, ज्यात वाद झालेला नाही. अहो, दुबईतसुद्धा गोंधळ झाला, दुबईतसुद्धा. कारण आम्ही आमचा खाक्या सोडणार नाही वादविवादाचा, म्हणून!

हा सुवर्णमहोत्सव साजरा होत असताना महाराष्ट्रात फुटीचे वारे वाहताहेत– वेगळ्या विदर्भाचे. काही लोकांनी उचल खाल्ली आहे.

उचल कसली? ते आमचे आंबेडकरांचे नातू. काळा दिवस– काळी निशाणं दाखवा म्हणताहेत. अरे, काय हे? ज्या कॉंग्रेसने डॉ. बाबासाहेब आंबेडकरांना निवडणुकीत पाडलं, त्यांचा तू नातू; तू असे उद्‌गार काढावेस? महाराष्ट्राचं काही महत्त्व नसावं? कसला विदर्भ?

विदर्भ निर्माण झाल्यामुळे प्रश्न सुटतील का त्यांचे?

नाही, सुटूच शकत नाही. बघा ना. उत्तर प्रदेशचे तुकडे झाले; काय झालं तिथे? आता पस्तावताहेत. आता पुन्हा उत्तर प्रदेशात येऊ द्या म्हणताहेत. काय हालत झालीय. काय झालं तिकडे आता... नक्सलाईट्स जोर धरताहेत. छत्तीसगडचेही तेच झाले.

एका बाजूला विदर्भ फुटण्याचं संकट आहे.

अरे, कसला वेगळा विदर्भ? सीमाप्रश्न आधी सोडवा. जे गेलं, ते मिळवण्याचे

प्रयत्न सुरू आहेत आणि तुम्ही आहे ते काय सोडताय? ही कसली भिक्कार कल्पना आहे तुमची? भिक्कार मनोवृत्ती. आणि तिकडे वेगळा विदर्भ दुर्दैवाने झाला, तर सत्ता मराठी माणसाची राहणार नाही, हे तुम्हाला मी आज लिहून देतो. होणार काय? बरं, ते जाऊ द्या. मी काही बोललो की, पुन्हा ते जातीयवादावर जाईल. म्हणतील, हा जातीय प्रचार करतोय.

◗ **कुणी वेगळा विदर्भ मागतोय, कुणी मुंबईचा नारा लावतोय, कोणी वेगळं कोकण मागतोय– हे सगळे पाहिल्यावर हा महाराष्ट्र अखंड राहील, असं आपल्याला वाटतं का? १०५ हुतात्म्यांचं हौतात्म्य वाया गेलं, असं आपल्याला वाटतं का?**

नाही, वाया जाणार नाही. जाऊच शकत नाही. महाराजांच्या वेळेलाही चिकार रक्तपात झालाय– मग ते बाजीप्रभू देशपांडे असोत वा हजारो मावळे असोत, मुरारबाजी असोत. त्यांनी त्याग केला म्हणून आजच्या महाराष्ट्रापर्यंत येऊन तुम्ही

"दिवाळीचे पोस्त"

पोहोचलात. पण आता तोच महाराष्ट्र टिकविण्याची ताकद तुमच्यामध्ये निर्माण व्हायला हवी.

◗ शिवसेनेची महाराष्ट्राबाबत जी भूमिका आहे, ती कायम राहिली आहे?
राहणारच.

◗ तुम्ही तर शिवसेनेचे राष्ट्रीय पातळीला नेतृत्व केलंत, लोकसभा निवडणुका शिवसेनेने लढवल्या; पण मराठी माणूस आणि महाराष्ट्र याबाबत शिवसेनेने कायम आपली भूमिका ठामपणे मांडली. हीच भूमिका यापुढे कायम राहील?
राहील म्हणजे काय– राहणारच! मला धरसोडीचं राजकारण आवडत नाही.

◗ सातत्याने आपल्यावरही टीका होत होती– कधी आपण हिंदुत्वाची कास धरलीत, कधी मराठीचा नारा दिलात!
हे बघा– आता माझ्या शब्दांत बोलणं कठीण असतं आणि तुम्ही छापूही शकत नाही. मला बोलायला परवानगी आहे. तशी परवानगी कोणी मला देण्याची गरज नाही. मग मी काय म्हणतो, आपण सगळे भिकारचोर आहोत. 'र' काढू नका, 'ट' टाकू नका. आम्ही भिकारचोर! ज्या वेळी शिवसेनेला मी मराठी माणसासाठी जन्म दिला, त्या वेळेस देशाचं काय होणार– असा प्रश्न तुम्ही विचारला आणि इस्लामचा धोका वाढायला लागला, तेव्हा मी हिंदुत्व हाती घेतले– त्या वेळी तुम्ही काय म्हणाला की, आता मराठीचं काय होणार? अरे, मराठीचा मुद्दा घेतला की हिंदुत्वाचं काय होणार विचारता आणि हिंदुत्व हाती घेतलं की मराठीचं काय असं विचारता– अशी बाराबोड्याची माणसं; त्यांच्याबद्दल काय बोलायचं?

◗ महाराष्ट्रात आता लढणारी पिढी उरली आहे का?
पिढी मरत नसते. आजही किती कडवट शिवसैनिक पाहिजेत तुम्हाला? असंख्य आहेत. आजही 'मुंबई बंद' म्हटल्यावर बंद करून दाखवतो तुम्हाला. ही ताकद गेली नाही शिवसेनेची अजून. पण आमच्यावर बंधनं आहेत. मागे आम्ही बंद केला. का? तर घाटकोपरला लोकलमध्ये बॉम्बस्फोट झाला. फर्स्ट क्लासमध्ये बॉम्बस्फोट... दोनशेच्यावर माणसं मारली गेली. गेटवे ऑफ इंडियाच्या तिथे एका मुलीवर चाकूने हल्ला झाला, त्यात ती मारली गेली. ते गुंड सरळ निघून गेले. त्याची चीड येऊन 'मुंबई बंद' केली. मुंबईचं संरक्षण कोण करणार? पोलीस आहेत की नाहीत? सरकार आहे की नाही?– हे आमचे सवाल होते. पण 'बंद' पुकारला

म्हणून कोर्टाने आम्हाला दंड लावला. आर्थिक नुकसान झालं म्हणे... कोणाचं? आम्हास २० लाख आणि भाजपला २० लाख मिळून चाळीस लाख दंड बंद पुकारल्याबद्दल. आम्हाला शिक्षा झाली. आम्ही त्या रकमेचा भरणा कोर्टात केलेला आहे. त्यामुळे आता आम्हाला बंद करताच येत नाही; पाठिंबा देऊन मोकळे होऊ शकतो फार फार तर. पण आता बंद कुणी करतच नाही.

◗ **महाराष्ट्राच्या पन्नास वर्षांच्या जडण-घडणीतही आपण शिल्पकार आहात...**

हे बघा– हे शिल्पकार वगैरे शब्द नका वापरू. आम्ही आमचं कार्य केलं, काम केलं. शिल्पकार कसले?

◗ **पण हे काम कुणी तरी करायला हवंच होतं ना?**

मी मुळात व्यंगचित्रकार आहे.

◗ **आपल्या हातून शिवसेना निर्माण झाली...**

झाली. करून घ्यायचं असेल कुणाला तरी हे कार्य माझ्या हातून.

◗ **आपण एक पिढी घडवलीत. तुमच्या विचारांवर, संस्कारांवर महाराष्ट्राची एक पिढी उभी राहिली. आता महाराष्ट्राच्या सुवर्णमहोत्सवात तुम्ही त्यांना काय संदेश देणार आहात?**

महाराष्ट्र हा कारकुनांचा देश नाहीच, शूरांचा आहे. शिवाजीमहाराजांपासून हे शौर्य जगाने अनुभवले आहे, म्हणूनच तुम्ही आज मराठी म्हणून जगू शकता. महाराष्ट्र म्हणून आपल्या राज्यात आपल्याला जगता येतं. ते जे काही तेज आहे, ते तेज नष्ट करू देऊ नका. ही मशाल अशीच ताकदीने, आम्ही मराठी आहोत या स्वाभिमानाने पुढे नेतच राहा, नेतच राहा, नेतच राहा... कुठेही कमी पडू नका.

◗ **महाराष्ट्राचे भवितव्य उज्ज्वल आहे, असं आपल्याला वाटतं?**

भविष्य उज्ज्वल करणं, हे आपल्या हातात आहे. जर महाराष्ट्राचं भवितव्य उज्ज्वल व्हावं असं वाटत असेल, त्यांनी शिवसेनेच्या या लढ्यात भाग घ्यावा– हिरीरीने भाग घ्यावा. बघा, मी हा चमत्कार तुम्हाला करून दाखवतो– बरं! आज काही नष्ट झालंय, असं मी म्हणत नाही; पण शेवटी निखाऱ्यावर राख साचली म्हणून विझलं, असं समजू नका. त्या राखेवर फुंकर मारल्यानंतर राख बाजूला होते आणि निखारा पुन्हा फुलतो. तो निखारा कमी होत असेल, तर दुसरा निखारा लावा. पिढी, पिढी, पिढ्यांमागून पिढ्यांचे हे निखारे पेटते राहू द्या! राख फुंकर मारल्यावर

निघून जाईल– तो तेज:पुंजच राहिला पाहिजे, पेटता राहिला पाहिजे.

◗ सुवर्णमहोत्सवाच्या दिवशी आपल्याला खास करून कुणाचे स्मरण होतेय?

किती तरी नाव घेता येतील! मी तर पहिल्यांदा माझी कुलस्वामिनी, माझे पूर्वज यांचं आणि मग ज्यांनी हा महाराष्ट्र घडवला त्या शिवरायांपासून ते अगदी सी. डी. देशमुखांपर्यंत सगळ्यांचे स्मरण होते. असे अनेक आहेत. प्रत्येकाने आपापले योगदान दिले आहे. बाबा आमटेंनी एक काम केलं. त्यांनी नक्कीच एक काम केलं. आंबेडकरांचा खास उल्लेख करायला हवा. विद्वत्तेच्या बाबतीत विद्वान होता माणूस. महर्षी कर्वेंचं काम विसरता येणार नाही. या माणसांनी जबरदस्त अशी कामं करून ठेवली आहेत. हे राजकारणापासून दूर होते. त्यांचं क्षेत्र निराळं होतं. राजकारणात ते बरबटले नव्हते. त्यांनी आपला बाणा राखला होता. पण या नावांवर तुम्ही किती जगता; किती जगणार आहात? तुमच्यामधूनही आणखी नवी नावं निघणार आहेत का, की ज्यामुळे पुढच्या पिढीला मराठी म्हणून तुमचा अभिमान वाटेल? असं काही कार्य तुम्ही करू शकाल काय; कर्तृत्व घडवू शकाल काय, याचा विचार करा.

◗ शिवसेना काय करणार आहे?

शिवसेना सर्वच करते ना. आज कोण करतेय? बाकीचे आपल्या नकला करतायत, ते सोडून द्या हो. बाकी हे सगळे सही रे सही कार्बन कॉपीज् आहेत शिवसेनेच्या. शिवसेना काय करणार म्हणजे काय? दुसरं कोण काम करतंय? शिवसेनाच लोकांचे प्रश्न घेऊन लढतेय, रस्त्यावर उतरतेय. पण हे लोकांनी ओळखलं पाहिजे. त्याची जाणीव मराठी माणसांनी ठेवली पाहिजे. अरे, आज आपण आहोत, ते कोणामुळे आहोत? काल-परवाकडे आले त्यांच्यामागे जायचे की; ज्यांनी इतकी वर्षे आपली सोबत केली, आपले प्रश्न मांडले, आपले लढे दिले आणि मार्गदर्शन केलं; त्यांच्या मागे जायचं, हे ठरवा तुम्ही.

[३० एप्रिल, २०१०]

कसली लोकशाही?
तानाजी, बाजीप्रभू निवडून आले होते काय?

“शिवसेनाप्रमुख लोकांपासून कधीच दूर गेले नाहीत. महाराष्ट्राच्या श्वासातच शिवसेनाप्रमुख आहेत. त्यामुळे महाराष्ट्राने सतत शिवसेनाप्रमुखांचाच विचार केला. मधला बराच काळ शिवसेनाप्रमुखांचे दर्शन झाले नाही. त्यांच्या प्रकृतीविषयी उलट-सुलट बातम्या प्रसिद्ध झाल्या. ह्याच काळात जपानवर सुनामीचा प्रकोप झाला. हसन अलीच्या भ्रष्टाचाराच्या आकड्याने देश गरगरला. ह्या सगळ्यांवर मग शिवसेनाप्रमुखांनी दांडपट्टा चालवला. ‘‘माझी प्रकृती ठणठणीत आहे; मी पंक्चर झालेलो नाही. ज्यांना असे वाटते, त्यांनी त्यांच्या स्टेपन्या पाहाव्यात!’’ ”

बाळासाहेब, आपण नक्की कोठे आहात?

कुठे म्हणजे? कोठे असणार? 'मातोश्री'मध्ये!

आपण काय करताय, हे महाराष्ट्राला जाणून घ्यायचं असतं...

काय करताय म्हणजे? काही गोष्टी अशा असतात की, सर्रास मी आणि मी आणि मी– असं नसतं. शिवसेनेचा सर्व कारभार उद्धवने आपल्या खांद्यावर घेतलेला आहे आणि तोच पाहतो आता शिवसेना. आणि सल्ला-मसलत माझी चालूच आहे. असा काही मी एकदम 'पंक्चर' नाही झालोय. माझा टायर नाही झालाय पंक्चर. मी अजूनही कार्यरत आहे. माझा विचार चालू आहे. माझी कामं चालू आहेत. लोकांना बोलावतो, चर्चा करतो. त्यांना काही मार्गदर्शन करीत असतो.

आपण 'पंक्चर' नसलात, तरी राजकारणात आपण इतरांना पंक्चर करीत आला आहात...

होय, मग? त्यांनी त्यांच्या स्टेपन्या पाहाव्यात. मला काय त्याची गरज आहे?

◗ तब्येत कशी आहे?

चांगलीच आहे. एक श्वास सोडल्यास सगळं ठीक. श्वास चालू आहे, पण मधे-मधे ऑक्सिजनची गरज भासते. बाकी पुष्कळच मार्गावरती आहे. मी अजूनही ठणठणीत आहे. दौरे काढू शकतो. फक्त श्वास नीट पाहिजे. म्हणजे मला दम लागतो, धाप लागते. श्वास नाही– धाप आणि दम म्हणा. जास्त हालचाल झाली, की धाप लागते.

◗ पण गेल्या अनेक वर्षांपासून आपणच महाराष्ट्राच्या राजकारणाला ऑक्सिजन पुरवताय...

नाही– नाही... ऑक्सिजन भरपूर आहे. शिवसेनेचा सिलिंडर त्यासाठी केव्हाही तयार आहे.

◗ घराबाहेर पडावं, असं कधी वाटतं का?

होय, नक्कीच. आणि घरातही मी काही नुसताच बसलेलो नाही.

◗ आपल्या प्रकृतीविषयी अधून-मधून अफवा फार उठत असतात. काहीच बातमी नसेल, तर आपल्या प्रकृतीविषयी अफवा उठते...

त्याशिवाय वर्तमानपत्रांचा खप कसा उभा राहणार? कुणाला तरी आडवं केल्याशिवाय त्यांचा खप उभा राहत नाही ना!

◗ जपानमध्ये सुनामी आली. आपण ते रौद्र रूप पाहिलंत का?

होय, पाहिलं!

◗ निसर्गाचा तो प्रकोप पाहून काय वाटलं?

तुम्ही निसर्गावरती जेव्हा सूड उगवता, त्या वेळेला निसर्ग तुमच्यावरती सूड उगवल्याशिवाय राहत नाही, हे माझं स्पष्ट मत आहे. मी कुणी तज्ज्ञ नाही, कुणी नाही. तुम्ही झाडं काय तोडताय, भरणी टाकून समुद्र काय हटवताय, डोंगर काय कापताय तुम्ही! डोंगरामुळे पावसाचे ढग अडवले जायचे. आता ते सरळ निघून जाताहेत. पाणीच नाही. त्यामुळे शेतकरी उपाशी मरतोय. पाऊस नाही, पीक नाही. उगवताय ना तुम्ही सूड? या आता अणुभट्ट्या आल्यात तुमच्या. ह्या भट्ट्या कसल्या? पूर्वी हातभट्ट्या होत्या, आता अणुभट्ट्या पेटल्या. शेवटी भट्ट्याच! निसर्गाची निर्मिती काय आहे, ते माहीत नाही. आपल्या पृथ्वीच्या पोटात काय काय दडलंय, ते सांगू शकत नाही. त्यामधून अनेक प्रवाह वाहत असतात. गंधक आहे,

अमुक आहे, तमुक आहे. सगळं काही. ते कसं काय उफाळून येतात बाहेर, ते त्या-त्या परिस्थितीवर अवलंबून आहे. मी नेहमी विचार करतो, हे डोंगर कोणी उभे केले? माणसानं उभे केले का? म्हणजे पूर्वीसुद्धा उत्पात झालेले आहेत आणि ते ज्वालामुखीचेच असणार; असलेच पाहिजेत! त्यातून जो लाव्हा निर्माण झाला– ज्वालामुखीच्या तोंडातून जो लाव्हा ओकला जायचा– तो थंड झाल्यावर जो काही शिल्लक राहायचा, तो डोंगर; हे माझं तज्ज्ञ नसतानाही झालेलं मत आहे. नाही तर डोंगर उभे राहिले कसे?

◗ आपल्या देशात मात्र भ्रष्टाचाराची सुनामी आलीय...

होय, खरं आहे ते.

या सुनामीचं कसं काय करायचं? ती सुनामी निसर्गाची होती, आपल्या देशातील भ्रष्टाचाराची...

मानवनिर्मित!

◗ हे भ्रष्टाचाराचे मानवनिर्मित डोंगर अर्थात भ्रष्टाचाराची सुनामी आलीय; त्यावर काय करायचं?

काही नाही. तुमच्या हातात असताना तुम्ही त्याकडे दुर्लक्ष करता. त्याच त्या पक्षाला निवडून देता. यात राजकारण मला आणायचं नाही. पण अनुभव घेतल्यानंतर तरी तुम्ही शहाणे होणार आहात की नाही? मी नेहमी सगळ्यांना माझा एक मंत्र देत असतो. तो असा की, अनुभवासारखा गुरू नाही. मग हे तुम्हाला मी सांगितलेले असताना तुम्हाला शहाणपण आले की नाही? तुम्हाला अनुभव आला की नाही? मग असं असताना तुम्ही पाच वर्षे... नंतर पाच वर्षे... पुन्हा पाच वर्षे– ज्या काँग्रेसने सगळ्या देशाचा बट्ट्याबोळ केला आहे, त्याला तुम्ही कशाला निवडून देता? बरं, समजा– ज्या मतपेट्या आहेत, त्यांच्या इलेक्ट्रॉनिक सिस्टीममध्येही घोळ घातला आहे; हे कळल्यानंतर तरी कधी तुम्ही उफाळून येणार आहात की नाही? नैसर्गिक ज्वालामुखी पेटवायला आगपेटी लागत नाही. तुम्हाला एवढ्याही भावना नाहीत पेटून उठण्याइतक्या? की नाही– यापुढे आमचा निर्णय पक्का. या मतपेट्या आम्ही स्वीकारणार नाही. आम्ही पूर्वीप्रमाणेच मतदान करणार, कागदावर शिक्के मारण्याचं. आम्हाला तुमची ती मतदानयंत्रेच नकोत.

◗ तुम्ही लोकांना दोष देताय?

होय!

◗ का?

कारण मला कोणी पाजत नाही आणि पाजण्याची हिंमत नाही.

◗ सुनामीमध्ये जपान वाहून गेला; पण आपल्या देशात भ्रष्टाचाराच्या सुनामीतही सगळे राजकारणी तरतात, ते कधीच बुडत नाहीत. असं का होतं?

बरोबर आहे. पण हा मूर्खपणा कुणाचा आहे? त्यांना कोण वाचवते? कुणाचा हात आहे त्यामागे? आपणच ना? तुम्हीच ना? बुडत्याला काडीचा आधार. मग त्या काड्या कोण टाकतंय, काड्या कोण घालतंय– तेही बघा की!

◗ चाळीस हजार कोटींचा कर चुकवणारा हसन अली एका दिवसात सुटला...

हो. आता काय होतं– कुणाची आव्हानं होतील, कंटेम्प्ट होतील. त्यामुळे काही बोलताच येत नाही ना! पण शेवटी कायद्याचा हातोडा कुणावरती येईल, सांगता यायचं नाही. त्यामुळे सगळंच कोसळून पडलेलं आहे. चार स्तंभ आहेत लोकशाहीचे... कुठचा स्तंभ नीट आहे, ते मला सांगा. न्यायमूर्तीच एकमेकांवर आरोप करताहेत. मागे कुणा एकाने तर भ्रष्ट न्यायमूर्तींची यादीच छापली होती. त्याचं काय झालं, काय कळत नाही...

◗ हे सर्व पाहून आपण राजकारणात असल्याचा कधी पश्चात्ताप होतो का?

मी राजकारणात नाहीय; मी राजकीय व्यंगचित्रकार आहे. सध्याची ही परिस्थिती पाहून मला भयंकर– अगदी तीव्र चीड येते, संताप येतो. आज माझा हात चालत नाही; नाही तर अशी काही जबरदस्त व्यंगचित्रं काढली असती मी, तुम्हाला कल्पना नाही. हाणलं असतं मी एकेकाला!

◗ अलीकडच्या काळात तुम्हाला कोणत्या विषयावर व्यंगचित्र काढावंसं वाटतं?

व्यंगचित्र काढावंसं म्हणजे त्या अली हसनवर काढण्याचा प्रयत्न करतोय. बघू किती जमतं ते. पण कल्पना अशी की, गलेलठ्ठ अशा थैलीच्या पिशवीवर हसन अली बसलाय आणि त्या थैलीवर लिहिलंय– चाळीस हजार कोटी कर चुकवलाय आणि कोर्टाने त्याला दंड ठोठावलाय पंचाहत्तर हजार. त्याने आपलं नाक शिंकरलं आणि तो शेंबूड टाकलाय– हे घ्या पंच्याहत्तर हजार आणि आमचे पूर्वीचे न्यायमूर्ती

कोळसे-पाटलांना त्या जैतापूरवरून दहा लाख रुपये दंड! विलासरावांची ती सावकारी वगैरे बाजूला, पण त्यांनासुद्धा दहा लाख रुपये दंड. अर्थात तो सरकारने भरला, हे सोडून द्या. त्या जैतापुरात काही लोकांना तर एकावन्न हजार रुपयांचा दंड. घरी बसलेले होते तरी आंदोलनाचा ठपका ठेवून दंड ठोठावला गेलाय. मागे मुंबईच्या रेल्वेमध्ये जे बॉम्बस्फोट झाले आणि मुंबईला एक अवकळा आली होती... भयंकर बॉम्बस्फोट होते ते! तिकडे काळबादेवीला झाला, आणखीही काही ठिकाणी झाले. दोनशे माणसं मारली गेली. त्या स्फोटाच्या निषेधार्थ शिवसेना-भाजपने मुंबई बंद केली. त्याकरिता कोर्टाने आम्हाला २०-२० लाख म्हणजे ४० लाख रुपये दंड केला. हे पैसे आम्ही दोन्ही पक्षांनी भरले कोर्टात. आमचे घोडे नाहीत, काही नाहीत; तरी आम्हाला एवढा दंड. स्वीस बँकेतही पैसे नाहीत. मुळात आपल्या बँकेत किती पैसे आहेत, ते बघा ना! हाच जर न्याय असेल, तर करायचे काय? कोणी बोंबलायचं, कशासाठी बोंबलायचं?

◗ अनेक इस्लामी राष्ट्रांमध्ये पन्नास-पन्नास वर्षांची हुकूमशाही तिथल्या जनतेनं बंड करून उलथून टाकली. आपल्या देशात असं का होऊ नये?

देश एकसंध नाही, त्याचा हा परिणाम. एक तर भाषावार प्रांतरचनेनं– मी तर म्हणेन– विल्हेवाटच लावल्यासारखं झालंय. प्रत्येक जण स्वत:पुरते बघतोय. कोणी उठला तर त्याला चेपायला दुसरा पुढे येतो. ब्रिटिशांच्या काळात पलटणी होत्या, सैन्य होतं. सैन्य म्हटल्यानंतर एकच असायला पाहिजे. पण त्यांनी गुरखा पलटण ठेवली, महार पलटण ठेवली. शीख, मराठा अशा पलटणी ठेवल्या. कुठच्या एका पलटणीने बंड केले की, बाकीच्या त्यांना चेपायला तयार. असंच झालंय आपल्या देशाचं जवळजवळ या भाषावार प्रांतरचनेमुळे. आज बघा ना– सीमाप्रश्नावरून काय अत्याचार चाललाय कर्नाटकात. भयानक! हे केंद्र सरकारला दिसत नाही का? हे असंच चालू असताना सरकारने बघ्याची भूमिका घ्यायची? असेल तिथे भाजपचे सरकार, असेल हो! पण मग काळजी घ्यायची कोणी? कर्नाटकास जपावे तर महाराष्ट्र उलटा फिरतो, महाराष्ट्राला जपावं तर मग तिकडे काही तरी होतं! हे भाषिक राज्यरचनेचे दुष्परिणाम आहेत, हे सत्य आहे.

◗ या देशातला माणूस थंड कसा? इजिप्तमध्ये बंड झालं...

एक आहे– तुम्ही या देशाची आणि इजिप्तची बरोबरीच करू नका. इजिप्त ते केवढं आणि आपला देश किती मोठा, याचंही मोजमाप विचारात घ्यावंच लागेल. पुन्हा जाती, धर्म वगैरे गणिते वेगळी.

▸ या देशाचे प्रश्नही इजिप्तसारखेच आहेत. इथेही एक प्रकारचे अराजकच आहे. महागाई आहे, भ्रष्टाचाराची बजबजपुरी आहे आणि तरीही इथली लोकशाही मजबूत आहे...

इजिप्तमध्ये किती राजकीय पक्ष आहेत आणि आपल्याकडे किती आहेत? आपल्याकडे तर राजकीय पक्षांचे कुटुंबनियोजन करण्याची वेळ आलेली आहे. जो फुटतो, तो नवा राजकीय पक्ष काढतो. मतभेद झाले, बाहेर गेला की; पक्ष काढला. हे चाललंय आपल्या देशात.

▸ या देशातील राजकीय पक्षांची संख्या आणि निवडणूकपद्धती...

होय. खरोखरच ही निवडणूकपद्धती बदलायलाच हवी. एक तर हा देश निवडणुका लढवायला आणि लोकशाहीस लायकच नाही. महाराजांसारखी शिवशाही पाहिजे. शिवरायांच्या काळात निवडणुका कुठे होत्या? तानाजी निवडून आला, बाजीप्रभू निवडून आले– असं काही नव्हतं त्या वेळेला. या भानगडीच नव्हत्या असल्या त्या वेळेला. काय झालंय की, तुम्ही स्वत:ला सुधारणावादी म्हणवता; पण भलत्याच सुधारणा झाल्या तुमच्या देशात. तसं पाहिलं तर सगळीकडेच जगात तसं झालंय म्हणा.

▸ इकडची लोकशाही फार मजबूत आहे, असं म्हणतात...

हो. जिचा मुळात पत्ताच नाहीय! इथे नक्की काय मजबूत आहे, तेच कळत नाही. लोकशाही मजबूत आहे की भ्रष्टाचारी नेते मजबूत आहेत? त्याला तुम्हाला लोकशाही म्हणायची असेल तर म्हणा बेशक. काही शब्द सोइस्कररीत्या वापरायला तुम्हाला छान मिळालेत. योग्य घोटाळा करा, भ्रष्टाचार करा. लोकशाही हा शब्द वापरा; म्हणजे सगळे गुन्हे माफ.

▸ या देशाला नेतृत्व नसल्यामुळे अशी परिस्थिती...

पण का? एवढी लोकसंख्या वाढतेय; पण तुम्हाला नेतृत्व नाही, हे म्हणायला लाज नाही वाटत काय? नुसतीच पोरं काढत बसायची?

▸ ब्रिटिशांच्या काळात विक्रमी नेतृत्व उभं राहिलं होतं. नेताजी सुभाषचंद्र बोस असतील, टिळक असतील, सावरकर असतील...

आजही आहेत ना!

पण आज या देशात नेतृत्वाचा संपूर्ण पाडाव झाला आहे...

हे पाहा, या देशाच्या राजकारणाची संपूर्ण घडीच काँग्रेसने बिघडवली आहे. घराणेशाही आहे. कोणी म्हणेल, हे मोडण्याचा तुम्हास काय अधिकार आहे? होय, आम्हालाच अधिकार आहे; कारण मी घराणेशाहीच्या विरुद्ध आहे. जे चाललंय, ते मला बिलकुल मान्य नाही, हेही मी निक्षून सांगितले आहे. पण आरोप होतच असतात, कारण त्याशिवाय त्यांना मला पकडताच येणार नाही कुठे. घराणेशाहीचा अर्थ समजून घ्या. उत्स्फूर्तपणाने त्यात उभी राहिलेली व्यक्ती असेल घराण्यातली, तर गोष्ट निराळी आहे; पण लादलेली जी आहे, ती कशी स्वीकारणार? नेहरू घराण्याने लादत-लादत-लादत ती सोनिया गांधी आणि आता राहुल गांधीपर्यंत ते आले– ही घराणेशाही! एकच घराणं चालवतंय.

या देशात आता घराणेशाहीलाच लोकशाही मानतात...

हा कुणाचा दोष आहे– दोष कुणाचा? घराणेशाहीचा की मूर्ख लोकांचा?

आणि आता लोक आपल्याकडेही बोट दाखवतात...

आमच्याकडे चिक्कार बोटं दाखवली गेली आहेत हो. आम्ही असे आहोत की, त्यांची बोटं कमी पडतील.

सोनिया गांधींचा जोर वाढलाय....

कसली सोनिया गांधी? कार्यशून्य बाई– हे माझं स्पष्ट मत आहे. पण काय महत्त्व आलंय तिला पाहा.

पण जगातल्या प्रभावी व्यक्तींमध्ये नवव्या क्रमांकावर त्यांचं नाव आलंय. जगातील प्रभावी व्यक्ती म्हणून त्यांची गणना होतेय...

मग काय करायचं?

'फोर्ब्स'च्या या यादीत हिंदुस्थानचे पंतप्रधान मनमोहनसिंग यांचे कुठे नाव नाही, राष्ट्रपतींचेही कुठे नाव नाही; मग सोनियांना तुम्ही प्रभावी व्यक्ती मानता?

मी सुरुवातीलाच म्हटलंय की, ती बाई कर्तृत्वशून्य आहे. तिला हे दिवे ओवाळताहेत, ते कशासाठी? म्हणजे शेवटी कर्तृत्वशून्य कोण, हा प्रश्न येतो. हे असे दिवे ओवाळणारे मिळाले; पण त्या बाईचं काय कर्तृत्व आहे, मला सांगा ना! हां, कातड्याचा विचार केला असेल, तर ठीक आहे. तिचं गोरं कातडं आहे; आमचं

काळं कातडं आहे, एवढंच. एवढाच फरक. मी या बाईला प्रभावी मानायला तयार नाही. बिलकुल नाही. पण शेवटी काय असतं– देशातले, अर्थात त्यांच्या पक्षातले, जे हिजडे आहेत– त्यांना ती मर्द वाटणारच.

◗ त्या अर्थाने इंदिरा गांधी मर्द होत्या, असं आपण नेहमी म्हणायचात...

नक्कीच. इंदिरा गांधींची सोनिया गांधींशी तुलनाच करू नका. मतभेद सगळ्यांचे असतात. माझ्याशीही कोणाचे ना कोणाचे मतभेद असणारच. पण इंदिरा गांधी ही इंदिरा गांधी होती. नेहरू घराण्यात वाढलेली बाई होती ती. त्यांचा तो एक जमाना होता. या सोनियाला कसला जमाना हो! इंदिरा गांधींशी तुलनाच करू नका. एक निराळी लोकं होती ती. मोठमोठ्या लोकांबरोबर भेटी-गाठीतून, बैठकीतून इंदिरा तयार होत होती. तिला मिळालेले राजकारणाचे खतपाणी निराळे होते. या बाईला काय मिळालंय? कसली सोनिया घेऊन बसलात तुम्ही!

◗ सध्या राज्य करण्याची जबाबदारी न्यायालयाने उचलली आहे. राज्यकर्त्यांना आदेशही न्यायालयेच देऊ लागली आहेत. न्यायालयाचा अशा प्रकारचा हस्तक्षेप आपल्याला मान्य आहे का? न्यायालयाने राज्य करावं, हे आपल्याला पटतं का?

नाही. मला तर व्यंगचित्रकार म्हणून असं वाटतं की, सगळी सरकारे बरखास्त करा आणि न्यायालये अन् सरकारे हे एकच करा; म्हणजे सरकारच्या भानगडी सरकार आपणहून न्यायालयात टाकतं किंवा न्यायालय कधी कधी सरकारच्या निर्णयात लुडबुड करतं... त्यापेक्षा सरकारच सगळं करून टाकेल ना! निर्णय तेच घेतील आणि शिक्षाही तेच करतील, असं मी म्हणतो. असा मिलाफ़ करून टाका. सरकारे नकोच, कारण सरकारांना काही अर्थच राहिला नाही. सरकारने काही केले की, सरकारच आपणहून मूर्खपणाने ते कोर्टात नेतं. कोर्टापुढं जा! कोर्टाला मग काय, तेच हवंय! पाहिजे तसे निर्णय दिले जाताहेत. काही काही वेळा तर कोर्टाचे निर्णय बघून हसूच येतं. लेस्बियनवर कोर्टाने निर्णय द्यावा, हे खरोखर हास्यास्पद आहे; कमाल आहे. घटस्फोट घेतला तरी स्त्री घटस्फोटित नवऱ्याजवळ झोपू शकते. मला काही कळत नाही– कसले निर्णय आहेत हे? या असल्या याचिका कोणी घेऊन आले, तर कचऱ्याच्या टोपलीत फेकून द्यायला हव्यात. निर्णय कसले देताय तुम्ही त्यांना? बरं, असं असेल तर मग तिथे त्यांनाही दंड करा ना– म्हणजे मग दंडाच्या भीतीने या असल्या भिक्कार याचिका करण्याचं प्रमाण आपोआप कमी तरी होईल.

◗ न्यायालयाने मर्यादा पाळायला हव्यात, असं आपल्याला वाटतं?

त्याच्यावर कोणी बोलायचं? बोलला की तुमचा तो स्यूमोटो आहे. न्यायालयात तरी सध्या काय चाललंय? काय काय कसे कसे गुन्हे झालेत न्यायमूर्तींच्या हातून! काय केलं, कसं झालं? कधी आलेच अंगावर, तर घेऊ शिंगावरती. भ्रष्टाचाराचे व राजकीय हस्तक्षेपाचे आरोप न्यायालयांवरती होऊ लागले आहेत. तिकडे चंडीगढ, कर्नाटकातील हायकोर्टाचे न्यायाधीश पकडले गेलेत गुन्ह्यात.

◗ आणि आपल्या लोकांनाही ऊठसूट न्यायालयात जायची सवय लागली आहे...

हो, पण ही सवय लावली कोणी? ज्या वेळेला त्यांना आपण मुभा देतो, त्या वेळेला त्यांना भगदाड मिळते; मग तेही घुसत जातात. या शिवाजी पार्कचं खोबरं करून ठेवलंय तुम्ही. कोणी तरी गेला कोर्टात याचिका घेऊन. लगेच निर्णय काय, तर म्हणे डेसिबलचं प्रमाण राखा. अहो, कसले ते डेसिबल? कसली, त्याच्यावर चर्चा कसली करताय? नालायकांनो, मैदान की पार्क... पार्क की मैदान? काय असेल ते असो. जसं होतं तसं ठेवा. भानगडीत पडू नका. नसते उपद्व्याप करू नका. आमच्या विराट सभा तिथे होतात. त्याचा म्हणे, तिथे आसपास राहणाऱ्या बाकीच्यांना त्रास होतो. ठीक आहे; मग आमच्या सभा सुरू असताना त्यांच्या गॅलऱ्या का पॅक असतात? लोक आमच्या सभांना गर्दी करणारच. कोण हे लोक भाषण ऐकायला आलेले असतात? लांबून येतात. पदरमोड करून येतात, मग आजूबाजूला राहणारे झोपलेले असतात काय? आणि त्यांच्या गॅलरीत काय भाड्याने आणलेले लोक असतात? बाळासाहेबांचं भाषण ऐकायचं आहे ना, मग द्या एवढे पैसे आणि ऐका भाषण आमच्या गॅलरीत बसून. काय चाललंय काय हे? सगळे घाणेरडे प्रकार!

[२१ मार्च, २०११]

२६/११ नंतर मुख्यमंत्रिपदावरून विलासराव देशमुख गेले...

‘आदर्श’नंतर अशोकराव चव्हाण गेले आणि सोनियाकृपेने पृथ्वीराज चव्हाण खुर्चीवर बसले. शिवसेनाप्रमुख म्हणाले, ‘‘सोनियाबाईंनी म्हणे महाराष्ट्राची साफसफाई करायला पृथ्वीराजना पाठवलंय. आधी तुमच्या त्या ‘१० जनपथ’ची साफसफाई करा; मगच महाराष्ट्राची चिंता करा. बाईसाहेबांमुळेच सगळी घाण झालीय, दुर्गंधी पसरलीय.’’

महाराष्ट्रातील मंत्र्यांच्या भ्रष्टाचाराची प्रकरणे धक्कादायक होती. महाराष्ट्र सदन, सिंचन, पाटबंधारे, लष्कराचे भूखंड... सगळ्यातच घोटाळे समोर आल्यावर शिवसेनाप्रमुख कडाडले, ‘‘महाराष्ट्राच्या मंत्र्यांची भूक बकासुरापेक्षा जास्त आहे!’’

शिवसेनाप्रमुखांचे हे भाकीत नंतर शंभर टक्के खरे ठरले!

◗ प्रशासन आणि न्यायालय यांसारख्या महत्त्वाच्या ठिकाणी अराजक माजले आहे.

होय, मी तसा इशारा आधीच देऊन ठेवला आहे. भाकीत म्हणा वाटल्यास!

◗ ही अराजकाची सुरुवात आहे काय?

शब्द काहीही वापरा; त्यामुळे परिस्थिती बदलणार आहे काय? अराजक म्हणण्यापेक्षा यादवी युद्ध म्हणा– भ्रष्टाचाराची यादवी, पैशांसाठी यादवी. कुणाचे नियंत्रण नाही. यादवी म्हटली की परत दंगे होणार, नेत्यांचे खून रस्त्यांवर पडणार. होय, पाहा तुम्ही, हे होतंय की नाही ते!

◗ यादवीची बीजे रोवली गेली आहेत, असं वाटतं का?

नक्कीच. कोंब फुटायला लागलेत. तुम्ही असे समजू नका की, ते जे बी पडलंय, ते सडून-बुजून जाईल. बघा तुम्ही उद्या काय होणार आहे ते. आतून खदखदतंय.

◗ म्हणजे काय?

बरंच आहे हो. मुसलमानांबद्दल माझी ठाम मतं आहेत. जे मुसलमान पिढ्यान् पिढ्या इथे राहताहेत, त्यांच्याबद्दल आमची तक्रार नाहीच. कोकणी मुसलमान म्हटल्यानंतर वाद घालण्याचा प्रश्नच येत नाही मुळी. पण जे अतिरेकी कोकणात शिरून आमच्या मराठी मुसलमानांना बिघडवताहेत; किंबहुना, जे मराठी मुसलमान त्या अतिरेक्यांना मदत करत असतील ना, त्यांनाही मी दोष देतो. पण पिढ्यान् पिढ्या इथे राहणाऱ्या मुसलमानांबद्दल मला शत्रुत्व नाही आणि दुश्मनीही नाही. पण जे बाहेरचे लोंढे आलेले आहेत– मग ते बांगलादेशचे असतील, पाकिस्तानचे असतील, इतर कुठलेही असतील– त्यांना तिथल्या तिथे एक तर चिरडून तरी टाका, नाही तर लाथ मारून बाहेर तरी काढा– कडवटपणानं.
बांगलादेशचे ६ पकडले, १० पकडले, अटक केले. बरं, अटक केलेत ना; मग त्यांचं पुढे केलंत काय, त्याचा हिशेब नाही.

◗ त्या लोंढ्यांमुळे मुंबईची लोकसंख्या वाढत चाललीय...

अर्थात, वाढतच राहणार.

◗ आणि सरकार त्यांना घरं देण्यासाठी मुदत वाढवत चालले आहे. हे मतांचं राजकारण आहे...

म्हणूनच मी नेहमी म्हणतो, तुमची ही लोकशाही हा या देशाला शाप झालेला

आहे. म्हणून निवडणुका नकोत, असे मी म्हणतो. मीच कशाला, सुभाषचंद्र बोसही म्हणाले होते– या देशाला स्वातंत्र्य मिळाल्यानंतर १० ते १५ वर्षे या देशात लोकशाही अमलात आणू नका. आणीबाणी! कारण लोकांना त्याची किंमत आधी कळू द्या.

◗ म्हणजे स्वातंत्र्य व लोकशाहीचा अतिरेक सुरू आहे... सर्वच क्षेत्रांत?

आज हे पत्रकार ओरडताहेत की, पत्रकारांवर हल्ले होतात; त्यांना संरक्षण द्या. पण हल्ला का होतो याचा विचार पत्रकार करणार आहेत का? किती चारित्र्यहनन तुम्ही करता? शिवसेनेच्या बाबतीत कशा खोट्या-नाट्या बातम्या तुम्ही छापताहात. किती किती खोटं छापणार तुम्ही? ही कसली पत्रकारिता? 'पेड न्यूज' नावाच्या एका प्रकारावर पी. साईनाथ यांनी आसुड ओढले आहेत. सगळ्यांना उघडं-नागडं करून ठेवलंय. ठरावीक वर्तमानपत्रं बघा, कशी एखाद्याची बातमी ते अगदी नटून-थटून-सजवून लावणारच. ही कसली पत्रकारिता?

◗ या पत्रकारितेचेसुद्धा पावित्र्य संपूर्ण नष्ट झाले आहे, असे तुम्हास वाटते का?

अहो, कसले पावित्र्य? कुठे आहे ते? टिळक, आगरकर, परांजपे, खाडिलकर... कशाला नावं घेताय? ही माणसं आभाळाएवढी होती. आता आहेत ती चिलटं आहेत, चिलटं! तुम्ही चारित्र्यहनन करता, तो माणूस दुखावलेला असेल– मग तो कडक डोक्याचा असेल, भडक डोक्याचा असेल किंवा थंड डोक्याचा असेल– तोही तुमच्या कानफटात का नाही मारणार? हल्ला होऊ नये असं वाटत असेल, तर फक्त पत्रकारिताच नीट करा. पत्रकारितेच्या पद्धतीने बातमी नटवा, सजवा. पण सत्य लिहा, सत्य बोला.

◗ सत्य सध्या राहिलंय का?

नाही, अजिबात नाही. झूठ, बिल्कुल झूठ!

◗ सत्य न्यायालयात नाही, सत्य राजकारणात नाही आणि सत्य पत्रकारितेतही नाही; मग सत्य आहे तरी कुठे?

आहे ना. त्या बोर्डावर आहे ना– 'सत्यमेव जयते!' तेवढ्यापुरते मर्यादित आहे. त्याच्याखाली सगळे असत्य. असत्यमेव जयते.

▶ नेताजी सुभाषचंद्र बोस यांनी स्वातंत्र्यपूर्व काळात घोषणा दिली होती, 'तुम मुझे खून दो, मैं तुम्हे आझादी दूंगा.' आता तुम्ही देश वाचवण्यासाठी काय घोषणा द्याल? साठ वर्षांनंतरही आपण स्वातंत्र्य भोगू शकत नाही.

भोगू शकत नाही. पण का? जबाबदार कोण? 'तुम मुझे मेरा टक्का दो, मैं तुम्हें टेन पर्सेंट की जगह दूँगा, पाच पर्सेंट की जगह दूँगा.' बाकी काहीच नाही बरं! पुढचा शब्द मी वापरत नाही.

▶ सुभाषचंद्र बोस म्हणाले होते त्याप्रमाणे रक्ताची गरज देशाला आहे का?

रक्त देण्याची, रक्त मागण्याची गरज नसते; रक्त आपणहून सांडतं– तुमच्या कर्मदरिद्रीपणामुळे. ते मागावे लागत नाही, आपणहून सांडतं. रक्त जिवंत आहे, मेलेलं नाहीय. देशातली मनं मेलेली असतात त्या वेळी रक्त आपणहून बाहेर पडतं, उसळून. ते दिसेल तुम्हाला येत्या काही दिवसांत.

▶ देशाची अवस्था बिकट आहे. महाराष्ट्राचे काय हाल आहेत!

महाराष्ट्राचे कसले हाल आहेत? मस्त चाललंय सगळं. सोन्याचे भाव वाढलेले आहेत, तरीही लोक खरेदी करताहेत. शिवजयंती आम्ही साजरी करतो, पुण्यतिथी साजरी करतो. मॅरेथॉनमध्ये आमचे महाराज आणि अफझलखान एकत्र धावत जातात. सगळं काही छान चाललंय, मस्त चाललंय. हाल कुठे आहेत?

▶ सगळं आबादीआबाद आहे, असंच म्हणायचं काय?

एकदम! नुसतं आबादी नाही, आबातला 'आबा' नाहीच नाही.

▶ त्या आबांचंही बरं चाललंय...

सगळ्यांचं चांगलं चाललेलं आहे. मस्त चाललं आहे. लवासा जोरात आहे, आदर्श जोरात आहे; आणखी कुठे काही जोरात असणारच. काँग्रेसवाल्यांनी विल्हेवाट लावली आहे या देशाची. पण जनतेला जाग नाही अजून. काँग्रेसचं काय करायचं, म्हणून!

▶ महाराष्ट्राचं सुवर्णमहोत्सवी वर्ष सुरू आहे...

हो. वाटतं तरी काय की, या राज्याला ५० वर्षे झाली म्हणून? कुठे उत्साह दिसतोय?

◗ पण मरगळ आली आहे. ज्या महाराष्ट्राने देशाला पेटवलं, त्याच महाराष्ट्रात...

आमच्याकडे स्वयंभू शहाणे जास्त आहेत. स्वयंभू देव असतात ना, तसे स्वयंभू शहाणे पण असतात आणि तेच महाराष्ट्रात आहेत. त्यांनीच वाट लावलीय सगळी.

◗ या स्वयंभू शहाण्यांचं काय करायचं?

काही करायचं नाही. ते असेच तडफडत राहणार. असेच अंधश्रद्धेवर चर्चा, गणपतीच्या मातीवरून चर्चा– प्लास्टरची मूर्ती हवी की शाडूची मूर्ती हवी? नुसती चर्चा, चर्चा आणि चर्चा! दळण दळत बसा!

◗ अंधश्रद्धा आपण अजिबात मानत नाही?

अंधश्रद्धा म्हणजे काय? त्याची तरी व्याख्या करा ना! भोंदू साधू वगैरे, गंडे वगैरे घालणारे, अंगात येणारे– अशा अनेक गोष्टी आहेत. किती तरी बारकावे आहेत. त्यातले कप्पे आहेत. नक्की तुम्हाला बोट कशावर ठेवायचे आहे? टाचण्या लावलेल्या लिंबावर ठेवायचंय, की तुमच्या लिंबास टाचण्या लावा म्हणून बोंब मारायची आहे?

◗ सध्या मुंबईतल्या प्रार्थनास्थळांवर गंडांतर आलंय...

खरं आहे ते. शेवटी काय असतं... आता जिजामाता उद्यानाचेच उदाहरण घ्या. उद्धवला तिथे सुधारणा करायची आहे छानपैकी. लोकांसाठीच त्याला काही तरी द्यायचे आहे. यात आमचा स्वार्थ नाही. आम्ही कधी जातही नाही तिथे. पण तिथे पुरातन खात्याचा लगेच अडसर. काय, तर म्हणे– नाही; इथे तुम्हास काही सुधारणा करता येणार नाही. एका फालतू गोष्टीसाठी तुम्ही अडवणूक करता? मग ही जी काही देवळं आहेत, ती कित्येक वर्षांपासूनची आहेत; ती पुरातन खात्याच्या अखत्यारीत येत नाहीत का? आणि कसलं भिक्कार खातं आहे ते. महाराजांनी उभे केलेले गड आहेत– त्यांची किती आणि कशी पडझड होतेय; पण त्याची दुरुस्तीच केली जात नाहीय. काही नाही म्हणजे, काहीच नाही. दुरुस्ती तर अजिबात नाही. तुम्ही केलेली भिंत कोसळते... त्यात पुन्हा कॉन्ट्रॅक्टर आणि अधिकाऱ्यांमध्ये हातमिळवणी. तिथे सिंधुदुर्ग किल्ल्यावरूनच या असल्या लोकांना फेकले पाहिजे. हीच शिक्षा योग्य आहे.

‘कडेलोट’ केला पाहिजे का?

होय. कडेलोटच केला पाहिजे, टकमक टोकावरून. फार घाणेरडी व्यवस्था आहे ही. अधिकार माहीत नाहीत. बेअकली माणसं नेमलेली आहेत. त्यांना काहीच समजत नाही. सौंदर्य कशाला म्हणतात, त्यातले काहीच कळत नाही. बेकार देश. व्हॅलेंटाईन डे साजरा करणारी ही असली अवलाद जन्मास आलेली; काय होणार पुढे त्यांचं?

रस्त्यावरच्या मंदिरावरून सध्या तो वाद चाललेला आहे...

नाही. विनाकारण झाडाखाली भिंती उभ्या करून बारकंसं टवकं उभं करून ठेवायचं. देव रस्त्यावर का काढता? ते दादरचं मारुती मंदिर माझ्या वडिलांनी बांधले म्हणून मी म्हणत नाही, पण ते का बांधले त्याला इतिहास आहे. मग तसं पाहिलं तर प्रतापगड, भवानी मंदिरासह सुरुवात करावी लागेल. मंदिरं अशीच उभी राहिलेली आहेत. मुसलमानांनी पाडली तरी ती पुन्हा उभी राहिली. तेसुद्धा प्रकार लक्षात घ्या. अशी ऐतिहासिक मंदिरं आहेत. मारुती मंदिराचं तुम्हास सांगतो. १९२० मध्ये दादांनी मारुती उभा केला. माझा तेव्हा जन्मही झाला नव्हता. मग हे मंदिर पुरातन तत्त्वात येतं की नाही? हे पाडण्याची तुमची हिंमत? त्यानंतर बाजूलाच ॲण्टोनिया डिसिल्व्हा हायस्कूल आहे. त्यांनी ख्रिस्ताचा क्रूस त्या वेळी लावला– मंदिराला लागूनच. जावळे नावाचे अतिशहाणे महापौर होते त्या वेळचे. त्यांना मुसलमानांनी सांगितले की, इथे मंदिर आणि क्रूस आहे, आम्हाला मशीद उभी करायची आहे, आणि मग तिथे मशीद उभी राहिली. म्हणून त्या चौकालाच म्हणतात– अमर अकबर अँथनी. तो मारुती मंदिराचा इतिहास मला माहीत आहे. त्या वेळी कसे आणि काय झाले वगैरे, सगळे ठाऊक आहे. मग शेवटी अनधिकृत मंदिर असेल तर मशीदही अनधिकृतच असायला हवी. मग ती पाडताय? तिथे हात आखडता घेता. आधी कबुतरखाना उचला. कबुतरांचं काय? ती पुरातन तत्त्वाखाली येतात का? त्या वर्षापासूनची कबुतरं आहेत का ती? आर्थर रोडला तुम्ही नाकेबंदी करता आणि केवळ एका कसाबसाठी लोकांची अडचण तुम्ही करून ठेवली होती. तिथे रस्ता अडवत नाही का तुम्ही? बघा, काय पोलिसांचा बंदोबस्त आहे तिथे. आता तो कसाब येरवड्याला गेला की नाही, माहीत नाही.

महाराष्ट्रात घोटाळ्यांची लाटच आली आहे. ही अचानक लाट कशी उसळली गेल्या काही वर्षांत?

कर्तृत्वशून्य नेतृत्व, कर्तृत्वशून्यच. स्वार्थ, फक्त स्वत:चा स्वार्थ बघायचा; बाकी काही नाही.

◗ **वसूलमंत्र्यांचं रोज एक नवीन भूखंड प्रकरण बाहेर येतंय...**

मग काय झाले? खाली खुर्ची आहे तोपर्यंत ते कशाला कशाची पर्वा करतील?

◗ **न्यायालय ताशेरे मारतंय!**

मारतंय ना! मारतील. पण त्याने फिल्डिंग टाइट ठेवलीय ना आपली. हा त्यांचा जुनाच उद्योग आहे.

◗ **अशोक चव्हाण हे आदर्श घोटाळ्यामुळे मुख्यमंत्रिपदावरून गेले. शंकरराव चव्हाणांचे सुपुत्र. शंकररावांचा कारभार स्वच्छ होता...**

जोपर्यंत भानगड उघडकीस येत नाही तोपर्यंत कुठलाही कारभार स्वच्छच असतो. शंकरराव चव्हाणांबद्दल तरी आपण काय सांगावे? असेलही त्यांचा कारभार स्वच्छ. मला काही त्यावर बोलायचे नाही.

◗ **राजकारण्यांना भूखंडाची इतकी हाव का?**

भुकेचा आणि पोटाचा जवळचा संबंध असतो. पण यांचं पोट इतकं भयानक आहे की, मला वाटते, त्या बकासुरासही लाज वाटेल. बकासुरसुद्धा इतका जेवायचा, इतका जेवायचा की, जेवून-जेवून तो कधी थकून झोपायचा, हे त्यालाही कळायचं नाही. आमचे हे राजकारणीही त्या बकासुराचेही बाप आहेत. खासकरून मंत्री आणि काँग्रेसवाले बरेचसे नेते बकासुराचे बापच म्हणावे लागतील. नाही, भूक शमतच नाही त्यांची; शमायचीही नाही.

◗ **भस्म्यारोग झालाय त्यांना...**

भस्म्यारोगी मी पाहिलाय. खरं आहे तुमचं.

◗ **सोनिया गांधी यांनी महाराष्ट्रात साफसफाई करण्यासाठी पृथ्वीराज चव्हाण यांना पाठवलंय...**

साफसफाई कुठे, महाराष्ट्रात करायची? सोनियाबाईचं कुठलं ते– १० जनपथ– त्याच्या आजूबाजूला काय साफसफाई आहे? साफ आहे सगळे? खुद्द त्या राहतात, त्या घरात साफ आहे का सगळे? आधी तिथे साफसफाई करा आणि मगच महाराष्ट्राची चिंता करा. या बाईने साफसफाईच्या गप्पा मारू नयेत! या बाईमुळेच घाण झाली आहे. बाईमुळेच महाराष्ट्राचं नव्हे, तर देशाचं राजकारण सडलंय, कुजलंय.

◗ महाराष्ट्रात भ्रष्टाचाराची एकामागून एक प्रकरणे बाहेर येताहेत. त्यासाठी पृथ्वीराज चव्हाणांची म्हणे खास नियुक्ती केली आहे?...

खास नियुक्ती म्हणजे नक्की काय? ही प्रकरणे काय आताच उघडी-नागडी झाली आहेत का? त्यांच्यावर न्यायालयाने भ्रष्टाचाराचे ठपके ठेवलेत, ते ठकसेन पृथ्वीराज चव्हाणांच्या मांडीला मांडी लावून बसलेच आहेत. करताय त्यांची सफाई? अगदी तुमच्या त्या पृथ्वीराजांवरही ठपका आला आहेच ना? अर्थात त्यांना दिल्लीतून इथे पाठवताना काही नव्हतं. पण महाराष्ट्रात येताच थॉमस प्रकरण बाहेर आलंच ना?

◗ आपण मुख्यमंत्र्यांबद्दल म्हणताय?

होय, त्यांच्याबद्दलच म्हणतोय मी. आधी म्हणे ते 'मिस्टर क्लीन' होते. हातात मोठी सत्ता येत नाही तोपर्यंत मि. क्लीन. नंतर काय? हमाम में सब नंगे. त्यांची मुख्यमंत्रिपदी नेमणूक झाल्यानंतर यांना उडवायचं कसं, म्हणून त्यांच्याच काँग्रेसवाल्यांनी त्यांची प्रकरणं शोधायला आणि काढायला सुरुवात केली. महाराष्ट्रात आल्या-आल्या त्यांचं ते फ्लॅटचं प्रकरण मिळालं. त्याआधी काहीच नव्हतं. स्वच्छ माणूस म्हणूनच इथे आला होता. त्यांचा प्रयत्न तसा असेलही. पण जमणार आहे काय?

◗ या देशातला राजकारणी स्वच्छ असू शकतो का?

पूर्वीचे होते ना, नक्कीच होते.

◗ आपल्यासमोर अशी कोणती नावे आहेत की, जे राजकारणी स्वच्छ होते?

अगदीच म्हणाल, तर यशवंतराव चव्हाण असल्या घोटाळ्यातले नव्हते. भारदे होते. आता एकदम काही आठवायची नाहीत, कारण जुनी माणसे आहेत. असे होते. पुष्कळ होते, पैशाच्या मोहात ते नव्हते. पण मूळचे घरचे चांगले होते. अगदी फार श्रीमंत नव्हते, पण खाऊन-पिऊन सुखी होते. पापीभरू होते. आज म्हणजे बेशरमच माणसे आहेत– जास्तीत जास्त. म्हणजे स्पर्धा... कोण जास्त बेशरम, याचीच स्पर्धा सगळी आहे काँग्रेस नेत्यांमध्ये.

◗ काँग्रेस आणि राष्ट्रवादीही...

होय. काँग्रेस म्हटल्यावर दोन्ही आले.

◗ पण या बेशरम्यांच्या स्पर्धेत तुम्ही पहिला नंबर कोणाला द्याल?

कठीण आहे. दोघेही सारखेच बेशरम आहेत.

▶ म्हणजे बक्षीस विभागून द्यावं लागेल का?

होय, विभागूनच द्यावं लागेल. त्यामध्ये त्यांची भांडणं लागतील!

▶ महाराष्ट्राचे सध्याचे मुख्यमंत्री पृथ्वीराज चव्हाण यांना गेले तीन महिने तुम्ही पाहाताय. त्यांच्या आधीचेही मुख्यमंत्री तुम्ही पाहिलेले आहेत. नव्या मुख्यमंत्र्यांबद्दल आपला अनुभव काय आहे?

तसं पाहिलं तर मुख्यमंत्र्याला म्हणून तसा काही अर्थच राहिला नाही; ते एक बुजगावण्यासारखंच झालेलं आहे. आता सध्या केंद्रातल्या शेतात राज्याराज्यांत जिथे काँग्रेसची सत्ता आहे, तिथे तिथे मुख्यमंत्र्यांच्या नावे बुजगावणीच उभी केली आहेत. त्याला काही अर्थ नाही. त्याला काही पॉवर नाही. हे बघा ना जैतापूरचे... तिकडून हुकूम घेऊन आलेला आहे हा आमचा मुख्यमंत्री. त्यांना त्यातलं किती कळतंबिळतं, हे आम्ही विचारणार नाही. पण शेवटी प्रश्न असा आहे, कोण ते तुमचे जयराम रमेश... आधी नवी मुंबईच्या विमानतळाबाबत त्यांची भूमिका काय? लवासाबद्दल त्यांचं काय म्हणणं आहे? जैतापूरचं काय? प्रत्येक वेळी तो असा नागमोडी जाऊन पुन्हा मूळ पदावर येतो. केंद्रात जी भूमिका ठरली आहे, ती अहमद पटेलची आहे की आणखी कोणाची? सोनिया गांधीची? कुणाला माहीत, काय तिथं शिजलं? कोणाच्या कुकरवर शिजलं? काही सांगता येत नाही. तिथे दिल्लीत सगळी गलबतं-खलबतं चालतात. त्यामुळे हे मुख्यमंत्री म्हणजे कुरियर सर्व्हिस आहे फक्त.

▶ जैतापूरबाबत आपली भूमिका ठाम?

हो, अर्थात.

▶ आपल्यावर आता आरोप होतोय की, अशा प्रकारे महाराष्ट्रात येणारे प्रकल्प आपण थांबवताय... विकासात अडथळे निर्माण करताय...

ढेकूण मारण्यासाठी घराला आग लावायची काय, हा प्रश्न आहे. विकास म्हणजे काय? कोकण इतका श्रीमंत आहे की, तुम्हाला कॅलिफोर्निया करण्याची गरजच नाही. मुळातच तो कॅलिफोर्निया आहे. पण भिकारचोटांसारखं चाललेलं आहे राज्य. नको त्या लोकांच्या हातात कोकणच्या नाड्या गेल्या आहेत– ज्यांनी फक्त स्वत:चाच स्वार्थ बघितलाय. हापूस आंबाच घ्या ना. हे जगातील महत्त्वाचं फळ आहे. काजू काय, फणस काय– केवढी श्रीमंती आहे ही कोकणात! पण ही फळं नासतात आणि भिकार नेतृत्वामुळे माणसंही नासवली जातात. या– या तुमच्या भिकार निवडणुका लोकशाहीच्या; त्याचीच ही फळं!

◗ पण कोकणातल्या संपूर्ण भागावर शिवसेनेचा प्रभाव कायम राहिला...

कोकणात शिवसेना संपलीच नाही आणि संपूच शकणार नाही. नेते संपतील शिवसेनेला संपवू पाहणारे... बाटगे संपतील, पण शिवसेना नाही संपणार. नवं नेतृत्व उभं राहिलेलं आहे. चांगलं काम करतायत. वैभव नाईक आहे, उपरकर आहे– अशी माणसे उभी राहिली आहेत. तिथे आपल्या पद्धतीने छान काम चाललंय. पकड घेतलीय त्यांनी.

◗ महाराष्ट्र कधी काळी औद्योगिक नकाशावर पहिल्या क्रमांकावर होता...

होता म्हणजे, अजूनही येऊ शकतो. अर्थात, स्वार्थ या लोकांनी सोडला तर. पण आता मात्र हे तुमचे चांगले विचार वगैरे ठीक आहे. पण आधी काँग्रेसचे सरकार इथून महाराष्ट्रातून गेलंच पाहिजे; तर आणि तर आणि तरच, महाराष्ट्राला चांगले दिवस येतील.

◗ महाराष्ट्रात उद्योग येत नाहीतच. उद्योग नाहीत, म्हणून नोकऱ्या नाहीत...

हो. नको त्या माणसाच्या हातात मंत्रिपद दिलंय.

◗ उद्योग नाहीत म्हणून नोकऱ्या नाहीत, नोकऱ्या नाहीत म्हणून बेरोजगारी वाढतेय...

हे चालूच राहणार ना!

◗ आणि त्याचा फटका मुंबईला व आजूबाजूच्या शहरांतील मराठी तरुणांना बसतोय...

पण हे कसे सुधारणार? आमच्या हातात सत्ता नाहीच. काल-परवाकडे जन्मास आलेले पक्ष ब्ल्यू प्रिंट घेऊन उभे राहिलेले आहेत. त्यांच्या ब्ल्यू प्रिंट केव्हापासून तयार आहेत. त्यांतली एकही ब्ल्यू प्रिंट लोकांसमोर आलीच नाही. आता ती ब्ल्यू प्रिंट आहे की ब्ल्यू फिल्म आहे, तेच कळत नाही. ते दबतात का, असे लोकांना दाखवायला?

[२२ मार्च, २०११]

मुंबई, ठाणे महानगरपालिकेवर भगवाच फडकणार!

मराठी बंधू-भगिनी, मातांवर एकशे एक टक्के विश्वास

मुंबई, ठाणे महानगरपालिकेची अवघड वाटणारी निवडणूक शिवसेनेने जिंकली. शिवसेनाप्रमुखांची एक-एक सभा व झंझावाती मुलाखतींमुळे शिवशक्ती-भीमशक्तीचा यशस्वी प्रयोग येथेच झाला. इलेक्ट्रॉनिक व्होटिंग मशीनवर शिवसेनाप्रमुखांनी पुन्हा एकदा हल्ला केला. मराठी बंधू-भगिनी व मातांवर आपला एकशे एक टक्के विश्वास असल्याचे त्यांनी सांगितले व अगदी तसेच घडले. मुंबई, ठाण्यात सगळ्यांचेच पानिपत झाले. शिवसेनाप्रमुख अजिंक्य ठरले!

महाराष्ट्राची घसरण होत असताना, काँग्रेस सरकार बदनाम झालेले असताना गेल्या पंधरा वर्षांपासून शिवसेना-भाजप युतीची सत्ता येत नाही...

नाही, सत्ता येऊ शकत नाही, अशातला प्रकार नाही. तंत्राने मारले जातोय आम्ही. तंत्राने म्हणण्यापेक्षा यंत्राने मारले जातोय आम्ही. मागच्या वेळेस तरी काय झालं? ही यंत्रं म्हणजे इलेक्ट्रॉनिक व्होटिंग मशीन आडवी आली आम्हाला. कोर्टात गेलंय प्रकरण... पण आपल्याकडची कोर्टं माहीत आहेत ना? नुसत्या तारखाच देताहेत. तारीख पे तारीख. शिवाजीमहाराजांच्या वेळेला कोर्टाच्या तारखा नव्हत्या. ताबडतोब, तिथल्या तिथे न्याय. त्या मतदान यंत्राविरुद्ध कोर्टात केस चालू आहे. इलेक्शन कमिशनर म्हणतो– ज्या मतदान यंत्राद्वारे तुम्ही ते प्रात्यक्षिक दाखवता, ते आम्हाला मान्य नाही. तुमचे यंत्र बरोबर नव्हते. तुमच्या यंत्रावर विश्वास ठेवता येत नाही. आणि आम्ही आमची 'पेटी' तुम्हाला देऊ शकत नाही. का देऊ शकत नाही? त्यातच खरी गोम आहे. इलेक्ट्रॉनिक सिस्टीमने मतदान बदलते! काल-परवाकडे जन्मास आलेल्या लोकांना लाख-लाख मतांच्या आघाड्या कशा मिळाल्या हो? काय कर्तृत्व गाजवलं? आम्ही इतकी वर्षे घासूनसुद्धा आम्हाला एक लाखाची आघाडी मिळाली नाही. हे कोण असे हरीचे लाल लागून राहिले, याचा काही विचार होणार की नाही?

आपलं म्हणणं बरोबर आहे यंत्रासंदर्भात?

आहेच मुळी.

पण गुजरातमध्ये नरेंद्र मोदी वारंवार जिंकताहेत...

नाही, गुजरातची गोष्ट निराळी आहे.

तिकडे यंत्रांचा प्रश्न का निर्माण झाला नाही?

गरज नाही, गरज नाही. इथे त्यांना गरज भासली, काही ठिकाणी. इथे महाराष्ट्रात जिथे आमच्या जागा नक्की निवडून येतील असं होतं, तिथे बरोबर ही यंत्रं बसवून पाडल्या आमच्या जागा. किती तरी नावं घेऊ शकेन मी की, ज्या जागा पडूच शकत नव्हत्या; पण त्या पाडल्या त्यांनी.

ओरिसात नवीन पटनायकांचं राज्य आलं...

स्थानिक राजकारण हा एक प्रकार असतोच शेवटी. तुम्ही एकदम महाराष्ट्राकडून ओरिसाकडे जाऊ नका किंवा बिहारकडे जाऊ नका. स्थानिक राजकारण कसे आहे, ते जरा पाहा. तिकडच्या नेतृत्वावर बरंचसं अवलंबून असतं. तिकडचे नेतृत्व किती

बदनाम झालेले आहे, महाराष्ट्रातले किती बदनाम झालेले आहे; आणखी इतरसुद्धा कशा हातमिळवण्या चालतात, त्याचाही परिणाम होत असतो. शेवटी या सगळ्या गोष्टी आपल्याला विचारात घ्याव्या लागतात. आज चंद्राबाबू कुठे आहे? एके काळी लोकांच्या गळ्यातला ताईत. पंचेचाळीस की काही तरी त्यांचे खासदार होते. दिल्ली गाजवत होता. त्याने फक्त एकच जागा मागितली. मंत्रिपदं दिली नाहीतच, फक्त स्पीकरपद द्या आणि याच्यावर तो हुकूम गाजवत होता; पण आज कुठे आहे तो? का? किती तरी त्याने सुधारणा केल्या. त्या वरवरच्या होत्या. तळागाळातल्यांसाठी त्याने काही केले नाही. अशाही काही गोष्टी बघाव्या लागतात ना! खालच्या जमिनीवरच्या उपाशी माणसाला, पोट खपाटीला गेलेल्या माणसाला आकाशातले विमान कसं चाललंय हे दाखवू नका. बघ, विमान कसं फिरतंय– हे त्याला दाखवून काय उपयोग? तो म्हणेल– माझं पोट खपाटीला गेलंय, त्या पोटाचं काय? त्याचं लॅण्डिंग बघ.

◗ या वेळच्या निवडणुकीत आपल्याकडे विरोधी पक्षनेतेपदही राहू शकलं नाही?

तेच तर मी सांगतो ना. हे यंत्राने केलेलं आहे सगळं. हे अशक्य आहे, त्रिवार अशक्य आहे. इथपर्यंत खाली जाऊच शकत नाही शिवसेना.

◗ आपण नेहमी रान उठवता, वादळ निर्माण करता आणि लोकसुद्धा सरकारविरुद्ध तापल्यासारखे वाटतात; पण पुन्हा त्याच पक्षाला मतदान करतात– हे कसे?

इथे सगळा घोळ होतोय. एकदा त्यांनी मतदान यंत्रात गफलत करून आणल्यानंतर लोक मतदान करताहेत, असं म्हणण्यात काही अर्थ नाही. मतदान शिवसेनेच्या बाजूने जरूर झालंय, पण तुमच्या त्या यंत्रानेच घोळ केलाय सगळा. अगदी ठरवून घडवलंय हे. मतदान काँग्रेसच्या विरोधात झालेले आहे. पण– पण मतदान फिरवलंय हे. हे पाहा, तंत्रज्ञान फार पुढे गेलंय. रिमोटवर विमान उडवतात व शत्रूवर बॉम्ब टाकतात; ते जर इलेक्ट्रॉनिक यंत्राने होऊ शकतं, तर मग मतदान फिरवायला किती वेळ लागतो? या मतदान यंत्रात असा घोळ करता येतो, घोळ होऊ शकतो हाच विचार करून अमेरिकेनेही मतदान यंत्रं बाजूस टाकली. अमेरिकेतसुद्धा आता पूर्वीची जुनी पद्धतच पुन्हा आणली मतदानासाठी.

◗ तुम्ही निराश होता का?

कोण, मी...? चीड येते मला, निराश नाही होत मी. चीड येते. माझं काय

जाणार आहे हो? आज मी इथे बसतो, वर्तमानपत्र वाचतो आणि मग कुठे तरी डोंबिवलीला, उल्हासनगरला, परळला कुठे तरी गोरेगावला– 'गटार' फुटलंय, पाणी तुंबलंय, रस्त्यावर कचरा आहे, ही फोनाफोनी करून तिथल्या तिथे जबाबदार लोकांना कामाला लावतो. महापौरबाईंना हवं तर विचारा. शेवाळेला विचार, सुनील प्रभूला विचार. माझ्या सूचना ताबडतोब जातात. अमुक बघा, तमुक बघा. अमुक-अमुक वर्तमानपत्रात अमुक-अमुक पानावर बातमी आलेली आहे; ताबडतोब कारवाई करा. मला काय गरज आहे का? त्यांच्या गटाराची घाण त्यांच्या नाकात. मला काय? ...नाही. लोकांनी विश्वासाने शिवसेनेला निवडून दिलेले आहे, त्या लोकांच्या विश्वासाला मी जबाबदार आहे आणि हे माझे प्रतिनिधी म्हणून तिथे निवडून गेलेले आहेत. त्यांचं ते कर्तव्य आहे की, असल्या गोष्टींकडे त्वरित लक्ष देणे आणि त्याची काळजी मी घेत असतो. कारण हे मतदान शिवसेनेला झालेलं आहे, त्या व्यक्तीला झालेलं नसतं– ही माझी भावना आहे, ही माझी श्रद्धा आहे.

◗ महाराष्ट्रात गेली २२ वर्षे शिवसेना-भाजप युती सुरू आहे. आपल्याला असं वाटत नाही का, की लोकांना आता नवीन काही तरी प्रयोग हवाय? लोकांनी एकदा युतीला सत्ता दिली...

असं मोघम बोलू नका; नवीन काय पाहिजे त्यांना?

◗ लोकांना पूर्ण शिवसेनेला सत्तेवर आणावंसं वाटतंय... शत-प्रतिशत शिवसेना असे आपल्याला वाटते काय?

वाक्य गोंडस आहे. शत प्रतिशत! पण पान खाऊन थुंकल्यासारखं आहे ते. श...त... प्रति... शत! मुद्दा असा आहे की, शत-प्रतिशतचे दिवस गेले. एकछत्री कारभार आता शक्य नाही. हा कारभार केवळ महाराष्ट्रातच नव्हे, तर हिंदुस्थानातच शक्य नाही. आणि म्हणूनच त्या आघाड्या स्थापन होतात. मग तेव्हा शत-प्रतिशत सरकार स्थापन होऊ शकतं? तर त्याला फार वेळ लागेल. होईल की नाही, हे मी आत्ता सांगू शकत नाही. पण संपूर्णत: राष्ट्रीय पक्ष म्हणून उभा राहील. दणदणीत उभा राहील, एकमेव एकच पक्ष आणि लोकांनी तो उचलून धरला तर आणि तर आणि तरच; नाही तर नाही. नेत्यांच्या मर्जीवरती नाही चालणार काही. लोकांनी म्हटले पाहिजे की, आम्हाला या पक्षाचं हे सरकार पाहिजे. हे लोकांनी ठरवलं पाहिजे. पण तो काळ आता एवढ्या लवकर येईल, असे वाटत नाही. सध्या तरी आघाड्याच!

◗ भाजप-शिवसेनेमधल्या कुरबुरी वाढल्यात...

झाले आता. वेंकय्या नायडू आले. त्यांनी चांगली भूमिका घेतली. समंजसपणाने त्यांनी योग्य समज ज्यांना द्यायची होती, त्यांना दिलीय. कुरबुरी या चालतातच. त्या काही केवळ शिवसेना आणि भाजपतच आहेत आणि काँग्रेस-राष्ट्रवादीत नाहीत, असे काही नाहीय. रिडालोसमध्येही आहेत. जितकी माणसं, तितक्या प्रकृती.

◗ पण गडकरी आणि मुंडे यांचा कल वारंवार मनसेकडे जाण्याचा आहे.

हे असले प्रश्न तुम्ही त्यांना विचारा. आता कुठे जोडून आलंय, ते फाडू नका.

◗ पण सगळ्या विरोधी पक्षांनी एकत्र यावे, असे ते वारंवार सांगताहेत.

झालं– ते मागे पडलं आता. वेंकय्या नायडू इतक्या स्पष्टपणे बोलल्यानंतर तिसरा नाही... मनसे तर नाहीच नाही, हे नायडूंनी स्पष्ट केलंय; मग आणखी कशाला? यापेक्षा आणखी तुम्हाला काय पाहिजे?

◗ प्रमोद महाजन आज नाहीत...

बरं, मग?

◗ वाजपेयी आजारी आहेत, लालकृष्ण अडवाणी थोडे कमजोर पडल्यासारखे वाटताहेत. त्यामुळे भाजपचा गोंधळ आहे, असं वाटतं का?

तुम्ही कोणाच्या समोर बसला आहात? खडशांच्या समोर, की कुणाच्या समोर? का मुंडेच्या समोर बसलात, की आणखी कुणाच्या? जोडून आल्यानंतर तुम्ही ते फोडण्याचा का प्रयत्न करताहात?

◗ रामदास आठवले शिवसेनेकडे येऊ इच्छिताहेत? शिवशक्ती-भीमशक्ती...

बरं, मग? मीच त्यांना आवाहन केलंय. मग काय म्हणायचंय काय?

◗ शरद पवार म्हणाले आहेत, आठवलेंनी शिवसेनेकडे जाऊ नये.

ते पवारांकडे होते, तेव्हा त्यांचं त्यांनी काय भलं केलं? आणि आता ही सल्लागाराची भूमिका कशासाठी घेता?

◗ शिवशक्ती आणि भीमशक्ती ही आपली जुनी कल्पना आहे...

आहेच. कारण शिवशक्ती-भीमशक्ती एकत्र आली, तर काँग्रेस आणि राष्ट्रवादीची

पंचाईत होणार आहे. त्याकरता हे शरद पवार आहेत– ते आपल्या सोंगट्या फार हुशारीने टाकतात. फासे हुशारीने फेकतात. पवारांचा खेळ कसा असतो– दोन चिठ्ठ्या टाकतात ते. दोन्ही चिठ्ठ्यांमध्ये एकच शब्द असतो आणि यातली एक उचला, असं सांगतात. दोन्हींपैकी कुठलीही उचलली, तरी शब्द तोच आणि त्यांची फेकाफेकी असते.

तुमचा अनुभव जुना आहे त्यांच्याविषयी...

आमचे संबंध चांगले आहेत, अजूनही चांगले आहेत. पण मी बोलतोय ते त्यांच्या राजकारणाबद्दल; मैत्रीबद्दल नाही बोलत. ते जसे मागे एका समारंभात बोलले होते की, बाळासाहेबांसारखा दिलदार शत्रू नाही. तसेच मी म्हणतो– पवारांसारखा दिलदार शकुनीमामा नाही.

पवारांचे पुतणे अजित पवार यांची सध्या महाराष्ट्रात चलती दिसते?

आता कशाला चलती म्हणतात, कशाला काय म्हणतात– ते मला माहीत नाही. असेलही चलती. भरत्या-ओहोट्या सुरूच असतात. खाली जरा नवी गादी आली आहे, त्यामुळे थोडीशी गरमी असेलही. गरमी वरती जाते, चढते कधी कधी. बघू किती चढते ती. स्वभावाचे प्रश्न आहेत ते.

अजित पवारांनी सांगितले, मी टग्या आहे. तुम्हासही टगे आवडतात.

मला वाक्य आणि शब्द आवडला. पण त्याने दंडुक्याची भाषा बोलून लगेच दंडुका होळीत टाकू नये. कुणाला कुठची भाषा समजते त्याप्रमाणे जिभेचा वापर करावा लागतो. जीभही कधी-कधी दंडुक्याचं रूप घेते.

राजकारणात टिकायला टग्याच पाहिजे का?

वातावरणावर अवलंबून आहे. जसं वातावरण त्याप्रमाणे तुमची वागणूक असली पाहिजे.

आबा पाटलांविषयी तुमचे काय म्हणणं आहे? कसाब अद्याप बिर्याणी खात बसला आहे...

काय होणार आबांचं? पंचतारांकित हॉटेल त्यांच्या मालकीचे आहे की नाही, मला माहीत नाही; की त्याच हॉटेलातून तो कसाब मागेल त्या डिशेस रवाना होतात. आता ही वृत्तपत्रातली बातमी आहे की मत आहे, हे कळायला मार्ग नाही. कारण हल्ली खपासाठी काहीही छापले जाते, हेही तितकंच खरं.

◗ शिवसेनेत सध्या काय चाललंय?

काय चाललंय? व्यवस्थित चाललं आहे. सुभाष देसाईंच्या बाबतीत काही तरी बातम्या उठतात. अरे, त्या माणसाचा आजार तुम्ही ओळखा बरं! दिवाकर रावतेंचं अँजिओप्लास्टीचं ऑपरेशन झालंय. त्याला मीच सांगितलं, कुठेही बाहेर पडायचं नाही, गडबड करायची नाही. थोडी विश्रांती घे. रामदास कदमचा मला वाटतंय पाय मुरगळला होता. हे अशी आमची काही दुखणी वगैरे आहेत. आम्हीही माणसंच आहोत ना!

◗ पण शिवसेनेत स्पर्धा वाढलीय का?

कसली स्पर्धा?

◗ नव्या पिढीत, नवीन येणाऱ्या लोकांमध्ये.

नाही, काही नाही. माझ्याकडे लोकशाही नाही, शिवशाही आहे. आणि शिवतीर्थावरील वर्धापनदिनालाच स्पष्ट केले आहे की, संघटनेचा आदेश आल्यानंतर मग ती विभागप्रमुखाची नेमणूक असो की अमुक असो तमुक असो– हा आम्हाला नको, तो आम्हाला नको– हे चालणार नाही. संघटनेचा आदेश तुम्हाला पाळावाच लागेल. तुमच्या म्हणण्याप्रमाणे मी संघटना चालवू इच्छित नाही. चालवणार नाही. पहिल्यापासूनचं हे माझं धोरण आहे. फालतू लोकशाही माझ्या शिवसेनेत येऊ देणार नाही आणि शिवसेनेची धोरणं बाहेरच्यांनी ठरवायची नाहीत; मग तो कोणी असो– प्रवक्ता असो, नेता असो, कोणी असो, विभागप्रमुख असो. आपण चर्चा करू. निर्णय मी घेतल्यानंतर तो निर्णय मानावाच लागेल.

◗ आपण युवा सेनेची स्थापना केलीत.

मी नाही केली; आपणहून झाली. आदित्यने केली, कॉलेजमधल्या लोकांनी केली.

◗ सध्या राजकारणाचा दर्जा घसरतोय, असं आपल्याला वाटते का?

तो केव्हाच घसरलाय.

◗ कारण राखी सावंत राजकारणात आली हो...

आता महाराष्ट्रात लोंढे येऊच शकत नाहीत. महाराष्ट्रात फक्त आधी आलेल्या लोंढ्यांचं राखी सावंत काय करणार, हे पाहायचं. पण तिने मागेच सांगितले होते की, मला पक्षात प्रवेश द्यावा. मग लोंढे कसे थांबवायचे, ते मी पाहते. आता बहुतेक लोंढे थांबणारच.

◗ सध्याचा शिवसैनिक आपण पाहताय. आपण जेव्हा शिवसेना स्थापन केलीत, तेव्हाचा शिवसैनिक आणि आताचा शिवसैनिक यात थोडा फरक आपल्याला जाणवतोय का? पूर्वी शिवसैनिक अन्यायाविरुद्ध दगड उचलायचा रस्त्यावर येऊन आणि आता एकंदरीतच नव्या पिढीचे राजकारण पांढरपेशा झालंय...

हा प्रश्न मला नक्की कोण विचारतंय? 'सामना'चे कार्यकारी संपादक विचारताहेत, की बाहेर पोटावळे पेड न्यूजवाले असतात त्यांच्यापैकी कोणी विचारताहेत? काय चाललंय बाहेर? हल्लेबिल्ले करताहेत, शिक्षाबिक्षा भोगताहेत, जामिनावर येताहेत– हे कोणाला दिसत नाही. तुम्हासही दिसत नाही. करायच्या वेळेला करताहेत. काल-परवातल्या युवा सेनेने चिनॉयवर हल्ला केला. ही युवा सेना हे शिवसेनेचेच अंग आहे ना– मग? काहीच नसताना मोडतोड करत बसायचं तुम्हाला सुखावण्यासाठी, तुम्हाला बरं वाटावं म्हणून की नाही? अजून जुने शिवसैनिक जागे आहेत, जिवंत आहेत. अजूनही दगडफेक करताहेत. कुणाला हे समाधान पाहिजेय? केलं तरी टीका, नाही केलं तरी शंका; थंड झालंय का?

◗ भविष्यात मुंबई आणि ठाणे महापालिका ज्या शिवसेनेचे बालेकिल्ले आहेत, अशा ठिकाणी निवडणुका येताहेत. आपण काय सांगाल?

काय सांगणार म्हणजे? भगवा झेंडा शिवसेनेचा आहे, शिवरायांचा आहे, मराठी माणसांचा आहे. आज हाच भगवा झेंडा मुंबई महानगरपालिकेवर, ठाणे महानगरपालिकेवर डौलाने फडकतोय. पण मी शंभर नव्हे, तर एकशे एक टक्के विश्वासाने सांगेन की, माझे मराठी बंधू-भगिनी आणि माता यांच्या कडवट निष्ठेने, मजबूत आणि भरभक्कम पाठिंब्याने, मतदानाने तो अगदी निर्विवादपणे दिमाखात बहुमताने फडकवतच राहणार, फडकवतच राहणार, फडकवतच राहणार!

(२३ मार्च, २०११)

अण्णांची टोपी घालता; पण खाली डोकी आहेत काय?

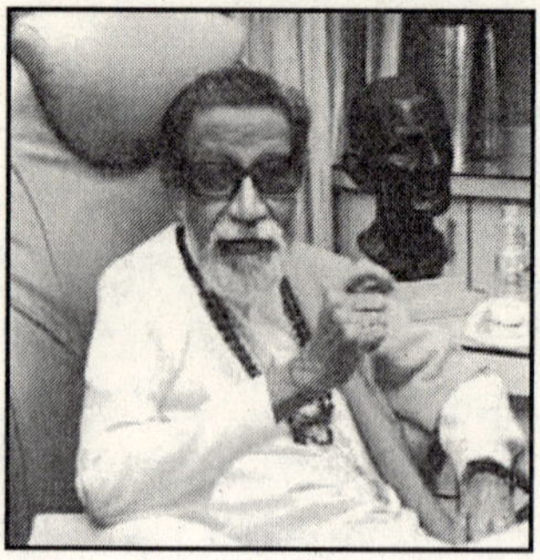

“कसले आहे भ्रष्टाचारविरोधी आंदोलन? काँग्रेसच्या विरोधात इतके वातावरण असतानासुद्धा त्यांना नगरपालिका निवडणुकांत विजय मिळालाच कसा? कुठे गेले ते टोपीवाले? अण्णांनाही पाठिंबा देतात व भ्रष्ट सरकारलाही पाठिंबा देतात– काय करायचे? हिंदुहृदयसम्राट शिवसेनाप्रमुख श्री. बाळासाहेब ठाकरे यांनी एक ‘कडक’ आणि ‘खणखणीत’ मुलाखत ‘सामना’ला दिली. दिल्लीच्या जंतरमंतर उपोषणापासून ते मुंबई महानगरपालिकेच्या निवडणुकीपर्यंत सर्वच विषयांवर शिवसेनाप्रमुखांनी आपली सडेतोड मते मांडली. ‘उपोषणे करून देश वेठीस धरणे’ हा एक राजकीय बलात्कारच असल्याचा जोरदार फटका त्यांनी मारला. ‘टीम अण्णा’ हा उडाणटप्पू लोकांचा कळप आहे व त्यांच्या भानगडी आता बाहेर पडल्या आहेत. त्यांच्या फाइव्ह स्टार उपोषणांचा खर्च कोणी केला? हा सडेतोड सवाल शिवसेनाप्रमुखांनी केला. *शिवसेनाप्रमुखांनी स्पष्ट केले की, विरोधात वातावरण असतानासुद्धा नगरपालिका निवडणुकांत काँग्रेस- राष्ट्रवादीला विजय कसा मिळाला? हे गौडबंगाल ‘भ्रष्टाचारा’चे आहे.*”

सध्या हवा-पाणी काय म्हणतंय?

देशाचं, की आपल्या महाराष्ट्राचं? पण एकूणच हवा-पाणी दूषित आहे.

दूषित? दूषित हवेमुळे सगळेच त्रस्त आहेत.

इतर सगळे त्रस्त आहेत; पण मी त्रस्त नाही, तर व्यस्त आहे. या सगळ्यांचं काय होणार, शेवट काय होणार– इतका हा देश नासवलाय सगळ्यांनी. विशेष करून काँग्रेसने. भयानक केलंय. म्हणजे त्याला काही अर्थच नाही. म्हणून मी नेहमीच सांगत असतो की, आपण अराजकाच्या उंबरठ्यावर उभे आहोत. केव्हाही काही तोंड फुटेल. मग हे सारं निस्तरणार कोण– हा प्रश्न तुमच्यासमोर येईल.

असं का वाटतं?

का वाटतं म्हणजे? तुम्हीच पाहा– काय चाललंय. लष्करप्रमुखाच्या वयावरून वाद होतोय आणि कोर्टामध्ये जावं लागतं देशाला त्यासाठी. काय हा देश आहे? कोणाची अब्रू जातेय? सोनिया गांधींच्या तर अब्रूचा प्रश्नच नाहीय, कारण ती परदेशी बाई आहे. तिला काय या देशाबद्दल प्रेम असणार? पण तिला जे सगळे हुजरे आणि मुजरे करताहेत, त्याची लाज-शरम कुणालाच नाहीय. काय, त्या बाईचं कर्तृत्व काय? त्यात तिचं ते दिवटं कार्टं ते– राहुल गांधी. काल नाही जन्मला, तर आज पंतप्रधानकी मागतंय. पंतप्रधानकी म्हणजे काय खेळ वाटतोय यांना? लिलावातली खुर्ची आहे का ती? सगळंच विचित्र आहे!

म्हणजेच हवा-पाणी बरोबर नाही.

होय, दुसरं काय!

तुमची तब्येत कशी आहे?

माझ्या तब्येतीला काय धाड भरलीय? मी मस्त आहे. थोडा श्वास लागतोय, इतकेच. बाकी ठणठणीत आहे.

'फोटो' पाहिल्यावर तुमचं वजन वाढल्यासारखं वाटतंय...

वजन समाजात वाढलेलं पाहिजेय मला; माझं नाही वाढलं तरी चालेल. पण समाजातलं वजन कधीच कमी होणार नाही.

◗ **आणि तुमची दाढीसुद्धा छान दिसतेय...**

होय. आणि त्या दाढीबद्दल कुणी बायकांनी अद्याप तक्रार केलेली नाही. हे मी विनोदाने म्हणतोय.

◗ **तुमच्या आवाजातली 'धार' मात्र तशीच आहे.**

ही ठाकरी धार आहे, ती तशीच राहणार. ती कधीच परत-परत घासावी लागत नाही. आणि सहाणेवरती पण घासावी लागत नाही. ती मोठी 'देन' आहे आम्हाला... आमच्या घराण्याला.

◗ **म्हणजे ठाकऱ्यांचा आवाज कायम आहे?**

तो कधीच 'डेसिबल'नेसुद्धा दाबला जाणार नाही.

◗ **आपल्या या तंदुरुस्तीचं रहस्य काय?**

रहस्य? मी ते सांगितलं, तर साले काँग्रेसवाले त्याचा उपयोग करतील. आणि काँग्रेसवाले जास्त जगले, तर महाराष्ट्राची पंचाईत होईल. हे वैयक्तिक आहे हो. रहस्य कसलं त्यात? माझ्या आयुष्यामध्ये माझ्या वडिलांनी मला ज्या दीक्षा दिलेल्या आहेत, जे कानमंत्र दिलेले आहेत; ते एका कडवटपणाने मी पाळतो. खाण्याच्या बाबतीत मोजके खावे. मी हे कटाक्षाने पाळतो. पोटभर, ढेकर येईल, अजीर्ण होईल इतके जेवायचे नाही. थोडं खावं, पण व्यवस्थित खावं. आता वयोमानाप्रमाणे भूकही कमी झालेली आहे.

◗ **म्हणजे तुम्ही 'पैसे' सोडून सगळं खाता...**

होय, अर्थातच!

◗ **सध्या उपोषणांमुळे तब्येत सुधारतेय, असा एक नवा शोध लागलाय...**

नाही हो, त्या भानगडीतला मी नाही. उपोषणे वगैरे मी काही करीत नाही. भूक लागेल, तेव्हा खावं.

◗ **पण देशभरातच अलीकडे उपोषणाचे भ्रष्ट वारे वाहू लागलेत...**

होय, वारे वरच्या थरांवरून वाहू लागलेत. पण मेळघाट वगैरे वगैरे ठिकाणी लहान मुलांची जी कुपोषणे सुरू आहेत, त्याच्याबद्दल काय आहे? कोणी विचार करतोय का? कसली उपोषणं? आधी कुपोषणांचा विचार करा. उपोषणवाले सगळे उपोषण करूनसुद्धा अगदी गुबगुबीत. ते मंत्री बघा– कसे फुगलेत आणि सुजलेत

सगळे. ते कधी उपोषणाच्या भानगडीतच पडणार नाहीत. दुसरे उपोषणे करताहेत, त्यांच्या तब्येती सुधारताहेत.

◗ उपोषणामुळे मागण्या मान्य होतात, हा एक नवा पायंडा पडलाय...

चुकीचं आहे ते. हा फार घाणेरडा प्रकार आहे. तो काळ निराळा होता. महात्मा गांधी वगैरे जेव्हा उपोषणाला बसत होते, त्यांची ती कारणंही निराळी होती. हे कसलं कारण? हे लादणं आणि जबरदस्ती करणं म्हणजे एक राजकीय बलात्कारच आहे, असंच मी म्हणेन.

◗ आता तो लोकपाल कुठे तरी गायब झालाय...

कसला लोकपाल? काय उपयोग त्याचा? त्या लोकापालाची गरज आहे का खरोखरच? बरं, लोकपाल-लोकपाल काय आहे? यांच्यामध्ये कोणी भ्रष्टाचारी निघणारच नाही का? मग त्यांच्याही भ्रष्टाचाराच्या चौकशा. त्या सर्व समित्या. पुन्हा समित्यांवर समित्या. हे असंच होणार शेवटी आणि सामान्य माणसाला न्याय काही मिळणारच नाही. आणि कुणाला कसले अधिकार द्यायचे? मुळात ज्यांच्याकडे अधिकार आहेत, ते नीट वागत नाहीत; मग हा लोकपाल काय करणार? त्यांच्यामध्येही मतभेद आहेत. हे उडाणटप्पू आहेत सगळे. तो केजरीवाल, किरण बेदी काय, शिसोदिया काय– सगळेच उडाणटप्पू! आता त्या शांतिभूषणची भानगड बाहेर आलीच ना? त्याने सरकारला फसवलं व त्याबद्दल न्यायालयाने शिक्षा ठोठावली. त्याआधी किरण बेदींच्या फसवाफसवीचे प्रकरण बाहेर आले. हे सगळे लोक स्वत:च बरबटलेले आहेत.

◗ तुम्ही या सगळ्यांना उडाणटप्पू का म्हणता? तुमचे निरीक्षण काय आहे?

निरीक्षण म्हणजे, हा जो एक 'कॉर्पोरेट' नावाचा प्रकार आहे, तो वाटतो तितका सरळ नाही. परदेशी भांडवल इथे ओतणारे, परदेशी भांडवलदारांचे हित पाहणारे हे लोक आहेत. अण्णांच्या सगळ्या 'फाइव्ह स्टार' उपोषणांचा खर्च कोणी केला? या कसल्या टोप्या? काय तर म्हणे 'मैं अन्ना हूं', 'मी अण्णा आहे'– हे कसले प्रचार? टोप्यांच्या खाली डोकी आहेत काय?

◗ असं तुम्ही कसं म्हणता?

मग काय म्हणायचं? बरोबर म्हणतोय मी. आता ज्या निवडणुका झाल्या नगरपालिकांच्या... काँग्रेस-राष्ट्रवादीच्या विरोधात इतका प्रचार करून, इतके विरोधात

वातावरण असतानासुद्धा विजय मिळाला. मग कुठे गेले ते टोपीवाले? मैं अन्ना हूँवाले? मतांसाठी मोबाईल घेता. धोतरं वाटतात, ती धोतरं घेऊन नेसता. साड्या वाटतात, त्या घेता. पैसे घेता. हे सगळं घेऊन तुम्हाला त्या भ्रष्टाचारविरोधी आंदोलनात भाग घेण्याचा नैतिक अधिकार काय? हे सिनेमा नट सगळे बॉलीवूडवाले... काय अधिकार आहे त्यांना, भ्रष्टाचारविरोधी बोलण्याचा? काळा पैसा तुम्हीच घेता ना?

◗ हे सर्व चालू कसं दिलं जातं?

कारण सरकार दुबळं आहे, लुळंपांगळं आहे. कोण आहे चिदंबरम? काय ते ॲन्टोनी? त्यांची लायकी आहे काय इतक्या मोठ्या पदावर बसण्याची? सगळे वशिल्यांचे तट्टू आहेत हे.

◗ दिल्लीत अण्णा हजारे यांच्या उपोषणास प्रचंड प्रतिसाद मिळाला...

बरोबर आहे. पहिलं पोरं झालं ना की, बारसं जोरात होतं. नंतर तुम्ही जेवढी काढाल तेवढी– मग त्यांच्याकडे दुर्लक्ष होतं. एक विनोद सांगितला जातो अनंत हरी गद्रे यांचा. 'निर्भीड'कार गद्रे. ते झोपले असताना पोरांचा कलकलाट सुरू होता. तो कलकलाट ऐकून गद्रे तडकले. त्यांनी बायकोला सांगितलं, "काय गं ही कसली पोरं? शेजाऱ्या-पाजाऱ्यांची पोरं इकडे येऊन धुमाकूळ घालतात. पहिलं त्यांना बाहेर काढ पाहू." त्यावर बायको म्हणाली, "अहो, ही शेजारची-पाजारची नाहीत, ही आपलीच पोरं आहेत." दहा-बारा पोरं. म्हणजे असा एक विनोद सांगितला जायचा. असाच तो झालेला आहे प्रकार. नुसता गलगलाट आणि कलकलाट.

◗ मुंबईत मात्र अण्णांच्या उपोषणाचं जंतरमंतर केलं गेलं.

काय गोष्टी असतात– किती अतिरेक करायचा? ते समजलं नाही. म्हणजे ख्रिसमसला लोक बाहेरगावी गेले होते, कोकणात लोकं सुट्टीवर गेली होती– ही कारणं नका सांगू. मला कारणं सांगितलेली आवडत नाहीत. सत्य काय आहे की, लोकांनी पाहिलं की जमत नाही त्यांना नीट. पकड ढिली पडलीय यांची. संसदेमधली कसली चर्चा? किंबहुना, ते कशावर चर्चा करताहेत ते तरी त्यांना ठाऊक होतं की नाही, तेच कळत नाही.

◗ हे सर्व का घडतंय? 'सिस्टीम' चुकीची वाटतेय?

ते तर आहेच ना. एक मला नेहमी असं वाटतं– अमेरिकेत विशेषकरून हा जो त्यांचा अध्यक्ष असतो, हा लोकांनी निवडून दिलेला असतो; म्हणजे नंतर तो

कुठल्या पक्षाचा राहत नाही. आमच्या इकडचा राष्ट्रपती हा पक्षाचा असतो. मग त्याच्यावरही दडपण त्याच्या पक्षाचं असतंच. त्यामुळे तो निर्णय देऊ शकत नाही. मग त्यातून तुमचे जे स्पीकर असतात– स्पीकरसुद्धा पक्षांतूनच निवडले जातात. क्वचित एखादा बिनविरोध येतो. त्यामुळे हे जे निर्णय देतात, ते पक्षीय दडपणाखालीच निर्णय देतात. त्यांना जो सांगावा येतो, त्याप्रमाणे ते करतात. ही लोकशाही नव्हे. यांची निवडणूकसुद्धा लोकांकडनंच झाली पाहिजे– हे अध्यक्ष, राष्ट्रपती वगैरे. अर्थात आपल्याकडे सगळ्याच कुचकामी पद्धती आहेत. राष्ट्रपती आहेत, पंतप्रधान आहेत, मुख्यमंत्री आहेत, राज्यपाल आहेत– हे आहेत, ते आहेत; सगळेच आहेत. आपल्याकडे ही बेकारांची सोय लावली आहे काय तुम्ही?

◗ 'भ्रष्टाचार' नष्ट करायचा असेल, तर तुम्ही काय मार्ग स्वीकाराल?

मार्ग कसला? विनाकारण जे खर्च होताहेत अफाट– अगदी कारण नसताना– ते आधी कठोरपणे थांबवा. राज्यपाल कशासाठी हवेत? राजभवन एकदा बघून या, खास करून. बाकीचं राहू द्या हो. पण किती माळी, नोकर-चाकर काम करताहेत– त्यांचा तो सगळा डामडौल सांभाळण्यासाठी. मेजवान्या झडत असतात. त्यांचे ते खानसामे वगैरे. सगळं ते विचित्रच आहे. हा खर्च वायफळ कशासाठी? मुख्यमंत्री आहे ना? मग राज्यपालपद रद्द करा. काही गरज नाही त्याची. ब्रिटिशांच्या काळात फक्त राज्यपालच होते. गव्हर्नर्स रूल होता. फुकट पोसलेले सगळे मंत्री वगैरे नव्हते. कशाकरता इतके लोक? म्हणजे तुमच्यामध्ये ती कुवत आणि धमक नसल्यामुळेच इतके लोक लागतात. इरादा कसा असला पाहिजे की, एकाच ठिकाणी बसून तुम्ही तुमची जरब दाखवली पाहिजे; ती आज आपल्यात ताकद दिसत नाही.

◗ का असे? इतका शक्तिपात का घडलाय?

का म्हणजे? कारण आपण हपापलेली माणसं आहोत– खुर्चीसाठी हपापलेली. खुर्ची नसेल, तर फार त्रास होतो आपल्याला. ऑक्सिजन ठेवावा लागतो आपल्याला. यांनी ही इतकी दळभद्री लोकशाहीची अवस्था करून टाकलेली आहे– काँग्रेसवाल्यांनी. ६५ वर्षे झाली स्वातंत्र्याला; ६५ वर्षांत काय केलंत तुम्ही? तुमचा तो स्टीव्ह जॉब्ज. त्याचे मोबाईल घेऊन फिरता तुम्ही! तुमच्याकडे काही संशोधन नाही? काहीच करत नाही? फार विचित्र झालंय सगळं. देशाला नासवलंय काँग्रेसवाल्यांनी.

◗ उपाय काय?

अहो, या काँग्रेसला दूरही करत नाही, पैशाचे लाचार आम्ही. अण्णांनाही

पाठिंबा देतात आणि भ्रष्ट सरकारला पाठिंबा देतात; काय करणार तुम्ही यांना? म्हणून सुभाषचंद्र बोस म्हणाले ते मी नेहमी सांगतो, देशाला स्वातंत्र्य मिळाल्यानंतर किमान १० ते १५ वर्षे देशात लोकशाहीचा अंमल आणू नका. लोकांना कळू द्या, लोकशाही म्हणजे काय आहे; ते कळल्यानंतर लोकशाही आणा.

◗ पण आता ६५ वर्षांनंतर तुम्ही हा प्रयोग करू शकाल? शक्य आहे ते?

त्यासाठी देशाला नेतृत्व अत्यंत कडवट लागेल. इंदिरा गांधींबद्दल मतभेद जरूर आहेत, पण तिने हिमतीने बांगलादेश सोडवला. ती बाई कडवट होती. आणि काश्मीरच्या बाबतीत नेहरूंनी काय केले? आमचं सैन्य त्यांनी कारगिलपर्यंत अडकवून ठेवलं. नाही तर कारगिलचा जो भाग पाकिस्तानने गिळलाय, तोही आपण काबीज केला होता. पण हे घराणंच सगळं लांड्यांचं घराणं!

[८ जानेवारी, २०१२]

देवळांवर दरोडे पडताहेत;
हे नवे मोगल कुठून जन्मास आलेत?

"यादवी अटळ; अंतिम विजय हिंदूंचाच होईल!

... शिवसेना नसती तर हिंदूंचे काय झाले असते? शिवसेना आणि शिवसैनिकच हिंदूंचे रक्षण करू शकतो. मागे तो रस्त्यावर उतरला, म्हणून हिंदू वाचला— निदान महाराष्ट्रात तरी...

जर्मन बेकरीमध्ये स्फोट झाल्यापासून अजून आरोपी पकडलेत? एकही नाही. कोणीच नाही. म्हणे संशयित पकडलेत, संशयित. हा संशयित काय प्रकार आहे? संशयित का? ठामपणाने सांगा ना, हे-हे आरोपी आहेत. तो अफझल गुरू अजून जिवंत आहे; १० वर्षे झाली तरी तो फासावर लटकत नाही. उद्या तो फरारी झाला तरी नवल वाटणार नाही. कसाबचा खटला चालूच आहे."

◗ संपूर्ण देश जाती आणि धर्मामध्ये विखुरलेला आहे...

आणखीन वाढतंय आरक्षण, आरक्षण आणि आरक्षण! कसली आणि किती आरक्षणं? देशाचे नागरिक म्हणून वागताना आरक्षणाची गरज काय? पोटजाती आल्यात. केवढ्या जाती? या सगळ्यांना आरक्षणं हवीत. देशाची वाट लावलीय कॉंग्रेसने.

◗ याच जाती-धर्मामुळे देश 'एक' होत नाहीय...

होऊच शकणार नाही. आता मुसलमानांचे नवे चोचले सुरू केलेत. ओबीसी, अल्पसंख्याकांना आरक्षण. आता हे अल्पसंख्याक म्हणजे मुसलमानच? इतरही धर्म असले तरी ते त्यात आलेच पाहिजेत, असे नाही. केवढ्या सवलती, त्याही निवडणुकांच्या तोंडावर. मिळणार काहीच नाही, पण साडेचार टक्के आरक्षण जाहीर केलं. याच्यातलं काढा आणि त्यांना द्या. आज तुम्ही सकाळी वर्तमानपत्र उघडल्यावर काय पाहता? खून, मारामाऱ्या आणि देवळांवरील दरोडे. त्यानंतर बलात्कार. म्हणजे आईसुद्धा मुलाचा खून करते आणि मुलगासुद्धा आईचा खून करतो, आजीचा खून करतो. हे काय प्रकार आहेत? कुठून आलंय हे लोण?

◗ देवळांवरही दरोडे पडताहेत...

तेच ना! मोगलांनी पूर्वी आमची देवळं तोडली, फोडली. आज हे नवे मोगल कुठून जन्मास आलेत?

◗ ही सैतानशाही का निर्माण झाली?

कमकुवत सरकार. स्वत:च्याच मस्तीत, मानमरातबात राहणारे हे लोक; यांना स्वत:पलीकडे काय दिसतंय? जनता यांच्या खिजगणतीतच नाही. त्या इफ्तार पार्ट्या वगैरे जोरात सुरू असतात आणि त्या मुसलमानी टोप्या घालून शिरकुर्मा खायला बसतात. कोंबडीच्या तंगड्या सोलतात. लाज नाही आणि लज्जा नाही. कायद्याची भीती नाही, नीतिमत्तेची चाड नाही.

◗ राजकारण्यांविषयी घृणा निर्माण करणारी आंदोलनं सुरू झाली आहेत...

राजकारण्यांसाठी घृणास्पद वातावरण निर्माण करण्याची मुळातच गरज नाहीय; ते जिथे असतात तिथे घृणास्पद वातावरण आपोआप निर्माण करतात, इतकं त्यांचं कर्तृत्व आहे म्हणावं. काय करतात हे खुर्च्या उबवून? यांची लायकी काय? जर्मन बेकरीमध्ये स्फोट झाल्यापासून अजून आरोपी पकडलेत? एकही नाही, कोणीच नाही. म्हणे संशयित पकडलेत, संशयित. हा संशयित काय प्रकार आहे? संशयित

का? ठामपणाने सांगा ना– हे-हे आरोपी आहेत. तो अफझल गुरू अजून जिवंत आहे; १० वर्षे झाली तरी तो फासावर लटकत नाही. उद्या तो फरारी झाला तरी नवल वाटणार नाही. कसाबचा खटला चालूच आहे.

◗ याच राजकारण्यांविषयीच्या घृणेतून शरद पवारांसारख्या नेत्यावर हल्ला झाला, असं मानायचं?

हे जे हल्ले होतायत ना, त्यामधूनच संशय निर्माण होतो की, हा हल्ला कोणी घडवून आणला आणि त्यात आमचे शरदबाबू मिळाले. हा योगायोग आहे की काही नाही? त्या हल्लेखोराला नंतर मग पश्चात्ताप होतो. मला त्या वेळेला काय झालं, ते कळलं नाही वगैरे वगैरे. हे त्याचे सुटकेचे मार्ग असू शकतात. वकील सांगतात त्याप्रमाणे. सत्यमेव जयतेच्या खाली हे सर्व घडतं. ते अशिलाला सांगतात– मी खरं-खरं खोटं बोलेन म्हणून. असं ते असतं.

◗ लिबिया, इजिप्तसारख्या देशांत सत्ताधाऱ्यांविरुद्ध उठाव झाले...

ते देश लहान आहेत.

◗ आपल्या देशात असा उठाव होईल, असं वाटतं का?

त्यांच्या देशात जे उठाव झाले, ते लोकसंख्या लहान आहे म्हणून. आमच्या इथे फापटपसारा आहे. किती तरी जाती-धर्मांचे लोक आहेत. त्यात मग ते पाकिस्तानी आहेत, बांगलादेशी आहेत, इतरही आहेत. यामध्ये उठाव करायचा झाला तर कोण कुणाच्या विरोधात उठेल, तेच कळणार नाही. ही एक बेबंदशाही सुरू आहे. याला कारण, पकड कुणाचीच नाही आता. समजा झालाच उठाव आता– तर तुम्ही गोळ्याच घालणार ना लोकांना? अश्रुधूर अन् गोळ्या आणि नंतर युद्धे; यापेक्षा तुमच्याकडे काय आहे? तुमच्याविषयी लोकांच्या मनात प्रेम नाही की आदर नाही. उभे राहिल्यावर लोक ऐकतील, असं काही नेतृत्व आहे तुमच्याकडे?

◗ पण देशाची लोकसंख्या दीडशे कोटींवर पोहोचलीय...

होय, मग? आहेच ना! दुसरा आमच्याकडे उद्योग काय आहे? आमच्याकडे इतर प्रॉडक्शन्स काही नाही; फक्त मुलांचं प्रॉडक्शन आहे. त्यामध्ये मुसलमान वाढताहेत.

◗ इतकी लोकसंख्या असताना कणखर नेतृत्व का तयार होत नाही?

हे प्रश्न तुम्ही मला का विचारता? माझ्या हातात सत्ता असती तर मी दाखवलं असतं– मी दाखवलं असतं तुम्हाला. होणार नाही, होऊ शकणार नाही– इतक्या

हतबलतेने नाही मी म्हणणारा. कणखरपणा पाहिजे. जयंत्या आणि मयंत्या कसल्या साजऱ्या करताय शिवाजीमहाराजांच्या? आहे काय तुमच्या अंगात?

◗ आपल्याच लोकांनी सर्व नासवलंय आणि आपण परकीय शक्तीवर खापर फोडतोय...

नाही, परकीय शक्तीला आता काही दोष देऊ नका. आपणच नालायक आहोत. शेजाऱ्याला पोरं होताहेत आणि आपल्याला होत नाहीत, म्हणून शेजारच्याला दोष देऊ नका. अरे, तुम्हीच स्वतः नपुंसक; मग उगाच का बाकीच्यांना दोष देता?

◗ पंतप्रधान मनमोहनसिंग कसे वाटतात?

काय वाटायचं हो? मेणाचे पुतळे आता निघायला लागलेत, तोच एक प्रकार आहे तो.

◗ असं का म्हणता?

मग काय बोलू? फक्त तीन मिनिटांत सीमाप्रश्न उडवला. अगोदर तुम्हीच काँग्रेसवाल्यांनी या प्रश्नाचे तीनतेरा वाजवले– सीमाप्रश्नाचे. आणि आता तीन मिनिटांत काय उडवताय? हे असलं नेतृत्व! काय रस घेतात एखाद्या प्रश्नात, असं नाहीच. विषयाचा अभ्यासच नाही. समजतच नाही. त्यापेक्षा समिती नेमा. समितीकडे सोपवलं की मोकळे झाले. आपण आपले सुखाने टॉयलेटमध्ये जायला मोकळे.

◗ सध्या अनेकांचे मेणाचे पुतळे बनवले जात आहेत. तुमचा कोणी असा पुतळा बनवला तर?

काय असतं– मुळात या देशाचं राजकारणच मुळी मेणाचं झालेलं आहे आणि मग एके दिवशी जनतेचा सूर्य तापला की, हे मेण वितळायला लागतं. अर्थात, हे पुतळे राजकारणातले विषय हाताळू शकत नाहीत. आज पुतळ्यांच्या रूपाने असले तरी उद्या ते वितळणार आहेत. मुळात आहेत तेच वितळताहेत; मेणाचे काय घेऊन बसलात? मेण वितळतं, तो तर त्याचा धर्म आहे; तुम्ही प्रत्येक विषयाच्या बाबतीत वितळता का? का एखाद्या विषयाच्या बाबतीत ते कणखरपणाने उभे राहात नाहीत? कारण ते मेणाचे आहेत. ते कणखर निर्णय घेऊ शकत नाहीत. प्रश्न कोणता आहे, त्याच्यावर ते लगेच वितळतात. मी वितळणारा नाही. माझी भूमिका ठाम असते. माझी तुलना मेणाशी होऊच शकत नाही.

– आणि सोनिया गांधी?

त्या बाईचं नाव घेऊ नका. त्या बाईनं या देशाची विल्हेवाट लावलेली आहे.

राहुल गांधी पंतप्रधान होईल, असे म्हणताहेत?

छे, शक्य नाही! ते तुमचे अहमद पटेल– तेच करताहेत सगळं! He is the man responsible for chaos. मुस्लिमांचा जो जोर वाढलाय, तो तिथूनच सुरू झालाय. तो सलमान खुर्शीद– लगेच त्याची नेमणूक झाल्याबरोबर मुसलमानांना सवलती? हे देशाला फार महाग पडणार आहे. ही देशाच्या दुसऱ्या फाळणीची तयारी आहे, हे लक्षात घ्या. विसरू नका माझं वाक्य. ते होऊ देणार नाही; होता कामा नये.

पण काँग्रेस आघाडीसमोर आव्हान देणारे दुसरे कोणीच दिसत नाही...

सगळे शेवटी सत्तेचेच लोभी आहेत ना?

काँग्रेस पक्षात तुम्हाला आशादायक नेतृत्व दिसते काय?

म्हणजे?

गांधीजी, नेहरू, गोविंद वल्लभ पंत होते एके काळी.

तो जमाना गेला. आता कोणीच नाही.

मुळात राष्ट्रीय पक्षच नष्ट होत आहेत...

आता 'राष्ट्रीय' शब्द लावूच नका तुम्ही. सध्याचे पक्ष हे त्यांच्या जाती-जमातींसाठीच उभे राहिलेले आहेत आणि हे सरकारच्या दळभद्री राजकारणामुळे किंवा त्यांच्या एकूण ज्या मांडण्या झाल्यात, त्याच्यामुळे झालेत.

तुम्हाला काय म्हणायचे आहे?

म्हणजे या ज्या भाषावार प्रांतवार रचना झाल्या, त्याचा उद्देश चांगलाच होता. प्रत्येक राज्याने भाषा, सांस्कृतिक ठेवा जपावा. महाराष्ट्र, बंगाल, गुजरात, तमिळनाडू वगैरे. त्यांचा संस्कृतीचा ठेवा जपावा, तो वाढीस लागावा आणि हा एक हिंदुस्थान म्हणून उभा राहावा. हा उद्देशच नष्ट झाला. ते गेलं सगळं आणि मी मराठी, तो गुजराती, तो पंजाबी, तो तेलुगू आणि हा अमुक आणि तमुक– हेच सुरू झालं सगळं. आमच्यामध्ये या भिंती उभ्या राहिल्या.

◗ हिंदू म्हणून तुम्ही देशाला एकत्र आणण्याचा खूप प्रयत्न केलात...

करायलाच पाहिजे. नाही तर तुम्ही इस्लामच्या विरुद्ध लढा देऊ शकणार नाही. किती वेळेस हेच ओरडून सांगतोय, कंठशोष करून सांगतोय; पण कसलं काय आणि कसलं काय!

◗ हिंदू फक्त संकट आले की एकवटतो. म्हणजे बाबरी पडली, तेव्हाच्या दंगलीत तो एकवटला होता...

अर्थात. तेथेही शिवसेना नसती, तर काय झालं असतं? बाकी कोण बाहेर पडले? शिवसेना आणि शिवसैनिकच रस्त्यावर उतरले, म्हणून हिंदू वाचला– निदान महाराष्ट्रात तरी. निदान मुंबईतला तरी शिवसेनेमुळेच हिंदू वाचला.

◗ हा वाचलेला हिंदू नंतर शिवसेनेच्या मागे उभा राहत नाही...

माझा मूळचा स्वभाव आहे ना, तो व्यंगचित्रकाराचा आहे. अनेक गोष्टी मी त्याच दृष्टिकोनातून पाहत असतो. आपण नेहमी वाकड्या चालीबद्दल खेकड्यांना दोष देतो. आपण, मराठी माणूस हा खेकड्यासारखा आहे. आणि खेकड्यासारखा म्हणजे काय, तर तो तिरका चालतो. आता खेकड्यांमध्येच चीड निर्माण झालीय माणसांबद्दल. एक खेकडा दुसऱ्याला विचारतो– काय रे, काय झालंय तुला? माणूस झालास काय तू? सरळ चालायला लागलास, माणसाळलास काय? खेकडे आता माणसांवर बोलायला लागलेत की, आम्ही वाकडे चालतो; पण तुम्ही सरळ का चालता? याला काही उत्तर आहे तुमच्याकडे? सरळ चालतानाही तुम्हाला दिशा कळत नाही; मग खेकडे बरे. आमची तंगडीत तंगडी अडकते, म्हणून तुम्ही खेकड्यांना जमेस धरता. तुम्ही खेकडे नसतानासुद्धा तंगडीत तंगडी घालता की नाही? मग खेकड्यांना का दोष देता?

◗ मग या देशाचं भवितव्य काय?

भवितव्य काहीही नाही. काय ते अराजकानंतर ठरेल. अराजक आलं... आणि येणार. यादवी युद्ध होणार. त्यात हिंदू-मुसलमानांचे दंगेधोपे होणार, त्याला जपा. रक्तपात होणार, पण विजय हिंदू आणि हिंदूंचाच होणार आहे.

◗ पण हिंदू लढण्यासाठी कधीच तयार नसतो....

होय. म्हणूनच मी सांगतो ना? हा जो तरुण मी उभा केलाय, तो कोणासाठी केलाय? हा तरुणच देशाला वाचवू शकेल. हिंदूंना जिंकावंच लागेल.

[९ जानेवारी, २०१२]

बाबा, दादा, आबा डब्यात जातील

हिंदुहृदयसम्राट शिवसेनाप्रमुख श्री. बाळासाहेब ठाकरे यांनी मुलाखतीच्या तिसऱ्या भागात अनेक विषयांची चिरफाड केली. ''महाराष्ट्रात प्रत्येकाला फक्त स्वतःच्या खुर्चीचीच काळजी आहे. निवडणुकांच्या तोंडावर यांची धोरणे जाहीर होतात; मग ती झोपड्यांची नाही, तर धारावीच्या विकासाची. हा कमकुवतपणा आहे!'' महाराष्ट्रात बाबा, दादा, आबांचे राज्य आहे; पण हे सगळे 'डब्या'त जाणार आहेत, असा दणकाही शिवसेनाप्रमुखांनी दिला. शिवसेनाप्रमुखांनी अत्यंत कडवटपणे सांगितले, ''राजकारणात ईर्षा वाढली आहे, ईर्षेमुळेच राजकारणात 'पुतणेशाही'चा जोर 'मी'पणा वाढलाय. महाराष्ट्रापेक्षा 'मी' मोठा, हा विचार घातक आहे!'' निवडणुका जिंकण्यासाठी सत्तेचा वापर अमानुषपणे होत असल्याचा संतापही त्यांनी व्यक्त केला. *मुलाखतीच्या तिसऱ्या भागात महाराष्ट्राच्या राजकारणावर दिलखुलास चर्चा झाली. सर्वच प्रश्नांना शिवसेनाप्रमुखांनी बिनधास्त उत्तरे दिली.*

◗ महाराष्ट्रामध्ये पृथ्वीराज चव्हाण नावाचा एक मर्द मराठा सध्या राज्य करतोय...

वाकड्यातिकड्या काही शब्दांच्या उपमा त्यांना देऊ नका; आणि नावावरती काही नसतं. तुलना मी नाही करत, पण शिवसेनाप्रमुख ठाकरे आणि माणिकराव ठाकरेमध्ये फरक आहे, तोच फरक 'त्या' इतिहासप्रसिद्ध पृथ्वीराज चव्हाण आणि या पृथ्वीराज चव्हाणांमध्ये. फरक काय समजायचा, तो समजा.

◗ या पृथ्वीराजांच्या नेतृत्वाखाली महाराष्ट्र राज्य कुठे निघालंय?

कुठे निघालंय, ते त्यांना तरी माहिती आहे का? सगळ्याच गोष्टी त्यांनी खोळंबून ठेवलेल्या आहेत. 'आदर्श' सोसायटीचा फ्रॉड– चौकशी समिती नेमलीय. त्याचे साक्षीदार अजून तपासले जात आहेत. चौकशी समित्यांना मुदतवाढ मिळतेय. लवासाचा फ्रॉड, याचा फ्रॉड, त्याचा फ्रॉड. काही म्हणजे निर्णय कशाचाच नाहीय. बिल्डरांच्या बाबतीत नेमकी भूमिका तुमची काय आहे, तेही माहीत नाहीय. काही तरी दिल्यासारखे दाखवतात, परत काढून घेतात. निवडणुकीच्या तोंडावर धोरणं ठरतात, हे कमकुवतपणाचं लक्षण आहे. फक्त मतांच्या लाचारीसाठीच हे ठरवतात. आमची धोरणं ही मतांच्या लाचारीवरती आधारित आहेत; ती जनहिताची नसतात. माझ्या खुर्चीचीच शाश्वती पाहिजे मला. माझी खुर्ची कशी राहील, याच एका विचाराने धोरणं जाहीर करतात.

◗ विशेषतः झोपड्यांच्या बाबतीतची धोरणं...

मी तेच म्हणतोय. धारावीचं घ्या ना– दर निवडणुकीच्या तोंडावर धारावी येते. कधी मिळणार घर त्यांना? सुरुवात कधी होणार कामाला? सगळी फसवाफसवी सुरू आहे. निवडणुका आल्यावर तुम्हाला गरिबांचा कळवळा येतो. हे कधी तरी थांबणार आहे की नाही?

◗ 'युती' सरकारच्या काळातही तुम्ही झोपडीधारकांना घर देण्याची योजना आणली होती...

नुसती योजना नव्हती; मी माझ्या हाताने चाव्या दिलेल्या आहेत. घरात राहताहेत लोक. याला म्हणतात काम. नुसत्या घोषणा नाही केल्या. पाहा जाऊन.

◗ राज्यकर्त्यांना चांगलं काम करून दाखवावं, असं का वाटत नाही?

याची गरज नाही वाटत त्यांना. कमाई चांगली झालेली आहे. पिढ्यान् पिढ्यांसाठी त्यांनी तरतूद करून ठेवलेली आहे, पोटं खाऊन भरलेली आहेत; त्यांना

काय कामाची गरज आहे? कोण जनता? आम्ही कसेही आडमुठे वागलो, तरी ती जनता आम्हाला मतदान करतेच आहे. हातावर काही टेकलं की, सगळं विसरतात आणि आमच्याकडे येतात. कसले हो सुजाण आणि जागरूक नागरिक तुम्ही?

◗ तुम्ही चिडलेले दिसताय...?

चिडून उपयोग काय? चीड लोकांना हवी; संताप तुमच्यात हवा. तो कुठे दिसतो आहे काय? खडकवासल्यात मार खाऊन, मावळ प्रांतामध्ये पोलिसी गोळीबारात तीन शेतकऱ्यांचे बळी घेऊन, सर्व करून करूनसुद्धा आज अजित पवारांना नगरपालिका निवडणुकीत त्या मावळच्या शेतकऱ्यांनी मतदान केले. २५ पैकी २४ जागा त्यांच्या निवडून आल्या आणि एक अपक्ष निवडून आला– म्हणजे २५ पैकी २५ जागा अजित पवारना. शेतकऱ्यांचे मुडदे पाडले, त्याची ही बक्षिसी किंवा 'शौर्यपदक' मतदारांनी अजित पवारांना दिले काय? काय म्हणायचे या दुर्दैवाला? काय करू शकता तुम्ही?

◗ तुम्ही काय म्हणाल यावर?

काय म्हणायचे? सत्तेचा अमानुषपणानं वापर केला जातोय, अमानुषपणाने. निवडणुका जिंकण्यासाठी.

◗ पण महाराष्ट्राची मात्र पीछेहाट होतेय...

राज्यकर्त्यांना त्याची लाज नाही.

◗ महाराष्ट्राला मागे टाकून गुजरातही पुढे गेलाय.

मुळात गुजराती समाज, आमचे गुजराती बांधव हे व्यापारी वृत्तीचे आहेत. नसानसांमध्ये त्यांच्यात व्यापाऱ्यांचे रक्त सळसळत असते. मध्यंतरी त्यांच्या 'सुरत' शहराला एक चांगला आयुक्त मिळाला. त्याने त्या शहराची 'सूरत' बदलली. इथे तसा ठाण्यामध्ये चंद्रशेखरनेही चांगला प्रयोग केला होता. मीच त्याला परवानगी दिली. त्याने ठाणं चांगलं सुधारलं. प्रशासनात काही कर्तृत्ववान माणसं आहेत. मुळात नरेंद्र मोदी यांनी आता कारभारावर चांगली पकड घेतलीय. त्यामुळे एकहाती कारभार आहे. महाराष्ट्रातील मंत्री काय करतात?

◗ काय करतात? तुम्हीच सांगा...

नुसतीच खा-खा चाललीय. मुंबई-पुणे एक्स्प्रेस वे युतीच्या काळात झाला. माझा हट्ट होता. ते काम सुरू असताना तिथे एक अधिकारी व्यक्ती होती. काय नाव

त्याचे? हां, आर. सी. सिन्हा : भूमिपूजनाच्या दिवशीच मी त्यांना एक्स्टेन्शन दिलं होतं. कर्तृत्ववान अधिकारी होता. एके दिवशी मला त्याचा फोन आला. "बाळासाहेब मला तातडीने भेटायचं आहे. दोन मिनिटांसाठी येऊ का?" मी विचारलं, "खास क्या बात है?" तो म्हणाला, "मैं कल आंध्र जा रहा हूं!" अरे, अचानक? इतक्या तडकाफडकी? सरकार गेलं होतं आपलं व त्या खात्यावर भुजबळ आले होते. भेटायला बोलावलं त्यांना. भेटायला आले. सिन्हा म्हणाले, "मी आंध्रात चाललोय." विचारलं, का? तर सिन्हा म्हणाले, "भुजबळांनी मला बोलावलं. 'बसा' असेही म्हणाले नाहीत. उभ्या-उभ्याच माझ्यावर फैरी झाडल्या. मुंबई-पुणे एक्स्प्रेस वेचं काम तुम्ही पाहाताय? ये शिवसेना-बीजेपी को आपने कितना दिया था? और तुमको कितना मिला?" यावर सिन्हा म्हणाले, "साहेब, हे धंदे मी नाही करत. मला त्यांनी जबाबदारी दिली; मी ती पुढे नेतोय." यावर भुजबळ भडकले. म्हणाले, "You know? who I am? Don't try to fool me." सिन्हा म्हणाले, "साहेब, असं काही झालंच नाही, तर मी तुम्हाला काय सांगू?" यावर भुजबळांनी सिन्हांना बाहेर काढले व लगेच त्यांच्या बदलीची ऑर्डर काढली.

◗ **'सिन्हा' यांना तुम्ही मात्र एक्स्टेन्शन दिलं होतं. तो विषय राहिलाय...**

हो, सांगतो. एक्स्प्रेस महामार्गाच्या भूमिपूजन वेळेलाच हे घडलं. मनोहर जोशी म्हणाले, सिन्हांची टर्म संपतेय; आपण वाढवून द्यायची का? ठीक आहे म्हटले. तर, किती देऊ? एक वर्षाची देऊ की दोन वर्षांची देऊ? म्हटलं, जर चांगला काम करणारा असेल, तर दोन वर्षांची देऊन टाका तिथेच. त्या भूमिपूजनाच्या कार्यक्रमात जाहीर केलं मनोहर जोशींनी. सिन्हा माझ्या मागेच उभे होते. म्हणाले, 'बालासाब, आपका बहोत बहोत धन्यवाद! आपने मुझे एक्स्टेन्शन दिया.' मी सांगितलं, 'मैंने सिर्फ एक्स्टेन्शन नहीं दिया. ये काम पुरा होना चाहिए.' तर सिन्हा म्हणाले, 'हां साब, जरूर करेंगे.' मी म्हणालो, 'गो अहेड!' तो हा सिन्हा. त्या सिन्हाला भुजबळांनी ही अशी वागणूक दिली. काय तर म्हणे, शिवसेना-बीजेपी को आपने कितना दिया? अरे, चांगल्या कर्तबगार अधिकाऱ्यांची कदर करायला शिका. याच सिन्हांना पुढे आंध्र सरकारने उचलले व तिकडे त्यांनी चांगल्या सुधारणा केल्या. हे जे काही चाललंय ना राजकारणात, त्यामुळे आपण मागे पडतोय. त्या सिन्हाला तुम्ही घालवलंत. मुंबई-पुणे रस्ता त्याने बनवला. एकही खड्डा नाही अजून.

◗ **मुंबई कधी काळी उद्योगनगरी होती...**

होय. मग? आताही आहे. सर्वांत आधी ती महाराष्ट्राची राजधानी आहे, बाकी नंतर.

▶ देशाची आर्थिक राजधानी म्हणून मुंबईचा उल्लेख होतो, पण मुंबई-ठाण्यातले उद्योग आता परराज्यांत चाललेत...

स्वत:च्या नवऱ्याचा उपयोग होणार नसेल, तर बायको दुसरीकडे जाणार नाही? काय, तिचा गुन्हा काय? यडझवं आपलं आलं की, झोपूनच राहातंय; मग करायचं काय? म्हणून हे उद्योग तिकडे चाललेत, कारण आपला नवराच साला निरुद्योगी आहे.

▶ महाराष्ट्रातला बराचसा उद्योग बाहेर चाललाय...

होय. पण आज एक बातमी चांगली आलीय. सांगलीतील एक कंपनी आहे. त्या कामगारांना सांगताहेत की, तुम्ही कर्नाटकात जा; तर ते जायला तयार नाहीत.

▶ महाराष्ट्रातल्या उद्योगांसाठी परराज्यांत पायघड्या घातल्या जात आहेत...

नाही– नाही, अजून तेवढं काही झालेलं नाही. पायघड्या घालून ठेवल्यात आणि चाललेत सगळे लोक, असं काही नाही. शेवटी घर ते घर असतं. मग मघाशी मी सांगितलं, त्या कंपनीचे लोक जात का नाहीत बेळगावमध्ये? आणि आता तर उलट आपल्याला सांगणं चालू आहे की, महाराष्ट्रात आपल्याला काय मिळणार आहे? महाराष्ट्रातच सगळ्यांचे हाल चालतात. त्यात तुम्ही कशाला येता? बेळगावातच राहा, कानडी शिका, अमुक करा, तमुक करा– असे संदेश दिले जाताहेत. तरी पण ते कर्नाटकात राहायला तयार नाहीत.

▶ कारण त्यांचे प्राण आणि आत्मा महाराष्ट्रात आहे...

बरोबर आहे. मुळात तो सीमाप्रश्न न समजलेले लोक असं बोलताहेत. अहो, एक प्रश्न असा आहे की, महाराष्ट्रामध्ये जे कानडी लोक राहताहेत– इतर कोणी केरळी, बंगाली, तमिळी, तेलुगू राहताहेत– ते त्यांचे भूभाग या महाराष्ट्रात घुसले आहेत, म्हणून आपण त्यांना सांभाळतोय, असं नाहीय. मुंबई आपलीच आहे, महाराष्ट्राची आहे. त्यात तुम्ही येऊन राहा; पण तो जो सीमाभाग आहे, तो महाराष्ट्राचाच आहे. पण त्या महाराष्ट्राच्या भागाला 'कानडी'त घुसवल्यामुळे तेथील मराठी माणसांचे हाल सुरू आहेत. त्या मराठी माणसांना तुम्ही हे वाकडे-तिकडे संदेश कसे देऊ शकता– तुम्ही कानडी शिका म्हणून? हा सीमाभाग मुळात कर्नाटकाचा नाहीच आहे. आपल्या महाराष्ट्राचा भाग तिकडे गेला आहे. त्यातले जे मराठी आहेत, त्यांना कानडी शिकण्याचे सल्ले कसले देता? ज्यांना सीमाप्रश्न काय आहे ते समजलंच नाही, तेच असा बकवास करताहेत.

◗ बेळगावचा प्रश्न अद्यापि जिवंत आहे, असं आपल्याला वाटतं का?

जोपर्यंत माणसांची मनं आणि माणसं मेलेली नाहीत तोपर्यंत बेळगावचा प्रश्न जिवंतच राहणार.

◗ आजही बेळगावप्रश्नी शिवसेना लढा द्यायला तयार आहे काय?

का एकट्या शिवसेनेवरतीच टाकता सगळा भार?

◗ हा लढा मराठी माणसांचा आहे व जनता आपल्याकडेच मोठ्या अपेक्षेने पाहतेय म्हणून...

होय. सगळे आमच्याकडेच अपेक्षेने पाहतात, कारण आम्ही तसा त्याग केला आहे. माझ्या ६९ शिवसैनिकांनी हौतात्म्य पत्करले आहे. आमचा तीन महिन्यांचा तुरुंगवास सोडून द्या, पण शिवसैनिकांनी बेळगावच्या मराठी माणसांसाठी मरण पत्करले आहे. कोण त्या वेळेस लढले हो? कोण सामील झाले? फक्त शिवसेनाच! सगळा भार आम्हीच वाहतोय. का? पण आमचंही जरासं भारनियमन होऊ द्या की! फुकटचे सल्ले कसले देता त्या बेळगाववाल्यांना? आणि जे आज महाराष्ट्राचे राज्यकर्ते म्हणून खुर्च्या उबवताहेत, त्यांचीही काही जबाबदारी आहे की नाही?

◗ एका बाजूला 'पृथ्वीराज' नावाचे 'बाबा', तर दुसऱ्या बाजूला अजित पवार हे 'दादा' आहेत. 'दादां'विषयी काय म्हणाल?

काय म्हणायचं नाही. फक्त ईर्षा– फक्त मुख्यमंत्रिपदाची ईर्षा! त्यासाठी चाललंय सगळं. काँग्रेसमधली साधी माणसं असतात. त्यांना विचारलं की, तुम्हाला मुख्यमंत्री व्हायचंय? तर 'होय' सांगतात. अरे, तुझी लायकी काय? मागून तुझी पॅण्ट उसवलीय, हे विसरू नकोस. मुख्यमंत्रिपद इतकं स्वस्त झालंय काय?

◗ अजित पवार त्यांचा राष्ट्रवादी पक्ष काँग्रेसच्या पुढे घेऊन चाललेत...

हीच ती ईर्षा! मुद्दा एक असा येतो की, या माणसांना स्वत:च्या स्वार्थासाठी, स्वत:च्या इमेजसाठी हे सर्व घडवून आणायचं असेल तर त्याला काही अर्थ नाहीय. कोण मोठं व्हावं? महाराष्ट्र मोठा व्हावा की मी मोठा व्हावा, हा प्रश्न आहे. हा लढा आहे. यांच्यामध्ये 'मी' हा जास्त महत्त्वाचा आहे. या 'मी'पणाचा महाराष्ट्राला आणि जनतेला काय फायदा? मुख्यमंत्री महाराष्ट्रासाठी व्हायचं आहे की 'मी'पणासाठी, हे एकदा सांगा.

‘बाबा’, ‘दादा’ आणि तुमचे प्रिय ‘आबा’सुद्धा आहेत...

हो. याच्यानंतर सगळ्यांचा मग नुसता ‘डबा’ होणार आहे. सगळेच जण डब्यात पडणार आहेत. पण मी सांगतो, आमच्या वडिलांना मी ‘दादा’ हाक मारीत होतो. आमचा एकच ‘दादा’ सगळ्यांना पुरून उरलाय; उरेल. अजूनही ते विचारानं आणि कर्तृत्वानं जिवंत आहेत. जागे आहेत. एकच दादा, ठाकरेदादा! आमच्या दादांनी इतर भानगडी केल्या नाहीत, तर फक्त समाजकार्य केलं. हे फक्त ‘माजकार्य’ करताहेत.

महाराष्ट्राच्या राजकारणात सध्या घराणेशाहीपेक्षा आता पुतणेशाही निर्माण झालीय. राष्ट्रवादीत ती आहेच. भाजपत मुंड्यांना पुतण्याने धक्का दिलाय. आपणही त्यातून गेलात. हा पुतणेशाही काय प्रकार आहे?

अहो, उद्या भाचेशाही निघाली, तर काय करायचं? बरं, याचा अर्थ आम्ही आमच्या पिढ्या निर्माणच करायच्या नाही काय? कोणी तरी काही तरी भयंकर निघेल म्हणून? शेवटी माणूस हा माणूसच असतो. प्रत्येकाला एक ईर्षा निर्माण होते– आपणही असं व्हावं. ईर्षा चांगली आहे; पण ज्यापासून तुम्ही हे घेतलंय, त्याच्या मुळावरती तुम्ही येऊ नये. समजलं? काही अशी नाती आहेत. राजकारणामध्ये मेहुणे आहेत, त्यांच्या बहिणींचे नवरे पण अर्थात आहेत; पण त्यांनी घराणेशाही बाजूला ठेवून राजकारण केलेलं आहे. घराणेशाही त्यांनी आणलेली नाही त्याच्यामध्ये. हे नातं सांगेन मी तुला कधी तरी. आता नातं चुकलं, तर माझी पंचाईत होईल.

तुम्ही ईर्षेविषयी बोलत होता...

होय, सांगतो ना. पुतणे हा जो प्रकार आहे ना, तो एका ईर्षेतून निर्माण झालेला आहे. जवळीक असल्यामुळे ईर्षा निर्माण झाली. त्यातून मग आपणही असे काही तरी व्हायला हवे– त्यापेक्षा त्यांच्यामध्ये काही नाही. त्यांच्यामध्ये विचार नाही, आचार नाही; तर ते फक्त एका मस्तीत जाऊ इच्छितात. कारण जवळीक असल्यामुळे त्यांनी ते सर्व पाहिलेलं असतं– तो सगळा जनसमुदाय, जयजयकार आणि हे त्यांच्या डोक्यात गेलं आणि हे असं आपल्याला व्हायला हवं, त्यातून ते निर्माण झालं.

म्हणजे नातीगोती व विश्वास यांना राजकारणात फारसं स्थान राहिलेलं नाही...

अहो, नातीगोती म्हणजे काय? जी नाती गोत्यात आणतात, ती नातीगोती. बस. नातेवाईक यातला ‘क’ काढा आणि ‘ट’ टाका. काय झालं? नाते-वाईट!

◗ राजकारणात आणि सत्तेतही नातेवाईकच सगळ्यांना अडचणीत आणतात– अगदी पंतप्रधानांपासून मुख्यमंत्र्यांपर्यंत...

ठीक आहे. ही जी असतात ना मंडळी, ही कर्तृत्वशून्य असतात. त्यांच्यामध्ये कर्तृत्व नसते; पण सत्तेवर– पदावर बसलेली व्यक्ती जवळची नातेवाईक असल्याने ते त्याचा पुरेपूर फायदा उठवतात. कारण का? तर लोक जे त्यांना मदत करतात, ते त्या पदावर बसलेल्या व्यक्तीकडे पाहून करतात की– तो अमक्याचा पुतण्या आहे, अमक्याचा तमुक आहे. करू या. जे करतात, त्यांचा यामध्ये स्वार्थ असतो. चला, आपलं काम होते ना; म्हणून त्याच्याकडे जाऊन, तो वशिला लावून ते काम करून घेतात. तर हे नातं असतं. नात्याचा वापर असा होतो. ही सगळी अशी 'लिंक' असते. समजलं?

[१० जानेवारी, २०१२]

मुंबई, ठाणे, नाशिक, पुणे महापालिकांवर भगवा फडकणारच! शिवसेनाप्रमुखांचा आत्मविश्वास

"जोपर्यंत मराठी माणूस जिवंत आहे तोपर्यंत मराठी माणसाचा आवाज कोणी दाबू शकणार नाही. मुंबई महानगरपालिकेवर भगवा फडकणारच फडकणार! ठाणे, नाशिक, पुणे, उल्हासनगर आणि पिंपरी-चिंचवडवरही भगव्याचीच सत्ता येईल," असा आत्मविश्वास शिवसेनाप्रमुख श्री. बाळासाहेब ठाकरे यांनी आज व्यक्त केला.

मुलाखतीच्या चौथ्या आणि शेवटच्या भागात शिवसेनाप्रमुखांनी अत्यंत ठामपणे सांगितले, 'शिवसेना-भाजप व भीमशक्ती' क्रांती घडवेल.

शिवसेनाप्रमुखांनी 'पेड-न्यूज'च्या विकृतीवर हल्लाबोल केला. इंदू मिलच्या जागेवर डॉ. बाबासाहेब आंबेडकरांचे स्मारक व्हायलाच पाहिजे; पण काँग्रेसवाले 'स्मारका'च्या निमित्ताने मतांचे राजकारण करीत आहेत, ते उधळून लावा, असे आवाहनही शिवसेनाप्रमुखांनी केले.

मुलाखतीच्या शेवटच्या भागाची सुरुवात भारतीय जनता पक्षाशी असलेले संबंध व भीमशक्तीवरून झाली.

◗ नात्या-गोत्याचा प्रश्न निघालाच, म्हणून एक राजकीय नात्याचा प्रश्न विचारतो...

विचारा ना.

◗ सध्या भारतीय जनता पक्षाशी आपलं नातं कसं आहे?

कशाला प्रश्न विचारता हा? या प्रश्नाची काही गरज आहे का?

◗ 'भाजप'ची सूत्रं नव्या पिढीकडे जात आहेत, म्हणून विचारलं... तुमचे संबंध वाजपेयी, अडवाणी, महाजनांशी होते. आताच्या पिढीशी संबंध कसे आहेत?

संबंध ठीक आहेत. नाती किंवा माणसं दोन प्रकारची असतात. एक प्रेमाची आणि दुसरी व्यावसायिक. वाजपेयी वगैरे ही माणसं फार महान होती, महान आहेत. पक्ष उभा करण्याची ताकद त्या वेळी त्यांच्यामध्ये होती. वाजपेयींनी त्यांच्या वक्तृत्वाच्या जोरावर जनसंघ उभा केला. डांग्यांनी आपल्या वक्तृत्वाच्या जोरावर

कम्युनिस्ट पार्टी उभी केली. अशी ही ताकदीची माणसं. पण आता ही आमची पिढी संपत आलीय. अडवाणीसुद्धा नाही म्हटलं तरी ज्येष्ठ श्रेष्ठ माणूस आहे. पण नवी पिढी आली जन्मास.

◗ नव्या पिढीकडे तुम्ही कोणत्या नजरेने पाहता?

तूर्त तरी आज मला या विषयावर काही बोलण्याची इच्छा नाही.

◗ महाराष्ट्रातसुद्धा भाजपमध्ये नवं नेतृत्व काम करतंय...

होय, पण काय असतं... दुर्दैवाने, मी तुला सांगतो... शिवसेनाप्रमुख म्हणून आणि 'सामना' हे वृत्तपत्र म्हणून आम्ही निवडणुकाच लढविण्याचं नाही ठरवलं तर आमचा रंग निराळा असेल; पण दुर्दैवाने आम्ही या निवडणुकांच्या शेंबडात अडकलो आहोत. हे दुर्दैवाने बोलावं लागतं मला. त्यामुळे सगळं जपून, मापून, तोलून करावं लागतं मला. त्याच आमच्या तोलून-मापूनचा गैरफायदा घेतला जात असेल कदाचित; नाही असं नाही. आणि राजकारण म्हणजे काय शेवटी– गजकर्ण. खाजवण्याखेरीज आमच्याकडे काहीच नाही. खाजवत राहा. मग तो तुमचा झंडू बाम असतो वगैरे वगैरे. तो चोळून कंडू शमवला, तर ठीक. दुसरी गोष्ट काय?

◗ सध्या तुम्हाला एक नवा नातेवाईक मिळालाय...

कोण ते?

◗ रामदास आठवले!

होय, बरं, मग...?

◗ भीमशक्ती... हे नातं कसं काय चाललंय?

यात नात्याचा काय प्रश्न आलाय? माझ्या वडिलांचे म्हणजे प्रबोधनकारांचे व डॉ. बाबासाहेब आंबेडकरांचे चांगले घनिष्ठ संबंध होते. डॉ. आंबेडकरांना यांनी कमीपणा आणू नये. सारखा त्या नावाचा वापर करून खणखणीत नाणं घासून-घासून ते गुळगुळीत करू नका, एवढंच माझं म्हणणं आहे.

◗ रामदास आठवल्यांविषयी आपण काय म्हणाल?

रामदास आठवले या माणसामध्ये जे एक कर्तृत्व आहे, त्याचा नीट वापर झाला पाहिजे. आतापर्यंत रामदासला त्याचा वापर नीट करता आला नाही, पण आता मात्र तो व्यवस्थित मार्गावर आलाय. तो आज एकमेव असा नेता आहे की, त्याच्याकडे दलित समाज फार मोठ्या प्रमाणात आहे, हे मान्य करावंच लागेल.

बाकीचे निवडणुकीपुरतेच मर्यादित आहेत. आणि नेते असंख्य झाले, असे म्हणण्याची वेळ आंबेडकरांवर येऊ नये, असंच मी म्हणेन. आणि आपलं, 'आंबेडकरांचा मी नातू, आंबेडकरांचा मी नातू' हे कुठपर्यंत वापरणार तुम्ही? हे जे आनंदराव आज दिसताहेत व काँग्रेसवाले त्यांना घेऊन नाचताहेत, ते होते कुठे?

◗ भीमशक्ती व शिवशक्ती एकत्र यावी आणि महाराष्ट्रात राजकीय क्रांती व्हावी, हे जुनं स्वप्न होतं...

होय, खूपच जुनं स्वप्न.

◗ हे स्वप्न आता साकार होताना तुम्ही पाहताय का?

होय, व्हायलाच पाहिजे. नाही तर करायचं काय मग? फक्त निवडणुकाच लढवायच्या या स्वप्नावर? हे स्वप्न निवडणुकांपुरतंच मर्यादित नाही; यांनी काही तरी क्रांती घडवून आणायला पाहिजे.

◗ कुठल्या प्रकारची क्रांती आपल्याला अपेक्षित आहे? तुम्ही एकदा सांगितलंय की, तुमचं धर्मांतर झालं असेल, पण रक्तांतर झालेलं नाही; तुम्ही मराठीच आहात.

होय, ते हिंदू आणि मुसलमानांच्या बाबतीतसुद्धा मी म्हणतो. इथेसुद्धा तेच म्हणतो. नावं बघा ना. धर्म बदलला; नावं तुमची तीच आहेत. रामदास-भीमराव, नामदेव-भालचंद्र... किती पाहिजेत तुम्हाला? सगळी नावे काढा. हिंदूंची नावं आहेत. बाबासाहेबांनीसुद्धा हे का केलं? हिंदू समाज हा कर्मठ. ब्राह्मणांकडून त्यांनी अन्याय सहन केला. त्यामुळे त्यांना ही इच्छा झाली की, आता नको यांच्यामध्ये. मग दुसरं नाव घ्यायचं तर पंडिता रमाबाई आहे. तिनेसुद्धा हे पाहिलं आणि तिने खिश्चन धर्म स्वीकारला ना? पण बाबासाहेबांनी एकच केलं की, त्यांनी हिंदूंच्या जवळचा धर्म स्वीकारला– बौद्ध धर्म. आणि माझ्या माहितीप्रमाणे बाबासाहेब सावरकरांकडे गेले असताना सावरकरांनी त्यांना सांगितलं की, तुम्ही काहीही करा, तुम्ही कुठल्याही धर्मात जा; पण मुसलमान धर्मात जाऊ नका. मुस्लिम धर्म स्वीकारू नका. असं स्वातंत्र्यवीर सावरकरांनी बाबासाहेबांना सांगितले, हे कुणाला माहीत असेल-नसेल, मला माहीत नाही. पण मी सांगतो, मला हे माहीत आहे.

◗ मुंबईत सध्या इंदू मिलचा विषय गाजतोय. डॉ. आंबेडकरांच्या स्मारकासाठी....

स्मारक व्हावं, याविषयी दुमत असण्याचा प्रश्नच नाही हो; पण हे ज्या पद्धतीने

सरकार त्यांना आता वागवतेय, त्याला दलित समाजाने बळी पडू नये. स्मारकाचे राजकारण हे व्होट बँकेचे राजकारण होऊ नये. त्यामुळे डॉ. आंबेडकरांना कमीपणा येईल, असे कोणी वागू नये. पण माझे एक धोरण आहे–

कोणतं धोरण?

माझं एक निराळं धोरण आहे. ते फक्त इंदू मिलच्याच बाबतीत नाही. ही जी आपली आद्य दैवतं आहेत, त्यांची आता स्मारके उभी करण्यापेक्षा आज जिवंत माणसांना काही चांगले देण्याचा, चांगलं जगण्याचा विचार करा. ही स्मारकं त्यांच्या जीवनातले प्रश्न कमी करणार नाहीत. उदाहरणार्थ– रमाबाईनगर. काय लोक राहताहेत, कसे राहताहेत? त्यांना चांगली घरं बांधून द्या, चांगली वसाहत निर्माण करा; तेच चांगलं बाबासाहेबांचं स्मारक होऊ शकतं.

म्हणजे गरिबांना आणि दलितांना चांगलं जीवन मिळू द्या, हेच ना?

मी तसा भेद करीतच नाही हो. साहित्यामध्येही साहित्य हे साहित्यच असलं पाहिजे. दलित साहित्य का म्हणता? का जात आणता तिकडे? दलितांच्या साहित्याला वास येतो का?

मुंबई महानगरपालिकेच्या निवडणुका जाहीर झालेल्या आहेत...

होय, लोकशाही आहे ना...

एकूण दहा महानगरपालिका, पण मुंबई महत्त्वाची. आपण रणधुमाळीस तयार झाला आहात का?

नक्कीच. मी सज्ज आहे. दोन सभा तर नक्की घेणार. ठाण्याला एक सभा नित्याप्रमाणे, दुसरी मुंबईला.

शिवसेनेच्या स्थापनेपासून आपण मुंबईवर लक्ष ठेवून आहात...

अहो, मुंबई महाराष्ट्राची राजधानी आहे. हे आर्थिक-बिर्थिक जाऊ द्या; त्याच्याशी मला कर्तव्य नाही. मी ते मानतही नाही. गुळाची ढेप दिसली की मुंगळे येतातच– अशी ही मुंबई आहे.

शिवसेना स्थापन झाली त्या वेळेस आपल्यासाठी जे मुंबईचं महत्त्व होतं, ते आजही कायम आहे का?

माझा विचार कधी बदलत नसतो. माझ्याकडे घूमजावचे धंदे नाहीत. माझा विचार तोच आहे. फक्त महाराष्ट्राला शासक चांगले मिळाले नाहीत, म्हणून

घुसखोरी वाढली. नाही तर आपण त्यांना रोखलं होतं छानपैकी आणि घुसखोरीतच सगळी वाट लागली.

◗ लोकसभा, विधानसभा निवडणुकांत अनेकदा राजकीय वारे बदलले असतील, पण मुंबई महानगरपालिकेवरचा भगवा मात्र कायम राहिला.

तो भगवा तर राहणारच. सदैव फडकतच राहणार. मी इतकंच सांगेन– मराठी माणसं दुर्दैवी असतील तर त्या भगव्या झेंड्याला धोका पोहोचेल. मी काय म्हणतोय, हे त्यांना कळलं असेल, त्यांच्या रक्तात भिनलं असेल; तर तो भगवा अजूनही कायम डौलानं, तेजानं, अभिमानानं फडकतच राहणार... फडकतच राहणार!

◗ महापालिकेवर शिवसेनेची सत्ता आहे. या कारभाराकडे आपण एक नेते म्हणून, पालक म्हणून पाहताना 'कारभार' कसा चाललाय, असं वाटतं?

उद्धव जी मेहनत घेतोय आज, त्यास तोड नाही आणि जे काही त्याने दाखवलं की, आम्ही हे करून दाखवलंय वगैरे वगैरे त्यावरही टीका सुरू आहे. जे काम प्रशासनाचे होते, ते श्रेय शिवसेना घेतेय वगैरे वगैरे. चालू झालंय आता हे राजकारण. त्या गधड्यांना हे कळत नाही की, रस्त्यावरचे खड्डे बुजवण्याचं काम कुणाचं? प्रशासनाचं ना? पण आमची सत्ता आहे म्हणून ती जबाबदारी तुम्ही आमच्यावर टाकलीत. एमएमआरडीएचे खड्डेसुद्धा तुम्ही आमच्या नावावर खपवता; मग प्रशासनाचे खड्डे जर आम्ही बुजवतोय, लोकांना त्याचा उपयोग होतोय. आज उद्धवच्या प्रयत्नानं अनेक कामं उभी राहिलीत. इथे प्रशासनाचाही संबंध नाही. संयुक्त महाराष्ट्र लढ्याचं जे दालन उभं केलंय, त्यात प्रशासनाचा काही संबंध आहे? ते उद्धवनं केलंय. एक फार मोठी त्याने कमान उभी केलीय. दादरच्या शिवतीर्थावर– अक्षरधामप्रमाणे. यात प्रशासनाचा संबंध नाही. त्या लोकांनी आपणहून खर्च करून ती बांधली आहे. शिवाजी पार्कचा स्विमिंग पूल उद्धवने स्वत: जातीने लक्ष घालून रात्रंदिवस राबून निर्माण केला– आंतरराष्ट्रीय, ऑलिंपिक दर्जाचा; पण काही त्याचं कौतुक नाही. वर्ल्ड कप गॅलरीचं काही कौतुक नाही. हे तुम्हाला दिसत नाही; तुम्हाला फक्त खड्डेच दिसतात. त्याचा-आमचा काडीमात्रही संबंध नाही, पण आमची सत्ता असल्यामुळे ते बुजवण्याची जबाबदारी घेतली आम्ही. हे सगळं एका दुष्ट पद्धतीने चाललंय. सगळा मीडिया, वृत्तपत्रं एका दुष्टाव्यानं वागतात.

◗ हा काय प्रकार आहे?

पेड-न्यूज! निश्चित. नाही तर त्यांना तसा पुळका येण्याची गरज नाही; पण

दुष्टावा म्हणून. मी मघाशी खेकडे आणि माणसांचा उल्लेख केला की, खेकडेच म्हणतात की, माणसं सरळ कशी चालताहेत? आणि खेकडे म्हणताहेत– काय रे, लागलास का माणसासारखा चालायला? सगळी वृत्तपत्रं बघा– ठरवून विरोधात चाललीत. काही काही तर स्वतःला बादशहा वगैरे समजणारी वृत्तपत्रंही खेकड्याच्याच चालीत चाललीत. एकीकडे म्हणताहेत एकत्र या; दुसरीकडे फाडा! स्वतःच फाडताहेत. इतक्या दुष्टपणाने प्रचार करताहेत.

◗ **हे 'पेड न्यूज'चं लोण कसं रोखणार?**

कानफटात मारून!

◗ **त्यामुळे ते वठणीवर येतील?**

तो पुढचा प्रश्न आहे. नाही– नाही... तुम्ही आम्हाला अंगावर घेता; आम्हाला अंगावर येण्याची इच्छा नाहीय. का असा दुष्टपणा करता? आम्ही काय तुमचं घोडं मारलंय? शिवसेना जर चुकत असेल, तर क्षमा करू नका; पण चांगलं करूनही ही मंडळी त्याची पत्रास ठेवत नाहीत. सगळेच आले त्यात. ते इलेक्ट्रॉनिक मीडियावाले, सगळे दांडेकर. त्या ज्या चर्चा चालतात, त्यात सगळे आमचे विरोधक शोधून आणतात. ते मग गरळ ओकतात.

◗ **शिवसेनेला सत्तेपासून दूर ठेवण्यासाठी हे सर्व कारस्थान सुरू आहे?**

असेलही. पण त्यांना यामधून काय मिळणार आहे? कशाकरिता करताहेत? शिवसेनेनं काय तुमचं गाढव मारलंय?

◗ **सध्या मराठी मतांमध्ये 'वाटमारी' करण्याचे राजकारण सुरू आहे.**

मराठी माणूस शहाणा आहे. उगाच कुणाच्या मागे जाणार नाही. हे जरी खरे असले तरी देवळावरती जिथे दरोडे पडतात, तर राजकारणात पडणार नाहीत? राजकारणातही दरोडेखोर आहेत. देव वगैरे बघत नाहीत ते; फक्त मुखवटे न्यायचे, कारण सोन्याचे असतात ते.

◗ **काँग्रेस पक्षाने सांगितलंय की, या वेळेला कोणत्याही परिस्थितीत मुंबई महापालिका शिवसेनेला मिळू देणार नाही.**

त्यांना विचारतंय कोण? ठाकरे-ठाकऱ्यांमध्ये फरक आहे, हे विसरू नका. ते कोणी तरी माणिकराव ठाकरे म्हणालेत. त्यांना म्हणावं, शिवसेनाप्रमुख ठाकऱ्यांशी तुम्हाला सामना करावा लागणार आहे.

◗ मुंबई आहे, ठाणे आहे, इतरही महानगरपालिका आहेत. काय आवाहन कराल तुम्ही जनतेला?

आवाहन एकच– जागे राहा, जागे राहा. निवडणुकीत फक्त. रात्र वैऱ्याची आहे असं म्हणून चालणार नाही; तर सामना महाराष्ट्राच्या, मुंबईच्या वैऱ्याशी आहे, म्हणून मतदान जागतेपणानं करा.

◗ मुंबईत आवाज शिवसेनेचाच राहील, याविषयी आपणास पूर्ण खात्री आहे?

बिलकुल! जोपर्यंत मराठी माणूस जिवंत आहे तोपर्यंत मराठी माणसाचा आवाज कोणीही मारू शकणार नाही, दाबू शकणार नाही; आणि दाबता येणार नाही. फक्त मुंबईच कशाला– ठाणे, नाशिक, उल्हासनगर, पुणे, पिंपरी-चिंचवडच्या महानगरपालिकांवरही शिवसेनेचाच भगवा झेंडा फडकणार, याविषयी माझ्या मनात किंचितही शंका नाही.

[११ जानेवारी, २०१२]

जनता उठली, तोंडावरती बसली!

मोठ्या कालखंडानंतर शिवसेनाप्रमुखांनी वादळी मुलाखत दिली. या काळात पुलाखालून बरेच पाणी 'वाहून' गेले. आजारपणामुळे शिवसेनाप्रमुखांचा मुक्काम लीलावती इस्पितळात होता. उद्धव ठाकरे यांच्यावरही 'अँजिओप्लास्टी' शस्त्रक्रिया झाली. राज ठाकरे यांनी इस्पितळात जाऊन दोघांच्याही प्रकृतीची चौकशी केली. पण या काळात गाजला तो आझाद मैदानावरील धर्मांध मुसलमानांचा हिंसाचार, पोलिसांवर त्यांनी केलेले हल्ले, अमर जवान शिल्पाची केलेली मोडतोड.

◗ जनता विचारते आहे बाळासाहेब नक्की कुठे आहेत?

छान! मग, आता बाळासाहेब जनतेला विचारत आहेत– ज्या जनतेला मी उठवलं, जागं केलं, एक मंत्र दिला, एक जोश दिला, मराठी माणूस म्हणून तिला स्वाभिमानानं उभं केलं; ती जनता आहे कुठे? अहो, इतकं चाललंय बाहेर... नुसती अंदाधुंदी, बेबंदशाही; पण कुठे जनतेत जाग अशी नाहीच.

◗ 'जनता'रूपी लोकसंख्या तर वाढतेय बाहेर...

मग काय, हा माझा दोष आहे? मुद्दा असा आहे की, या देशाला नाही आकार राहिलाय, ना उकार राहिलाय; इतकं दरिद्री नेतृत्व या देशाला मिळालेलं आहे. जोपर्यंत ही पंचकडी देशावर लादली गेली आहे तोपर्यंत हे असंच चालू राहणार.

◗ पंचकडी म्हणजे?

पंचकडी... विशेषकरून सोनिया गांधीने निर्माण केलेली आहे. तिचे ते पुत्र राहुल पंतप्रधान व्हायला बघताहेत. म्हणजे, देश गेला खड्ड्यात. घराणेशाही ही म्हणतात. ठाकरेंमध्ये घराणेशाही आलेली नाही. उद्धवला मी नाही नेमला, आदित्यला मी नाही नेमला. लादलेली माणसं राज्य करीत आहेत. याचा तुम्ही स्वीकार केला पाहिजे पंतप्रधान म्हणून– लोकांना मग आवडो, ना आवडो. असं मी केलेलं नाही. तेव्हा ही एक 'पंचकडी' तिथे हिंदुस्थानच्या राजकारणात तिकडे निर्माण झालेली आहे. सोनिया गांधी म्हणजे सर्व सर्व काही बनल्या आहेत. अगदी हुकूमशाही पद्धतीने तिची पावलं पडत आहेत. बाई आता संतापायलाही लागल्या. हा संताप कोणी निर्माण केला? एवढी हुकमत गाजवताहेत त्या बाई आणि इतके हुजरे मुजरे झाडत आहेत तिला– कशासाठी? त्याची ना लाज, ना लज्जा, शरम कुणाला. त्यानंतर तिचे ते राहुल गांधी– मघाशी बोललो तेच. पंतप्रधान व्हायला बघताहेत. अरे, पंतप्रधानकीचे पद म्हणजे भेंडीबाजारमधली खुर्ची समजतो का रे? ती प्रियंकाही आता जोरात येतेय– वढेराची बायको. काय, तर दुसरी इंदिरा गांधीच ती. तुरुतुरू चालते; मग पुढे कुणाला बघत नाही, अशा तऱ्हेने तिचं चालणं सुरू झालंय. ते अहमद पटेल सल्लागार. ते वढेरा आहेत ना परत तुमचे जावई. रॉबर्ट वढेरा त्यांनी काही गोलमाल केला तरी झाकलं जातंय. कसले तुमचे सीबीआय घेऊन बसलात?

◗ सीबीआय आणि कोर्ट जोरात आहे सध्या...

अरे, कसलं काय आणि कसलं काय! ते कोर्ट तर सगळ्यांना दिलासाच देत सुटलंय. भानगड करा, दिलासा मिळवा. काय तर म्हणे, क्लीन चिट! सगळ्या त्या भडभुंज्यांना– ज्यांनी भडवेगिरी केली आहे, घोटाळे केलेत, भ्रष्टाचार केलेत त्या

सगळ्यांना– क्लीन चिट मिळतात. तो सुब्रमण्यम स्वामी मागे लागलाय, चिदंबरमच्या मागे; पण त्यालाही क्लीन चिट देऊन सोडलाय.

◗ सीबीआयवर कोर्टाने ताशेरे मारलेत...

होय रे, पण उपयोग काय? कोर्टाने जे एक वाक्य म्हटलंय– त्या सीबीआयच्या बाबतीत की, सीबीआय ही सरकारची हुजरेगिरी करणारी संस्था आहे; तिला टाळे का नाही लावत? असा कोर्टाचा सवाल आहे. पण टाळे कोण लावणार? किल्ली शेवटी बाईंच्याच हातात. असा सगळा सत्यानाश झालेला आहे देशाचा.

◗ हे सर्व आपण बऱ्याच काळानंतर बोलताय...

काळानंतर म्हणजे काय? मी अजिबात बदललेलो नाही. माझी सर्व व्यंगचित्रं पुस्तकरूपाने छापतोय आता. उद्धव करतोय ते सगळं. पण व्यंगचित्रं मी जी काढलीत त्या-त्या काळात आणि त्या सालामध्ये– अगदी ४७ पासूनची तुम्ही माझी व्यंगचित्रं पाहा. जे मी त्या काळात व सालात रेखाटलंय, तेच आजही चालू आहे. क्षणभरही कुठे बदललेले नाही; उलट वाढीस लागलंय. बरं, ही भाकितं मी त्या वेळेला केलेली आहेत; अजून तेच सुरू आहे. मग अशा या मुर्दाड लोकांना मी काय करायचं? ढोसायचं? उठवायचं? सांगा–

◗ म्हणजे त्यांच्याबाबत बोलण्यासारखं काहीच नाही...?

नाही, काही राहिलेलंच नाही. जनता जोपर्यंत उठाव करीत नाही तोपर्यंत काहीच होणार नाही. त्यात आता राजने एक मोर्चा काढला. ठीक आहे. उठली माणसं, पण नंतर बरोबर तोंडावरती बसणार. कशाकरिता हे श्रम घ्यायचे कोणी? म्हणजे आता पोलिसांबद्दल सगळ्यांनाच सहानुभूती आहे. अशा ज्या बातम्या त्यांच्याविषयी येतात, त्यामुळे थंड पडतं सगळं. पण त्यांचंही काही चालत नाही. मी त्या काळात एक पोलिसाविषयी व्यंगचित्र छापलंय, ते पाहा. त्या व्यंगचित्राचा अर्थ आजही कायम आहे, कुठेही बदल झाला नाही. पोलिसांविषयी सहानुभूती तर जरूर आहे; किंबहुना, माणूस म्हणून त्यांच्याकडे कुणी बघतच नाही.

◗ म्हणजे नक्की काय?

पोलिसांच्या बाबतीत सगळाच निर्दयी कारभार. तीसुद्धा माणसंच आहेत ना? बारा-बारा तासांच्या ड्युट्या. बरं, करमणुकीचं काही साधन नाही. असं काही नाही ना की, पत्त्याचा डाव टाकलाय, कुठे तरी थोडा वेळ बसून टी.व्ही. बघताहेत. काही नाही. सरळ बारा तास काढायचे. काढून बघा मंत्र्यांनो तुम्ही. त्यांची सगळीच

छानछोकी सुरू आहे. एकेकाची तोंडं बघा. पहिलं होतं कसं आणि आता कसे टरबुजासारखे फुगलेत! पूर्वीचे चेहरे व आताचे– ओळखूही येणार नाहीत. एके काळचा तो तटकऱ्यांचा जुना फोटो बघा. आबाचा बघा. पतंगराव बघा. इतरही बघा. काल कसे होते व आज काय झालेत ते. लाल भोपळे झालेले आहेत तोंडाचे! याचीच चीड येते मला. तुम्ही इतके सुखावताहात, पण जनता बोंबलते आहे तिकडे.

◗ जनतेकडे कुणाचंच लक्ष नाही...

पण हे जनतेला कळलं पाहिजे ना? आदिवासी भागातील ती लहान पोरं... कुपोषणाने त्यांची हाडं दिसताहेत, पोटं मोठी झालीत. लाज नाही वाटत तुम्हाला? गुरांचा चारा बंद करता; तुम्ही खाता ना बैलांनो?

◗ प्रकृती कशी आहे तुमची?

माझ्या प्रकृतीचा काही प्रश्न नाही रे. मामुली काही गोष्टी आहेत. डॉक्टरांच्या देखरेखीखाली आहे. माझं शारीरिक वजन थोडंसं कमी झालेलं आहे. माझं जेवणच खरं सांगायचं म्हणजे कमी झालेलं आहे. मग कारणं असतात डॉक्टरांकडे. वय वाढतंय. वाढणारच! रिमोट कंट्रोल वयाचा नाही माझ्याकडे. मंत्रिमंडळ असताना तो माझ्याकडे होता.

◗ मधल्या काळामध्ये आपला मुक्काम लीलावतीमध्ये होता...

हो. मग? तेथे काही कायमचा नव्हतो गेलो. आजारपणासाठी गेलो होतो. किंबहुना, घरी कंटाळा आला म्हणून लीलावतीमध्ये गेलो, असलाही काही प्रकार नव्हता. डॉक्टर मला उचलूनच घेऊन जाताहेत. मग त्यांच्या त्या सगळ्या परीक्षा सुरू होतात. 'टेस्ट' म्हणतात त्याला. म्हणजे आजार नसला तरी डॉक्टरांचे उपचार सुरू होतात. त्यामुळे माणूस आजारी पडतो की काय, असं वाटायला लागतंय.

◗ त्याआधी उद्धव आजारी पडले...

हो. सोमवारी उद्धव घरी आला आणि मंगळवारी मी तिकडे गेलो. म्हणजे राजकारणामध्ये खुर्ची रिकामी झाल्यानंतर पट्‌कन कुणी तरी येऊन बसतो; तसा काही हा प्रकार नव्हता. बेड रिकामा आहे, चला– आपण जाऊन पडू या.

◗ आता आपण कसे आहात?

मी ठणठणीत आहे. खरं म्हणजे, माझा हा श्वासाचा प्रकार आहे. तो श्वास जर माझा व्यवस्थित राहिला, तर ठीक आहे. थोडी धाप लागते मला. ही धाप जर मला

लागली नाही, तर मी अजूनही महाराष्ट्राचा दौरा करून रान उठवेन. पण ही धापच मला फार त्रास देते.

◗ **महाराष्ट्राला आपल्या प्रकृतीविषयी घोर लागून राहिला होता...**

लागणं शक्य आहे. महाराष्ट्र माझ्यावरती प्रेम करतो, याची मलाही जाणीव आहे.

◗ **'लीलावती'मध्ये आपल्याला अनेक राजकीय नेते भेटायला आले. शरद पवार आले, नितीन गडकरी आले...**

आता मला काही कल्पना नव्हती. मला भेटून गेले म्हणजे हे दोघेच जण– नितीन गडकरी आणि शरद पवार. बाकी काही नावं लिहून ठेवलीत. मुंडे येऊन गेले. इतरही आले होते. पण भेटण्यामध्ये एक निरलसपणा असतो. म्हणजे खरोखरच एका प्रेमाने आले आणि एका राजकीय उद्देशाने आले. बातमी जाऊन बाहेरचं राजकारण बदलून घेणाऱ्या अशासुद्धा प्रवृत्ती असतात. नाव घेण्याची काही गरज नाही मला.

◗ **महाराष्ट्र कसा वाटतोय तुम्हाला आज?**

महाराष्ट्राला आज नेतृत्व नाही. आज महाराष्ट्रालाच कशाला– देशालाच नेतृत्व नाहीय; तेथे महाराष्ट्राचे काय घेऊन बसलात! आता लोकमान्य टिळकांचा आवाज मिळालाय. त्या आवाजाने एके काळी ब्रिटिश साम्राज्य हादरले होते, पण आज काय आहे? कुणाला काही खंत नाही. काही नाही, काही नाही. मिळाल्यात तर वाजवा तुमच्या तबकड्या त्या.

◗ **दुष्काळ पडलाय महाराष्ट्रात...**

अरे, सगळ्याचाच दुष्काळ पडलाय. विचारांचा दुष्काळ आहे, नेतृत्वाचा दुष्काळ आहे; कशाचा नाही ते बोला! हिमतीने काही करणारे कोणीच नाहीत. फक्त एकमेकांवरती आरोप चाललेत. याने त्याच्यावर, त्याने त्याच्यावर. अरे, राज्यकर्ते म्हणवता तुम्ही– एकमेकांची धोतरं काय फेडता? दुष्काळ कसा निपटून काढायचा, त्याच्यावरती बसा. विचार करा– चुकलं कसं? काय करायला पाहिजे होतं? म्हणजे वाट बघत बसतात. याची मी मारतो कशी ती!

◗ **त्यात दंगलीचा भडका मुंबईत उडाला...**

होय. आझाद मैदानातला प्रकार तो.

◗ ही दंगल तुम्ही टीव्हीवर पाहिलीत...

टी.व्ही.वरच अर्थात. नाही तर माझ्यावरतीही त्यांनी दंगलीत भाग घेतला म्हणून कारवाई केली असती.

◗ दंगल पाहून तुम्हाला काय वाटलं?

शरम वाटते. निश्चितच शरम वाटते. हे धाडस झालं कसं? शिवसेनेच्या राज्यामध्ये एक हिंदू-मुसलमानाचा दंगा झाला नाही. त्या मालेगावच्या बाजूला एक किंचित प्रकार झाला होता, तोही मूर्खपणाच केला होता एकाने. त्यानंतर दंगल हा प्रकार नव्हताच. दाखवून द्या मला तुम्ही. कोणीही केली असती, तरी त्याला आम्ही झोडून काढलं असतं मग.

◗ पण त्या दंगलीत हिंदूंना झोडलंय...

तेच म्हणतोय मी! पण हिंदू काहीच करीत नाही हो. आम्ही फक्त वृत्तपत्रांमध्ये 'पत्रे' छापतो, की– कसाबला फाशी द्यायलाच हवी. मग त्यावर पानभर लोकांच्या प्रतिक्रिया. अरे, पण तो फासावर गेला पाहिजे ना? अजून तो अफझल गुरू तिकडे मजा मारतोय. ११ वर्षे झाली सर्वोच्च न्यायालयाने शिक्षा ठोठावून; अफझल गुरू लटकतच नाही अजून! की, शेतकऱ्यांनी सगळ्या दोऱ्या संपवल्यात आत्महत्या करून? तसं असेल, तर त्याला भर चौकात गोळ्या घालून ठार मारा– त्या अफझल गुरूला आणि त्या कसाबला आणि त्या अबू जिंदाललाही. हेडलीचं बघता येईल नंतर.

◗ म्यानमारमधील मुसलमानांवर अत्याचार झाले हे एक कारण व आसामात घुसलेल्या बांगलादेशी विरोधात बोडो भूमिपुत्रांनी प्रतिकार केला म्हणून मुंबईतील मुसलमानांनी रस्त्यावर उतरावे, हे कितपत योग्य आहे?

पाकिस्तानचे नाव आल्यानंतर बाकीचा काही प्रश्नच येत नाही. ते हिंदुस्थानचे कायमचे दुश्मन आहेत. कायमचे म्हणजे, कायमचे. फाळणीपासून त्यांचे हे उपद्व्याप सुरू आहेत. त्यांचे कधीच समाधान झाले नाही. माझ्याकडे त्या काळात रेखाटलेली किती तरी व्यंगचित्रे आहेत; ती छापा तुम्ही. पाकिस्तानची आपल्याबरोबरची दुश्मनी किती खोल आहे, त्याच्यावर एक स्वतंत्र पुस्तकच होईल माझ्या व्यंगचित्रांचं. सुखानं ते स्वत: जगत नाहीत आणि सुखानं ते आपल्याला जगू देत नाहीत. त्यांना नक्की काय हवंय... आधी त्यांना काश्मीर हवाय. काश्मीर झाला की मग त्यांची नजर पंजाबकडे. आता आसाममध्ये बांगलादेशी घुसलेत. मुळात ही अवलादच

पाकड्यांची. म्हणजे ही त्यांची एकंदरीत सूडवृत्ती आहे आणि त्याला चीनचा पाठिंबा आहे. चीनलासुद्धा हिंदुस्थानचा लचका तोडायची जुनी जबर इच्छा आहे.

◗ बांगलादेशी आसामात घुसले; त्याचे पडसाद मुंबईत उमटले...

हे बांगलादेशी केव्हा घुसले? घुसत असताना दिसले नाहीत? घुसत असताना तुमचं लक्ष नव्हतं? म्हणजे इतके तुम्ही आंधळे झालात? की भडव्यांनो, तुमच्या डोळ्यांवर पट्टी बांधलीय, की डोळ्यांत काचबिंदू झालाय? घुसताहेत म्हणजे काय? त्या हिंदू बोडोंचे काय चुकलं? आमचं असून आम्हाला काहीच नाही म्हणजे काय? म्हणजे महाराष्ट्रात आपली स्थिती आहे तशीच तिकडे बोडोंची आहे आणि आज आसाममध्ये बांगलादेशीयांनी इतकं वर्चस्व निर्माण केलंय की, तो आसाम बोडोंचा आहे की बांगलादेशवाल्यांचा आहे, असा प्रश्न निर्माण झालाय.

◗ आता त्यावर उपाय काय?

काय उपाय? निदान त्या इंदिरा गांधींनी तेव्हा एक धाडस तरी दाखवलं होतं. पाकिस्तानपासून त्यांचा देश 'बांगलादेश' म्हणून स्वतंत्र केला आपण. मुजीबूर रहेमान असताना इंदिराजींनी तेथे पाकिस्तानात घुसून त्यांना स्वातंत्र्य मिळवून दिले. परराष्ट्रच होते ते. हा तर आसाम आपलाच आहे. सैन्य काय करतंय? का तुम्ही गोळ्या घालीत नाही?

◗ सैन्याला आदेश नाहीत...

हेच मला म्हणायचं आहे. आदेश नाहीय. आदेश कुणाचा पाहिजे? तुम्हीच राज्य करीत आहात. नपुंसक राज्य करीत असताना सैनिक करणार काय? सैन्याने आपल्या ताब्यात घ्यावं सगळं... पण त्या सैन्यात तरी काय चाललंय? राजकारणाची वाळवी तिथेही लागलीय.

◗ म्हणजे काय?

कशावरती बंधने नाहीत, शिस्त नाही. सैन्यात बेशिस्त असेल तर कसे चालणार? तिकडे मोकाट सुटलंय सगळं, मोकाट सुटलंय. तो सिंह नावाचा जनरल होता. तो अण्णा हजारेला भेटतो काय, चर्चा करतोय काय, भाषणे ठोकतो काय! अण्णाला नक्की ग्लासाने काय पाजतो, ते माहीत नाही. ते इलेक्ट्रॉल आहे, मोसंबीचा रस आहे की, आणखी काय आहे; ते माहीत नाही. पण ते पितात काही दिले तरी. पंचतारांकित उपोषण म्हणून शेवटी हे अधिकार कुणाला देता कामा नये. समजलं?

◗ मग पोलिसांचं काय?

पोलिसांच्या बाबतीतसुद्धा संघटना असावी की नसावी– पोलीस आणि सैन्य यांच्यामध्ये 'ट्रेड युनियनिझम' येता कामा नये; पण त्यांच्याकरिता एक सेल निर्माण करा. या सेलमध्ये कोणीही जाऊन आपली व्यथा मांडू शकेल– घरातली असेल, कामावरची असेल, नोकरीबाबतची असेल. या व्यथा त्याने तिथे जो कोणी नेमला असेल, त्याच्याकडे मांडायच्या. पण 'ट्रेड युनियन' हा प्रकार नाही. नाही तर मग काय होईल? त्यात अनेक राजकीय पक्ष येतील. यांच्यामध्ये दोन-तीन युनियन आल्या की मग वाट लागेल. मग त्यांचे संप सुरू होतील. हे विष पोलीस आणखी सैन्यामध्ये येता कामा नये– ट्रेड युनियनचं! तेवढं सरकारला निर्दयपणे करावंच लागेल. पण कसले करतायत निर्दयपणे?

भिकार×× सगळे!

[७ सप्टेंबर, २०१२]

कायदे कोणासाठी?
जनतेसाठी की खतरनाक अतिरेक्यांसाठी?

"आझाद मैदानावरील दंगलीमुळे मुंबईत तणावाचे वातावरण निर्माण झाले. ९३ च्या दंगलीनंतर धर्मांध मुसलमान प्रथमच हिंसक होऊन रस्त्यावर उतरला. याच काळात राष्ट्रपतिपदाची निवडणूक झाली व शिवसेनाप्रमुखांनी प्रणव मुखर्जी यांना पाठिंबा दिला. देशाच्या राजकारणात त्यामुळे खळबळ माजली. शिवसेनाप्रमुखांनी वाघाची डरकाळीच मारली– ''मी उसळी मारली, तर धर्मांध मुसलमान राहणार नाहीत.''"

◗ आझाद मैदानावरील दंगा पूर्वनियोजित होता...?

होय, दिसलेय ते. संपूर्ण तयारीनेच ते आले होते; पण पोलिसांची तयारी काय होती?

◗ पोलिसांवर हल्ले करेपर्यंत त्यांची मजल गेली...

मी तेच सांगतोय ना. का नाही करायचे त्यांनी? अमर जवान शिल्प तोडले त्यांनी. पोलिसांनी काय तयारी केली होती? नक्की काय आकडा होता? कुणी म्हणतात २५,००० होते, कुणी म्हणतात ५०,००० होते. नक्की आकडा किती होता?

◗ साधारण पन्नास हजार होते...

पन्नास? नक्की? कोणी मोजले?

◗ हा पोलिसांचा आकडा आहे...

अच्छा, पोलिसांचा आकडा. त्यांना आठवण नक्कीच राहणार. मार खाल्लाय ना त्यांनी.

◗ पण पोलिसांना मारण्यापर्यंत, अमर जवान शिल्प तोडेपर्यंत या मुसलमान दंगलखोरांची हिंमत जाते कशी?

तुमच्या गांडूपणामुळे. तुमची गांडुगिरी. त्या पटनायकाचा नक्की पट कळतच नाही, काय आहे; काय त्याची भूमिका होती? कुणी म्हणतात– त्याने पकडलेले लोक सोडून दिले, असं वृत्तपत्रात छापून आलंय. कुणी म्हणतात, त्याला ते आदेश नव्हते. आता हे सोडवणुकीचे मार्ग झालेत. मी अडकलोय, तू मला सोडव; मग मी तुला सोडवतो. दोघेही अडकलोय. ते आबा पाटील– काय त्यांची लायकी आहे काय गृहमंत्रिपदावर बसण्याची? पण बसलेत.

◗ ९३ च्या दंगलीनंतर प्रथमच धर्मांध मुसलमान हिंसक होऊन रस्त्यावर उतरला...

अरे बाबा, हे लांडे बाबरी मशीद पाडल्याबरोबर इकडे रस्त्यावर उतरले होते ना? आता ती बाबरी मशीद इकडून किती लांब? हे सगळे खुलासे यापूर्वी झाले आहेत. ती बाबरी मशीद तिकडे उत्तर प्रदेशात पडल्यावर तुम्ही मुंबईत दंगलीला सुरुवात का केली? मग मी असे म्हणेन– गोध्राला तुम्ही जे हत्याकांड केलंत, साबरमती एक्स्प्रेसच्या तीन बोगी तुम्ही जाळल्यात– अगदी पद्धतशीर प्लॅनिंग

करून, अगदी मांडणी करून जाळल्यात. तुम्ही बायकांची, लहान मुलांचीसुद्धा पर्वा केली नाहीत. बाहेरून दरवाजे बंद केलेत. पेट्रोलचे बोळे फेकलेत. हे सर्व आलंय वर्तमानपत्रात छापून; हे माझं नाहीय. गोध्राला हल्ला करणारे कोण? मुसलमानच होते ना? आणि जर मग अयोध्येची रिॲक्शन मुंबईतील मुसलमान दंगल करून दाखवत असतील... निषेध करून दाखवतात; तर मग गोध्राची रिॲक्शन संपूर्ण गुजरातमध्ये– खासकरून अहमदाबादमध्ये आली, तर मग बोंबा कशाला मारता? बांग कशाला ठोकता भडव्यांनो? काय गरज आहे तुम्हाला बांग ठोकण्याची? ते जर चालतं, तर मग हे का नाही चालत? रिॲक्शन आहे गोध्राची अहमदाबादमध्ये. त्यांचे गुजराती मारले गेले. ते सर्व करसेवा करून आले होते.

◗ **पण बाबरीनंतर मुंबईत झालेल्या दंगलीला शिवसेनेने प्रतिकार केला...**
केला. बरं, मग?

◗ **तसा प्रतिकार या वेळेला झाला नाही...**
उद्धवने केला नं. राजनेही केला. राज आला नं. सगळ्यांनीच पुढे-पुढे करायची गरज नाही. राजने मोर्चा काढल्यानंतर उद्धवने आदल्या दिवशीच खुलासा केलाय. दूरदर्शनवर आलेलं आहे. शेवटी म्हणजे काय– ठाकरे घराणंच नं? बाकीचे गेले कुठे? संसद बंद करणारे गेले कुठे?

◗ **तिकडे पाकिस्तानमध्ये तुमच्या नावाचा प्रचंड दरारा आहे...**
होय. मग?

◗ **इकडे पाक मीडियाचे लोक आले तेव्हा त्यांनी सांगितले, पाकिस्तानला फक्त शिवसेनाप्रमुखांचीच भीती वाटते...**
होय, आहेच. कारण मी त्यांना तसा सोडणार नाही. मी अजून उसळी मारत नाही तोपर्यंत. उसळी मारली; तर मी इथे एकही धर्मांध पाकिस्तानी आणि बांगलादेशी मुसलमान निदान महाराष्ट्रात तरी राहू देणार नाही आणि जिथे जिथे शाखा आहेत माझ्या शिवसेनेच्या, अगदी जम्मू-काश्मीरपर्यंत– तिथे-तिथे उसळी मारतील.

◗ **पाकिस्तानी क्रिकेटपटूंवर बहिष्काराची तुमची भूमिका अजूनही कायम आहे?**
होय. मी त्यांना इथे खेळू देणार नाही. मी माझे शब्द बदलले नाहीत आणि बदलणार नाही.

◗ देशभरात सध्या जो पाकधार्जिण्या मुसलमानांच्या हिंसेचा उत्पात सुरू आहे, त्याचा अंत काय होईल असं वाटतं?

माझ्या हातामध्ये सैन्य द्या; चमत्कार दाखवतो मी तुम्हाला. एक महिन्याच्या आत सगळं सरळ करून दाखवतो. फक्त सैन्य द्या माझ्या ताब्यात.

◗ शिवसेना हे एक तुमचं सैन्यच आहे...

नि:शस्त्र सैन्य! हातात फक्त भगवा आहे, तरीही एवढा दरारा आहे. पण हे तसलं नकोय मला. मला ती होर्डिंग्ज, बॅनर्स आणि ते ढोल बडवणारे नकोत. नवीनच तंत्र आलंय आता– ढोल बडवायचं.

◗ राजकारणातला हा एक नवीन प्रकार आहे...

होय. तो लालूंनी आणला पहिला.

◗ महाराष्ट्रात पण सध्या ढोल बडवले जाताहेत...

होय. आपल्याकडे ढोल बडवले जाताहेत याचं कारण शत्रूला बडवण्याची ताकद आमच्यातली नाहीशी झालीय. गेलीय. मग आता काय बडवायचं? जे पाहिजे बडवायला, ते बडवता येत नाही; मग ढोल बडवा. सोपं आहे ते.

◗ इतकं होऊनसुद्धा मुसलमानांबरोबर हिंदूसुद्धा काँग्रेसलाच का मतदान करतो?

दुर्दैव! शिवाजीमहाराजांच्या नशिबीसुद्धा हेच आलं. दोनशे लढाया मराठ्यांविरुद्ध महाराजांना लढाव्या लागल्या. त्याची ती यादी आहे बाबासाहेब पुरंदरेंच्या पुस्तकात.

◗ आणि तुम्ही हिंदुहृदयसम्राट असताना...

होय. म्हणून काय झालं? त्या वेळीसुद्धा खंडू खोपडे होता नं? बाजी घोरपडे होता नं? नेताजी पालकर इतका विश्वासू असतानाही गेला नं? पश्चात्ताप होऊन परत आला नं? मग पश्चात्तापाला क्षमा करायची की फक्त त्याच्यावरती आम्ही प्रेम करायचं? त्याची ना कुणाला पर्वा, ना काही. निर्लज्जपणानं तो प्रेमाचा स्वीकार करतो– मला जगायचं आहे, क्षमा करा. खंडू खोपडेसुद्धा आला होता क्षमा मागायला, पण नाही. अजिबात नाही.

◗ सध्या अचानक बिहारवरून वादळ उठलंय...

कसलं आलंय वादळ...?

◗ **आझाद मैदान दंगलीतले आरोपी मुंबई पोलिसांनी पकडले. त्याचा राग आलाय तिकडे...**

कसला राग आलाय त्यांना? राग येण्याचं तसं कारण नाही. सार्वभौम राष्ट्राचे कायदे कोणासाठी केलेले असतात? जनतेसाठी की खतरनाक अतिरेक्यांसाठी? मुभा कुणाला द्यायची? तुमच्या राज्यात शिरून खतरनाक अतिरेक्यांना पकडायचे नसतील, तर ते आमच्या राज्यात येणार नाहीत, दंगली करणार नाहीत याची काळजी घ्या– मग बोंबा ठोका. उगाच महाराष्ट्राच्या पोलिसांना अक्कल शिकवण्याचे धंदे करू नका.

◗ **यानिमित्ताने तुम्हाला 'बिहारी' ठरविण्याचे प्रयत्न सुरू आहेत...**

होय. आमचे ठाकरे कुटुंब म्हणे बिहारातून महाराष्ट्रात आलंय. गंमत आहे! फक्त मला आता अमेरिकन कोण ठरवतंय, ते पाहावं लागेल. ठाकऱ्यांचे पूर्वज अमेरिकेतून हिंदुस्थानात घुसले, एवढाच शोध लावायचा बाकी आहे. मध्य प्रदेश, बिहारपर्यंत पोहोचलेत; अजून बरीच राज्यं शिल्लक आहेत. उद्धवने त्या दिग्विजय सिंहला चांगलं उत्तर दिलंय.

◗ **देशाच्या राजधानीत म्हणजे दिल्लीत प्रचंड राजकीय गोंधळ आणि अराजक माजलंय...**

अराजक येणारच, असं माझं केव्हापासून चाललंय. ओरडा. अराजकाच्याच उंबरठ्यावरती आपण उभे आहोत. मला असं वाटतंय, २०१४ पर्यंत निवडणुका जाणारच नाहीत. त्याच्या अगोदरच होणार, हे माझं भाकीत आहे. पाहा तुम्ही.

◗ **निवडणुका लवकर होतील, असं आपल्याला का वाटतं?**

का वाटतं याचं उत्तर मी देऊ शकत नाही. मी महात्मा गांधी नसल्यामुळे माझा आतला आवाज वगैरे वगैरे हे असले शब्द काही वापरत नाही.

◗ **पण तुमच्या आवाजाला महत्त्व आहे...**

होय, आहे ना. नक्कीच. आज मी बोललोय ना– आणि ते होतेय असं दिसतेय ना तुम्हाला? मग पाहा.

◗ **राष्ट्रपतिपदाच्या निवडणुकीत आपण काँग्रेसला पाठिंबा दिलात...**

होय, जरूर दिलाय. कारण एनडीएकडे काही मांडणीच नव्हती आणि तसला 'लायक' कुणी नव्हताच. कलामला पाठिंबा हा काही विचार मला पटण्यासारखा

नव्हता आणि पुन्हा त्याने नंतर जो घोळ घातला– सोनिया गांधींच्या बाबतीत, त्याने माझं मनच उडालं त्या माणसाबद्दल. आता त्यांच्यानंतर कोण? कोणीच सापडला नाही, म्हणून संगमा. संगमा माझेही मित्र आहेत; पण मित्रत्वाची नाती इथे तशी चालणार नाहीत. तुमची 'कुवत' काय? त्यात त्याने जो जातीय स्पर्श केला की– आम्ही अमुक तमुक जातीचे आहोत, म्हणून मते द्या. तुम्ही पहिल्यांदा ख्रिश्चन; मग आदिवासी वगैरे. तुम्हीच पहिल्यांदा जातीयवाद आणल्यामुळेच आम्हाला जातीय तत्त्वावरती बोलावं लागतं. नंतर उपराष्ट्रपती कोण? तर ते हमीद अन्सारी. ते होतेच. पुन्हा त्याला तुम्ही पाच वर्षे देता; का? दुसरे मिळत नाहीत? हे जे काँग्रेसचे राजकारण आहे, त्याला मी कधीच हातभार लावणार नाही.

◗ प्रतिभाताई पाटलांच्या बाबतीत तेच झालं...

काय झालं? पुन्हा सांगतो– प्रतिभाताई पाटलांच्या बाबतीत... इकडे माझ्याकडे विलासराव देशमुख आणि तिथे आबा पाटील बसले होते. दुर्दैवाने विलासराव गेले, पण आबा तर आहेत. आबाला विचारा– प्रतिभाताईंना शिवसेनेची मते मिळावीत म्हणून आले. मी म्हटलं, काही काळजी करू नका. मी विचार काय केला की...

◗ काय विचार केलात?

त्या वेळी माझ्यासमोर प्रतिभाताई पाटील नव्हत्या; काही नाही नि काही नाही. त्यांनी शिवराज पाटलांचं नाव घेतलं होतं तेव्हा. मी स्पष्टच सांगितलं की, या इस्त्रीवाल्याला मी कधीच पाठिंबा देणार नाही. फक्त कडक कपडे. अरे, आधी देशाची घडी बघ– विस्कटली आहे, ती बसव. तुझ्या कपड्यांची काय बघतोस? हे माझे विचार आहेत. त्यानंतर आणखी एक-दोन लोकांची नावं आली. मी म्हटलं, नाही. या लोकांना मी कधीच पाठिंबा देणार नाही. मग ती प्रतिभाताई पाटील येणार आहे, हेही मला माहीत नव्हतं. फक्त मी काय विचार केला? साठ वर्षांनी महाराष्ट्राकडे राष्ट्रपतिपद येतंय. नाही तर उत्तर प्रदेश आणि दक्षिणेकडेच हे पद गेलं. इथेच ते चाललं होतं. त्यांचं पिंगपाँग. म्हटलं, ही संधी घालवायची नाही. मी काँग्रेसचा विचार केला नाही, कशाचा विचार केला नाही; फक्त महाराष्ट्राकडे राष्ट्रपतिपद येतंय, हे मी महत्त्वाचं मानलं. आता त्यांनी जर तिला नेमलं असेल, मी काय म्हणणार? आता राष्ट्रपतिपद गेलं तरी चालेल, पण मी प्रतिभाताई पाटलांना मत देणार नाही, अशी भूमिका मी घेऊ शकत नाही. महत्त्वाचं काय आहे, तर राष्ट्रपतिपद आणि महाराष्ट्र. याच दोन गोष्टींवरती आधारित होता तो पाठिंबा.

◗ म्हणजे तुम्ही काँग्रेसला पाठिंबा दिला नाही...?

नाहीच. अर्थात मी काँग्रेसला पाठिंबा दिला नाही. आतासुद्धा हे जे आहेत तुमचे प्रणव मुखर्जी– त्यांच्या बाबतीत माझी स्वच्छ भूमिका आहे. तुम्हाला पाहिजे तेवढं तुम्ही छापता, नको त्या वेळेला मला टोलवण्यासाठी वापर करता. या वेळीही म्हटलंय, हा काँग्रेसला पाठिंबा नाही. एक चांगला माणूस आज राष्ट्रपतिपदासाठी मिळतोय आणि तो माणूस काय आहे? ते आतलं राजकारण तुलाही माहीत आहे. तो तसा शरण जाणारा माणूस नाही. अजून सुरुवात झालेली नाही त्याची. त्यांचा स्वभाव तुम्हाला समजायचा आहे. कडक शिस्तीचा, अनुभवी माणूस आहे. मी दिला पाठिंबा.

◗ म्हणजे तुमची भूमिका स्वच्छ आहे...

होय, नक्कीच. पण हे पत्रकार जे आहेत, काही त्यातले भाडखाऊ आहेत. भडभुंजे आहेत. काही विकाऊ आहेत, काही टाकाऊ आहेत. ते जाणिवेने काड्या घालण्याचे काम करीत असतात.

◗ कोणत्या बाबतीत?

आता राज आणखी उद्धव हे एकत्र आले– यामध्ये किती सुखावले, किती दुखावले? सुखावल्याचे प्रमाण किती अन् दुखावल्याचे प्रमाण किती? पोटदुख्या कुणाला? ते कसे तुटेल याचेही प्रयत्न आता सुरू झालेत. भांडणं लावायची दोघांची. बरोबर असे मुद्दे काढायचे की, दोघांचे कुठे तरी वाजले पाहिजे. हे धंदे आता सुरू झालेले आहेत. पुढचं काय होईल ते होईल. राज कोणत्या मार्गाने जाणार आहे, उद्धवचा विचार काय आहे– ते ठरेल ना. कुठच्या तरी एका भूमिकेवरती येणार; पण तुम्ही आताच का ही भाकितं सुरू केलीत?

◗ पण तुमचा विचार काय आहे?

मी कशाला आता विचार करू? कशाकरिता करायचा? असं काय कोसळलंय की, मला त्याचा आज विचार करावा लागतोय? काही गरज नाही त्याची मला. राजकारण असं घिसाडघाईने सोडवायचं नसतं. शत्रुपक्षाची पावलं कशी पडतात, त्याच्यावरती तुमची पावलं अवलंबून आहेत. आपल्या पावलावर शत्रूंनी पाऊल नाही ठेवायचं. आपलं पाऊल काय पाहिजे, हे मी शत्रूच्या पावलावर ठरवत असतो. युद्धनीती. पलीकडून काही सुरुवात होते काय याची वाट पाहा, पण आपण यडझव्यासारखे आधीच बॉम्बगोळे सोडायला लागल्यावर ते सोडणारच तुमच्या अंगावर! म्हणून हुशारीने पावलं टाकायची. आम्ही कपड्यामध्ये नागडे आहोत,

म्हणून आताच कशाला कपडे काढता? प्रसंग येईल तेव्हा बघू ना; आता नका नागडे होऊ. ती वाक्यं चांगली आहेत. नंगे से खुदा भी डरता है वगैरे... पण आता माणसं अशी निर्लज्ज आहेत की– तुम्ही काही केलंत तरी, अगदी तुम्ही रेव्ह पार्टीला जाऊन बसलात तरी, कोणी काही डरत नाही.

◗ दिल्लीतील कोळसा घोटाळ्यात मनमोहनसिंग काळवंडले आहेत. काँग्रेसचे तोंड काळे झाले आहे. अजूनही तुम्हाला मनमोहनसिंग हे 'मि. क्लीन' वाटतात का?

मनमोहनसिंगना मी कधीच मि. क्लीन म्हटलेलं नाही. माझ्या तोंडात वाक्यं टाकायची नाहीत आणि तुझ्यासारख्यांनी तर मुळीच टाकायची नाहीत. काँग्रेस पक्ष बरबटलेला आहे. 'क्लीन' असा शब्द वापरण्याचा त्यांना नैतिक अधिकार नाही. मग सीबीआयचं काय बोलतोय मी? मनमोहन म्हणजे एक बुजगावणं आहे. त्यांचा 'प्यादं' म्हणून वापर करतेय ती बाई. हे माझं वाक्य आहे, मनमोहनसिंगच्या बाबतीत. कसले रे हे क्लीन चीट?

◗ काँग्रेसविरोधी लोकांत संताप आहे...

नक्कीच आहे.

◗ या सगळ्या परिस्थितीचा फायदा घेण्यासाठी विरोधक कमजोर पडत आहेत का?

कमजोर म्हणण्यापेक्षा विरोधकांमध्येच सध्या एकजूट नाही राहिलीय. मतांच्या जोरावरती म्हणा किंवा त्यांच्या त्या 'व्होट बँके'वरती म्हणा– ते आपापल्या राज्यात खेळ खेळताहेत. मुलायमसिंहांची आज चलती आहे, कारण त्यांच्याकडे मतदान जास्त आहे. मायावतीलासुद्धा एक जोर येतो, कारण त्या काँग्रेसी भिकाऱ्यांना यांच्या मतांची गरज असते आणि मग त्यातून त्यांचं साटंलोटं जमतं, देवाण-घेवाण होते. माझी व्यंगचित्रकाराची एक हलकट दृष्टी आहे. ज्या वेळेला असे काही प्रसंग येतात– बहुमत वगैरे सिद्ध करण्याचे आणि त्यांना मतं कमी पडतात, त्या वेळेला त्यांना भाव मिळतो. मग ती मायावती असो, मुलायमसिंह असो किंवा तुमची अगदी ममतासुद्धा. कशी वागली तरी, त्यांना त्यांची पापं माफ करतात आणि आपल्या बाजूला खेचतात. सोबतीला सीबीआय आहेच. आता थोडीशी पंचाईत येतेय.

◗ कसली पंचाईत येतेय?

ते मुल्ला मुलायमसिंह. त्यांनी काही तरी तिसरी आघाडी काढलीय. बघू काय

होतंय ते? या तिसऱ्या आघाडीचं काय एकंदरीत चित्र उभं राहतंय. हे जे चाललेलं आहे, त्यामुळे कमजोर विरोधी पक्ष हा शब्द वापरण्याची गरज नाही. सगळेच कमजोर झालेत.

◗ बिहारमध्ये नितीशकुमार आहेत...

हो, आहेत ना. त्यांचंही एक तंत्र आहे ना! त्यांना मुसलमानांनी मतदान केलं म्हणून बिहारात मेजॉरिटी मिळाली. त्यामुळे भाजप अडकलाय त्यात. त्यामुळे मुसलमानांच्या विरोधात भाजप फार जोराने काही करू शकत नाही, कारण तिकडे तो बसलाय. भाजपची अर्धी सत्ता आहे ना बिहारात!

◗ मोदींनाही नितीशकुमारांनी विरोध केला...

होय. मोदीला का नाही बोलवत बिहारला? मोदीला त्यांनी दूर ठेवलं प्रचारापासून, कारण ती अहमदाबाद दंगल घेतली त्यांनी तिथे– मुसलमानांच्या विरोधात. ती घेतल्यामुळे मोदींना इकडे येऊ देऊ नका बिहारात प्रचाराला. आता ते मोदी आणि नितीशचे असे खडाष्टक आहे आता. ते मोदीला जवळ करीत नाहीत, कारण मुसलमानांच्या मतांवरती परिणाम होईल. हे राजकारण आहे तुमचं दळभद्री. तुम्ही सत्तेच्या खुर्चीचे गुलाम आहात.

[८ सप्टेंबर, २०१२]

सुषमा स्वराज– पंतप्रधानपदासाठी योग्य!!

"राष्ट्रीय राजकारणात अचानक उलथापालथ सुरू झाली. काँग्रेस पक्ष घोटाळ्यांमागून घोटाळ्यांत अडकत गेले. राष्ट्रीय राजकारणात त्यामुळे कमालीची अस्थिरता निर्माण झाली. भाजपप्रणीत राष्ट्रीय लोकशाही आघाडीच्या 'सत्ता' मिळवण्याच्या आशा पल्लवित झाल्या. लालकृष्ण अडवाणी, नरेंद्र मोदी, नितीन गडकरी, नितीशकुमार अशी नावे पंतप्रधानपदाचे संभाव्य उमेदवार म्हणून पुढे येताच शिवसेनाप्रमुखांनी सांगितले, ''फक्त सुषमा स्वराज याच पंतप्रधानपदासाठी लायक वाटतात!''"

देशाचा पुढचा पंतप्रधान भाजपचा होणार नाही; तिसऱ्या किंवा चौथ्या आघाडीचा होईल, असं म्हटलं जातंय.

कोण बोलतंय हे?

लालकृष्ण अडवाणी यांनी हे सांगितलंय...

माझ्यापेक्षा ते नऊ महिन्यांनी लहान आहेत. त्या नात्याने माझ्याकडे अधिकार असले तरी त्यांच्याबद्दल बोलणे मला कठीण होतेय. या लोकांकडून ही अपेक्षा तरी काय करायची? हे असं का बोलले ते? जाऊ द्या.

भारतीय जनता पक्षातील कोणता नेता पंतप्रधान होऊ शकेल, असं वाटतं? विरोधी पक्षाचा म्हणून कोणी पंतप्रधान होणारच असेल, तर तुमच्यासमोर कोणती नावे आहेत?

अनेक वेळेला मी सांगितलंय. आज तरी हुशार, ब्रिलियन्ट अशी एकच व्यक्ती आहे– ती म्हणजे सुषमा स्वराज. पंतप्रधानपदासाठी ती अप्रतिम पसंती होईल. लायक आहे. हुशार बाई आहे. ती अप्रतिमरीत्या दणदणीत काम करील अगदी, असं माझं स्पष्ट मत आहे.

पण कुणालाच बहुमत मिळालं नाही आणि 'कडबोळं' सरकार आलं तर... मग कोण?

कोण म्हणजे? नावं भरपूर असतात हो; उपयोग काय?

मुलायमसिंह यादव आहेत.

कठीण आहे ते.

मायावती, शरद पवार, जयललिता आहेत.

कुणी देशाकरिता करतंय का सगळं? नाही ना? ज्यांच्याकडे फक्त खुर्ची आणि खुर्चीच आहे, अशी लोकं देशाला नेतृत्व देऊ शकत नाहीत; समजलं? सगळी कमकुवत माणसं आहेत. सांगा, यापैकी किती जण देशासाठी उभे राहिलेले आहेत? पूर्वीचे सगळे त्याग बघा– देशासाठी केलेले आहेत. आज कोण काय देशासाठी करतंय, मला सांगा ना. एक नाव घेऊन सांगा. देशासाठी तडफडणारे, तळमळणारे यांपैकी कोणी आहेत का?

◗ **अण्णा हजारेंचं आंदोलन पूर्ण फसलं. तुमचं भाकीत खरं ठरलं.**

ते होणारच होतं.

◗ **एका शिखरावर गेले आणि कोसळले.**

हा फक्त मीडियाचा चमत्कार होता. मीडियावाल्यांचं काय झालंय– सध्या त्यांना तो बाईट पाहिजे असतो, त्यांना खाद्य हवं असतं. रस्त्यावरची पिसाळलेली कुत्री कशी कुणाचाही चावा घेतात, तसा तो त्यांना 'चावा' मिळाला पाहिजे. दात शिवशिवतात. तसं ते मीडियावाल्यांचं चाललंय. काही मीडियावाले तर शिवसेनेच्या विरोधातच जात आहेत. त्यांनी एकंदरीत शिवसेनेच्या विरोधात ठरवून आखणीच केलेली दिसते.

◗ **पत्रकारांच्या पिढ्या बदलल्या, पण शिवसेनाविरोध कायम आहे...**

नाही. तशी मी काही सांगड घालत नाहीय. पण कोण हे पत्रकार? मागे एकदा खाली म्हणजे दिवाणखान्यामध्ये– एका पोरीविषयी सांगतो– या ज्या चिमण्या आल्यात ना, त्या चिव चिव चिव करू लागलेल्या आहेत. तिच्यातल्या एकीनं प्रश्न विचारला– त्या पोरीने– आंबेडकरांचा जन्म किती साली झाला? म्हटलं, काय आहे? परीक्षेला बसलोय काय तुमच्याकडे मी? काय? हे जे तुम्ही शिरलात ना या क्षेत्रात, वाट लावताय सगळी. सरळ तोंडावरती बोललो. बाकीच्यांच्या समोर. गप्प बसली ती. नंतर तिने प्रश्न नाही विचारला!

◗ **रामदेवबाबासुद्धा आले आणि गेले.**

त्या रामदेवबाबांचेही हे क्षेत्र नव्हे. बाबांशी माझी थोडीशी एकदा ठरावीक कारणासाठी फोनवरून बोलणी झाली. मी म्हटलं, भाई बात करना है आपसे. त्यांना मी सांगणारच होतो की, तुम्ही अण्णांची साथ सोडा. हे तुमचं क्षेत्र नव्हे. आता बघा काय चाललंय ते.

◗ **काय चाललंय?**

काँग्रेसवाले सत्ता सूडवृत्तीने राबवतात. रामदेव त्यांच्या मुळावर येतोय म्हटल्यावर त्याचीच चौकशी सुरू केली. हे लक्षण चांगलं नाहीय; समजलं? मग तुमचे ते चिदंबरम वगैरे, सोनिया गांधी, रॉबर्ट वढेरा, अहमद पटेल असे हे जे आहेत; यांचं काही नाही? स्वच्छ हात आहेत यांचे? ती सोनिया गांधी हल्ली अगदी संतापानं बोलायला लागली आहे. बाई, जास्त संतापू नकोस; दुसऱ्याचंही सरकार येऊ शकतं. आणि आज जे तू धंदे करतेस, त्याचा रंग कोळशापेक्षाही काळा असेल, हे विसरू नकोस तू– समजलं? कुणाचे हात स्वच्छ आहेत आज?

महाराष्ट्राचं राजकारणसुद्धा निराश करणारं आहे.

होय, मग?

ज्याला आपण शिवरायांचा महाराष्ट्र असं म्हणतो...

म्हणायचं. आता काय करायचं?

—तो महाराष्ट्र आज निराशेच्या गर्तेत सापडलाय.

महाराष्ट्रच कशाला; सगळा देशच सापडलाय निराशेच्या गर्तेत– पण महाराष्ट्र विशेष.

तुम्ही आहात म्हणून महाराष्ट्रही आहे.

मी आहे म्हणूनच असं नव्हे. महाराष्ट्र हा महाराष्ट्रच राहिला असता, कारण शिवरायांचा जन्म इथे झालाय. ते दैवत फार मोठं होतं. समजलं? फारच महान होते ते. त्यांची बरोबरी कोणीच करू शकणार नाही. फक्त तुम्ही जयंत्या आणि मयंत्या, पुण्यतिथ्या साजऱ्या करा. तेवढ्याच लायकीचे तुम्ही आहात. तुमच्यामध्ये काहीच नाही. फार फार तर काय, त्या वाघ्याचा पुतळा हलवायचा– हे एवढंच कर्तृत्व तुमचं.

महाराष्ट्रात फक्त इतिहासाची मोडतोड सुरू आहे. दादोजी कोंडदेवही लाल महालातून हटवले, हे तुम्हाला मान्य आहे काय?

कसं मान्य होईल? इतिहासाचा तुमचा काही सखोल अभ्यास आहे किंवा नाही याचीही पर्वा न करता केवळ जात– फक्त मराठा– त्या मराठा जातीतत्त्वावर तुम्ही हे तोडताय? त्या वाघ्याला कोणती जात? तो मराठा समाजाचा होता की ब्राह्मण होता? दादोजी कोंडदेव ठीक आहे; ब्राह्मण होता. पण इथे ब्राह्मणांचा संबंध येतो कसा? महाराजांनी कधी हा विचार केला नव्हता. शेवटी तुम्हाला दादोजी कोंडदेव हा ब्राह्मण चालत नसेल, तर जो गागाभट्ट आला होता उत्तर प्रदेशचा– तो कोण होता जातीने? मराठा? मराठा होता का? तुमची संभाजी ब्रिगेड असती त्या वेळेला, तर महाराजांसमोर त्या गागाभट्टला धक्के मारून बाहेर काढले असते का? हे सर्व फडतूस प्रसिद्धीसाठी सुरू आहे. वृत्तपत्रे अशा गोष्टींना प्रसिद्धी देतेय, म्हणून ते त्यांची दोन फुल्यांची मस्ती दाखवताहेत.

महाराष्ट्रात काँग्रेस-राष्ट्रवादीचं काय चाललंय नक्की?

काय चालणार? आजच तुमचे ते अजित पवार म्हणताहेत आबा पाटलांना की, तुम्ही गाडगेमहाराज झालात; आता वल्लभभाई पटेल व्हा. मला अजित

पवारांना विचारायचे आहे की, तुम्ही कोण होऊ इच्छिता– त्याचं उत्तर द्या ना! तुमच्यासाठी काही जागा ठेवली की नाही?

◗ ते स्वतः टगे आहेत.

ते टगे आहेत, पण वल्लभभाई पटेल काही टगे नव्हते. त्या नेतृत्वाची चमक आणि धमक फार निराळी होती. मी नेहमी म्हणत आलो– ते कोणीही असोत, मतभेद असले तरी– अगदी जवाहरलाल नेहरू असो, मौलाना आझाद असो, गोविंद वल्लभपंत असो– त्यांना पाहून लोकांच्या माना खाली जायच्या, त्या आदराने जायच्या. आतासुद्धा माना खाली जातात, पण त्या शरमेने जातात आताचे नेते पाहिल्यावर. हा मान खाली घालण्याचा फरक आहे.

◗ काँग्रेस आणि राष्ट्रवादी तरीही सत्तेवर येतच असते...

हो, येतात ना. त्याचं कारण आहे. तुम्ही निवडणुकीचा ढंगच बदललात ना? पैशाच्या जोरावर सर्व मस्ती चालली आहे. जो अजित पवार खडकवासलामध्ये उताणा पडतो, तो बीडमध्ये जिंकतो! त्यांच्याकडे पैसा अफाट आहे. हा घोटाळ्याचा पैसा, भ्रष्टाचाराचा पैसा घालवायचा कुठे? पैशाने सगळी माणसं दाबली जाताहेत.

◗ म्हणजे नक्की काय?

काय म्हणजे? हे अण्णाबिण्णा सोडून द्या बाजूला. भ्रष्टाचाराच्या विरोधात तुम्ही आंदोलन करता. जे तुम्हाला गर्दी करून पाठिंबा देतात– एक मोठा माहोल दिसतो तुम्हाला– असं असताना, त्या जमलेल्या गर्दीला विचारा– किती लोकांनी पैसे घेऊन मतदान केलं; जे अण्णाच्या भ्रष्टाचार आंदोलनाच्या गर्दीमध्ये होते.

◗ इतकं असूनसुद्धा आपण मुंबई-ठाणे महानगरपालिका जिंकलीत...

हो, जिंकली ना! कडवट निष्ठावंत म्हणून एक प्रकार आहेच की, त्याच्या जोरावरच जिंकतोय आम्ही. मराठी माणूस शिवसेनेला कधीच विसरू शकणार नाही. विसरताच येता येणार नाही त्याला; इतकं शिवसेनेने त्याला स्वाभिमानानं उभं केलंय.

◗ महाराष्ट्रामध्ये यापुढे तरी काही बदल होईल, असं वाटतंय का?

बदल हा होतच राहणार. कोणत्या पद्धतीनं तो होणार, ते पाहायचं. घाईत होऊन चालणार नाही आणि खाईतही होऊन चालणार नाही. अराजक म्हटल्यानंतर कोणत्या तऱ्हेचं ते असेल, त्यात नुकसान किती होणार आणि नुकसान भरून

काढण्यासाठी किती मजबूत नेतृत्व त्या वेळेला असणार, हाच एक प्रश्न येणार आहे त्या वेळेला. नेतृत्वच जर परत कमकुवत मिळालं, तर आझादी-बिझादी हे शब्द विसरा हो.

▸ महाराष्ट्रात शिवसेना-भाजपची युती आज किती मजबूत आहे?

मजबुती हा शब्द आता वापरताच येत नाहीय. विचार बदलले. एकेकाचे वैयक्तिक हेवेदावे आले. पक्षांमध्येही हेवेदावे आलेत. पूर्वीचा तो 'एनडीए' म्हणून जो प्रकार होता, त्यात वाजपेयींसारखे संयमी नेतृत्व होते. आज कुठे आहे? मी एनडीएचे बोलतोय रे! भाजपचे नाही बोलत.

▸ मग शिवसेना-भाजप युतीचं भविष्य आपल्याला काय दिसतंय?

ज्या वेळेला युती झाली, ती होण्याच्या अगोदर तरी भविष्य काय होतं? झाल्यानंतर तरी भविष्य काय आहे? आणि उद्यासुद्धा काय होणार याची मी चिंताच करीत नाही. तुमच्या आयुष्याचाही जसा आलेख मांडला गेलेला आहे, तसंच हे आहे. मी नेहमी म्हणतो की, हे तुमच्या आयुष्यामध्ये जी तुमच्या आयुष्याची जडणघडण आहे, ती मांडली गेलेली आहे; त्याची चिंता करण्याची गरज नाही. मला जेवढं आयुष्य मिळालं आहे, तेवढं मी जगणार आहे. तुम्ही, हे, ते, सगळे आपण– तेवढी वर्षं आपण जगणारच. ते कुणालाच हिरावून घेता येणार नाही.

▸ शिवसेना तुम्ही स्थापन केलीत तो काळ व आजची शिवसेना याकडे तुम्ही तटस्थपणे पाहू शकता काय?

मी तटस्थ नाहीय हं. मी तटस्थ आहे, असं समजू नका तुम्ही. या रवीला विचारा. कुणालाही विचारा. माझं सगळं व्यवस्थित चाललं आहे. बारीक नजर आहे माझी. रोज माझ्या वृत्तपत्रांवरच्या खाणाखुणा, फोनाफोनी सुरू आहे. काही उपद्व्यापी लोक करतात, ज्यांना काम-धंदे नाहीत असे लोक करतात. कुठे तरी रकाने भरायला मिळाले वृत्तपत्राचे, की भरतात– आज शिवसेनेला कट्टर शिवसैनिकांची गरज आहे. तू कोण सांगणार? तुझे लग्न झालेय की नाही, ते मला माहीत नाही. पण तुम्हाला जी मुलं होतील, तीसुद्धा आपलीच कट्टर असली पाहिजेत; असं म्हटलं तर चालेल का? कशाकरता हे शब्दांचे प्रयोग करता आमच्यावरती? हेच दुर्दैव आहे महाराष्ट्राचं!

▸ कसलं दुर्दैव म्हणता?

ही सर्व मराठी माणसंच आम्हाला शहाणपणा शिकवत आहेत. काही का असेना, प्रत्येक प्रांतात बघा– बंगालमध्ये एक बंगाली ठसा दिसतोय. पंजाबमध्ये

पंजाबी ठसा दिसतो. गुजरातमध्ये गुजराती ठसा दिसतो. महाराष्ट्रामध्ये दिसतो का हो तुम्हाला?

आपण कॉस्मोपॉलिटन आहोत...

होय हो, पण मुंबई सोडून द्या रे. इतर भागाचं तरी काय महाराष्ट्रातल्या? काय, आहे का स्वत:चा असा ठसा? बंगाली त्यांच्या ड्रेसवरून ओळखावा– पंजाबी, गुजराती, मद्रासी, केरळी त्यांच्या ड्रेसवरून ओळखावा. मारवाडी ओळखावा. पण आम्हाला ड्रेस कोडही नाही.

दादर-शिवाजी पार्क हा मराठमोळा परिसर आता 'हेरिटेज' होतोय.

त्यावरती माझा एक विचार आहे. महाराजांनी जे गड बांधले आहेत, त्यांची किती तरी पडझड चाललीय. ते गड हेरिटेजमध्ये येतात की नाही? येतात! सिंधुदुर्ग किल्ल्याची भिंत कोसळली आहे. एकदा बांधली, पुन्हा कोसळली. रायगडावर तेच. महाराजांच्या डोक्यावरील छत्रीवरून वाद. हेरिटेजवाले स्वत: करीत नाहीत; शिवप्रेमींना करून देत नाहीत. तुम्हाला ही काळजी घेता येत नाही? ते तिकडे भिकार×× बसलेत दिल्लीत. आणि इकडे आम्हाला हुकूम करताहेत. आपल्या मानेवरच्या मडक्यातून काढताहेत विचार. महाराजांचे किल्ले तुमच्या ताब्यात आहेत, ते सांभाळता येत नाहीत आणि इकडे शिवाजी पार्क, लालबागच्या इमारती हेरिटेज? महापौर बंगला मी समजू शकतो– हेरिटेजमध्ये येतो. पण बाकीचं काय? सावरकरांचं स्मारक आता उभं राहिलेलं आहे; तेदेखील हेरिटेज कसं? त्या स्मारकाला मी जागा दिली, सुधीर जोशी महापौर असताना. किती सालची गोष्ट? हे एकदम हेरिटेजमध्ये? मग सगळी मुंबई हेरिटेजमध्ये यायला पाहिजे. शिवाजीमहाराजांच्या गडांची काळजी जे घेत नाहीत, ते हेरिटेज म्हणजे पुरातत्त्व खातं. तिथे हे नसत्या उठाठेवी का करतात? पहिले गड सांभाळा. समजलं?

[९ सप्टेंबर, २०१२]

व्यंगचित्रं म्हणजे महाराष्ट्राची वाघनखंच!

“शिवसेनाप्रमुखांनी राजकीय जीवनाची सुरुवात केली ती ‘राजकीय व्यंगचित्रकार’ म्हणून. हजारो व्यंगचित्रे त्यांनी काढली. याच व्यंगचित्रांनी मराठी माणसाला जाग आणली. शिवसेना निर्माण झाली व देशाचा इतिहास बदलला. बाळासाहेबांच्या व्यंगचित्रांचे पुस्तक काढण्याचे काम सुरू झाले. स्वत:ची जुनी व्यंगचित्रे पाहताना व निवडताना ते जुन्या काळात हरवून जाताना दिसले. बाळासाहेबांनी व्यंगचित्रांची वाघनखे उपसली, म्हणून शिवसेनेची डरकाळी महाराष्ट्रात पसरली!”

◗ **तुमच्या व्यंगचित्रांचं पुस्तक येतंय.**

होय. उद्धव करतोय ती सर्व मांडणी.

◗ **तुम्ही शेकडो व्यंगचित्रं काढलीत.**

होय.

◗ **तुमच्या व्यंगचित्रांनी महाराष्ट्राला, देशाला, मराठी माणसाला जाग आणली. आज पुस्तकाच्या निमित्ताने तुम्ही ही व्यंगचित्रं काढता, तेव्हा तुम्हाला काय वाटतं?**

मला दुःख एवढंच होतं की, खरोखरच मी ही व्यंगचित्रं काढलीत काय? हे ब्रशचे फटकारे माझे आहेत काय? कारण आज मला डोळे त्रास देताहेत. डोळे माझे जड झालेले असतात. मला नीट दिसत नाही. दुसरं म्हणजे, माझा हात थरथरतो. पूर्वीसारखा हात सरळ नाहीय. ही माझी दुःखं आहेत. ज्या वेळेला मी माझा विचार करतो; तेव्हा मनात विचार येतो की, हे कसं मला जमलं? मी कशी काढू शकलो ही व्यंगचित्रं? हाच का तो हात? आणि हेच का ते डोकं? हा विचार मला खूप दुःखकारक ठरतो.

◗ **तुमच्या व्यंगचित्रांचा वारसा पुढे का नाही गेला?**

कोण नेणार? मला वाटलं, राज नेईल.

◗ **तुमची व्यंगचित्रं म्हणजे महाराष्ट्राची वाघनखंच आहेत.**

होय, आहेत ना. म्हणून तर शिवसेनेची डरकाळी महाराष्ट्रात पसरली!

◗ **पूर्वी व्यंगचित्रं काढण्यालायक चेहरे होते. आज असे चेहरे तुम्हाला दिसतात काय?**

होय. मध्यंतरी गेले होते, ते आता पुन्हा आलेत. त्यामध्ये सोनिया गांधी आहेत, मनमोहनसिंग आहेत, राहुल गांधी आहेत, पृथ्वीराज चव्हाण आहेत, शरद पवार आहेत... बरेच आहेत. अडवाणीसुद्धा आहेत.

◗ **पुन्हा कुंचला हातात घेऊन व्यंगचित्रं काढावीत, असं वाटतं का?**

वाटतं ना! पण आता वेळच मिळत नाही. आता हे जे काम पडलंय माझ्या अंगावर– व्यंगचित्रांची निवड करतोय मी. सगळीच व्यंगचित्रं काही छापता येणार नाहीत. तसं झालं तर मग आवृत्त्यांवर आवृत्त्या काढाव्या लागतील आणि काही आंतरराष्ट्रीय विषयांवरची व्यंगचित्रे आहेत. ती घेताना त्याचा इतिहास

नव्या पिढीस समजून सांगावा लागेल.

◗ महाराष्ट्राच्या राजकारणात कधी काळी 'लेखणी, कुंचला आणि वाणी' याला फार महत्त्व होते. आदर होता. आज या गोष्टींना आपल्याकडे आदर राहिला आहे काय?

आज त्याला बाजारी स्वरूप आलेलं आहे. हे जे संपादक बसलेत नं भडभुंजे– हे विकाऊ आहेत आणि टाकाऊ आहेत; हे राजकीय पक्षांचे चमचे झालेले आहेत. ते त्यांच्या लेखणीतून सरळ-सरळ जाणवलेय.

◗ असं कसं म्हणता तुम्ही?

कसं म्हणता म्हणजे? त्यांच्या वृत्तपत्रांची जी सजावट असते त्यावरून समजतं की, हा या पक्षाच्या बाजूचा आहे, तो त्या पक्षाचा आहे. हे जे पक्षाची बाजू घेऊन टीकास्त्र सोडतात, त्यामुळे त्या लेखणीचे तेजच गेलेले आहे. व्यंगचित्रकार तर आता राहिलेलेच नाहीत म्हणा. राजकीय व्यंगचित्रकार फार कमी आहेत– जवळजवळ नाहीच. मी आणि लक्ष्मणनी जगवली व टिकवली. आता असे दणदणीत विचार देणारे– ज्याला आपण एक खोली म्हणतो– 'डेप्थ', राजकीय खोली– ती डेप्थ असलेले राजकीय व्यंगचित्रकार आता कुठेच दिसत नाहीत. बाकी काही बोलूच नका.

◗ आणि वाणी...

वाणी म्हणजे काय? वाण्यांचा आता प्रश्नच आहे.

◗ तुम्ही शेवटचे आहात– ज्यांच्या 'वाणी'ने महाराष्ट्राचे राजकारण हलत राहिले...

आता वाण्यांची दुकानं निघाल्यामुळे मूळ वाण्यास कोणी किंमत देत नाही. सगळे वाणी जिकडे-तिकडे बसलेले आहेत 'दुकान' मांडून. वाणीला अभ्यास लागतो. राजकारणात असाल, तर राजकारणाचा अभ्यास लागतो. माईक आहे समोर म्हणून बोलायचं नाही. मग तसं त्या अण्णांच्या वेळेलासुद्धा तो केजरीवाल काय, किरण बेदी काय– फक्त तो शिसोदिया गप्प असायचा. आमची मेधा पाटकरसुद्धा काय! खाजवून घ्यायचे सगळे आपल्या जिभा. ती काय वाणी नव्हे. असंतोष, चीड, संताप व्यक्त करायलासुद्धा एक बैठक लागते. संताप आला म्हणजे काही शिव्याच द्यायच्या? मीही देतो ना; पण त्या शिव्यांनासुद्धा बैठक असली पाहिजे, आधार असला पाहिजे. ए भडव्या... म्हणून नुसतीच शिवी देऊन चालत नाही. त्यालाही कळलं पाहिजे की, आपल्याला त्याने हाक मारली आहे.

◗ शिवसेना नेहमीच तेजाने तळपत आली आहे...

होय, ती तशीच तळपतच राहणार. माझ्या कडवट, निष्ठावंत शिवसैनिकांच्या बळावरच इतकी वर्षं टिकलंय.

◗ मराठी म्हणून पुन्हा सगळ्यांनी एक व्हावे, असे वाटते का?

ते तसे एक आहेत. मोडकळीस आलंय, असं नका समजू. पण हे उठाव असतात– विषयांचे उठाव असतात. आता उठाव हा एक प्रकार जरा निराळा आहे. जसं काल-परवा झालं आझाद मैदानावर. तो एक विषय आहे. पण कायम आपण तयारीत राहिले पाहिजे; विषय असो-नसो. जनजागृती ही तयार असावी नेहमी. जागृती ही विषयावरती अवलंबून नसावी. सरकारच्या मनामध्ये दबाव असला पाहिजे की, जनता ऐकणार नाही. आपण हा जर निर्णय घेतला तर जनता आपल्याला क्षमा करणार नाही. ही प्रवृत्ती सरकारची आणि आपली अशी असावी; पण आमची जनता सहन करते आहे आणि याचा फायदा सरकारला मिळतो. त्यामुळे सरकार पाच वर्षे, आणखी पाच वर्षे सत्तेवर राहतं. कारण जनतेची मांडणीच काही नाही. ही मेलेली मनं असलेली जनता... सरकारचा तोच मोठा 'ॲसेट' आहे.

◗ सत्ता असो अगर नसो– शिवसेनाप्रमुखांनी कायम जनतेच्या हृदयावर राज्य केलं. पण या क्षणी तुमच्या हृदयात काय आहे...?

माझ्या हृदयात काही नाही. मी मोहापासून दूर राहिलो. जे माझ्याकडे असतं, ते मी वाटत असतो. मला स्वत:ला काही कमवायचं नाही. सत्तेपासूनही मी दूर राहिलो. मला काहीही होता आलं असतं. महाराष्ट्राच्या आणि दिल्लीच्या मंत्रिमंडळात जाऊन बसलो असतो. त्यापासून मी लांब राहिलो. फार पूर्वी शरद पवारांनी मला 'जे.पी.' बनवलं होतं. एका दिवसात मी ती पदवी परत केली. म्हटलं, नाही. या असल्या गोष्टीचा मला मोह नाही. मला परत असल्या गोष्टी देऊ नका; भरीस पाडू नका! विचारा शरद पवारांना. मी या सगळ्या मोहापासून दूर राहिलो आणि हेच लोकांना मोठं आश्चर्य वाटतं की, ही एकमेव व्यक्ती आहे हिंदुस्थानमध्ये– असं जनता म्हणते– जी खुर्चीपासून दूर राहिली. हाच माझा 'ॲसेट' आहे. हाच माझा आयुष्यातील ठेवा आहे. मी तो जपलाय की, लोकांना होऊ द्या. तुम्ही खुर्चीवर बसा; मी आहे तसाच राहीन. ही माझी नितांत इच्छा आहे. त्यावरती लोक प्रेम करतात.

◗ तुमचं सारं जीवन जनतेसाठी समर्पित आहे, तरीही काही करावं असं राहिलंय– असं वाटतं का?

मी माझ्या लोकांवरती प्रेम करणारा माणूस आहे. मराठी-मराठी मी करतोच.

हिंदुत्वाचा खुलासाही मी केलेला आहे. परत-परत किती खुलासे करायचे? तुम्हाला पाहिजे तेवढं तुम्ही घेता आणि बाकीचं टाकून देता, मला झोडण्यासाठी. मग मी कशाला सारखे खुलासे करीत बसू? मी म्हटलंय की– आज हिंदुस्थानची अशी परिस्थिती आहे की; केवळ मराठी, केवळ पंजाबी, बंगाली, गुजराती करून भागणार नाही; कारण इस्लाम फार जोरात आहे. ते आझाद मैदानावरती तुम्हाला दिसलं. असं असताना आपण मराठी म्हणून इस्लामशी एकेकटे लढू शकतो काय? बंगाली किंवा पंजाबी म्हणून एकाकी लढू शकतो काय? तो लाल, बाल, पालचा काळ गेला निघून. मग असं असताना एकच शब्द आहे ना– तो हिंदुत्व! हिंदू म्हणून एकजूट झाल्याशिवाय आपण इस्लामशी टक्कर देऊ शकत नाही.

◗ राजकारणात तुम्ही मित्र कमावलेत तसे दुश्मनही कमावलेत...

होय. राजकारणात कशाला– व्यंगचित्रावरूनही मी दुश्मन्या घेतलेल्या आहेत!

◗ पण दुश्मनांवरही अनेकदा प्रेम केलंय...

पण दुश्मन प्रेम करण्याच्या लायकीचा असेल तर!

◗ तुम्ही कधी सूडानं वागलात काय? राजकारणात सूड उगवले जातात.

नाही. मी कधीच केलं नाही ते. माझ्या रक्तात नाही. मी न्यायानं वागतो, सूडाने नाही. शिवसेनेमध्येही कोणी कुणाशी सूडाने वागू नये. राजकारणात मतभेद असतात, पण शत्रूचा पराभव निवडणुकीत करा. शत्रूलाही वाटले पाहिजे की, मर्द आहेत लेकाचे. मर्दाने माझा पराभव केला. सूड आणि कारस्थानापासून मी सदैव लांब राहिलो. मला ते जमले नाही, जमणार नाही. कारस्थानांमुळे यश मिळवणे मला मान्य नाही. मी नव्या पिढीलाही तेच सांगेन.

◗ तुमच्या अगणित चाहत्यांना काय सांगाल?

काय सांगणार? निष्ठा कायम ठेवा. निष्ठेमध्ये बाजारूवृत्ती आणू नका; नाही तर आज निष्ठावंतांची ये-जा हल्ली सुरूच असते ना. इकडले कडवट निष्ठावंत त्यांच्यात सामील, त्यांच्यातले कडवट निष्ठावंत आमच्यात सामील. हे...हे धंदे बंद करा. जिथे आहात, तिथे निष्ठा ठेवा. आई-बाप बदलता का? नाही ना? मग आई-बाप बदलत नसाल, तर मग पक्ष का बदलता? हेच मला सांगायचं आहे.

[१० सप्टेंबर, २०१२]